ചെമ്മീൻ

തകഴി ശിവശങ്കരപ്പിള്ള
(1912–1999)

1912 ഏപ്രിൽ 17-നു ജനിച്ചു. 1934-ൽ ആദ്യ നോവൽ *ത്യാഗത്തിനു പ്രതിഫലം* പ്രസിദ്ധപ്പെടുത്തി. 1936 മുതൽ '57 വരെ അമ്പലപ്പുഴയിൽ വക്കീലായി പ്രാക്ടീസ് ചെയ്തു. *രണ്ടിടങ്ങഴി, തോട്ടിയുടെ മകൻ, അനുഭവങ്ങൾ പാളിച്ചകൾ* തുടങ്ങി ഇരുപത്തിയഞ്ചിലധികം നോവലുകളും ഇരുനൂറോളം കഥകളും പ്രസിദ്ധപ്പെടുത്തി. മിക്ക കൃതികളും പല വിദേശഭാഷകളിലേക്കും നിരവധി ഭാരതീയ ഭാഷകളിലേക്കും തർജമ ചെയ്തിട്ടുണ്ട്. *ചെമ്മീൻ* സാഹിത്യ അക്കാദമി അവാർഡും (1958), *ഏണിപ്പടികൾ* കേരള സാഹിത്യ അക്കാദമി അവാർഡും (1965), കയർ വയലാർ അവാർഡും (1980) നേടി. 1974-ൽ സോവിയറ്റ് ലാൻഡ് നെഹ്റു അവാർഡ്. 1984-ൽ ജ്ഞാനപീഠം. 1978-ലും 1981-ലും കേരള സാഹിത്യ അക്കാദമിയുടെ പ്രസിഡന്റ്. 1985-ൽ പത്മഭൂഷൺ ബഹുമതി. 1999 ഏപ്രിൽ 10-ന് അന്തരിച്ചു.

തകഴി ശിവശങ്കരപ്പിള്ളയുടെ ഞങ്ങൾ പ്രസിദ്ധീകരിച്ച കൃതികൾ

നോവൽ
ചെമ്മീൻ
അനുഭവങ്ങൾ പാളിച്ചകൾ
അഴിയാക്കുരുക്ക്
ഏണിപ്പടികൾ
ഒരു മനുഷ്യന്റെ മുഖം
ഔസേപ്പിന്റെ മക്കൾ
കയർ
കുറെ കഥാപാത്രങ്ങൾ
പുന്നപ്രവയലാറിനുശേഷം
ബലൂണുകൾ
രണ്ടിടങ്ങഴി
ആകാശം
തോട്ടിയുടെ മകൻ
തകഴിയുടെ നോവലുകൾ

കഥ
ഒരു കുട്ടനാടൻ കഥ
ജീവിതത്തിന്റെ ഒരേട്
തകഴിയുടെ കഥകൾ
'വെള്ളപ്പൊക്കത്തി'ലും മറ്റു പ്രധാന കഥകളും
കഥകൾ തകഴി

ലേഖനം
എന്റെ ഉള്ളിലെ കടൽ

തകഴി ശിവശങ്കരപ്പിള്ള

ചെമ്മീൻ

സാഹിത്യഅക്കാദമി അവാർഡ് ലഭിച്ച നോവൽ

ഡി സി ബുക്സ്

MALAYALAM LANGUAGE
Chemmeen

NOVEL
by Thakazhi Sivasankara Pillai

Rights Reserved
First Published March 1956
First DCB Edition November 1995
This edition - April 2018

PUBLISHERS
D C Books, Kottayam 686 001
Kerala State, India
Literature News Portal: www.dcbooks.com
Online Bookstore: www.onlinestore.dcbooks.com
e-bookstore: ebooks.dcbooks.com
Customercare: customercare@dcbooks.com, 9846133336

DISTRIBUTORS
DC Books-Current Books
INDIA

D C BOOKS LIBRARY CATALOGUING IN PUBLICATION DATA
Sivasankara Pillai, Thakazhi.
Chemmeen/Thakazhi Sivasankara Pillai.
248 p., 21 cm.
ISBN 978-81-264-3609-5
1. Malayalam novel. I. Title.
8M3* - dc 22
* (This is local variation of DDC number for malayalam literature: Chemmeen.)

ISBN 978-81-264-3609-5

Printed in India
at D C Press, Kottayam, INDIA

D C BOOKS: THE FIRST INDIAN BOOK PUBLISHING HOUSE TO GET ISO CERTIFICATION

53/18-19-Sl.No. 17711-dcb 1629-(21) 2000-4654-04-18-Itc. 17.0-p en-r(t) sh-d(t) ga

പ്രസാധകക്കുറിപ്പ്

(ഡി സി ബി ഒന്നാം പതിപ്പിനെഴുതിയത്)

ചെമ്മീൻ ആദ്യം പുറത്തുവന്നിട്ട് നാല്പതു വർഷം തികയാൻ പോകുന്നു—1996 മാർച്ച് ഏഴിന്. അന്നത്തെ കഥയെല്ലാം എനിക്കു നല്ല ഓർമ്മയുണ്ട്. ഞാനന്നു സാ.പ്ര.സ. സംഘത്തിന്റെ വില്പനവിഭാഗമായ എൻ.ബി.എസ്-ന്റെ ജനറൽ മാനേജരാണ്. പുസ്തകപ്രസിദ്ധീകരണത്തിനു വേറെ വകുപ്പുണ്ട്. അവരാണ് എല്ലാം ചെയ്യേണ്ടത്. പക്ഷെ, *ചെമ്മീ*ന്റെ കാര്യത്തിൽ ആദ്യം മുതൽതന്നെ എല്ലാം ചെയ്തത് ഞാനാണ്. രണ്ടു വർഷം മുമ്പു തന്നെ *ചെമ്മീ*നെപ്പറ്റിയുള്ള അറിയിപ്പ് എൻ.ബി.എസ്. ബുള്ളറ്റിനിലും അതിന്റെ വാർഷികപ്പതിപ്പായ കാറ്റലോഗിലുമൊക്കെ വരാൻ തുടങ്ങി.

*ചെമ്മീ*ന്റെ കൈയെഴുത്തുപ്രതിക്കു വേണ്ടി പല പ്രാവശ്യം ഞങ്ങൾ തകഴിയിലേക്ക് ആളയച്ചിട്ടുണ്ട്, ഞാൻതന്നെ പോയിട്ടുമുണ്ട്. ബോട്ടിലും ബസ്സിലുമൊക്കെ യാത്രകഴിഞ്ഞ്, അമ്പലപ്പുഴനിന്നും തകഴിക്കുള്ള ആറേഴു കിലോമീറ്റർ നടന്നാലേ ശങ്കരമംഗലത്തെത്തൂ അന്ന്.

1956 ഫെബ്റുവരിയിലെ ഒരു ദിവസം തകഴി ശിവശങ്കരപ്പിള്ള കോട്ടയത്തു വന്നു. ശാന്തമായിരുന്ന് എഴുതാൻപറ്റിയ ഒരു സ്ഥലം കണ്ടുപിടിച്ചു കൊടുക്കണമെന്ന് ആവശ്യപ്പെട്ടു. മത്തായിക്കുട്ടിയുടെ ബോട്ട് ഹൗസ് കഫെ ഏർപ്പെടുത്തിക്കൊടുത്തു. *ചെമ്മീ*ന്റെ മിനുക്കുപണിയാണ് കോട്ടയത്തുവച്ച് നടത്തുകയെന്നു ഞാൻ കരുതി. സത്യം പറയട്ടെ, അവിടെയിരുന്നാണ് അധികഭാഗവും എഴുതിയത്. ഒരു ദിവസം വൈകിട്ട് തകഴി കളരിക്കൽ ബസാറിലെ എൻ.ബി.എസ്.ലെത്തിയത് കൈയെഴുത്തുപ്രതിയുമായിട്ടാണ്. കഥ യുടെ ഗതി എന്നെ മനസ്സിലാക്കി. ചില ഭാഗങ്ങൾ വായിച്ചു കേൾപ്പിച്ചു. ഒടുവി ലത്തെ ഭാഗത്ത് ഒരദ്ധ്യായം വായിച്ചു നോക്കാൻ എന്നോടാവശ്യപ്പെട്ടു. ഞാൻ വായിച്ചു. ഇതൊന്നുകൂടി മാറിയെഴുതുകയല്ലേ നന്ന്?—തകഴിയുടെ ചോദ്യം. ഞാൻ അനുകൂലിച്ചു. പിറ്റേന്നു മാറി എഴുതിയ അദ്ധ്യായവും ഏല്പിച്ചു. അങ്ങനെ *ചെമ്മീൻ* പ്രസ്സിലേക്കുപോയി. സംഘം വക ഇന്ത്യാ പ്രസ്സ് അന്നു മികച്ച

അച്ചടിക്കു പേരു കേട്ട സ്ഥാപനമായിരുന്നു. മാർച്ച് ഏഴിനു പുസ്തകം പുറത്തിറങ്ങി. ക്രൗൺ എട്ടിലൊന്നു സൈസിൽ 337 പേജുള്ള *ചെമ്മീൻ* ചുവന്ന നിറമുള്ള മുഴുകാലിക്കോ കവറുമായി വായനക്കാരുടെ കൈകളിലേക്കു നീങ്ങി. വില മൂന്നര രൂപ. അന്നത്തെ പതിവനുസരിച്ച് 1000 പ്രതിയാണച്ചടിച്ചത്. മനുഷ്യർ ക്യൂ നിന്ന് *ചെമ്മീൻ* എന്ന നോവൽ വാങ്ങി എന്നു പറഞ്ഞാൽ തെറ്റുകയില്ല. മെയ് മാസത്തിൽ രണ്ടാം പതിപ്പിറങ്ങി. ജൂലൈയിൽ മൂന്നാം പതിപ്പും. നാലാം പതിപ്പും അക്കൊല്ലം തന്നെ, സെപ്റ്റംബറിൽ പുറത്തുകൊണ്ടുവരാൻ നിർബന്ധിതരായി, ഞങ്ങൾ. 1956-ലെ പത്ത് മാസത്തിനിടയിൽ നാലു പതിപ്പിലെ 4000 പ്രതിയും വിറ്റുതീർന്നു.

1957 ജനുവരിയിൽ വന്ന പതിപ്പിനു കാലിക്കോ വേണ്ടെന്നു വച്ചു. കടലാസിന്റെ മികവ് സ്വല്പം കുറച്ചു. വില രണ്ടര രൂപയിലേക്കു താഴ്ത്തുകയും ചെയ്തു. ഈയിടെ കൃഷ്ണൻനായർ പറഞ്ഞില്ലേ, ഡീസീ സാഹിത്യകാരന്മാരെ സൃഷ്ടിക്കുകയാണ്, എന്ന്. അന്നും അങ്ങനെയൊക്കെ പറയാനാളുണ്ടായിരുന്നു. ഗൂഢാലോചനകളും അപവാദങ്ങളുമെല്ലാം ഉണ്ടായി. പക്ഷേ, അക്കൊല്ലം കേന്ദ്ര സാഹിത്യ അക്കാദമിയുടെ അവാർഡ് ലഭിച്ച മലയാളകൃതി *ചെമ്മീ*നായിരുന്നു. ജവാഹർലാൽ നെഹ്റുവായിരുന്നു അക്കാദമി പ്രസിഡന്റ്. ഉപാദ്ധ്യക്ഷൻ ഡോ. എസ്. രാധാകൃഷ്ണനും. ഇവരും തകഴിയുംകൂടി നില്ക്കുന്ന ഫോട്ടോ ചേർത്താണ് പിന്നത്തെ പതിപ്പ് പ്രസിദ്ധപ്പെടുത്തിയത്. 1957 ഏപ്രിൽ മാസത്തിൽ ഈ പതിപ്പ് പുറത്തുവന്നു. '61 ജൂണിലെ പതിപ്പിനു വില കൂട്ടി—നാലു രൂപ. അങ്ങനെ പതിനൊന്നു പതിപ്പു കഴിഞ്ഞപ്പോൾ തകഴിയും ഞാനുംകൂടി ആലോചിച്ചത്, വില കുറഞ്ഞ ഒരു പതിപ്പിറക്കുന്നതിനെപ്പറ്റിയത്രെ. കടലാസ്, ന്യൂസ് പ്രിന്റാക്കി. പതിനായിരം കോപ്പി ഒന്നിച്ചടിച്ചു. വില ഒന്നര രൂപ. '63 ജനുവരിയിലായിരുന്നു ഇത്. അന്ന് പുസ്തകലോകത്തിൽ ഞങ്ങൾ അങ്ങനെയൊരു അത്ഭുതം സൃഷ്ടിച്ചു.

പിന്നത്തെ പതിപ്പുകളിൽ കോപ്പികളുടെ എണ്ണം കൂട്ടേണ്ടി വന്നു. ചിലത് 2000, മറ്റു ചിലത് 3000 എന്നിങ്ങനെ. 1973 ജൂണിൽ 14-ാം പതിപ്പ് ഇറങ്ങി. എല്ലാംകൂടി 17 വർഷത്തിൽ 29000 പ്രതി വിറ്റു. അക്കൊല്ലം അവസാനം ഞാൻ സംഘത്തിൽനിന്ന് റിട്ടയർ ചെയ്തു.

അതിനുശേഷം കഴിഞ്ഞ 22 വർഷങ്ങൾക്കിടയിൽ അഞ്ചു പതിപ്പുകളാണ് പ്രസിദ്ധപ്പെടുത്തിയത്. '91 മെയ് മാസത്തിൽ പുറത്തു വന്ന 19-ാം പതിപ്പാണ് അവസാനം സാ.പ്ര.സ. സംഘം പ്രസിദ്ധപ്പെടുത്തിയത്. അതിനു 40 ക.യായിരുന്നു വില.

ഡി സി ബുക്സ് ആദ്യമായിട്ടാണ് *ചെമ്മീൻ* പ്രസിദ്ധപ്പെടുത്തുന്നത്. സൈസ് ക്രൗണിൽനിന്ന് ഡിമൈയിലേക്കു മാറ്റി. കമ്പ്യൂട്ടർ ടൈപ്സെറ്റിങ്ങും ഓഫ്സെറ്റ് അച്ചടിയും കൂടിയതരം കടലാസും കവറും. അങ്ങനെ ഭംഗി കൂടിയ 20-ാം പതിപ്പാണ് കേരളപ്പിറവിയുടെ നാല്പതാം വാർഷികത്തിലേക്ക് പ്രവേശിക്കുന്ന നവംബർ ഒന്നിന് ഞങ്ങൾ പുറത്തിറക്കുന്നത്.

ഇന്ത്യയിലെ പ്രധാന ഭാഷകളിലേക്കെല്ലാംതന്നെ *ചെമ്മീൻ* പരിഭാഷ പ്പെടുത്തിയിട്ടുണ്ട്. ചെറിയ 'സിന്ധി'യിൽവരെ. ഇംഗ്ലീഷ്, ജർമൻ, ഇറ്റാലിയൻ, ഫ്രഞ്ച്, റഷ്യൻ, ജാപ്പനീസ് ഇവ ഉൾപ്പെടെ പതിനഞ്ചിലധികം വിദേശ ഭാഷകളിലേക്കും പരിഭാഷപ്പെടുത്തിയിരിക്കുന്നു. മേല്പറഞ്ഞ രണ്ടു ലിസ്റ്റും പൂർണമല്ല. ഇതിൽ ചെക്കും റഷ്യനും പരിഭാഷകൾ യുനെസ്കോയുടെ ഇംഗ്ലീഷ് പരിഭാഷ വരുന്നതിനു മുൻപാണെന്നുകൂടെ പറയട്ടെ. ഏതായാലും മറ്റൊരു മലയാളപുസ്തകത്തിനും ഇതുവരെ കിട്ടാത്ത ഭാഗ്യമാണ് *ചെമ്മീനി*നു ലഭിച്ചിട്ടുള്ളത്. ഇംഗ്ലീഷ് പരിഭാഷ ഇംഗ്ലണ്ടിലും അമേരിക്കയിലും പ്രസിദ്ധപ്പെടുത്തിയിട്ടുണ്ട്. മലയാളിയായ ഡോ. വി. കെ. നാരായണ മേനോന്റേതാണ് ഇംഗ്ലീഷ് പരിഭാഷ. ലഭ്യമായ വിവർത്തനങ്ങളുടെ ഒരു പട്ടിക ഈ പതിപ്പിൽ അനുബന്ധമായി ചേർത്തിരിക്കുന്നു.

മലയാളത്തിൽ, 19-ാം പതിപ്പുവരെ അച്ചടിച്ച കോപ്പി 44,000 ആണ്. മറ്റു ഭാഷകളിലെ കണക്ക് പറയാനാവില്ല. ചെക്ക് ഭാഷയിലെ കാര്യം മാത്രം എനിക്കറിയാം. പരിഭാഷകനായ ഡോ. കമീൽ സ്വെലിബിൽ നേരിട്ടു പറഞ്ഞ വിവരമാണ്—57,000 പ്രതി. 1957-ലോ '58-ലോ ആണത്. ചെക്ക് ഭാഷ സംസാരിക്കുന്നവർ മലയാളികളുടെ പകുതിപോലും വരില്ല എന്നുകൂടി ഓർമിക്കു ന്നത് നന്ന്. ശതാബ്ദി ആഘോഷിച്ച *ഇന്ദുലേഖ*യ്ക്കും *മാർത്താണ്ഡവർമ്മ*യ്ക്കും ഒപ്പം മലയാള വായനക്കാർ ഇഷ്ടപ്പെട്ട നോവലത്രെ *ചെമ്മീൻ*.

*ചെമ്മീ*ന്റെ 20-ാം പതിപ്പ്, വളരെ അഭിമാനത്തോടെ, സന്തോഷത്തോടെ വായനക്കാരുടെ കൈകളിൽ എത്തിക്കുന്നു.

കോട്ടയം **ഡി.സി. കിഴക്കെമുറി**
നവംബർ 11995

എന്റെ 'ചെമ്മീൻ'ന്റെ കഥ

തള്ളിമാറ്റി തള്ളിമാറ്റി കാലം കുറെ പോയി. ഒരു കണക്കിന് അങ്ങനെ കാലം മാറിപ്പോയതു നന്നായി. മനസ്സിൽകിടന്നു വിളയുകയായിരുന്നു. ഇപ്പോൾ തോന്നുന്നു, കുറച്ചുകാലംകൂടി തള്ളിനീക്കിയിരുന്നെങ്കിൽ ഒന്നു കൂടി വിളയുമായിരുന്നു എന്ന്.

ഇക്കാലമത്രയും നാടാകെ നടന്ന് ഞാൻ നാട്ടാരെ ഭീഷണിപ്പെടുത്തിയിരുന്നു, 'ചെമ്മീൻ' എന്ന ഒരു നോവൽ എഴുതാൻ പോകുന്നു എന്ന്. മത്സ്യത്തൊഴിലാളി സംഘടിക്കുകയും വർഗസമരത്തിന്റെ ചൂടിളകിത്തുടങ്ങുകയും ഒക്കെ പ്രതിപാദ്യമാകാവുന്ന ഒരു നോവലാണെന്ന് കുറെ സുഹൃത്തുക്കൾ ധരിച്ചു. ആ കൂട്ടത്തിൽ എന്റെ ജ്യേഷ്ഠസഹോദരസ്ഥാനീയനായ മുണ്ടശ്ശേരി മാസ്റ്ററുമുണ്ടായിരുന്നു. അന്നോളം എന്റെ സാഹിത്യജീവിതത്തിന്റെ വികാസപരിണാമങ്ങൾ ശ്രദ്ധിച്ചിട്ടുള്ളവർക്ക് അങ്ങനെയേ തോന്നൂ. ഞാൻ അതുവരെ എഴുതിയതെല്ലാം തൊഴിലാളിവർഗ സംഘടനയെ മുൻനിർത്തി ആണെന്നല്ല, പക്ഷേ അടിയൊഴുക്ക് അതായിരുന്നു. പക്ഷേ, എന്റെ സുഹൃത്തുക്കൾ, അവരെത്ര അടുപ്പമുള്ളവരായിരുന്നെങ്കിലും എന്റെയും അടുത്ത ചില സ്നേഹിതന്മാരുടെയും മാനസികാവസ്ഥ മനസ്സിലാക്കിയിരുന്നില്ല; ഭൗതിക സാഹചര്യങ്ങളും അറിഞ്ഞിരുന്നില്ലെന്നു തോന്നുന്നു.

പുരോഗമനസാഹിത്യം രൂപഭദ്രത എന്ന കീറാമുട്ടിയിൽ തട്ടി ഉടഞ്ഞു തകർന്ന സമയമാണത്. ദേവും ഞാനും ഒക്കെ എന്തെഴുതിയാലും നാലു ചുറ്റിനും കൂവലും കുറുക്കുവിളിയുമാണ്. ഒന്നു ശബ്ദിക്കാൻകൂടി വയ്യായിരുന്നു. ദേവിനന്ന് പുതുപ്പള്ളിയിലുള്ള വീട്ടിൽ കിടന്നുറങ്ങാൻകൂടി വയ്യായിരുന്നു. സമ്മതിക്കുകയില്ല. ഒരു വസ്തു സംബന്ധിച്ച തർക്കത്തിൽ ദേവ് പതുക്കെപ്പതുക്കെ മനസ്സറിയാതെ കോൺഗ്രസ് പാർട്ടിയിൽ ചേർന്നു. പിന്നെ കിടക്കപ്പൊറുതിയുണ്ടോ? ദേവിനും വാശിയായി. ദേവ് ഭൂഉടമയായത് പുതുപ്പള്ളിക്കാർക്ക് പിടിച്ചില്ല എന്നാണ് ദേവ് പറഞ്ഞത്.

പുതുപ്പള്ളി പ്രദേശത്ത് ദേവ് അനുഭവിച്ചതുപോലെ രൂക്ഷമല്ലായിരുന്നു തകഴിയിൽ എന്റെ അനുഭവം. തകഴിക്കാർ കൂട്ടംകൂടി കൂവിയില്ല. കൂവലും കുറുക്കുവിളിയുമുണ്ടായില്ല.

എനിക്കെതിരായ സ്റ്റഡിക്ലാസുകൾ വിലപ്പോയില്ല. അന്നത്തെ കാര്യങ്ങളൊക്കെ ഇപ്പോൾ ഓർക്കുമ്പോൾ ചിരിവരും. അന്നത്തെ വാദപ്രതിവാദത്തിന്റെ പോക്കും ഒന്നു പ്രത്യേകമായിരുന്നു. പക്ഷേ, എന്റെ ചുറ്റിനും കൂട്ടംകൂടിയുള്ള കുറുക്കുവിളിയുണ്ടായിരുന്നു.

ആകെ അലങ്കോലപ്പെട്ട ഒരു സാഹിത്യ അന്തരീക്ഷമായിരുന്നു. അന്നും എഴുതി. എഴുതാതെ വയ്യായിരുന്നു. കെ. ബാലകൃഷ്ണന്റെ കൗമുദിയിൽ എഴുതിയിരുന്ന ഒരു കഥ ഞാൻ ഓർക്കുന്നു. ചെണ്ടകൊട്ട്, അതെ, എവിടെയും മറ്റുള്ളവരെ അലോസരപ്പെടുത്താനുള്ള ചെണ്ടകൊട്ടായിരുന്നു സാഹിത്യ സൃഷ്ടി.

അന്നത്തെ തകഴി ഇന്നത്തെ തകഴിയല്ല. എന്റെ വീടിനു മുൻവശത്തു കൂടെ തിരുവല്ല-അമ്പലപ്പുഴ റോഡു പോകുന്നു. ഇത് ഒരു പ്രധാനപ്പെട്ട റോഡാണ്. സദാസമയവും വാഹനങ്ങളുടെ ഇരപ്പാണ്. ഈ റോഡ് അന്ന് ഒരു തോടാണ്. എനിക്ക് ഈ തോട്ടിൽ പൂട്ടിയിടുന്ന രണ്ടു വള്ളങ്ങളുണ്ടായിരുന്നു. എന്റെ വീടുപണിക്കുള്ള കല്ലും കുമ്മായവും തടിയും ചരലുമെല്ലാം വള്ളത്തിലാണ് കൊണ്ടുവന്നിരുന്നത്. ഇന്നു കാണുന്ന ഗേറ്റ് പണ്ട് ഞാൻ മുങ്ങിക്കുളിച്ചുകൊണ്ടിരുന്ന കടവായിരുന്നു. അന്ന് എന്റെ വീടിരിക്കുന്ന സ്ഥലത്തിന്റെ പ്രത്യേക സൗകര്യം തോട്ടരിക് എന്നുള്ളതായിരുന്നു. ഇരുപത്തെട്ടുസെന്റാണ് ആ പുരയിടത്തിന്റെ വിസ്തീർണം. അവിടെ രണ്ടു മുറിയും ഒരു ചായിപ്പുമായി കല്ലു കെട്ടി തെങ്ങും മുളയുംകൊണ്ട് ഓലമേഞ്ഞ മേൽക്കൂടും ആയി ഒരു പുരവച്ച് അതിലായിരുന്നു ഞാനും കാത്തയും മക്കളും താമസം. ഈ വീട് ഒരു ബലമുള്ള വീടായി മാറണമെന്നു രാപകല് എനിക്കും കാത്തയ്ക്കും ആശയായിരുന്നു. ഏഴെട്ടു നോവലും കുറെ കഥകളും എഴുതിയെങ്കിലും പുര വയ്ക്കാൻ സാധിച്ചില്ല. ആ നോവലുകളിൽ ചിലതെല്ലാം പ്രസിദ്ധങ്ങളുമായിരുന്നു. അപ്പോൾ രണ്ടാണ് പ്രേരകശക്തിയായിരുന്നത്. നാലുചുറ്റിനുമുള്ള് ചെണ്ടകൊട്ടിന് ഒരു മറുപടി; പിന്നെ മരംകൊണ്ട് മേൽക്കൂടും ഓടുമിട്ട കാറ്റും വെളിച്ചവും കയറുന്ന ഒരു പുര. ഒമ്പതു വയസ്സു മുതൽ കടപ്പുറവുമായുള്ള അടുപ്പം. കടലമ്മയെ എല്ലാ ഭാവത്തിലും കണ്ടുള്ള പരിചയം. ആകെക്കൂടെ കടലമ്മയും ചാകരയും മനസ്സിൽ നിറഞ്ഞു കൂടി. ഒരു ദിവസം രാവിലെ ഒരു സഞ്ചിയും അതിൽ രണ്ടുമൂന്നു ഷർട്ടും മുണ്ടും തള്ളിക്കയറ്റി തൂക്കിയെടുത്ത് കോട്ടയത്തിനു പോകാൻ അമ്പലപ്പുഴയ്ക്കു നടന്നു. അന്ന് കോട്ടയത്തിനു പോകാൻ അമ്പലപ്പുഴനിന്നും ആലപ്പുഴയ്ക്കുപോയി ബോട്ടു കയറണം. രാവിലെ തകഴിയിൽനിന്നു നടന്നാൽ ബസ്സും ബോട്ടു

മൊക്കെ കയറി രണ്ടു മണിക്കു കോട്ടയത്തെത്തും. ഇന്നത്തെ കോട്ടയം അല്ല അന്ന്. അതു വേറൊരു കഥ.

ഇന്നത്തെ പ്രൈവറ്റ് ബസ് സ്റ്റാൻഡിൽ അന്ന് ഏഴെട്ടു മുറികളുള്ള ഒരു രണ്ടു നില കെട്ടിടമുണ്ടായിരുന്നു. അത് ഒരു ലോഡ്ജ് ആയിരുന്നു. ഒരു മി. മത്തായിയായിരുന്നു ലോഡ്ജ് നടത്തിയിരുന്നത്. മി. മത്തായി, കിഴക്ക് റോഡരികിൽ ഒരു കണിശമായ സസ്യാഹാര ഭക്ഷണശാലയും നടത്തിയിരുന്നു. അവിടത്തെ ആഹാരം ശരിക്ക് വീറും വൃത്തിയുമുള്ളതായിരുന്നു. ക്ഷമിക്കണം; കോട്ടയംകാർ മി. മത്തായിക്കു കൊടുത്തിരുന്ന പേര് മത്തായി പോറ്റി എന്നാണ്.

കാരാപ്പുഴ അറയ്ക്കൽ കുടുംബക്കാരുടെ വകയായിരുന്നു മി. മത്തായി നടത്തിയിരുന്ന ലോഡ്ജ്. അന്ന് എസ്.പി. സി.എസ്.ന്റെ സെയിൽസ് മാനേജരായിരുന്ന ഡി. സി. എന്നെ മത്തായിയെ ഏല്പിച്ചു.

"ഏനച്ചേം വള്ളോം വലേം മേടിക്കാനെക്കൊണ്ടു പോവുകാണല്ലേ" എന്നങ്ങ് എഴുതിത്തുടങ്ങി. എന്റെ ഒമ്പതു വയസ്സു മുതൽ കേട്ട സംസാരരീതിയാണ്.

എന്നും വയ്യിട്ടു ബോട്ട് ഹൗസ് ലോഡ്ജിൽ (അതാണ് മി. മത്തായി നടത്തി വന്നിരുന്ന ലോഡ്ജിന്റെ പേര്) വന്നിരുന്നവരിൽ പ്രത്യേകമായി ഒരു പേരു പറയാനുണ്ട് സി.ജെ. തോമസ്. സി. ജെ.യുടെ വരവിന് ഒരു ഉദ്ദേശ്യമുണ്ടായിരുന്നു. അന്നന്നെഴുതിയത് വായിക്കുക. ഒരക്ഷരം പറയുകയില്ല. വായിച്ചിട്ടു പോകും. അങ്ങനെ *ചെമ്മീൻ* ആദ്യം വായിച്ച ആൾ എന്ന് സി. ജെ. തോമസിനെ പറയാം. അക്കാലത്ത് സി. ജെ. സാഹിത്യ പ്രവർത്തക സഹകരണ സംഘത്തിലെ കവർ ഡിസൈനറായിരുന്നു.

നിത്യസന്ദർശകരിൽ മറ്റൊരാൾ ഡി.സി. കിഴക്കെമുറി ആയിരുന്നു.

അങ്ങനെ എട്ടാം പക്കം *ചെമ്മീനി*ന്റെ അടിവരയിട്ടു. മത്തായിപോറ്റി കുറച്ചു ബിയർ കുടിക്കാൻ എന്നെ അനുവദിച്ചു.

ശങ്കരമംഗലത്തു പുര പണിയാൻ ബുദ്ധിമുട്ടുണ്ടായില്ല. 'ചെമ്മീനി'ന് നല്ല ചിലവായിരുന്നു. തടികൊണ്ട് കൂര ഉണ്ടാക്കി പുരയ്ക്ക് ഓടിട്ടു. മൂന്നു നാലു മുറികളും പണിതു ചേർത്തു. 28 സെന്റ് പുരയിടം വിസ്താരപ്പെട്ടതു മൊക്കെ മറ്റൊരു കഥ.

മലയാള നോവലിന് ആദ്യത്തെ സാഹിത്യ അക്കാദമി അവാർഡ് കിട്ടിയതു *ചെമ്മീനി*നാണ്. ജവാഹർലാൽ നെഹ്റുവിന്റെ കൈകൊണ്ട് അതു തന്നു. രാധാകൃഷ്ണൻ അതു നോക്കിയിരുന്നു കൈയടിച്ചു. ആ പണം കൊണ്ട് കൊല്ലത്തടി പാടത്ത് അറുപതു പറ നിലം വാങ്ങി.

ചെമ്മീൻ പല ഭാഷകളിലേക്കും തർജ്ജമ ചെയ്യപ്പെട്ടിട്ടുണ്ട്.
ആദ്യമായി ചെക്ക് ഭാഷയിലേക്കാണ് തർജ്ജമ ചെയ്യപ്പെട്ടത്.
കമിൽ സ്വെലിബിൽ എന്ന ആൾ. അദ്ദേഹം തമിഴ് പണ്ഡിത
നാണ്. പിന്നീട് മലയാളവും പഠിച്ചു. മദ്രാസിൽ വന്നപ്പോൾ
ചെമ്മീൻ എന്ന മലയാളനോവലിനെക്കുറിച്ചു കേട്ടു. അദ്ദേഹ
ത്തിന് ചെമ്മീൻ മനസ്സിലാക്കാൻ വിഷമം തോന്നിയില്ല. തർജ്ജമ
ചെയ്തു. രണ്ടിടങ്ങഴിയും അദ്ദേഹം ചെക്ക്ഭാഷയിൽ തർജ്ജമ
ചെയ്തു. പിന്നീടാണ് യുനെസ്കോയുടെ നേതൃത്വത്തിൽ എല്ലാ
യൂറോപ്യൻ ഭാഷകളിലേക്കും ചെമ്മീൻ തർജമ ചെയ്യപ്പെട്ടത്.
ഇടയ്ക്ക് ഒരു കാര്യം. ചെക്ക് ഭാഷയിലേക്കുള്ള തർജ്ജമയ്ക്കു
ശേഷം റഷ്യൻ തർജ്ജമ വന്നു. ഏഷ്യൻ ഭാഷകളിൽ അരബ്,
ജാപ്പനീസ്, വിയറ്റ്നാമിസ്, സിംഗാളീസ്, ചൈനീസ് ഈ ഭാഷ
കളിലുമുണ്ട്. ചെണ്ടകൊട്ടുകൊണ്ടു മറുകണ്ടം ചാടിയത് ഇത്ര
യൊക്കെ ഫലിച്ചു. അതു ജയമാണെന്നു പറയുന്നില്ല. തെറ്റായി
രിക്കാം. കാലം തെളിയിക്കും.

31-10-'95   തകഴി ശിവശങ്കരപ്പിള്ള

ഭാഗം ഒന്ന്

ഒന്ന്

"എന്റെ വള്ളോം വലേം മേടീക്കാനെക്കൊണ്ടു പോവ്വാണേല്ലോ."

"കറത്തമ്മേടെ ഭാഗ്യം!"

കറുത്തമ്മയ്ക്ക് ഉത്തരം മുട്ടിപ്പോയി. പെട്ടെന്നുതന്നെ അവൾ ആ ഘട്ടം കടന്നുകൂടി. അവൾ പറഞ്ഞു:

"പഷ്ഷേല് രൂപ തെകായാത്തീല്ല. ഞങ്ങാക്ക് കുറെ രൂപ തരാവോ?"

"ഏന്റെ കയ്യിലെവടന്നാ രൂപാ?" പരീക്കുട്ടി കൈ മലർത്തിക്കാണിച്ചു. കറുത്തമ്മ ചിരിച്ചു.

"പിന്നെന്തീനാ വല്യ കൊച്ചുമൊതലാളി ആന്നും പറേഞ്ഞു നടാക്കുന്നെ?"

"എന്നെ എന്തിനാ കൊച്ചുമുതലാളീന്നു കറത്തമ്മ വിളിക്കുന്നെ?"

"പിന്നെന്നാ വിളിക്കണം?"

"പരീക്കുട്ടീന്നു വിളിക്കണം."

കറുത്തമ്മ 'പരീ' എന്നോളം ശബ്ദിച്ചു. എന്നിട്ടു പൊട്ടിച്ചിരിച്ചു. ആ വിളി മുഴുവനാക്കാൻ പരീക്കുട്ടി ആവശ്യപ്പെട്ടു. കറുത്തമ്മ ചിരി അടക്കിയിട്ടു ഗൗരവം ഭാവിച്ച് 'ഇല്ല' എന്നു തലകുലുക്കി. എന്നിട്ടവൾ പറഞ്ഞു:

"ഞാന് വിളിക്കാത്തീല."

"എന്നാൽ ഞാൻ കറത്തമ്മേന്നും വിളിക്കത്തില്ല."

"പിന്നെന്താ ഏന്നേം വിളീക്കാമ്പോണേ?"

"ഞാൻ വല്യമരക്കാത്തീന്നു വിളിക്കും."

കറുത്തമ്മ പൊട്ടിച്ചിരിച്ചു. പരീക്കുട്ടിയും പൊട്ടിച്ചിരിച്ചു. നീണ്ടു നീണ്ട ചിരി! എങ്ങനെ എന്തിനായി അവർ അങ്ങനെ ചിരിച്ചു? എന്തോ! അടക്കാൻ വയ്യാതെ അവർ ചിരിക്കുകയാണ്!

"ആട്ടെ, വള്ളോം വലേം മേടിക്കുമ്പം വള്ളത്തേലൊണ്ടാകുന്ന മീന് ഞങ്ങക്കു കച്ചോടംചെയ്യാൻ വല്യമരക്കാത്തി അച്ചനോടു പറയുമോ?"

കറുത്തമ്മ പറഞ്ഞു:

"നല്ല വെല തന്നാല് മീന്തരാം."

വീണ്ടും പൊട്ടിച്ചിരി!

എന്താണ് ഈ സംസാരത്തിന് ഇത്രയേറെ ചിരിക്കാനുള്ളത്? അതൊരു ഫലിതമാണോ? എന്തു പറഞ്ഞാലും മനുഷ്യനു പൊട്ടിച്ചിരിക്കാനൊക്കുമോ?

ചിരിച്ചു ചിരിച്ചു കറുത്തമ്മയുടെ കണ്ണുകളിൽ വെള്ളം വന്നു നിറഞ്ഞു. അവൾ ശ്വാസം മുട്ടിപ്പറഞ്ഞു:

"ഏന്നേം ചിരീപ്പിക്കാതെ കൊച്ചുമൊതലാളീ!"

അങ്ങനെതന്നെ, തന്നെ ചിരിപ്പിക്കാതെ എന്നു പരീക്കുട്ടിയും പറഞ്ഞു.

"ഓ! എന്തൊരു കൊച്ചുമൊതലാളി!"

പരസ്പരം കിക്കിളി ഉരുട്ടിയതുപോലെ അവർ ചിരിച്ചു. കിക്കിളി ഉരുട്ടിയാൽ കുറെ കഴിഞ്ഞു ചിരി ഗൗരവമായും കരച്ചിലായും മാറും. അങ്ങനെ കറുത്തമ്മയുടെ മുഖം ചുമന്നു. അവൾ പരിഭവപ്പെട്ടു. അല്ല, ഈർഷ്യപ്പെട്ടു.

"ഏന്നേം ഇങ്ങാനെ നോക്കാതെ!"

അവളുടെ ചിരി മാഞ്ഞു. എന്തോ ഒരു തെറ്റ് പരീക്കുട്ടി അറിയാതെ ചെയ്തു. പരീക്കുട്ടി പറഞ്ഞു:

"കറത്തമ്മ എന്നെ ചിരിപ്പിച്ചേച്ച്—"

"ഓ!"

കറുത്തമ്മ അവളുടെ മാറത്തു കൈകൊണ്ട് ഒരു ഗുണന ചിഹ്നം സൃഷ്ടിച്ചിട്ടു തിരിഞ്ഞുനിന്നു. പെട്ടെന്ന് അവൾ ഒന്നുകൂടി ചൂളി. അവൾ ഒറ്റമുണ്ടാണ് ഉടുത്തിരിക്കുന്നത്.

"ഓ, ഏന്താണീതു കൊച്ചുമൊതലാളി!"

കറുത്തമ്മയെ വീട്ടിൽനിന്നും വിളിക്കുന്നു. ചക്കി കിഴക്കോട്ടു കച്ചവടത്തിനു പോയിട്ടു മടങ്ങിവന്നു. കറുത്തമ്മ വീട്ടിലേക്കോടി. അവൾ ഈർഷ്യപ്പെട്ടാണു പോയതെന്നു പരീക്കുട്ടി ധരിച്ചു. അയാൾ വിഷണ്ണനായി. അയാളോടും എന്തോ കയർത്തു കടുപ്പിച്ചു പറഞ്ഞു എന്നാണു കറുത്തമ്മയുടേയും തോന്നൽ. അയാളുടെ മനസ്സു നോവുന്നുണ്ടാവും. അങ്ങനെ ഒരിക്കലും അവൾ അയാളുടെ മുമ്പിൽ വച്ചെന്നല്ല, ഒരിടത്തു വച്ചും ചിരിച്ചിട്ടില്ല. അതൊരു വല്ലാത്ത അനുഭവമായിരുന്നു. ശ്വാസം മുട്ടുംപോലെ, ശ്വാസകോശം പൊട്ടിപ്പോകുംപോലെയായിരുന്നു. താൻ നഗ്നയായി നില്ക്കുന്നു എന്നു കറുത്തമ്മയ്ക്കു തോന്നി. അദൃശ്യയായാൽ കൊള്ളാമെന്ന്

അവൾ ആഗ്രഹിച്ചു. അന്നോളമുണ്ടാകാത്ത ഒരനുഭവമായിരുന്നു അത്. അപ്പോൾ ആ ആവേശത്തിൽ എന്തോ കരളിൽ കൊള്ളു മാറു കടത്തി പറഞ്ഞുപോയിട്ടുണ്ട്!

അവളുടെ വക്ഷസ്സ് എങ്ങനെ ഉയർന്നിരുന്നു! അവിടം പ്രതിക്ഷണം വളരുന്നു! അവിടെ നോക്കിയപ്പോൾ, ദൃഷ്ടി ഉറച്ച പ്പോൾ ഞരമ്പുകളെല്ലാം ഒന്നു വിറച്ചതായി പരീക്കുട്ടിക്കു തോന്നുന്നു. അങ്ങനെയാണോ ആ ചിരി ഇളകിയത്? അവൾ ഒരു മുണ്ടേ ഉടുത്തിരുന്നുള്ളു. അടിയിൽ തോർത്തില്ലായിരുന്നു. ആ മുണ്ടുതന്നെയും നേർത്തതായിരുന്നു.

അവൾ പിണങ്ങിപ്പോയി എന്നു പരീക്കുട്ടിക്കു തോന്നി. തന്റെ പെരുമാറ്റദൂഷ്യംകൊണ്ടു പിണങ്ങിപ്പോയി! ഇനിയും കറുത്തമ്മ തന്റെ അടുത്തു വരികില്ലേ?

തെറ്റു ക്ഷമിക്കണമെന്നു കറുത്തമ്മയോടു പറയണം. ഇനിയും അങ്ങനെ ഒരു മര്യാദകേട് ആവർത്തിക്കുകയില്ല.

പരസ്പരം അവർക്കു ക്ഷമായാചനം ചെയ്യണം.

നാലഞ്ചു വയസ്സുള്ള ഒരു കൊച്ചുപെണ്ണ് ആ കടപ്പുറത്തു കക്കാ പെറുക്കിയും വള്ളത്തിൽ വല കുടയുമ്പോൾ തെറിച്ചു വീഴുന്ന ചൂട പെറുക്കിയും നടന്നകാലത്ത് അവൾക്ക് ഒരു കൊച്ചു കൂട്ടുകാരനുണ്ടായി. അതാണു പരീക്കുട്ടി. ശരായിയും മഞ്ഞക്കുപ്പായവുമിട്ട് പട്ടുറുമ്മാലും കഴുത്തിൽ കെട്ടി തൊങ്ങ ലുള്ള തൊപ്പിയുംവച്ച് വാപ്പയുടെ കൈയിൽതൂങ്ങി കടപ്പുറത്ത് ആദ്യം പരീക്കുട്ടി വന്നത് കറുത്തമ്മയ്ക്കു നല്ല ഓർമ്മയാണ്. അവളുടെ വീട്ടിനു തെക്കുവശമാണ് അവർ കൂടംകെട്ടിയത്. ഇന്നും ആ കൂടം അവിടെയുണ്ട്. യുവാവായ പരീക്കുട്ടിയാണു കച്ചവടക്കാരൻ.

അങ്ങനെ ആ കടപ്പുറത്ത് അയൽക്കാരായ അവർ വളർന്നു.

അടുക്കളയിൽ തീ കത്തിച്ചിരുന്നപ്പോൾ കറുത്തമ്മ ഓരോന്ന് ഓർത്തുപോയി. തീയ് അടുപ്പിനു വെളിയിൽ കിടന്നു കത്തുകയാണ്. അപ്പോൾ അടുക്കളയിലേക്കു കയറിവന്ന അമ്മ കുറേനേരം അവളുടെ ഇരിപ്പും തീ കത്തുന്നതും നോക്കിനിന്നു.

ചക്കി കറുത്തമ്മയെ കാലുകൊണ്ട് ഒരു തട്ടുതട്ടി. അവൾ സ്വപ്നത്തിൽനിന്നും നടുങ്ങി ഉണർന്നു. കോപത്തോടെ ചക്കി ചോദിച്ചു:

“നീ ആരെ ഓർത്തിരിക്കുവാടീ?”

കറുത്തമ്മയുടെ ഇരുപ്പു കണ്ടാൽ ആരും ആവിധം ചോദി ച്ചുപോകും. ചക്കിയുടെ കുറ്റമല്ല. കറുത്തമ്മ ഈ ലോകത്തായി രുന്നില്ല.

"അമ്മാച്ചീ, ഇച്ചേച്ചി അങ്ങാ കരേ കേറ്റിവച്ചീരിക്കുന്ന വള്ളാത്തിന്റടുത്ത്, മറേനിന്നു കൊച്ചുമൊതലാളീമായി ചിരീക്കു വാരുന്നു."

കറുത്തമ്മയുടെ അനുജത്തി പഞ്ചമി പറയുകയാണ് കറുത്തമ്മ നടുങ്ങിപ്പോയി. കുറ്റകരമായ രഹസ്യം. ആരുമാരു മറിഞ്ഞിട്ടില്ലാത്ത രഹസ്യം വെട്ടി വിട്ടിരിക്കുന്നു. പഞ്ചമി എന്നിട്ടും നിർത്തിയില്ല.

"ഏന്തോരു ചിരി ആരൂന്നെന്നോ അമ്മാച്ചീ!"

എന്നിട്ടു പഞ്ചമി എന്നോടു കളിച്ചാലിങ്ങനിരിക്കുമെന്ന മട്ടിൽ വിരൽ ചൂണ്ടി ആംഗ്യം കാണിച്ചിട്ട് ഓടിക്കളഞ്ഞു.

പഞ്ചമിയെ വീട്ടിലിരുത്തിയിട്ടു കറുത്തമ്മ പോയതായി രുന്നു. അടുത്ത വീട്ടിലെ പിള്ളരുമായി കളിക്കാൻ പോകാൻ പഞ്ചമിക്കു സാധിച്ചില്ല. ആ വീട്ടിൽ ഒരിക്കലും ആളില്ലാതിരിക്കരു തെന്ന് ചെമ്പൻകുഞ്ഞിനു നിർബന്ധമാണ്. പത്തു പണം വള്ളവും വലയും വാങ്ങാനായിട്ട് അയാൾ അവിടെ സ്വരുക്കൂട്ടു ന്നുണ്ട്. അതുകൊണ്ട് പഞ്ചമി വീട്ടിൽത്തന്നെ കഴിഞ്ഞു. അതി നവൾ പ്രതികാരം ചെയ്യുകയായിരുന്നു.

അലക്ഷ്യമായി ഒരമ്മയ്ക്കു കേട്ടുനില്ക്കാവുന്ന വാർത്ത യാണോ അത്?

ചക്കി കറുത്തമ്മയോടു ചോദിച്ചു:

"ഏന്നതാടീ ഈ കേട്ടത്?"

കറുത്തമ്മയ്ക്കുത്തരമില്ല.

"നീ ഏന്നാ പാവീച്ചാ പെണ്ണേ?"

കറുത്തമ്മ ഉത്തരം പറഞ്ഞേ മതിയാകൂ. അതിനവൾ ബാദ്ധ്യസ്ഥയാണ്. ആ ഉത്തരം തപ്പിത്തടഞ്ഞ് അവൾ കണ്ടു പിടിച്ചു.

"ഞാൻ ചുമ്മാ കടാപ്പറാത്തു പോയേപ്പം—"

"കടാപ്പറാത്തു പോയേപ്പം?"

"കൊച്ചുമൊതലാളി വള്ളത്തേലിരീക്കുന്നു."

"അതിനു നീ ചിരീക്കണോ?"

കറുത്തമ്മ ഒരു സമാധാനം ഏച്ചുകെട്ടി:

"വള്ളോം വലേം മേടിക്കാനെക്കൊണ്ട്—ഞാന് പോരാത്ത രൂപാ ചോതീക്കുവാരുന്നു."

"രൂപാ ചോതീക്കാനെക്കൊണ്ടു നിനിക്കെന്നാടീകാരീയം?"

കറുത്തമ്മ ആ സമാധാനത്തിൽത്തന്നെ പറ്റിപ്പിടിച്ചുനിന്നു.

"ഇന്നാള് അമ്മാച്ചീം അച്ചായും പറഞ്ഞീല്യോ കൊച്ചുമൊത ലാളീനോടു രൂപാ ചോതീക്കണമെന്ന്."

അതൊന്നും അംഗീകരിക്കാവുന്ന സമാധാനമല്ല. അവൾ ഒരു സമാധാനം ഉണ്ടാക്കിയതാണ്. ചക്കി കറുത്തമ്മയെ അടി മുടി സൂക്ഷിച്ചു നോക്കി.

ചക്കിയും ആ പ്രായം കഴിഞ്ഞു വന്നവളാണ്. അല്ലെങ്കിൽ ചക്കിക്ക് കറുത്തമ്മയുടെ പ്രായമായിരുന്ന കാലത്തും ആ കടപ്പുറത്തു കൂടവും കൂടത്തിൽ കൊച്ചുമുതലാളിമാരും ഉണ്ടാ യിരുന്നിരിക്കാം. കരയ്ക്കുകയറ്റിവച്ചിട്ടുള്ള വള്ളത്തിന്റെ മറ യിൽനിന്ന് കൊച്ചുമുതലാളിമാർ ചക്കിയേയും പൊട്ടിച്ചിരിപ്പി ക്കാൻ ഇക്കിളി ഇളക്കിയിട്ടുണ്ടാവാം. എന്തോ! പക്ഷേ, ചക്കി കടപ്പുറത്തു ജനിച്ചുവളർന്ന ഒരു മുക്കുവത്തിയാണ്. പരമ്പരയാ ലഭിച്ച ഒരു തത്ത്വശാസ്ത്രത്തിന്റെ അവകാശിയാണ്!

തിരകൾക്കും ഒഴുക്കിനും എതിരായി മല്ലടിച്ച് ഒരു തടി ക്കഷണത്തിൽ ചക്രവാളത്തിനപ്പുറത്തേക്കു പോയ ആദ്യത്തെ മുക്കുവന്റെ ഭാര്യ വ്രതനിഷ്ഠയോടെ കടപ്പുറത്തു പടിഞ്ഞാറേക്കു നോക്കിനിന്നു തപസ്സുചെയ്യുകയായിരുന്നു. കടലിൽ കോളിളകി. തിമിംഗലങ്ങൾ വായ്പൊളിച്ചുകൊണ്ടടുത്തു. ശ്രാവുകൾ വാലുകൊണ്ടു വള്ളത്തിലടിച്ചു. ഒഴുക്ക് വള്ളത്തെ ഒരു വലിയ ചുഴിയിലേക്കു വലിച്ചുകൊണ്ടുപോയി. എല്ലാ അപകടത്തിൽ നിന്നും അയാൾ അത്ഭുതകരമായി രക്ഷപ്പെട്ടു. എന്നല്ല, ഒരു വലിയ മീനുമായി അയാൾ കരയ്ക്കുവന്നു. എങ്ങനെ ആ കൊടുങ്കാറ്റിൽനിന്നും അയാൾ രക്ഷപ്പെട്ടു? എന്തുകൊണ്ടു തിമിംഗലം വിഴുങ്ങിയില്ല? ശ്രാവിന്റടി ഏറ്റിട്ടു വള്ളത്തിന് ഒരു കേടും സംഭവിച്ചില്ല. ചുഴി ഒഴിഞ്ഞു വള്ളം പോയി. എങ്ങനെ അതെല്ലാം സംഭവിച്ചു? ആ പതിവ്രത കടപ്പുറത്തു തപസ്സു ചെയ്യുകയായിരുന്നു!

ആ തപശ്ചര്യ കടപ്പുറത്തിന്റെ പെൺമക്കൾ പഠിച്ചു. ആ തപശ്ചര്യയും ജീവിതവേദാന്തവും ചക്കിയും സ്വായത്തമാക്കി. ഒരുപക്ഷേ, ചക്കിയുടെ വക്ഷസ്സിനും പൂർണവളർച്ച പ്രാപിച്ച പ്പോൾ ഒരു കൊച്ചുമുതലാളി അവിടെയും ഉറ്റുനോക്കിയിട്ടു ണ്ടാവാം. അന്നു ചക്കിയുടെ അമ്മ ചക്കിയോടും കടലിന്റെ പെൺമക്കളുടെ തപശ്ചര്യയെയും ജീവിതവേദാന്തത്തെയും കുറിച്ചു പറഞ്ഞുകൊടുത്തായിരിക്കാം.

കറുത്തമ്മയുടെ തെറ്റു മനസ്സിലായെങ്കിലും ഇല്ലെങ്കിലും ചക്കി പറഞ്ഞു:

"ഏന്റെ മൊകാള് ഈന്ന് ഒരു കൊച്ചുപെണ്ണല്ല. നീ ഒരു മരക്കാത്തിയായി."

വലിയമരയ്ക്കാത്തി എന്ന പരീക്കുട്ടിയുടെ വിളി കറുത്തമ്മയുടെ ചെവിക്കുള്ളിൽ മുഴങ്ങി. ചക്കി തുടർന്നു പറഞ്ഞു:

"ഈ പരേന്നു കിടക്കണ കടാലില് എല്ലാമോണ്ടു മൊകാളെ. എല്ലാം. അങ്ങോട്ടു പോകേണ ആണൂങ്ങളു തിരീച്ചു വരേണത് ഏന്താന്നാ നിരീച്ചത്? കരേക്ക് പെണ്ണുങ്ങ നെറീം മൊറേമായീട്ടിരുന്നീട്ടാ. അല്ലേല് വള്ളാത്തോടെ ചുഴിയങ്ങാ പിടീച്ചു വിഴൂങ്ങും. കടാലി പോണോന്റെ ജീവാൻ കരേലിരിക്കണ പെണ്ണീന്റെ കൈയിലാ."

ആ വാചകങ്ങൾ, അന്നല്ല, അവിടെ മാത്രമല്ല കറുത്തമ്മ കേൾക്കുന്നത്. നാലു മരയ്ക്കാത്തികൾ ഒരുമിച്ചുകൂടുമ്പോൾ ആ വാചകം കേൾക്കാറുണ്ട്.

എന്നാലും പരീക്കുട്ടിയുമായി ചിരിച്ചതുകൊണ്ട് എന്തു തെറ്റു പറ്റി? കടലിൽ പോകുന്ന ഒരു പുരുഷന്റെ ജീവൻ അവളുടെ പക്കൽ ഏല്പിക്കപ്പെട്ടിട്ടില്ല. അങ്ങനെ ഒരു ജീവൻ അവളെ ഏല്പിച്ചാൽ ഭദ്രമായി അതവൾ സൂക്ഷിക്കും. സൂക്ഷിക്കേണ്ടതെങ്ങനെ എന്നറിയാം. ആരും പ്രത്യേകമായി അത് ഒരരയത്തിയെ പഠിപ്പിക്കേണ്ട.

ചക്കി വീണ്ടും തുടർന്നു:

"ഈ കടാലു ചെലാപ്പം കരിയേണതെന്താന്നാ വച്ചോ, കടലമ്മാക്കു ദേഷ്യം വന്നാലെക്കൊണ്ടു എല്ലാം മുടീക്കും. ഇല്ലേല് മക്കാക്ക് എല്ലാം തരും. കനകക്കട്ടിയോണ്ടു മൊകാളെ കടലീല്, കനകാക്കട്ടി."

ചക്കി ഒരു വലിയ സത്യം മകൾക്കുപദേശിച്ചു.

"ശുത്തമാ മൊകാളെ വലുത്. ശുത്തം. മരക്കാന്റെ സൊത്തു മരക്കാത്തീന്റെ ശുത്തമാ."

നെറിയും മുറയുംകെട്ട് ചില കൊച്ചുമുതലാളിമാർ ചിലപ്പോൾ കടപ്പുറം അശുദ്ധമാക്കും. ചെമ്മീൻ തല്ലാനും ഉണക്കമീൻ വല്ലം കെട്ടാനും ഒക്കെയായി കിഴക്കുനിന്നും പെണ്ണുങ്ങൾ വരും. അവർ കടപ്പുറം അശുദ്ധമാക്കും. അവർക്കുണ്ടോ കടപ്പുറത്തിന്റെ വിശുദ്ധി അറിയാവൂ? അവർ കടലമ്മയുടെ മക്കളല്ല. പക്ഷേ, ഫലം അനുഭവിക്കേണ്ടതു മുക്കുവരും.

"ഈ കരേല് കേറ്റിവാച്ച വള്ളാത്തിന്റെ മറയും കുറ്റീക്കാടും ഓക്കേ സൂക്ഷിക്കേണ്ടേടമാ."

എന്നിട്ടു നിറഞ്ഞ ഗൗരവത്തോടെ ചക്കി മകൾക്ക് ഒരു മുന്നറിയിപ്പു നൽകി.

"നിനാക്കു മൊലേം തലേം വന്ന പ്രായമാ. കൊച്ചുമൊതലാളി മാരും ഇപ്പാഴത്തേ കണ്ണും തലേമില്ലാത്ത ചെറുവാല്യാക്കാരും നിന്റെ കുണ്ടീക്കും നെഞ്ചാത്തും തൊളച്ചുനോക്കും."

കറുത്തമ്മ നടുങ്ങി. അങ്ങനെതന്നെയാണു വള്ളത്തിന്റെ മറവിൽവച്ചു നടന്നത്. അപ്പോൾ കറുത്തമ്മയ്ക്ക് തോന്നിയ എതിർപ്പ്—അതു പരമ്പരാഗതമായി അവൾക്കു ലഭിച്ചതായിരിക്കും. ഒരുവൻ മാറത്തും പിന്നിലും തുറിച്ചു നോക്കിയാൽ അതു കടലമ്മയുടെ മക്കൾക്ക് അഭിമാനകരമല്ലായിരിക്കാം!

"എന്റെ മൊകാളു മേലം കടാലു കരീച്ച് തൊറേലൊള്ളോരാടെ വായി മണ്ണടിക്കല്ലേ!"

കറുത്തമ്മയ്ക്കു പേടിയായി. ചക്കി തുടർന്നു:

"അയ്യാളു നാലാംവേതക്കാരനാ. അയ്യാക്കതോന്നും കാണേത്തില്ല."

ചക്കി എല്ലാം അറിഞ്ഞതുപോലെയാണു പറയുന്നത്. അന്നു രാത്രിയിൽ കറുത്തമ്മയ്ക്കുറക്കം വന്നില്ല. അവളുടെ രഹസ്യം പുറത്തുവിട്ട പഞ്ചമിയോട് അവൾക്കു വിരോധമില്ല. അവളങ്ങിനെ പറഞ്ഞല്ലോ എന്നും തോന്നുന്നില്ല. അതു തെറ്റു ചെയ്തു എന്ന ബോധംകൊണ്ടാണോ? ഒരു ജനസമുദായത്തിന്റെ നൂറ്റാണ്ടുനൂറ്റാണ്ടുകളായി അഭംഗുരമായി നിലനിന്നു വരുന്ന ജീവിതവേദാന്തം തീർച്ചയായും അവളിലുണ്ട്. അതിനു വ്യക്തമായ രൂപം കൈവരികയാവാം. അപ്പോൾ, താൻ തെറ്റിത്തെറിച്ചു പോകുമോ എന്നും അവൾ പേടിക്കുന്നുണ്ടാവാം. ആ പേടിയുള്ളപ്പോൾ പഞ്ചമിയോടു വിരോധം തോന്നാനിടയില്ല. കറുത്തമ്മ ഇപ്പോൾ എവിടെയാണോ, അവിടെനിന്നും അവളെ പറിച്ചെറിയാൻ എന്നപോലെ ഒരു പാട്ടിന്റെ ഈരടികൾ കടപ്പുറത്തുനിന്നും അവളുടെ ചെവിക്കുള്ളിലേക്ക് ഒഴുകിവന്നു.

കറുത്തമ്മ ശ്രദ്ധിച്ചു.

പാടുന്നത് പരീക്കുട്ടിയാണ്. അയാൾ ഒരു പാട്ടുകാരനല്ല. ആ വള്ളപ്പടിയിലിരുന്ന് എന്നാലും പാടുകയാണ്. താൻ അവിടെ ഇരിക്കുന്നു എന്നു മറ്റെങ്ങനെ അറിയിക്കേണ്ടവരെ അറിയിക്കാനൊക്കും?

അറിയേണ്ടവർ അറിഞ്ഞു: കൊള്ളേണ്ടിടത്തു കൊണ്ടു. കറുത്തമ്മ അസ്വസ്ഥയായി. ആരുമറിയാതെ ഇറങ്ങിച്ചെന്നാൽ—അയാൾ നെഞ്ചത്തും പിന്നിലും നോക്കും. ചെല്ലേണ്ടതു

വള്ളത്തിന്റെ മറവിലാണ്. അവിടം അപകടമുള്ളിടമാണ്. അയാൾ നാലാംവേദക്കാരനുമാണ്.

ആ ഈരടികൾ കടലിൽ പോകുന്നോരുടെ പാട്ടാണ്. കുറെ നേരംകൂടി കേട്ടുകൊണ്ടിരുന്നാൽ താൻ ഇറങ്ങിച്ചെന്നു പോകുമെന്നു കറുത്തമ്മ പേടിച്ചു. കരളോളം തുളഞ്ഞു ചെല്ലുന്ന മാറത്തേക്കുള്ള ആ നോട്ടം ഏല്ക്കുന്നതിന് ഒരു സുഖമുണ്ട്. മാറിടം മാംസംകൊണ്ടുള്ളതല്ലേ? കറുത്തമ്മ നെഞ്ചമർത്തി കമഴ്ന്നു കിടന്നു. അവൾ ചെവികളും വിരൽ കടത്തി അടച്ചു. എന്നിട്ടും ആ പാട്ട് അകത്തു കടക്കുന്നു.

കറുത്തമ്മ കരഞ്ഞുപോയി.

ആ മുറിയുടെ ചെറ്റക്കതകു തുറക്കപ്പെടാം. അല്ലെങ്കിൽ അതു പൊട്ടിത്തെറിച്ചു വീഴാം. പക്ഷേ, ഒന്നിനാലും തകർക്കപ്പെടാൻ കഴിയാത്ത ഒരു മതില്ക്കെട്ടിനുള്ളിലാണ് അവൾ കഴിയുന്നത്. കടലിന്റെ മക്കളുടെ നൂറ്റാണ്ടുകളായി നിലനിന്നു വരുന്ന ജീവിതവേദാന്തത്തിന്റെ കനത്തതും ഉന്നതവുമായ മതില്ക്കെട്ട്! അതിനു വാതിലില്ല; ജനലില്ല.

പക്ഷേ, ചോരയുള്ള മാംസം അതിനെ തകർക്കുകയില്ലേ? അത്തരം മതില്ക്കെട്ടുകൾ തകർന്നിട്ടില്ലേ?

പരീക്കുട്ടിയുടെ പാട്ടു വിജനമായ കടപ്പുറത്തു പരന്നു. ആ പാട്ട് അരയത്തിയെ രാത്രിയിൽ പുരവാതിൽ തന്നത്താൻ തുറന്നു പുറത്തിറക്കുവാനായി രചിക്കപ്പെട്ടതല്ല. അതിനു താളവും മേളവുമില്ല. പാട്ടുകാരന്റെ ശബ്ദവും നന്നല്ല. പക്ഷേ, അതിന് എന്തോ ഒരു ജീവനുണ്ട്. താൻ അവിടെ ഇരിക്കുന്നു എന്ന് അവളെ അയാൾക്ക് അറിയിക്കണ്ടേ? അയാൾക്ക് അവളോടു ക്ഷമായാചനം ചെയ്യണം. അവൾക്കും പൊറുക്കണമെന്നു പറയണ്ടതായുണ്ട്. പാടിപ്പാടി പരീക്കുട്ടിയുടെ തൊണ്ട പൊട്ടുന്നു.

കറുത്തമ്മ ചെവിയുടെ ദ്വാരത്തിൽനിന്നും വിരലുകൾ എടുത്തു. അടുത്ത മുറിയിൽ അച്ഛനും അമ്മയുംകൂടി സംസാരിക്കുന്നു. അല്ല, അവർ വഴക്കായിരിക്കുകയാണ്. കറുത്തമ്മ ശ്രദ്ധിച്ചു. അവർ അവളുടെ കാര്യമാണ് പറയുന്നത്.

ചെമ്പൻകുഞ്ഞ് പറഞ്ഞു:

“അതോക്കെ എനീക്കറിയാമെടീ, നീയോന്നും പറേണ്ട. ഞാനും മനുഷ്ഷേനാ.”

ചക്കി കയർത്തു:

"ഓ, മനുഷ്ഷേനാ. അറിഞ്ഞോണ്ടിരുന്നാ മതി! മൊകാളു നിന്നു പെഴാച്ചുപോകും."

"ഫോടീ പോ! അതീനു മുമ്പ് ഞാനവളെ അഴാക്കും."

"അതെങ്ങനാ? കാശു കൊടുക്കാതെ ഏതവനാ വരുന്നെ?"

ചെമ്പൻകുഞ്ഞ് 'എടീ കേള്' എന്നു തുടങ്ങി അയാളുടെ ജീവിതപരിപാടി വിവരിച്ചു. അതു നൂറാമത്തെ പ്രാവശ്യമാണ് കറുത്തമ്മ കേൾക്കുന്നത്.

ചക്കി സങ്കടത്തോടും ദേഷ്യത്തോടും പറഞ്ഞു:

"എന്നാലു വള്ളോം വലേം ഒണ്ടാക്കീക്കൊണ്ടിരി."

ചെമ്പൻകുഞ്ഞു തീർത്തു പറഞ്ഞു:

"ഞാൻ ആ ചക്രാത്തീന്ന് ഏന്തു വന്നാലും നാലു കാശ് എടുക്കാത്തീല. നീ അതു നെനക്കണ്ട."

ചക്കി ചൊടിച്ചു:

"മൊകാളെ വല്ല നാലാംവേതക്കാരനും പെഴാപ്പിക്കും. അതാ നടാക്കാമ്പോണെ."

ചെമ്പൻകുഞ്ഞു മിണ്ടിയില്ല. അതിന്റെ ഗൗരവം അയാളുടെ ബുദ്ധിയിലെത്തിയില്ലേ? അല്പം കഴിഞ്ഞയാൾ പറഞ്ഞു:

"ഞാനൊരുത്തനെ ഒണ്ടാക്കും."

"കാശു കൊടക്കാതോ?"

ചെമ്പൻകുഞ്ഞ് ഒന്നു മൂളി ഉറപ്പിച്ചു. ചക്കി ചോദിച്ചു:

"വല്ല പൊട്ടാനോ പൊടിയാനോ ആരീക്കും."

"നീ കണ്ടോടീ, കണ്ടോ!"

അതൊന്നുംകൊണ്ടു ബോദ്ധ്യം വരാതെ ചക്കി പറഞ്ഞു:

"എന്നാലേക്കൊണ്ട് പെണ്ണീനെ കടാലീല് കേട്ടിത്താക്ക്."

ചെമ്പൻകുഞ്ഞ് ഒരാട്ടാട്ടി.

ചക്കി ചോദിച്ചു:

"ആറാക്കുവേണ്ടിയാ ഈ വള്ളോം വലേം?"

ചെമ്പൻകുഞ്ഞു മിണ്ടിയില്ല. വള്ളവും വലയും അയാളുടെ ജീവിതോദ്ദേശ്യമാണ്. അതാർക്കുവേണ്ടി എന്ന് ഇന്നോളം അയാൾ ഓർത്തിട്ടില്ല.

ചക്കി ഒരു നിർദ്ദേശം വച്ചു.

"ആ വെള്ളമണലി വേലായുതനെ ഒന്നാലോജിച്ചാലേന്നാ?"

"അതു വേണ്ടാടി."

"എന്താ? അവനെന്നാ കുറ്റം?"

"അവാനോരു മരക്കാനാ. വെറും മരക്കാൻ."

"പിന്നാരെയാ മരക്കാനെ അല്ലാതെ മൊകാക്കു കൊണ്ടരാൻ പോണെ?"

അതിനുത്തരമുണ്ടായില്ല.

വല്ല നാലാംവേദക്കാരനും പെണ്ണിനെ പിഴപ്പിക്കുമെന്നു പറഞ്ഞതു കറുത്തമ്മയുടെ ചെവിക്കുള്ളിൽ മുഴങ്ങി. അച്ഛനും അതിന്റെ മുഴുവൻ പൊരുളും മനസ്സിലായില്ല. നെഞ്ചകം പൊട്ടുമാറ് അവളുടെ കരൾ തുടിച്ചു. അവളെ ഇപ്പോൾതന്നെ നാലാം വേദക്കാരൻ പിഴപ്പിച്ചിട്ടില്ലേ?

അപ്പോഴും പരീക്കുട്ടി പാട്ടു നിർത്തിയിട്ടില്ല.

രണ്ട്

പിറ്റന്നു കറുത്തമ്മ അവളുടെ വീട്ടിൽനിന്നും പുറത്തിറങ്ങിയില്ല. പരീക്കുട്ടിയുടെ കൂടത്തിൽ അന്നു ജോലിയുണ്ടായിരുന്നു. കുറെ കിഴക്കർ പെണ്ണുങ്ങൾ വന്നിട്ടുണ്ട്. അവിടെ ഉണക്കിക്കൂട്ടിയിരുന്ന താടയും കുറിച്ചിയും വല്ലം കെട്ടുന്നു.

അലസമായിരുന്ന വേളകളിൽ ഒരു ചിന്ത മിന്നൽപിണർ പോലെ അവളുടെ ഉള്ളിൽക്കൂടി പാഞ്ഞു. ആ പെണ്ണുങ്ങളുടേയും മാറത്തും പിന്നിലും പരീക്കുട്ടി തുളച്ചു നോക്കുന്നുണ്ടായിരിക്കുമോ?

ഉച്ചതിരിഞ്ഞപ്പോൾ കടലിൽ പോയ വള്ളങ്ങൾ കരയ്ക്കടുത്തു. ചക്കി കുട്ടയുമെടുത്തു കടപ്പുറത്തു പോയി. പോകുന്ന സമയത്തു ചക്കി കർശനമായി പറഞ്ഞു:

"മൊകാളേ, അമ്മാച്ചി പറാഞ്ഞതേല്ലാം ഓർത്തോണ്ണേ!"

എന്താണ് ഓർക്കേണ്ടതെന്നു കറുത്തമ്മയ്ക്കറിയാം.

കുറച്ചുസമയം കഴിഞ്ഞപ്പോൾ ചെമ്പൻകുഞ്ഞു വന്നു. കറുത്തമ്മ ചോറുവിളമ്പിക്കൊടുത്തു. അപ്പോൾ പതിവില്ലാതെ ചെമ്പൻകുഞ്ഞ് അവളെ ഒന്നു സൂക്ഷിച്ചുനോക്കി. എന്നും അയാൾ അവളെ കാണുന്നതാണ്. അന്നങ്ങനെ നോക്കാൻ കാര്യം? തന്റെ തെറ്റ് അച്ഛനും അറിഞ്ഞോ എന്നു കറുത്തമ്മ പേടിച്ചു. എങ്കിലും ആ നോട്ടം രൂക്ഷതരമായിരുന്നേനെ. അതങ്ങനെയല്ല.

പ്രായമായ ഒരു മകൾ വീട്ടിൽ നിൽക്കുന്നു എന്ന് തലേന്നാൾ രാത്രി ചക്കി ഓർമ്മിപ്പിച്ചതാണ്. ഓർമ്മയായതുമുതൽ ഒരു വള്ളവും വലയും ഉണ്ടാകാൻവേണ്ടി അയാൾ പ്രയത്നി

ക്കുകയാണ്. അപ്പോൾ മറ്റൊരു പ്രധാന കാര്യം ഓർമ്മിപ്പിക്കുന്നു. പ്രായമായ മകൾ! വല്ല നാലാംവേദക്കാരനും അവളെ പിഴപ്പിച്ചേ ക്കുമെന്നും ചക്കി പറഞ്ഞു. അങ്ങനെ അയാൾ അവളെ നോക്കി യതേയുള്ളു.

ഇന്നും ചെമ്പൻകുഞ്ഞു മറ്റു വള്ളങ്ങളിൽ ജോലിചെയ്തു പങ്കുമേടിക്കുകയാണ്. ആദ്യം വള്ളത്തിൽ തണ്ടുവലിക്കാര നായിരുന്നു. ഇപ്പോൾ അമരക്കാരനാണ്. ഒരു ജീവിതോദ്ദേശ്യ മുള്ള ചെമ്പൻകുഞ്ഞു കിട്ടുന്ന കാശൊന്നും കളയുകയില്ല. അയാളുടെ കൈവശം കുറെ കാശുണ്ട്. വള്ളത്തിനും വലയ്ക്കും അതുകൊണ്ടു മതിയാവുകയില്ല.

പെണ്ണിനു പ്രായമായി. പെണ്ണുനില്ക്കുന്നിടത്തു പിഴ വരാം. ചക്കി പറഞ്ഞതു മുഴുവൻ ശരിയാണ്. അവളുടെ ഉൽക്കണ്ഠ ന്യായമാണ്. വള്ളവും വലയും വാങ്ങണോ, പെണ്ണിനെ കെട്ടി ച്ചയയ്ക്കണോ—അതാണ് ആലോചിക്കേണ്ട വിഷയം. ചെമ്പൻ കുഞ്ഞിനും ഒരു വാചകം മകളോടു പറയുവാനുണ്ടായിരുന്നു:

"മൊകളേ, നീ നീന്റെ തടി കാക്കണേ!"

അച്ഛനും അതു പറഞ്ഞു.

കറുത്തമ്മ മറുപടി പറഞ്ഞില്ല. ചെമ്പൻകുഞ്ഞു മറുപടി പ്രതീക്ഷിച്ചുമില്ല.

വൈകിട്ടു ജോലിക്കാരെയെല്ലാം പിരിച്ചിട്ട് പരീക്കുട്ടി വള്ള ത്തിന്റെ പടിയിന്മേൽ കയറി ഇരിക്കുകയാണ്. ഒരുപക്ഷേ, ഇന്നും അയാൾ കറുത്തമ്മയെ പ്രതീക്ഷിക്കുന്നുണ്ടാവാം.

ചെമ്പൻകുഞ്ഞു പരീക്കുട്ടിയുടെ അടുത്തേക്കു നടന്നു ചെന്നു. അവർ തമ്മിൽ ഒട്ടധികനേരം സംസാരിക്കുന്നതു കറു ത്തമ്മ കണ്ടു. എന്തായിരിക്കും അവർ സംസാരിക്കുന്നതെന്ന് അവൾ ചിന്തിച്ചു. ഒരുപക്ഷേ, അച്ഛൻ പണം കടം ചോദിക്കുക യായിരിക്കും.

അന്നു രാത്രി ഭാര്യയും ഭർത്താവും തമ്മിൽ വളരെനേരം അടക്കം പറഞ്ഞു. എന്താണവർ പറയുന്നതെന്നറിയാൻ കറു ത്തമ്മ ആഗ്രഹിച്ചു.

അന്നും പരീക്കുട്ടി പാടി. ചെറ്റപ്പുരയ്ക്കുള്ളിൽ അടങ്ങി ക്കിടന്നു കറുത്തമ്മ അതുകേട്ടു. അവൾക്ക് ഒരു കാര്യമേ പരീക്കുട്ടിയോടു പറയുവാനുണ്ടായിരുന്നുള്ളു. കൊച്ചുമൊത ലാളി ഇങ്ങനെ നെഞ്ചത്തു നോക്കരുത്. ഇപ്പോൾ മറ്റൊരു കാര്യംകൂടി! അയാൾ പാടരുത്.

രണ്ടു നാൾ മുമ്പുവരെ ഒരു ചിത്രശലഭത്തെപ്പോലെ ഉത്സാഹത്തോടെ അവൾ പാറി നടന്നു. രണ്ടു ദിവസങ്ങൾകൊണ്ട് എന്തൊരു മാറ്റമാണു വന്നിട്ടുള്ളത്! ഇരുന്നു ചിന്തിക്കാൻ വകകളുണ്ടായി. അവൾ അവളെത്തന്നെ മനസ്സിലാക്കാൻ തുടങ്ങി. അതു ജീവിതത്തിനു കനം കൊടുക്കുന്ന ഒരു കാര്യമല്ലേ? അവൾ അവളെത്തന്നെ സൂക്ഷിക്കുന്നു. ഓരോ കാൽവയ്പും കരുതിക്കൂട്ടിവേണം. അങ്ങനെയായപ്പോൾ പഴയപോലെ ഓടിച്ചാടി നടക്കാനൊക്കുമോ? ഒരു പുരുഷൻ അവളുടെ നെഞ്ചത്തു നോക്കി. അപ്പോൾ അവൾ സ്ത്രീയായി.

പിറ്റന്നു പരീക്കുട്ടിയുടെ പാട്ടു കേട്ടില്ല. അന്നും ചന്ദ്രിക പരന്നൊഴുകുന്നുണ്ടായിരുന്നു. തെങ്ങോലകളിൽ തല്ലി അലച്ചു സാഗരത്തിന്റെ ഒരജ്ഞാതഗാനം കിഴക്കോട്ടു വ്യാപിച്ചു. പരീക്കുട്ടിയുടെ പാട്ടു കേൾക്കാൻ, അതു കേൾക്കാതായപ്പോൾ കറുത്തമ്മയുടെ കാതുകൾ ഉഴറി. ഇനി പരീക്കുട്ടി പാടുകയില്ലേ?

അത്താഴം കഴിഞ്ഞു ചെമ്പൻകുഞ്ഞ് എങ്ങോ പോയി. ചക്കി ഉറങ്ങാതിരിക്കുകയാണ്. എന്താണ് അമ്മ ഉറങ്ങാത്തത്? അവൾ ചോദിച്ചു. അവൾ ഉറങ്ങിക്കൊള്ളാൻ അമ്മ മറുപടി പറഞ്ഞു. അങ്ങനെ കിടന്നു കറുത്തമ്മ മയങ്ങി.

പെട്ടെന്നു കറുത്തമ്മ നടുങ്ങി ഉണർന്നു. ആരോ ചോദിക്കുന്നു:

"കറത്തമ്മ ഒറങ്ങിയില്ല?"

ശബ്ദംകൊണ്ട്, ശബ്ദത്തിൽ കലർന്ന അവൾക്കു മാത്രം മനസ്സിലാകുന്ന ഒരു വിറയൽകൊണ്ട് അതാരെന്നു കറുത്തമ്മയ്ക്കു മനസ്സിലായി. അതു പരീക്കുട്ടി ആയിരുന്നു.

ചക്കി പറഞ്ഞു:

"അവാളൊറാങ്ങി."

ചക്കിയുടെ സ്വരത്തിലും ഒരു ജാള്യതയുള്ളത് കറുത്തമ്മ അറിഞ്ഞു. കറുത്തമ്മയുടെ ശരീരമാകെ ഒരു വിയർപ്പിളകി. അവൾ എഴുനേറ്റു ചെറ്റയുടെ ഒരു കണ്ണിയിൽക്കൂടി നോക്കി. ചെമ്പൻകുഞ്ഞും പരീക്കുട്ടിയുംകൂടി എന്തോ ഭാരമുള്ള സാധനം താങ്ങിപ്പിടിച്ച് അകത്തു വയ്ക്കുന്നു. ഒന്നല്ല, രണ്ടല്ല, ആറേഴു വല്ലക്കെട്ടുകൾ! ഉണക്കമീനാണ്.

കറുത്തമ്മയുടെ കരൾ പറിഞ്ഞുപോകുംപോലെ തുടിച്ചു. മുറ്റത്തു പരീക്കുട്ടിയും ചക്കിയും ചെമ്പൻകുഞ്ഞും കൂടിനിന്ന് അടക്കം പറയുന്നു.

പിറ്റന്ന് ആ വല്ലക്കെട്ടുകളെക്കുറിച്ച് കറുത്തമ്മ ചക്കിയോടു ചോദിച്ചു. ഒരു കാപട്യത്തോടെ ചക്കി പറഞ്ഞു:

"ആ കൊച്ചുമൊതലാളി കൊണ്ടവച്ചിരിക്കുവാ."

കറുത്തമ്മ ചോദിച്ചു:

"അതയ്യാടെ കൂടത്തിലിരിക്കത്തില്യോ?"

"അതിവടിരിക്കുന്നതിന് നിനിക്കെന്നാ?"

അല്പം കഴിഞ്ഞു ചക്കി കർശനമായി ചോദിച്ചു:

"അതന്വേഷിക്കാനെക്കൊണ്ട്—അയ്യാളു നിന്റെ ആരാ? പിന്നെ, മൊറാക്കിരുന്നോ!"

പലതും ചോദിക്കാൻ കറുത്തമ്മയ്ക്കു തോന്നി. അയാൾ അവളുടെ ആരുമല്ല. പക്ഷേ, അതൊരു മോഷണമല്ലേ? പരീക്കുട്ടിയുടെ അടിമയാകുകയല്ലേ? തടി കാക്കണമെന്ന് അച്ഛൻ പറഞ്ഞു; അങ്ങനെ അടിമപ്പെട്ടാൽ? പക്ഷേ, കറുത്തമ്മ ഒന്നും പറഞ്ഞില്ല.

പിറ്റന്ന് ആ ഉണക്കമീൻകച്ചവടം നടന്നു. അടുത്ത ദിവസം കടലിൽ നല്ല കോരുണ്ടായിരുന്നു. ഒരു കോരു കഴിഞ്ഞു ചെമ്പൻകുഞ്ഞിന്റെ വള്ളം വീണ്ടും പോയിരിക്കുകയാണ്. ചക്കി കിഴക്കോട്ടു കച്ചവടത്തിനു പോയി. പഞ്ചമി അവിടെയില്ല. കറുത്തമ്മ തനിച്ചേയുള്ളു.

പരീക്കുട്ടി അവിടെ വന്നു.

കറുത്തമ്മ ഓടി പുരയ്ക്കകത്തു കയറി. കുറച്ചുനേരം ഒന്നും മിണ്ടാതെ പരീക്കുട്ടി മുറ്റത്തു നിന്നു. അയാൾക്കും ഒരു പരിഭ്രമമുണ്ട്. അയാളുടെ ചുണ്ടും വായും വരണ്ടു. അയാൾ പറഞ്ഞുവച്ചു:

"വള്ളോം വലേം മേടിക്കാന്—രൂപാ കൊടുത്തു."

ഉത്തരമില്ല. പരീക്കുട്ടി തുടർന്നു:

"ഇനീം ഞങ്ങക്കു മീൻകച്ചോടം ചെയ്യാമോ? വെല തരാം."

നല്ല വിലതന്നാൽ കച്ചവടം ചെയ്യാമെന്നാണ് ഉത്തരമുണ്ടാകേണ്ടത്. അതാണു മുമ്പ് കറുത്തമ്മ പറഞ്ഞ ഉത്തരം. പക്ഷേ, അന്ന് ഒരുത്തരമുണ്ടായില്ല. വള്ളത്തിന്റെ മറവിൽവച്ച് ആ സംസാരത്തെ തുടർന്നാണ് അടക്കാൻ കഴിയാത്ത പൊട്ടിച്ചിരി ഉണ്ടായത്. അതിന്റെ ആവർത്തനം പരീക്കുട്ടി പ്രതീക്ഷിച്ചായിരിക്കാം. ഇന്നതുണ്ടായില്ല. നിശ്ശബ്ദം!

പരീക്കുട്ടി ചോദിച്ചു:

"എന്താ കറത്തമ്മ മിണ്ടാത്തത്? പെണക്കമാണോ?"

അവൾ അകത്തുനിന്നു കരയുന്നെന്ന് പരീക്കുട്ടിക്കു തോന്നി.

"കറുത്തമ്മ കരേന്നോ?"

പരീക്കുട്ടി തുടർന്നു ചോദിച്ചു:

"ഞാൻ വന്നതിഷ്ടമല്ലെങ്കിൽ—ഞാൻ പോണു."

അതിനും ഉത്തരമില്ലായ്കയാൽ തൊണ്ട ഇടർച്ചയോടെ പരീക്കുട്ടി ചോദിച്ചു:

"ഞാൻ പോട്ടോ കറുത്തമ്മാ."

ആ ചോദ്യം കറുത്തമ്മയുടെ ഹൃദയത്തിലെവിടെയോ ചെന്നു കൊണ്ടിട്ടെന്നപോലെ അവൾ പറഞ്ഞു:

"കൊച്ചുമൊതലാളി നാലാംവേതക്കാരനാ."

പരീക്കുട്ടിക്കു മനസ്സിലായില്ല. അയാൾ ചോദിച്ചു:

"അതിന്?"

അതിനു മറുപടി പറയാനില്ല. നാലാംവേദക്കാരനായതു കൊണ്ടെന്ത്? അവളും തന്നത്താൻ ചോദിച്ചു. പെട്ടെന്ന് ഒരു വാചകം അവളുടെ നാവിലെത്തി.

"കൂടാത്തി ജോലിചെയ്യുന്നവരേടെ നെഞ്ചത്തും പൊറാകേം കൊച്ചുമൊതലാളി പോയിനോക്ക്."

ഒരു ഗൗരവമുള്ള കുറ്റം കറുത്തമ്മ തന്റെമേൽ ആരോപിച്ചിരിക്കുന്നു എന്നാണു പരീക്കുട്ടിക്കു തോന്നിയത്. കൂടത്തിലെ ജോലിക്കാരായ പെണ്ണുങ്ങളുമായി അയാൾക്കു ബന്ധമുണ്ടെന്ന് അവൾ ധരിച്ചിരിക്കുന്നു. അങ്ങനെ അവൾ പരിഭവിച്ചിരിക്കയാണ് എന്നയാൾ ധരിച്ചു.

എങ്ങനെ തന്റെ സത്യം അവളെ ബോദ്ധ്യപ്പെടുത്തേണ്ടൂ എന്നു പരീക്കുട്ടിക്കറിഞ്ഞുകൂടാ. കൂടത്തിൽ ഒരുവളെപ്പോലും അങ്ങനെ അയാൾ നോക്കിയിട്ടില്ല. അയാൾ ആത്മാർത്ഥമായി പറഞ്ഞു:

"എന്റള്ളാണെ ഞാനങ്ങനെ നോക്കീട്ടില്ലേ!"

പരീക്കുട്ടി നല്ലവനെന്നു ബോദ്ധ്യപ്പെടുന്നതു കറുത്തമ്മയ്ക്കിഷ്ടമുള്ള കാര്യമാണ്. സംശയമില്ല. പക്ഷേ, കറുത്തമ്മയ്ക്കുവേണ്ടി പരീക്കുട്ടി ചെയ്യേണ്ടത് അങ്ങനെ പെണ്ണുങ്ങളെ നോക്കാതിരിക്കുക എന്നുള്ളതല്ല. ചെയ്യേണ്ടതെന്തെന്ന് എങ്ങനെ അയാളെ പറഞ്ഞു മനസ്സിലാക്കണമെന്ന് കറുത്തമ്മയ്ക്കറിഞ്ഞുകൂടാ. അവൾ എങ്ങനെ ജീവിക്കണമെന്ന് അനുശാസിക്കുന്ന കനമേറിയ ആ ജീവിതവേദാന്തം മുഴുവൻ പറയേണ്ടിയിരുന്നു. അതിനവൾക്കു കഴിവില്ല; ധൈര്യമില്ല.

നിശ്ശബ്ദമായി കുറെയധികം നേരം പോയി. ആരുമാരും ഒന്നും മിണ്ടിയില്ല. ആ നീണ്ട സമയത്തെക്കുറിച്ചു ബോധമുണ്ടായിട്ടെന്നപോലെ, അതിനിയും നീളുമെന്നു വിചാരിച്ചിട്ടെന്നപോലെ കറുത്തമ്മ പറഞ്ഞു:

"അമ്മാച്ചി ഈറ്റപ്പം വരും."

"അതിനെന്താ?"

അവൾ പേടിച്ചു പറഞ്ഞു:

"അശ്ശോ! അതു തെറ്റാ. കുറ്റമാ."

"കറത്തമ്മ അകത്താ. ഞാൻ പൊറത്താ. പിന്നെന്താ?"

അതും അയാളെ പറഞ്ഞു മനസ്സിലാക്കണം. എങ്ങനെ? പറയാൻ തുടങ്ങിയാൽ എന്തുമാത്രം പറയേണ്ടതായിട്ടുണ്ട്!

പരീക്കുട്ടി ചോദിച്ചു:

"കറത്തമ്മയ്ക്ക് എന്നോടിഷ്ടമാണോ?"

അവൾ പെട്ടെന്നു പറഞ്ഞു:

"ഇഷ്ടമാ."

ആവേശത്തോടെ പരീക്കുട്ടി ചോദിച്ചു:

"പിന്നെന്താ കറത്തമ്മ പൊറത്തുവരാത്തെ?"

"ഞാൻ വരത്തില്ല."

"ഞാൻ ചിരിപ്പിക്കത്തില്ല. ഞാനോന്നു കണ്ടേച്ചും പൊക്കൊള്ളാം."

നിസ്സഹായിനിയായി 'അയ്യോ വേണ്ട' എന്നുമാത്രം അവൾ പറഞ്ഞു.

സ്വല്പനേരം കഴിഞ്ഞു പരീക്കുട്ടി പറഞ്ഞു:

"എന്നാല് ഞാൻ പോവ്വാ."

അതിനു മറുപടിയെന്നോണം അകത്തുനിന്നും ഒരു ശബ്ദമുണ്ടായി.

"എനീക്കേന്നും ഇഷ്ടമാരീക്കും."

അതിൽ കൂടുതലായി എന്തു വാഗ്ദത്തമാണുണ്ടാകുവാനുള്ളത്?

പരീക്കുട്ടി അവിടെനിന്നും പോയി. അപ്പോഴാണ് കറുത്തമ്മ ഓർത്തത്, പറയുവാനുണ്ടായിരുന്നതൊന്നും പറഞ്ഞില്ലെന്ന്. പറഞ്ഞുകൂടാത്തതെല്ലാം പറയുകയും ചെയ്തു.

അന്നുരാത്രി മണ്ണെണ്ണവിളക്കിന്റെ പ്രകാശത്തിലിരുന്ന് ചെമ്പൻകുഞ്ഞും ചക്കിയും പണം എണ്ണി തിട്ടപ്പെടുത്തുന്നതു കണ്ടു. എന്നിട്ടും പണം തികഞ്ഞിട്ടില്ല. എന്നാലും ചെമ്പൻകുഞ്ഞിന് ഒരാശ്വാസമായി.

അയാൾ പറഞ്ഞു:

“ഔസേപ്പോ മറ്റുവല്ല കഴുത്തറപ്പമ്മാരുമായോ എടപെടാതെ ഇത്രേം കാശു വഹീച്ചു.”

ചക്കിയും അതിൽ ആശ്വസിച്ചു.

“മരക്കാമ്മാരെ പറ്റിക്കാനെക്കൊണ്ടു മടീല് രൂവായേം ഇട്ടു നടക്കുന്നോരടെ അടുത്തൂന്നു മേടീച്ചിരുന്നെങ്കി—”

“എന്നാലേക്കൊണ്ടു വള്ളോമില്ല വലേമില്ല. മൊടാക്കിയ കാശൂമില്ല.”

ഔസേപ്പും ഗോവിന്ദനും പണം കടം വേണോ എന്ന് ഈ അടുത്ത കാലത്തും ചോദിക്കാറുണ്ടായിരുന്നു. അയാൾ വേണ്ടെന്നു പറയുകയായിരുന്നു. അവരോടിടപെട്ടാൽ കടം തീരുകയില്ല. തന്നെയുമല്ല, വള്ളവും വലയും ഏറെ താമസിയാതെ അവരുടേതാകുകയും ചെയ്യും. അതാണു കടപ്പുറത്തെ നടപ്പ്.

എന്നിട്ടും തികയുന്നില്ല. അതിനെന്താണു വഴി? ചെമ്പൻകുഞ്ഞു പറഞ്ഞു:

“കൊച്ചുമൊതലാളിതന്നെ അതും തരട്ടെ. എന്താ?”

കറുത്തമ്മ ജീവിതത്തിൽ ആദ്യമായി അവളുടെ അച്ഛനേയും അമ്മയേയും വെറുത്തു. അമ്മയെ വെറുത്തതെന്തെന്നാൽ അമ്മ ആ നിർദ്ദേശത്തെ എതിർക്കുന്നില്ല!

അടുത്തദിവസങ്ങളിലും പരീക്കുട്ടിയുടെ കൂടത്തിൽ മീനുണക്കും വല്ലംകെട്ടും നടന്നു. ഇത്ര ധൃതഗതിയിൽ എന്തിനു നടക്കുന്നു എന്ന് കറുത്തമ്മയ്ക്കറിയാം. കുറഞ്ഞോരു ദിവസങ്ങൾകൊണ്ട് കറുത്തമ്മ കാര്യമറിയാവുന്നവളായി.

ജീവിതത്തിന് അഭിവൃദ്ധികരമായ മാറ്റം വരുന്ന ആഹ്ലാദത്തോടെ ചക്കി കറുത്തമ്മയോടു പറഞ്ഞു:

“മൊകാളെ, നമക്കു വള്ളോം വലേം ഒണ്ടാകാറായിപ്പോയി.”

കറുത്തമ്മ മിണ്ടിയില്ല. എന്നുവച്ചാൽ, ആ ആഹ്ലാദത്തിൽ പങ്കുകൊള്ളാൻ അവൾക്കു കഴിഞ്ഞില്ല. അതായിരുന്നു അവളുടെ മാറ്റം.

ചക്കി സ്വഗതമായി പറഞ്ഞു:

“കടലാമ്മ കനീഞ്ഞു.”

കറുത്തമ്മയുടെ ഉള്ളിൽ തിങ്ങിനിന്ന ഈർഷ്യ പുറത്തുചാടി:

“മനുഷ്ഷേരെ പറ്റീച്ചാല് കടലാമ്മയ്ക്കു ദേഷ്യ്യമില്ല്യോ?”

ചക്കി കറുത്തമ്മയുടെ മുഖത്തുനോക്കി. അവൾ കൂഞ്ഞിയില്ല. തുടർന്നു ചോദിക്കാൻ ഇനിയുമുണ്ട്.

"ഏന്തിനാ അമ്മാച്ചി, ആ പാവാത്തിനെ പറ്റീച്ചു വള്ളോം വലേം? അതു കഷ്ടമാ."

"എന്നതാടീ, നീ പറേണത്? പറ്റീച്ചെന്നോ?"

തന്റേടത്തോടെ കറുത്തമ്മ പറഞ്ഞു:

"അതെ."

"ആര്?"

കറുത്തമ്മയുടെ നിശ്ശബ്ദത അതിനുള്ള ഉത്തരമായിരുന്നു. ചക്കി പറഞ്ഞു:

"ഔസേപ്പിനോടു മേടീച്ചാല് വള്ളോം വലേം അയ്യാടെയാകും."

"അതല്ലമ്മാച്ചി. ഔസേപ്പിനോടു മേടീച്ചാല് കാശും പലീശേം തിരീച്ചു കൊടുക്കാണം."

"ഈതു കൊടുക്കാണ്ടയോ?"

കറുത്തമ്മ പറഞ്ഞു:

"ഇത്— ഇത്—തിരിച്ചുകൊടുക്കാനെക്കൊണ്ടാണോ മേടീച്ചത്?"

ചക്കിയുടെ മുഖത്തേക്കെറിഞ്ഞ ഒരു ചോദ്യമായിരുന്നത്.

പരീക്കുട്ടിയോട് ഉണക്കമീൻ മേടിച്ചത് കളങ്കമില്ലാത്ത ഏർപ്പാടാണെന്ന് ചക്കി വാദിച്ചു. ചെമ്പൻകുഞ്ഞ് ഒന്നു ചോദിച്ചതേയുള്ളു; നിർബന്ധിച്ചില്ല. ചതിവും കളവും പറഞ്ഞില്ല. തിരിച്ച് ആ കാശു കൊടുക്കും; തീർച്ചയാണ്.

കറുത്തമ്മ ചോദിച്ചു:

"നടുക്കട്ടാംപാതിരാക്കു വല്ലോം പിടിച്ചോണ്ടു വരണു. അതു കൊടുക്കാനാണോ? എന്നാലെക്കൊണ്ടു പകലായാലെന്താരുന്നു?"

പെട്ടെന്നുതന്നെ അവൾ തുടർന്നു:

"ഇതാ കടാലു കരിയണെ."

അതു കടന്നുപോയി. അച്ഛനും അമ്മയുംകൂടി കടലു കരിയുന്ന ഹീനകർമ്മം ചെയ്തെന്നല്ലേ അവൾ പറയുന്നത്! ചക്കിക്കു ദേഷ്യംവന്നു.

"എന്നതാടീ നീ പറേണത്? നിന്റെ തന്ത കട്ടേന്നോ?"

കറുത്തമ്മ മിണ്ടിയില്ല. അമ്മയുടെ അധികാരത്തോടെ ചക്കി ചോദിച്ചു:

“ആ മേത്തക്കൊച്ചൻ നിന്റെ ആരാടീ? നിനിക്കിത്രേം ദണ്ണം വരാൻ?”

എന്റെ ആരുമല്ല എന്നു പറയാനായി കറുത്തമ്മയുടെ നാവു വളഞ്ഞു. പക്ഷേ, ആ ശബ്ദം പുറത്തുവന്നില്ല. എന്തിനായി, അയാൾ തന്റെ ആരുമല്ല എന്നു തീർത്തുപറയണം. അതൊരു തന്റേടമായിരുന്നു. പരീക്കുട്ടി അവളുടെ ആരുമല്ലേ? അയാൾ തന്റെ എല്ലാമാണെന്ന് കറുത്തമ്മയ്ക്ക് അപ്പോൾ തോന്നി.

ചക്കി ചോദ്യം ആവർത്തിച്ചിട്ടു പറഞ്ഞു:

“ഇവാളു കടാപ്പുറം മുടീക്കുന്ന മട്ടാ.”

കറുത്തമ്മ തന്റേടത്തോടെ അതിനെ എതിർത്തു.

“ഞാനു നെറീം മൊറേം വിടാത്തില്ല.”

“പിന്നെ നിനിക്കേന്താ അയ്യാളെ ചൊല്ലി ഈത്തറ വേതന?”

“അയ്യാള് ഈ കണക്കിനു കൂടോം പൊളീച്ചോണ്ടു പോകും.”

ചക്കി കറുത്തമ്മയെ ഒരാട്ടാട്ടി. എന്നിട്ടു തുടർന്നു കുറെ ശകാരിച്ചു. അവൾ കേട്ടുനിന്നു. ഒരു സങ്കടവും ഉണ്ടായില്ല. ചക്കി എന്തൊക്കെയോ പുലമ്പുന്നു എന്നു മാത്രം. ആ പുലഭ്യം അതിരു കവിയുമെന്നായപ്പോൾ അവൾ അമ്മയുടെ മുഖത്തു നോക്കി ചോദിച്ചു:

“അച്ചനെ വിചതീച്ചാണോ അയ്യാളു തന്നത്?”

“പിന്നല്ലാണ്ടോടീ?”

പെട്ടെന്നു കറുത്തമ്മ അയാളോടു പണം ചോദിച്ച കാര്യം ചക്കി ഓർത്തു. അതു മനസ്സിൽ വച്ചുകൊണ്ടാണു കറുത്തമ്മ ചോദിക്കുന്നത്.

“പിന്നെ, നീ ചോതീച്ചകൊണ്ടാണാ?”

അതുകൊണ്ടാണ്, അതുമാത്രംകൊണ്ടാണ് എന്നു കറുത്തമ്മയ്ക്കു പറയാൻ വയ്യ. പക്ഷേ, പരീക്കുട്ടി അവളെ സ്നേഹിക്കുന്നുണ്ട്. കറുത്തമ്മ പറഞ്ഞു:

“എന്നേക്കോണ്ടോന്നും പറേക്കല്ല് അമ്മാച്ചി!”

“ഉം? ഏന്താണേടീ?”

ഒന്നു നിറുത്തിയിട്ടു ചക്കി തുടർന്നു ചോദിച്ചു:

“അയ്യാടടുത്തൂന്നു ചക്രം മേടീക്കാനെക്കൊണ്ടു ഞാൻ കെഴാഞ്ഞാടിയോടി. എന്നതാണു നിനിക്കു പറയാനോള്ളത് അത്രക്ക്?”

കറുത്തമ്മ പൊട്ടിപ്പോയി. അവൾ കരഞ്ഞുകൊണ്ടു ചോദിച്ചു:

"ഏന്തിനാണമ്മാച്ചി, അയ്യാടടുത്തൂന്നു രൂവാ മേടീച്ചെ? എനീക്കെല്ലാം പറാഞ്ഞു തന്നീട്ട്— അയ്യാടടുത്തൂന്നു കട പ്പേട്ടീട്ട്—"

തുടർന്നു പറയാൻ കഴിയാതെ കറുത്തമ്മയുടെ തൊണ്ട അടഞ്ഞു. ചക്കിക്കും ഒരു വെളിവു വന്നു. അവൾ പറയുന്നതിൽ കാര്യമുണ്ട്. സ്വല്പനേരത്തേക്കു ചക്കിക്കും ഒരു വല്ലായ്മയു ണ്ടായി. എന്തോ ഒരു തെറ്റ്, അപകടത്തിലേക്ക് ഒരു കാൽ വയ്പ് ഉണ്ടെന്നു തോന്നി. ചക്കി ചോദിച്ചു:

"എന്നാപറ്റി മൊകാളെ?"

കറുത്തമ്മ കരയുകയാണ്.

"അയ്യാളു ഇവാടെ വന്നാ മൊകാളെ?"

കറുത്തമ്മ ഒരു വലിയ നുണ പറഞ്ഞു:

"ഈല്ല."

"പിന്നെന്താ മൊകാളെ?"

"വന്നാലേക്കൊണ്ടു ഞാനെന്നാ ചെയ്യും അമ്മാച്ചീ?"

തന്റെ നിരപരാധിത്വം തെളിയിക്കാൻ ചക്കി വെമ്പൽകൊണ്ടു. അത്രയ്ക്ക് ആലോചിച്ചില്ല. ഒരു സഹായം ചെയ്യണമെന്നു പറഞ്ഞു; പരീക്കുട്ടി സമ്മതിച്ചു. തിരിച്ചുകൊടുക്കാൻതന്നെ വേണ്ടി വാങ്ങിയതാണ്. കറുത്തമ്മയുടെ ചോദ്യം തെറ്റല്ല. എന്നാലും ഒരു കാര്യം തീർച്ചയാണ്. അയാൾ മര്യാദകെട്ടവനല്ല. എങ്കിലും ചെറുപ്പമല്ലേ?

ചക്കിയുടെ മനസ്സമാധാനം പെട്ടെന്നു തകർന്നു. ആ പണം വാങ്ങേണ്ടായിരുന്നു എന്നുവരെ ചക്കിക്കപ്പോൾ തോന്നി. പക്ഷേ, ഇതൊന്നും ചെമ്പൻകുഞ്ഞിന് അറിഞ്ഞുകൂടാ.

അന്നും കറുത്തമ്മയുടെ കല്യാണക്കാര്യംകൊണ്ടു ചക്കി ചെമ്പൻകുഞ്ഞിനെ അലട്ടി. ആ വേലായുധനോട് ഒന്നു ചോദി ക്കണം. ആ കാര്യമാണ് ആദ്യം നടക്കേണ്ടത്. പിന്നെ മതി വള്ളവും വലയും. ചെമ്പൻകുഞ്ഞു സമ്മതിക്കുന്നില്ല. അയാൾ അതു നിശ്ചയിച്ച കാര്യമാണ്.

എല്ലാ കാര്യങ്ങളും തുറന്നു പറയാമോ? ആ വിഷമസ്ഥിതി യുടെ ദേഷ്യവും തിക്കലും തിങ്ങി ചക്കി പറഞ്ഞു:

"ഇത്രേം കാലോം നിങ്ങാടെ വള്ളോം വലേം ഒണ്ടാക്കാനെ ക്കൊണ്ടു ഞാൻ കൊട്ടക്കച്ചോടത്തീനു പോയി. ഇനീം ആ ആതായം നോക്കണ്ട."

'പിന്നല്ലാതയോ?' എന്നമട്ടിൽ ചെമ്പൻകുഞ്ഞു ചക്കിയെ നോക്കി. അയാൾ ചോദിച്ചു:

"വെകാരമില്ലാതെ നീ എന്നതാ പറേണെ?"

ചക്കി ശാഠ്യം പിടിച്ചു:

"അതുതന്നാ പറേണത്."

"ഏത്?"

"എനീക്കു ഏന്റെ പെണ്ണീനെ കാക്കണം."

"ഏന്നുവാച്ചാല്?"

"അവാക്കു മൊലേം തലേം വന്നുനിക്കുവാ. തന്നേവിട്ടേച്ചും പോവ്വാനേക്കൊണ്ടു മനാസ്സില്ല."

അതു ചക്കി തീരുമാനിച്ചുകഴിഞ്ഞു. തുടർന്നു ചക്കി പറഞ്ഞു:

"അല്ലേലമാളെ കെട്ടീച്ചഴക്ക്."

കാര്യം മനസ്സിലായതുപോലെ ചെമ്പൻകുഞ്ഞു മിണ്ടാതിരുന്നു. ചക്കി കിഴക്കോട്ടു കച്ചവടത്തിനു പോകാതിരുന്നാൽ അതു വലിയ നഷ്ടമാണ്. അയാൾ ചോദിച്ചു:

"വല്ല കൊഴപ്പോമൊണ്ടോടീ?"

"ഇപ്പാമൊന്നുമില്ല. ഒണ്ടായാലോ?"

സൂക്ഷിക്കേണ്ടതല്ലേ? പക്ഷേ, ചെമ്പൻകുഞ്ഞിന് ഒരു വിശ്വാസമുണ്ട്. കറുത്തമ്മ നല്ലവളാണ്. അവൾ എടുത്തുചാട്ടക്കാരിയല്ല. തനിച്ചു വിട്ടിട്ടു പോയാലും അവൾ ചീത്തയാവുകയില്ല.

ചക്കി ചോദിച്ചു:

"ചീത്തയാകാനേക്കൊണ്ട് എത്രനേരം വേണം?"

ചെമ്പൻകുഞ്ഞു മിണ്ടിയില്ല.

ചക്കി പിറ്റന്നു കിഴക്കോട്ടു കച്ചവടത്തിനു പോയില്ല. ചെമ്പൻകുഞ്ഞു നിർബന്ധിച്ചുമില്ല.

അന്നും രാത്രിയിൽ ഉണക്കമീൻവല്ലം വീട്ടിൽക്കൊണ്ടുവരാൻ പോകുന്നത്രേ! അന്നു ചക്കിയും എതിർത്തു.

"നമാക്കതു വേണ്ട."

ചെമ്പൻകുഞ്ഞു ചോദിച്ചു:

"ഊം? ഏന്താ?"

"ആ ചൊക്കനെ പറ്റീക്കണെതേന്തിനാ?"

"പറ്റീക്കാനാന്നാരു പറേഞ്ഞു?"

"പിന്നല്ലാണ്ടോ? കൊടുക്കുമോ ഈ കാശ്?"

കൊടുക്കുമെന്ന് ചെമ്പൻകുഞ്ഞ് പറഞ്ഞു.

ഈ പണം തിരികെ കിട്ടുകയില്ലെന്ന് പരീക്കുട്ടിയെ അറിയിക്കണമെന്ന് കറുത്തമ്മയ്ക്കു തോന്നി. രഹസ്യമായി അയാളെ കണ്ടു സംസാരിക്കാൻ അവൾ തക്കം നോക്കി. പക്ഷേ, അതിനു സാധിച്ചില്ല.

അന്നു രാത്രിയിലും കുറെ ഉണക്കമീൻവല്ലങ്ങൾ പരീക്കുട്ടി ചുമന്നു കൊണ്ടുവന്നു. യാതൊരു സങ്കോചവും കൂടാതെ ചെമ്പൻകുഞ്ഞ് അതു വാങ്ങിവച്ചു. എന്നു തിരിച്ചുകൊടുക്കാമെന്നുപോലും പറഞ്ഞില്ല. അച്ഛനോട് നേരിട്ടു സംസാരിക്കാൻവരെ അപ്പോൾ കറുത്തമ്മയ്ക്കു ധൈര്യമുണ്ട്. ചക്കിയെ അവൾ വളരെയേറെ കുറ്റപ്പെടുത്തി.

എന്നെന്നും കുനിച്ചുനിറുത്തുന്ന ഒരു ഭാരമായി അതു കറുത്തമ്മയ്ക്കു തോന്നി.

മൂന്ന്

ചെമ്പൻകുഞ്ഞിനു പണം തികഞ്ഞു. അതുംകൊണ്ടു വള്ളവും വലയും അന്വേഷിച്ച് അയാൾ പോയിരിക്കുകയാണ്.

അതു കടപ്പുറത്തെ ഒരു വാർത്തയായിരുന്നു. അയാൾക്കു കടലിൽനിന്നും കനകക്കട്ടി കിട്ടിയതാണെന്നു ചിലരെല്ലാം പറഞ്ഞു. ഒരു ദിവസം കടപ്പുറത്തിറങ്ങിയപ്പോൾ ഒരു കറുത്ത പാറക്കഷണം അടിഞ്ഞു കയറിക്കിടക്കുന്നതു കണ്ടത്രേ! അത് അയാൾ എടുത്തു. സ്വർണ്ണക്കട്ടിയായിരുന്നുപോലുമത്! വേറെ ചിലർ അയാളുടെ നോട്ടംകൊണ്ടുണ്ടായതാണെന്ന് കാര്യം പറഞ്ഞു. പക്ഷേ, അത് അത്ര വിശ്വാസ്യമല്ല. എല്ലാവരും അയാളെപ്പോലെ ജോലിക്കാരാണ്. ചെലവുകഴിഞ്ഞ് ആർക്കും മീതിയില്ല. അയാൾക്ക് എങ്ങനെ മിച്ചമുണ്ടായി?

അച്ചകുഞ്ഞ് ചെമ്പൻകുഞ്ഞിന്റെ സമവയസ്കനാണ്. അയാൾ പാർക്കുന്നതും ചെമ്പൻകുഞ്ഞിന്റെ തൊട്ടു വടക്കേതിലാണ്. അവർ ചെറുപ്പംമുതലേ ഒരു കൂട്ടായിരുന്നു. എല്ലാവരും അച്ചകുഞ്ഞിനോടു ചോദ്യം തുടങ്ങി. എത്ര രൂപ ചെമ്പൻകുഞ്ഞു കൊണ്ടുപോയിട്ടുണ്ട്; വള്ളം കൊണ്ടുവന്നാൽ ആരൊക്കെയാണ് ജോലിക്കാർ; പണം എവിടെനിന്നായിരുന്നു; ഇങ്ങനെയുള്ള ജിജ്ഞാസയുടെ ചോദ്യങ്ങൾ!

അച്ചകുഞ്ഞിന് ഒന്നുമറിഞ്ഞുകൂട. എന്നാലും അയാൾ അറിയാമെന്നു ഭാവിച്ചു. ചെമ്പൻകുഞ്ഞ് ഒരു പ്രമാണിയാകുന്നു. അപ്പോൾ അയാളുടെ ഉറ്റമിത്രത്തിനും ഒരു പ്രാധാന്യമില്ലേ? ആ ചോദ്യങ്ങൾക്കെല്ലാം അച്ചകുഞ്ഞു സൗകര്യംപോലെ മറുപടിയും പറഞ്ഞു. പാവം അച്ചകുഞ്ഞും ഒരു പ്രാധാന്യം ഭാവിച്ചു.

കൊച്ചുവേലു ഒരു ചോദ്യം ചോദിച്ചു: "അച്ചാകുഞ്ഞു ചേട്ടനും പങ്കൊണ്ടെന്നു കേട്ടല്ലോ."

അത് അച്ചകുഞ്ഞിനെ സ്വല്പം കുഴപ്പിച്ച ഒരു ചോദ്യമായിരുന്നു. എന്നാലും അയാൾ വിട്ടില്ല.

"ഓണ്ടേന്നും ഇല്ലേന്നും പറാഞ്ഞുകൂട."

അച്ചകുഞ്ഞിനെ വലിയഭാവംകണ്ടു കളിയാക്കാനായി ചോദിച്ച ചോദ്യമാണത്. ആ ഉത്തരംകേട്ട് എല്ലാവരും പൊട്ടിച്ചിരിച്ചു. അച്ചകുഞ്ഞു വിളറിപ്പോയി.

"നിങ്ങാ ഏന്തിനാടാ ചിരീക്കുന്നെ?"—ഒരു വിരുതൻ ചോദിച്ചു.

"അച്ചാകുഞ്ഞുചേട്ടനു തനീച്ച് ഒരു വള്ളോം വലേം മേടീക്കാനെക്കൊണ്ടൊക്കാത്തില്യോ? ഏന്തിനാ പങ്ക്?"

അച്ചകുഞ്ഞിന്റെ ജാള്യതയിൽനിന്നും ഒരുത്തരമുയർന്നു.

"എല്ലാരും വള്ളോം വലേം മേടീച്ചാലെക്കൊണ്ടു ജോലിക്കു പോകാനാരാ?"

കൊച്ചുവേലു ചിരി അടക്കിപ്പറഞ്ഞു: "അതു ശരീയാ. അതാ, അച്ചാകുഞ്ഞുചേട്ടൻ മേടീക്കാത്തെ."

അപ്പോഴാണു തന്നെ മനഃപൂർവ്വം കൂട്ടുകാർ പരിഹസിക്കുകയായിരുന്നെന്ന് അച്ചകുഞ്ഞിനു തോന്നിയത്. അതിനുശേഷം ചെമ്പൻകുഞ്ഞിന്റെ വള്ളത്തെക്കുറിച്ച് ആരു ചോദിച്ചാലും അച്ചകുഞ്ഞു കണക്കിന് ഒരാട്ടാട്ടും. ആ ആട്ടും ചീത്തയും കേൾക്കാനായി രസംപിടിച്ച് ആളുകൾ ഓരോന്നു ചോദിക്കും.

ഒരു ദിവസം കടലിൽ കോരു മോശമായിരുന്നു. അച്ചകുഞ്ഞിനു മൂന്നു രൂപ കിട്ടി. ചായക്കടക്കാരൻ അഹമ്മദുകുട്ടിക്ക് അയാൾ കുറച്ചു കാശു കൊടുക്കാനുണ്ട്. അതൊരു പഴയ കടമാണ്. അന്ന് അഹമ്മദുകുട്ടി അച്ചകുഞ്ഞിനെ പിടിച്ചുനിർത്തി പണം വാങ്ങി. അങ്ങനെ അന്നു വെറുംകയ്യോടാണ് അച്ചകുഞ്ഞു വീട്ടിലെത്തിയത്. വീട്ടിലാണെങ്കിൽ അത്താഴത്തിന് ഒരു വഴിയുമില്ലാതെ നല്ലപെണ്ണ് അച്ചകുഞ്ഞു വരുന്നതു നോക്കിയിരിക്കുകയായിരുന്നു. അങ്ങനെ അവിടെ അരയനും അരയ

ത്തിയും തമ്മിൽ വലിയ വഴക്കായി. കയ്യിൽകിട്ടിയതു കള്ളു കുടിച്ചോ ചായ കുടിച്ചോ പൊടിഅടിച്ചിട്ടു വരികയാണെന്നാണു നല്ലപെണ്ണു പറയുന്നത്. അച്ചകുഞ്ഞിന്റെ സത്യം അവൾ വിശ്വസിക്കുന്നില്ല. അയാൾ കള്ളു കുടിച്ചിട്ടില്ലെന്നു തെളിയിക്കാൻ വാ തുറന്ന് അവളുടെ മൂക്കിൽവച്ചു. എന്നിട്ടും വിശ്വാസമില്ല. നല്ലപെണ്ണു പറഞ്ഞു:

"കയ്യീ കിട്ടാണതു കുടീക്കാനെക്കോണ്ടേയൊള്ളു. പിന്നേങ്ങനാ ഒരു തെവതം ഇല്ലാതായാല് കഴിയേണത്?"

"ഞാനീന്നു കുടീച്ചോടീ? പിന്നെ ഇല്ലാവചാനം പറാഞ്ഞാലോണ്ടല്ലോ!"

"ഇന്നീല്ലാരിക്കും. രൂപാ കിട്ടീയകാലേത്തു അതല്ലാരുന്നോ തൊഴീല്?"

അത്താഴത്തിനു നിവൃത്തിയില്ലാതെ വീട്ടുകാരി പറഞ്ഞതാണത്. പക്ഷേ, അച്ചകുഞ്ഞ് അധികാരത്തോടെ ശാസിച്ചു:

"അഹാങ്കാരം പറേരുത്."

"അഹാങ്കാരമാന്നോ? കൂടെ കളീച്ചുനടാന്നോന് വള്ളോം വലേമായി. ഇവാടെ അത്താഴമില്ല. ഇതഹാങ്കാരമാന്നോ?"

അച്ചകുഞ്ഞ് അതിനു നാവുകൊണ്ടുത്തരം പറയുകയല്ല ചെയ്തത്. നല്ലപെണ്ണിന്റെ തോളിൽ രണ്ടു പിട പിടച്ചു. അയാളുടെ ഗ്രഹപ്പിഴ നോക്കണേ! ചെമ്പൻകുഞ്ഞു വള്ളവും വലയും വാങ്ങുന്നു; അതിനു കടപ്പുറത്തുള്ളവർ മുഴുവൻ അയാളെ പരിഹസിക്കുന്നു. വീട്ടിലും അതേച്ചൊല്ലി സ്വൈര്യമില്ല.

"വല്ലോനും വള്ളോം വലേം മേടിക്കണതിനു ഞാനെന്നാ വേണമെടീ? എന്നാ പ്രായച്ചിത്തം വേണം?"

ചെമ്പൻകുഞ്ഞു പട്ടിണികിടന്നു പണമുണ്ടാക്കി. അതുപോലെ അച്ച കുഞ്ഞിനെന്നല്ല കടപ്പുറത്താർക്കും സാദ്ധ്യമല്ല.

തങ്ങളുടെ വീടിനു വടക്കുവശത്തുനിന്ന് ആ വഴക്ക് ചക്കിയും കറുത്തമ്മയും കേൾക്കുകയായിരുന്നു. ചക്കി വിളിച്ചു ചോദിച്ചു:

"അച്ചാകുഞ്ഞുചേട്ടാ, ഞങ്ങാ പട്ണിയാരുന്നെങ്കി ഞങ്ങാ ഒരു നേരത്തേക്കു തന്റാങ്ങു വന്നാ?"

അച്ചകുഞ്ഞു ചക്കിയുടെ നേരെ തിരിഞ്ഞു.

"വേണ്ട, വേണ്ട. ഞാനറീയും ചെമ്പാൻകുഞ്ഞിനെ. കൊച്ചിലേ മൊതലറിയും."

ചക്കിയും വിട്ടില്ല.

"താനെന്നാ അറിയാനാ? എടോ, ഇന്നു തന്റങ്ങു തീ കത്തീച്ചില്ലല്ലൊ. അതു തന്റേം മരക്കാത്തീടേം മനോദോഷംകൊണ്ടാ."

തന്നെ തൊട്ടു സംസാരം തുടങ്ങിയപ്പോൾ നല്ലപെണ്ണും ചൊടിച്ചു. അവൾ ചോദിച്ചു:

"പിന്നെ, മരക്കാത്തീനെ പറഞ്ഞാലോണ്ടല്ലോ. മരക്കാത്തി ഏന്നാ ചേയ്തു?"

അച്ചകുഞ്ഞു ചക്കിയോടു ചോദിച്ചു:

"എന്നതാടീ മനോദോഷം?"

"കണ്ണുകടീ!"

"ആരോട്? നീന്റെ മരക്കാനോടോ?"

അച്ചകുഞ്ഞ് നിറഞ്ഞ പുച്ഛത്തോടെ കാർക്കിച്ച് ഒരു തുപ്പു തുപ്പി.

"ആ നാറീനോടു ആണുങ്ങാക്കു കണ്ണുകടിയോടീ?"

ചക്കിക്കും ദേഷ്യം വർദ്ധിച്ചു.

"പിന്നെ, വല്ലോം പറഞ്ഞാലേക്കൊണ്ടൊണ്ടല്ലോ."

അച്ചകുഞ്ഞു ചോദിച്ചു:

"നീ എന്നാ ചെയ്യും?"

"എന്നാ ചെയ്യുമെന്നോ?"

"നാലു പുക്രമൊണ്ടായപ്പഴത്തെ നിന്റെ തണ്ടെടീ."

ആ വഴക്കു വലുതാകുന്നതുകണ്ട് കറുത്തമ്മ പരിഭ്രമിച്ചു. അവൾ അമ്മയുടെ വായ് പൊത്തിപ്പിടിച്ചു. അച്ചകുഞ്ഞു നിറുത്തുന്നില്ല. ചക്കിക്കും വീർപ്പുമുട്ടുന്നു. കറുത്തമ്മ ചക്കിയെ പിടിച്ചു വലിച്ചു വീട്ടിലേക്കു കൊണ്ടുപോയി.

ദേഷ്യം ഒന്നടങ്ങിക്കഴിഞ്ഞപ്പോൾ അച്ചകുഞ്ഞു കാര്യമായി ഓരോന്നോർത്തു. അന്നു കുടുംബത്തിൽ അത്താഴം വച്ചിട്ടില്ല എന്നതിനേക്കാൾ ആ വഴക്ക് അയാളെ കൂടുതൽ വ്യാകുലപ്പെടുത്തി. പെണ്ണുങ്ങൾ തമ്മിൽ വല്ലപ്പോഴുമെല്ലാം ഇക്കച്ചക്കയുണ്ടാകാറുണ്ട്. പക്ഷേ, ഒരിക്കലും അയാൾ ചെമ്പൻകുഞ്ഞുമായോ ചക്കിയുമായോ വഴക്കുകൂടിയിട്ടില്ല. ഇന്ന് അതും സംഭവിച്ചു. അച്ചകുഞ്ഞിന് ഉറക്കം വന്നില്ല.

അടുത്തദിവസം വെളുപ്പിനു കടലിൽ പോകുംമുമ്പ് അയാൾ വള്ളമുടമസ്ഥന്റെ അടുത്തുനിന്നും രണ്ടു രൂപാ വാങ്ങി വീട്ടിൽ കൊടുത്തു. ഉച്ചയ്ക്കു കടലിൽനിന്നു കിട്ടിയ പങ്കു മുഴുവൻ നല്ലപെണ്ണിനെ ഏല്പിച്ചു. അയാൾ ഭാവിയിലേക്ക് ഒരു കീഴ്നടപ്പുണ്ടാക്കുകയാണെന്നും പറഞ്ഞു.

"തേ, നല്ലപെണ്ണേ, ഇന്നു മൊതാലു കിട്ടുന്ന കാശു കൊണ്ടാതരൂന്നു. പാത്തുവാച്ചോ. നമാക്കും നാലുകാശൊണ്ടാ ക്കാമോ ഏന്നു നോക്കാം."

ആ ഏർപ്പാടു നല്ലപെണ്ണിനിഷ്ടമായി. അവൾ പറഞ്ഞു:

"എന്നാലേക്കൊണ്ടു വള്ളോം വലേം ഓണ്ടായീല്ലെങ്കിലും അത്താഴപ്പട്ടിണി കെടാക്കത്തില്ല."

"വള്ളോം വലേം ഓണ്ടാകത്തീല്ലെന്ന് ആരു പറാഞ്ഞു? അതാങ്ങു തീർത്തു പറാതെ. ചെലാപ്പം പറ്റും."

അതും ശരിയാണ്. ഒന്നു നോക്കിക്കളയാമെന്നു നല്ലപെണ്ണി നുണ്ട്. നല്ലപെണ്ണു പറഞ്ഞു:

"ഇന്നാലെവരെ കൂട്ടാത്തിപെട്ടു കഴീഞ്ഞോരെ കണ്ടീല്യോ. ഇനീം അവാരു മുണ്ടുകേല്ല."

അത് അച്ചകുഞ്ഞിനു പിടിച്ചില്ല.

"എന്തിനാടീ വല്ലോൻ്റേം കൂറ്റം പറേണത്? നമ്മാക്കു നമ്മാടെ കാര്യം നോക്കാം."

"ആല്ല, ഞാൻ പറയുവാരുന്നു. എന്നാലും ചക്കീക്കു വല്യ തണ്ടാ. അവാളീപ്പം കണ്ടാലാങ്ങനാ."

അച്ചകുഞ്ഞു ഗുണദോഷിച്ചു.

"നീ അങ്ങു നാവടാക്കിക്കഴിഞ്ഞാ മതി."

"ഞാനോന്നു മുണ്ടാൻ പോണീല്ല."

"അതാ നല്ലാത്. നമാക്കും ഒന്നു നോക്കാം."

നല്ലപെണ്ണിന് ഒരു പരിതാപമേയുള്ളു.

"ഈ വിശാരം നേരാത്തെ ആരുന്നെങ്കി—"

അച്ചകുഞ്ഞ് ഒന്നു മൂളിയുറപ്പിച്ചു.അവൾ പറഞ്ഞതു ശരി യാണ്. എന്നാലും സ്വയം സമാധാനിക്കാനെന്നപോലെ അച്ച കുഞ്ഞു പറഞ്ഞു:

"എടീ, മരക്കാനേന്തിനാ തേടിവക്കണത്? അവാൻ്റെ സ്വത്തു പടിഞ്ഞാറു പരേന്നു കിടക്കൂവാ. പിന്നെ പണ്ടൊള്ളോരു പറേണത്, വള്ളോം വലേം തൊറേലേ ആവാശ്യത്തിനെന്നാ— അതൊക്കെ പോയി എന്നാലും മനസ്തുവച്ചാല് ഏതു മര ക്കാനാ വള്ളോം വലേം മേടിക്കാനൊക്കാത്തേത്?"

"എന്നാലും കൂടെ കളീച്ചുനടന്നോനീപ്പം വള്ളോം വലേ മൊണ്ടല്ലോ."

അച്ചകുഞ്ഞു പറഞ്ഞു:

"ചെമ്പാൻകുഞ്ഞു മിടുക്കനാ. മുടുക്കൻ. അവനതാരുന്നു വിശാരം."

അച്ചകുഞ്ഞ് ഒന്നുകൂടി മൂളി ഉറപ്പിച്ചു.

"നോക്കാട്ടെ!"

അതൊരു നിശ്ചയമായിരുന്നു.

വയ്യിട്ടു വലയുടെ കേടുപാടുകൾ പോക്കാൻ കടപ്പുറത്തു ചെല്ലേണ്ടതുണ്ട്. അന്നു കീറൽ പറ്റിയ വലയിൽനിന്നും കുറെ മീൻ ചോർന്നുപോയി. അച്ചകുഞ്ഞു ചെന്നപ്പോൾ മറ്റു ജോലിക്കാർ എല്ലാവരും എത്തിയിരുന്നു. അവർ ജോലി തുടങ്ങിയും കഴിഞ്ഞു. അവിടെയും സംസാരം ചെമ്പൻകുഞ്ഞാണ്.

അച്ചകുഞ്ഞു ചോദിച്ചു:

"നിങ്ങാക്കു ഒരു വേലയില്ല്യോ കൂട്ടാരേ! എന്തിനാ വല്ലോന്റേം കാരീയം പറേണത്? അല്ലേല്ല് പറയീൻ. അയ്യാടെ പാപം തീരാട്ടെ!"

അയ്യൻകുഞ്ഞു ചോദിച്ചു:

"തനീക്കെന്നാ ഇത്ര സങ്കടം?"

അച്ചകുഞ്ഞു ശാന്തമായി പറഞ്ഞു:

"അല്ല. ഞാനോരു പൊല്ലാപ്പാണോ ചോതീച്ചെ?"

രാമൻമൂപ്പൻ ഒരു ന്യായമുഖം ഉന്നയിച്ചു.

"ചെമ്പൻകുഞ്ഞീന്റെ കാര്യം പറയാനേക്കൊണ്ടതികാരമില്ല്യോ?"

"എന്നാ അതികാരമാ?"

രാമൻമൂപ്പൻ അത്ഭുതപ്പെട്ടു.

"കൊള്ളാം അച്ചാകുഞ്ഞേ, ചെറുവാല്യോക്കാരീങ്ങനെ ചോതിച്ചാ വേണ്ടീല്ലാരൂന്നു. താനേന്താ ഒരു പഴേ മരക്കാനല്ല്യോ?"

അച്ചകുഞ്ഞിനു കാര്യം മനസ്സിലായില്ല. അന്യനെക്കുറിച്ചു ദോഷാരോപണം ചെയ്യരുതെന്നേ അയാൾ പറഞ്ഞുള്ളു. അതു പ്രായമായവർക്കു പറയാൻ പാടുള്ളതല്ലേ? അതൊരു നല്ല കാര്യമല്ലേ? അച്ചകുഞ്ഞു ചോദിച്ചു:

"ഏന്താണു മൂപ്പൻ ആങ്ങാനെ പറേഞ്ഞെ?"

രാമൻമൂപ്പൻ നൂലു താഴെവച്ചിട്ട് അച്ചകുഞ്ഞിന്റെ മുഖത്തിനു നേരെ ചോദ്യം എറിഞ്ഞു.

"അച്ചാകുഞ്ഞേ, കടാപ്പറത്തിനു ചെല നെറീം മൊറേമില്ല്യോടോ?"

ഉണ്ടെന്ന് അച്ചകുഞ്ഞു സമ്മതിച്ചു. രാമൻമൂപ്പൻ തുടർന്നു ചോദിച്ചു:

"എന്നാലേക്കോണ്ട് ആ നെറീം മൊറേം ചെമ്പാൻകുഞ്ഞീന്റെ കാര്യാത്തിലൊണ്ടോ?"

അച്ചകുഞ്ഞിനു ചോദ്യത്തിന്റെ ഉദ്ദേശ്യം മനസ്സിലായില്ല. രാമൻമൂപ്പൻ തന്റെ ചോദ്യം ഒന്നുകൂടെ വിശദമാക്കി.

"ഈ കടാപ്പുറത്ത് പഴേ കാലേത്ത് ഏന്നല്ല ഈ അടുത്ത കാലേത്തും തലേം മൊലേം വന്ന ഒരു പെണ്ണു കല്യാണം കഴിക്കാതെ നടാന്നിട്ടൊണ്ടോ?"

അയ്യൻകുഞ്ഞു പൂരിപ്പിച്ചു.

"അന്നു തൊറേല് തൊറക്കു നാഥനൊണ്ടാരൂന്നു."

രാമൻമൂപ്പൻ ചോദിച്ചു:

"പ്രായമായ പെങ്കോച്ചു നിക്കുമ്പം ആരാടോ വള്ളോം വലേം മേടീക്കാമ്പോണെ?"

പഴയകാലത്താണെങ്കിൽ തുറയിലരയൻ അതു സമ്മതിക്കുകയില്ല. അതൊക്കെ കടപ്പുറത്തിന്റെ ലംഘിക്കാൻ പാടില്ലാത്ത നിയമമാണ്. തുറയ്ക്കു നാഥനായ അരയൻ ആ നിയമങ്ങൾ നടത്തും. ആ നിയമങ്ങൾക്ക് ഉദ്ദേശ്യവുമുണ്ട്. അരയന്റെ ഐശ്വര്യത്തിനാണ് ആ നിയമങ്ങൾ.

അയ്യൻകുഞ്ഞു ചോദിച്ചു:

"ഏത്ര വയസ്തിൽ കെട്ടീക്കണമെന്നാ നേമം?"

പഴമക്കാരനായ രാമൻമൂപ്പൻ പറഞ്ഞു:

"പത്തു വയസ്തില്."

വെള്ളമണലിൽ വേലായുധൻ ചോദിച്ചു:

"പത്തു വയസ്തു കഴീഞ്ഞു പെണ്ണു നിന്നാലോ?"

അത് അറിവിനായുള്ള ചോദ്യമായിരുന്നില്ല. നിയമത്തോടുള്ള ധിക്കാരത്തിന്റെ വാസനയാണ് സ്വരത്തിൽക്കൂടി സ്ഫുരിച്ചത്. രാമൻമൂപ്പൻതന്നെ ആ ചോദ്യത്തെ ഏറ്റുപിടിച്ചു:

"നിന്നാലേക്കൊണ്ടോ? നിക്കാനൊക്കാത്തില്ല."

വേലായുധന്റെ മനസ്സിലിരിപ്പ് ഒന്നുകൂടി വിശദമായി.

"തൊറേലരയൻ എന്നാ ചെയ്യും?"

"വീടുവെലക്കും. പിന്നെ കടാപ്പറത്തു പാർക്കാനൊക്കാത്തില്ല."

മറ്റൊരു ചെറുപ്പക്കാരനായ പുണ്യൻ ചോദിച്ചു:

"അതോക്കെപ്പണ്ടാരുന്നു."

അയ്യൻകുഞ്ഞു വീറോടെ പറഞ്ഞു:

"അല്ലെടാ. ഇന്നുമങ്ങനാ. നിങ്ങാക്കു കാണണാ? കാട്ടീത്തരാം. ഈ വല്യ ചെമ്പാൻകുഞ്ഞു കിടാന്നു നെട്ടോട്ടം ഓടാണതു കാട്ടീത്തരാം."

രാമൻമൂപ്പൻ അതു ശരിവച്ചു. എന്നിട്ട് മറ്റൊരു കാര്യം ഉന്നയിച്ചു.

"എല്ലാർക്കും വള്ളോം വലേം പറാഞ്ഞിട്ടൊണ്ടാ അയ്യാൻ കുഞ്ഞേ?"

അയ്യൻകുഞ്ഞ് ഇല്ല എന്നു തീർത്തുപറഞ്ഞു. രാമൻമൂപ്പൻ ആ നിയമം വിശദീകരിച്ചു. കടലമ്മയുടെ മക്കൾ കണക്കില്ലാത്ത സ്വത്തിന്റെ ഉടമക്കാരാണ്. അവരുടെ കൈനിറഞ്ഞു തുളുമ്പുക സാധാരണമാണ്. അപ്പോൾ എല്ലാവനും വള്ളവും വലയുമുണ്ടാകാൻ സാധിച്ചേക്കും. ഒരു കടപ്പുറത്തുള്ളവനെല്ലാം വള്ളവും വലയുമുണ്ടായാൽ—പിന്നെ കടലിൽ പോകാൻ പണിക്കാരുണ്ടോ? അയാൾ ചോദിച്ചു:

"ഈ കടാപ്പറത്തു വള്ളോം വലേം വേണേന്നുവച്ചാ ആർക്കാ കഴിയാത്തെ?"

അതു ശരിയാണ്. അയ്യൻകുഞ്ഞ് ഒരു കനമുള്ള ചോദ്യം എറിഞ്ഞു കൊടുത്തു.

"പിന്നേന്താ എല്ലാർക്കും വള്ളോം വലേമില്ലാത്തെ?"

അതിനു കാര്യമുണ്ട്. അരയൻ അഞ്ചു ജാതിയാണ്. അരയൻ, വലക്കാരൻ, മുക്കവൻ, മരയ്ക്കാൻ പിന്നെ ഒരു പഞ്ചമ ജാതി. അതിലുമുപരി കിഴക്കുള്ള വാലന്മാരുണ്ട്. വലക്കാരനേ വള്ളവും വലയും പാടുള്ളു. പണ്ടു വള്ളവും വലയും വാങ്ങാനുള്ള സമ്മതം വലക്കാരനുമാത്രമേ തുറയിലരയൻ കൊടുക്കുകയുള്ളു. അതു കാഴ്ചപ്പുറത്താണ്.

വേലായുധൻ ചോദിച്ചു:

"ചെമ്പാൻകുഞ്ഞമ്മാച്ചൻ ഇതിലേതു ജാതിയാ?"

പുണ്യൻ ഒന്ന് ഊറിച്ചിരിച്ചു. രാമൻമൂപ്പൻ പറഞ്ഞു:

"മുക്കോന്."

പുണ്യൻ ആ ഊറിയ ചിരിയോടെ പറഞ്ഞു:

ചെമ്പാൻകുഞ്ഞമ്മാച്ചന്റെ ജാതിയീപ്പം അവാനന്വേഷിക്കും."

അച്ചകുഞ്ഞു ചോദിച്ചു:

"അതേന്താ പുണ്യാ?"

"ആ പെണ്ണീനെ കെട്ടാനേക്കൊണ്ട് ആലോശന ഇട്ടിരീക്കുവാ."

അതു കൊള്ളാമെന്ന് അച്ചകുഞ്ഞു പറഞ്ഞു:

"ആ പെങ്കോച്ചു നല്ലവളാ."

അയ്യൻകുഞ്ഞിന് അതത്ര പിടിച്ചില്ല. അയാൾ പറഞ്ഞു:

"അച്ചകുഞ്ഞിനല്ലേലും ചെമ്പാൻകുഞ്ഞിന്റെ എല്ലാം നല്ലതാ."

എന്നിട്ടു വേലായുധന് അയ്യൻകുഞ്ഞ് ഒരുപദേശം നൽകി.

ആ തൂപ്പലുകുടിയാന്റടുത്തൂന്ന് അരക്കാശു കിട്ടാത്തീല്ല. ഓർത്തോ. പെണ്ണും കുറെ ഒശാത്തിയാ."

അച്ചകുഞ്ഞിനു സ്വൽപം ദേഷ്യം വന്നു.

"താനേന്താടോ ഈ പറേണെ?" ഒരു പെങ്കോച്ചിനു കല്യാണം വാന്നാല് അതു മൊടാക്കുന്നതു ശരിയാണോ? അത് അരയാന്റെ മൊറയാന്നോ?"

അയ്യൻകുഞ്ഞു മറുപടി പറഞ്ഞു:

"ഞാൻ നേരു പറകാരുന്നു."

ഒന്നും മിണ്ടാതിരുന്ന ആണ്ടിയുടെ ഒരു ചോദ്യം ആ സംസാരത്തെ മറ്റൊരു വഴിയിലേക്കു തിരിച്ചുവിട്ടു. വള്ളവും വലയും ഉണ്ടാകാൻ അധികാരമില്ലാത്തവൻ വള്ളവും വലയും വാങ്ങിയ കഥയുണ്ടോ? ഉണ്ട്. പക്ഷേ, ആ വള്ളവും വലയും ദീർഘകാലം അനുഭവിച്ചിട്ടില്ല. തുടർന്ന് ഓരോ തുറയിലേയും വലക്കാരന്മാരുടെ കുടുംബങ്ങൾ ഏതെല്ലാമെന്ന് അയ്യൻകുഞ്ഞു ചോദിച്ചു. രാമൻമൂപ്പൻ പറഞ്ഞു:

"ചേർത്തലെ പള്ളിക്കുന്നത്തുവലക്കാര്. ആലപ്പുഴ പരുത്തിക്കവലക്കാര്. ഇവാടെ രാമൻകുഞ്ഞീന്റെ വീട്, കുന്നേലേ. അങ്ങനാ അത്."

വള്ളവും വലയും വാങ്ങാനുള്ള അനുവാദത്തിന് തുറയിലരയനു വെക്കേണ്ട കാഴ്ച എന്തെന്നു പുന്ന്യൻ ചോദിച്ചു. അത് ഏഴില പുകയിലയും പതിനഞ്ചു രൂപയുമാണ്. വലക്കാരന്മാരും അതു ചെയ്യണം.

തുടർന്ന് തുറയിലരയന്റെ അധികാരത്തേയും അവകാശത്തേയുംകുറിച്ചായി സംസാരം. അവർക്കു വലിയ അധികാരമാണ്. ആ അധികാരത്തെ എതിർക്കാനുള്ള ഒരു വാസനയോടെ വേലായുധൻ ചോദിച്ചു:

"അവനോന്റെ കാശുകൊടുത്തു വള്ളോം വലേം മേടീക്കുന്നു. അതിനു തൊറേലരയനെന്തിനാ കൊടുക്കുന്നെ?"

പുന്ന്യൻ ഏറ്റുപിടിച്ചു.

"കണ്ടാ, കണ്ടാ, അവാൻ ചെമ്പാൻകുഞ്ഞമ്മാച്ചാന്റെ മരുമൊകാനായിക്കഴീഞ്ഞു."

അയ്യൻകുഞ്ഞ് അത് ഏറ്റുപറഞ്ഞു. അൽപംകൂടി കൂടുതൽ അയ്യൻകുഞ്ഞിനു പറയാനുണ്ട്.

"തൊറേലരയനില്ലേലേ, വള്ളോം വലേം കൊണ്ടരമ്പം അമ്മാച്ചനും മരുമോനുംകൂടെ തൊറേലരയനെ ഒന്നെതിർത്തോ! കാണാമപ്പം!"

അതൊരു വെല്ലുവിളി ആയിരുന്നു. ചെമ്പൻകുഞ്ഞ് വള്ള വും വലയും കൊണ്ടുവരുമ്പോൾ തുറയിലരയന്റെ അനുമതി കൂടാതെ വള്ളം കടലിൽ പോകുന്നതൊന്നു കാണാം! വ്യക്ത മായി അതു നടക്കുകയില്ലെന്ന് അയ്യൻ കുഞ്ഞു പറഞ്ഞു. ആ വെല്ലുവിളി ഒന്നു സ്വീകരിക്കണമെന്ന് വേലായുധനുണ്ട്. പക്ഷേ, എന്തധികാരമാണയാൾക്കുള്ളത്? എന്നാലും വേലായുധൻ എതിർത്തു.

"നിങ്ങാക്ക് അസൂയ്യാ."

"മരക്കാന് അസൂയയോടാ?"

"പിന്നല്ലാണ്ടേന്നാ?"

ആ സംസാരം ഒരു കലഹത്തിലേക്കു നീങ്ങുമെന്നുതോന്നി അച്ച കുഞ്ഞ് ഇടപെട്ടു. ഒന്നും മിണ്ടാതെ കൊച്ചേ എന്നു വേലാ യുധനെ ഉപദേശിച്ചു.

സ്വൽപനേരത്തേക്ക് ആരുമാരും സംസാരിച്ചില്ല.

അങ്ങനെ കടപ്പുറത്ത് അപ്രതീക്ഷിതമായി സംഭവങ്ങൾ വികസിക്കുമ്പോൾ ചക്കി ദിവാസ്വപ്നം കണ്ടുകൊണ്ടിരിക്കുക യാണ്. അടുത്ത ദിവസങ്ങളിൽ അവൾ ഒരു വള്ളമുടമസ്ഥന്റെ ഭാര്യയാണ്. ഒരു ജീവിതകാലത്തെ സ്വപ്നം സാക്ഷാത്കരിക്ക പ്പെടാൻ പോകുന്നു. അരയനും അരയത്തിയും അതിനുവേണ്ടി പാടുപെട്ടു. അയൽക്കാരിപ്പെണ്ണുങ്ങൾ ആരെക്കാളും അവൾക്കു മേന്മയുണ്ട്. വള്ളവും വലയും ഉണ്ടാക്കിക്കഴിഞ്ഞാൽ ഇന്നു കിട്ടുന്നതിലും ഭേദപ്പെട്ട ഒരു കൊച്ചനെ കറുത്തമ്മയ്ക്കു കിട്ടി എന്നു വരാം.

അമ്മ മകളോടു പറഞ്ഞു:

"മൊകാളെ! അച്ചാനു വല്യ കാര്യമൊക്കയാ മനസ്തി. ഈ കൊല്ലാത്തെ ചാകാറകോരുകൊണ്ടു പറാമ്പും പെരേം മേടീക്കും. എന്നീട്ടു നിന്നെ കെട്ടീക്കും."

കറുത്തമ്മയ്ക്ക് ഒരഭിപ്രായവുമില്ല. ചക്കി സ്വഗതമായി പറഞ്ഞു:

"കടലാമ്മ കനീഞ്ഞു കടമോന്നുമില്ല. ചാകരപെയ്തു പെഴാച്ചു പോയാലും ആരും ചോതീക്കാനില്ല."

ചക്കി പറഞ്ഞവസാനിക്കുംമുമ്പ് കറുത്തമ്മ ചോദിച്ചു:

"കടമോന്നുമില്ലാന്ന് അമ്മാച്ചീം പറയുവാന്നോ?"

ചക്കിക്കു മനസ്സിലായി. പരീക്കുട്ടിയുടെ കടത്തെ ഊന്നിയാണ് കറുത്തമ്മ ചോദിക്കുന്നത്. ചക്കി ഒന്നു പരുങ്ങി. ഒരുത്തരം ചക്കി തട്ടിഉരുട്ടി ഉണ്ടാക്കി.

"അല്ലാ അതോരു കടാമായിട്ടു കൂട്ടാണ്ടോ!"

കറുത്തമ്മ സ്വൽപം രൂക്ഷമായി ചോദിച്ചു:

"വേണ്ടായോ?"

"അതാല്ല കൊച്ചേ, അതീപ്പം കൊടുത്തീലേന്നൂ വച്ചു വള്ളോം വലേം കൊണ്ടുപോത്തീലാരും."

"അത് ആ കോച്ചുമൊതലാളി പാവമായീട്ട്."

ചക്കി ദേഷ്യം ഭാവിച്ചുകൊണ്ടു ചോദിച്ചു:

"എന്നതാടീ ഇത്? കൊച്ചുമൊതലാളീന്നു പറേമ്പം നിനിക്കൊരു മതുരം?"

കറുത്തമ്മ മിണ്ടിയില്ല. അമ്മയുടെ ചോദ്യംകൊണ്ട് അവൾ വാടിയതുമില്ല. ചക്കി ചോദ്യം തുടർന്നു:

"നെറീം മൊറേമായീട്ടു നിന്നാലേക്കൊണ്ടു നല്ല ചെറുവാല്യോക്കാരു വല്ലോരും വരും. ഇല്ലേല് നീന്റെ തലേലെഴുത്ത്!"

കറുത്തമ്മയ്ക്ക് ഒരു കൂസലുമില്ല. എന്നുമാത്രമല്ല, നല്ല തന്റേടവുമാണ്. അവൾ ചോദിച്ചു:

"എനീക്കാണാ അമ്മച്ചീ നെറീം മൊറേമില്ലാത്തത്?"

ആ ചോദ്യം കേൾക്കാത്തതുപോലെ ചക്കി ചോദിച്ചു:

"കൊച്ചുമൊതലാളി നിന്റെ ആരാടീ?"

തന്റെ ആരുമല്ലെന്നു കറുത്തമ്മ പറഞ്ഞില്ല. എന്നാലും അവളുടെ കണ്ണുകൾ നിറഞ്ഞു.

കറുത്തമ്മ എന്തുതെറ്റു ചെയ്തു? ഒരു തെറ്റും ചെയ്തില്ലെന്നു ചക്കിക്കുമറിയാം. അവൾ ഇന്നോളം തെറ്റുകാരി ആയിട്ടില്ല. അടക്കവും ഒതുക്കവുമുള്ള പെണ്ണായിത്തന്നെ കഴിയുന്നു. പരീക്കുട്ടിക്കു കടപ്പെട്ടതു ശരിയല്ല. അതു തിരിച്ചുകൊടുക്കണമെന്ന് അവൾ പറയുന്നതു മുറകേടാണോ? എന്നാലും, എന്നാലും, അവൾക്കു പരീക്കുട്ടിയോട് ഒരു മമതയുണ്ട്. അത്രയും മുതൽ അയാൾക്കു നഷ്ടമാകുന്നതിൽ ഒരു വിഷമം. അവളെ നേരത്തെ തന്നെ പറഞ്ഞയയ്ക്കേണ്ടതായിരുന്നു. അതിന്റെ ഗൗരവം ചെമ്പൻകുഞ്ഞിനു മനസ്സിലാകുന്നില്ല.

"നിനിക്കുവേണ്ടിയാ മൊകാളെ അച്ചൻ പാടു പെടൂന്നെ."

ചക്കി തുടർന്നു:

"പക്ഷേല് എന്റെ മൊകാള് ഏല്ലാം കളാഞ്ഞു കുളീക്കല്ല്!"

കറുത്തമ്മ മിണ്ടിയില്ല. ചക്കി ചോദിച്ചു:

"അമ്മാച്ചി, ഓന്നു ചോതീക്കട്ടെ! ഒള്ളാതു പറേണം. ആ നാലാം വേതക്കാരനോടു മൊകാക്കിഷ്ടമാണോ?"

അല്ല എന്നു പറവാൻ ബാദ്ധ്യതപ്പെട്ട കറുത്തമ്മ മിണ്ടിയില്ല. ശിലയെപ്പോലുള്ള ആ മൗനം അമ്മയെ പേടിപ്പിച്ചു. ചക്കിയുടെ മനസ്സമാധാനം തകർന്നു.

"ഏന്റെ കടലാമ്മേ, ഏന്റെ കൊച്ചീനെ ആ മാപാപി കൂടോത്രം കൊടു ത്തൂന്നാ തോന്നൂന്നെ."

ആ നിഗമനത്തിലാണു ചക്കി എത്തിച്ചേർന്നത്. കറുത്തമ്മ ചക്കിയുടെ വായ് പൊത്തിപ്പിടിച്ചു.

"എന്നാ പിരാന്താ ഇത് അമ്മോച്ചീ!" ദയനീയമായി മകളെ നോക്കി ക്കൊണ്ട് ചക്കി അപേക്ഷിച്ചു.

"എന്റെ മൊകാളു ചതീക്കല്ലേ!"

എന്നിട്ടും ആ നാലാംവേദക്കാരനോടു സ്നേഹമില്ല എന്നു കറുത്തമ്മ പറഞ്ഞില്ല.

അന്നു വൈകിട്ട് അച്ചകുഞ്ഞു ചെമ്പൻകുഞ്ഞിന്റെ വീട്ടിൽ ചെന്നു. കടപ്പുറത്തു നടന്ന സംസാരമെല്ലാം അയാൾ ചക്കിയെ വിവരിച്ചു കേൾപ്പിച്ചു. കടപ്പുറത്തുള്ളവർ ചില ശല്യങ്ങളുണ്ടാക്കാൻ തീരുമാനിച്ചിരിക്കുകയാണ്. അയ്യൻകുഞ്ഞും രാമൻ മൂപ്പനുമാണു പ്രധാനികൾ. ചെമ്പൻകുഞ്ഞു വരുമ്പോൾ ആദ്യം ചെയ്യേണ്ടത് ആ കുഴപ്പങ്ങൾക്കു പ്രതിവിധി നോക്കുകയാണ്.

അയാൾ പറഞ്ഞു:

"ഞാനും ചെമ്പേൻകുഞ്ഞും കളിക്കൂട്ടാരുന്നു. എനിക്കാ തോന്നും കേട്ടാല് ഓത്തുമൂളാമ്മേല."

ചക്കിയുടെ ശേഷിച്ച മനസ്സമാധാനവും നശിച്ചു. തുറ എതിരാവുക എന്നാൽ എന്തെന്നു ചക്കിക്കറിയാം. അതിനു തക്ക കുറ്റം അവർ എന്തു ചെയ്തു? പെണ്ണിനെക്കെട്ടിച്ചയച്ചില്ലെന്നുള്ളതോ?

നാല്

തുറയിലുള്ളവരുടെ പ്രതിനിധികളെന്നപോലെ പഴവന്മാരായ രാമൻ മൂപ്പനും അയ്യൻകുഞ്ഞും വേറെ രണ്ടു പേരുംകൂടി തുറയിലരയനെ കാണാൻ പോയി. കണ്ടുകാഴ്ചയും കൊണ്ടുപോയിരുന്നു. തുറ മുഴുവൻ മുടിയുന്ന ഒരു വലിയ കാര്യത്തെക്കുറിച്ച് അവർക്കു സങ്കടം പറയാനുണ്ട്. ചെമ്പൻ

കുഞ്ഞിനു പ്രായം കടന്ന ഒരു മകളുണ്ട്. അവളെ അയാൾ കെട്ടിച്ചയച്ചില്ല. കടപ്പുറമാകെ അവൾ ഓടിനടക്കുന്നു. അതാണു പ്രധാന പരാതി. കാര്യഗൗരവത്തോടെ തുറയിലരയൻ എല്ലാം കേട്ടു. വേണ്ടതുടൻ ചെയ്യാമെന്ന് അദ്ദേഹം ഏറ്റു.

ആ പരാതി ശരിക്ക് ഏശിയില്ലെന്ന് അയ്യൻകുഞ്ഞിനു തോന്നി. തുറയിലരയൻ ഗൗരവപ്പെട്ടില്ല. തുറയിലരയന്റെ മറുപടിക്കു ശേഷവും പരാതിക്കാർ അവിടെത്തന്നെ നിൽക്കുകയാണ്. അദ്ദേഹം ചോദിച്ചു:

"പിന്നേന്താ ഏല്ലാരും നിൽക്കുന്നെ?"

അയ്യൻകുഞ്ഞിന് ഒരു സങ്കടംകൂടി പറയാനുണ്ട്.

"ആ പെങ്കോച്ചു കടാപ്പുറം മുടിക്കാനെക്കൊണ്ടു നടാക്കുമ്പം ചെമ്പേൻ കുഞ്ഞു വള്ളോം വലേം മേടീക്കാനെക്കൊണ്ടു പോയിരീക്കുവാ."

ആ കാര്യം തുറയിലരയൻ അറിഞ്ഞിട്ടില്ല.

"അതീനു ചെമ്പാൻകുഞ്ഞീനു പണമെവടാന്നാ?"

ആ പഴവന്മാർക്കറിഞ്ഞുകൂട. അയ്യൻകുഞ്ഞ് ഒരു സംശയം സവിനയം ചോദിച്ചു:

"അവാൻ മരക്കാനാ. ഇവാടാന്നു വള്ളോം വലേം മേടീക്കാന് അനുവാതം കൊടാത്തോ എന്തോ!"

"ശീ! ഇല്ല. ഇല്ല. എന്നോടു ചോദീച്ചീല്ല."

"ഞങ്ങാ, തൊറേലൊള്ളോരേന്തു വേണോ ഏന്തോ!"

തുറയിലരയൻ അൽപനേരം ആലോചിച്ചിട്ടു പറഞ്ഞു.

"കാലം മാറിയെന്നാ അവന്റെ വിചാരം."

അയ്യൻകുഞ്ഞ് 'അതെ' എന്നു മൂളി. തുറയിലരയൻ ഒരു കൽപന കൊടുത്തു.

"അവൻ വള്ളം കൊണ്ടാരട്ടെ. ജോലീക്ക് ആരേങ്കിലും പോണേങ്കി എന്നെ അറിയീച്ചിട്ടു മതി."

അതങ്ങിനെയേ നടക്കൂ എന്ന് അയ്യൻകുഞ്ഞു പറഞ്ഞു:

"പഷ്ഷേല് കൊറെ ചെറുവാല്യേക്കാരോണ്ട്. അവാരെങ്ങനാന്നോ ഏന്തോ!"

അയ്യൻകുഞ്ഞിന്റെ മനസ്സിൽ വേലായുധനായിരുന്നു അപ്പോൾ. തുറയില രയന് അതൊരു പ്രശ്നമായിരുന്നില്ല. തുറയിലരയന്റെ അധികാരത്തെ പരസ്യമായി എതിർക്കാവുന്ന കാലമായില്ലെന്ന് അദ്ദേഹത്തിനറിയാം.

"അതു ഞാൻ നോക്കിക്കൊള്ളാം. വള്ളം വാങ്ങാൻ ഇവിടത്തെ അനു വാദമില്ലന്നു തൊറേക്കാരോടു പറ."

അങ്ങനെ ജയിച്ച മട്ടിൽ രാമൻമൂപ്പനും അയ്യൻകുഞ്ഞും തിരിച്ചു പോയി. അവർ എല്ലാ വീടുകളും കയറിയിറങ്ങി തുറ യിലരയന്റെ ആജ്ഞ അറിയിച്ചു. വേലായുധൻ മാത്രം അത നുസരിക്കുകയില്ലെന്നാണ് അയ്യൻകുഞ്ഞിന്റെ അഭിപ്രായം. ഇളനാ കടി അറിയുകയില്ല. അവൻ അതിന്റെ ഫലം അനുഭ വിക്കും.

ചക്കി എല്ലാ വിവരവും അറിഞ്ഞു.

തുറയിലരയന്റെ കോപത്തിനു പാത്രമായി തറവാടു കുളംകോരിയ കഥയുണ്ട്. രായ്ക്കുരാമാനം കുടുംബങ്ങൾ നാടുവിട്ടിട്ടുണ്ട്. പക്ഷേ, വേറൊരു തുറയിലും ചെന്ന് അരയ ന്മാരായി കഴിയാമെന്നു വിചാരിക്കണ്ട. ആ കാലുകൾ ഏതു നാട്ടിലും നീളും. അങ്ങനെ ഉള്ളവർ മതം മാറുകയാണു പതിവ്. ഇന്ന് ആ കെട്ടുപാടിന്റെ ഉറപ്പു പോയി. കാലം മാറിയില്ലേ? എന്നാലും ഇന്നും തുറയിലരയൻ ആജ്ഞാപിച്ചാൽ ജോലിക്കാളു ണ്ടായില്ലെന്നു വരാം. ചത്താലും പെറ്റാലും ആരും വീട്ടിൽ കയറിയില്ലെന്നു വരാം. അങ്ങനെയുള്ള വിലക്കലും മുടക്കലും ഇന്നും നടക്കും. വള്ളവും വലയും വാങ്ങാൻ പോകും മുമ്പു കാഴ്ചവച്ച് അനുവാദം വാങ്ങേണ്ടതായിരുന്നു.

ആരോട് എന്തപരാധം അവർ ചെയ്തു? കടപ്പുറമാകെ തുറയിലരയന്റെ വിലക്കാണു സംസാരവിഷയം. പ്രായമായിട്ടും പെണ്ണിനെ കെട്ടിച്ചയയ്ക്കാത്ത താണു കുറ്റമെന്നു പെണ്ണുങ്ങൾ പറഞ്ഞു.

താൻ ജനിക്കേണ്ടായിരുന്നു എന്ന് കറുത്തമ്മയ്ക്കു തോന്നി. അവൾ മൂലം തന്തയ്ക്കും തള്ളയ്ക്കും എന്തെന്തു ദുഃഖമാണുണ്ടാകുന്നത്! അങ്ങനെ പെണ്ണുമ്പിള്ളയാകാൻ നെഞ്ചു വളരാൻ അവൾ പറഞ്ഞോ? അവൾ കടപ്പുറം അശുദ്ധ മാക്കിയിട്ടില്ല. അങ്ങനെ അവൾ നിൽക്കുന്നതുകൊണ്ട് ആർക്ക് എന്തു ചേതമാണ്? പക്ഷേ, ആ യുക്തി ഒന്നും വിലപ്പോകുന്നതാ യിരുന്നില്ല.

അമ്മയും മകളും ചെമ്പൻകുഞ്ഞിനെ ഉൽക്കണ്ഠയോടെ പ്രതീക്ഷിച്ചു കൊണ്ടിരുന്നു.

കാളിക്കുഞ്ഞിന്റെ വീട്ടിൽ നാലഞ്ചു പെണ്ണുങ്ങൾ കൂടി യിരുന്നു വർത്തമാനം പറയുന്നു. പറയുന്നത് അവരുടെ കാര്യ മാണ്. ചക്കി ഒളിച്ചു നിന്നു കേട്ടു. ഒരുവൾ പറഞ്ഞു കറുത്തമ്മ യ്ക്കു പരീക്കുട്ടി സംബന്ധമാണെന്ന്. വള്ളത്തിന്റെ മറവിൽ

നിന്ന് അവർ ചിരിക്കുകയും കളിക്കുകയും ചെയ്യുന്നത് അവൾ കണ്ടതാണ്. അതാണത്രേ കറുത്തമ്മയെ കെട്ടിച്ചയയ്ക്കാത്തത്!

മറ്റെന്തും സഹിക്കാം. ഇതൊരു തള്ളയ്ക്കും സഹിക്കാനൊക്കുമോ? മറവിൽനിന്നും ചക്കി പുലിയെപ്പോലെ ചാടിവീണു. അങ്ങനെ അവിടെ ആറേഴു പെണ്ണുങ്ങളുടെ നീണ്ട നാക്കുകൾ അഴിച്ചുവിടപ്പെട്ടു.

ചക്കിയുടെ ചെറുപ്പത്തിൽ അവളും കടപ്പുറം മുടിച്ചവളാണുപോലും! അപ്പോൾ, കാളിക്കുഞ്ഞിന്റെ ഒരു കൊച്ചിന്റെ തന്ത ആരെന്നു ചക്കി ചോദിച്ചു. ഉണക്കമീനിനു വീടുതോറും അച്ചാരം കൊടുക്കാൻ നടക്കുന്ന മേത്തനല്ലേ? അങ്ങനെ ഓരോവിടെക്കൂടിയിരുന്ന എല്ലാ പെണ്ണുങ്ങൾക്കും അവരുടെ അമ്മ മാർക്കും കഥകളുണ്ട്. ചക്കി തനിച്ചും മറ്റു പെണ്ണുങ്ങൾ ഒറ്റക്കെട്ടായും ഒരു പോരാട്ടം നടന്നു. ചക്കി ശരിക്കു പയറ്റി.

വേലിക്കൽനിന്നു കറുത്തമ്മ എല്ലാം കേട്ടു. അവൾ ആ കഥകൾ കേട്ട് അമ്പരന്നുപോയി. അവളുടെ അമ്മയും ചെറുപ്പകാലത്ത് ആരെയോ സ്നേഹിച്ചിരുന്നോ? ആ പെണ്ണുങ്ങളെല്ലാം കടപ്പുറം അശുദ്ധമാക്കിയവരാണെന്നോ? കടപ്പുറത്തിന്റെ തത്വശാസ്ത്രത്തിന് ഒരർത്ഥവുമില്ലേ? എല്ലാം പറച്ചിൽ മാത്രമോ? ഈ പെണ്ണുങ്ങൾക്കെല്ലാം കഥകളുണ്ടായിട്ടും പടിഞ്ഞാറെ കടൽ ഇന്നും പഴയപോലെ കിടക്കുന്നു. ഇന്നും കടലിൽ വള്ളമിറങ്ങുന്നു; പെയ്തുണ്ടാകുന്നു; അരയന്മാർ ജീവിക്കുന്നു. അപ്പോൾ പഴയ കഥകളുടെ അർത്ഥം?

ആ വഴക്കു മൂത്ത് ആ പെണ്ണുങ്ങൾ കറുത്തമ്മയുടെ കഥയിലേക്കു തന്നെ കടന്നു. കറുത്തമ്മ ചെവി പൊത്തിപ്പോയി. വെറും കള്ളക്കഥകൾ! പരീക്കുട്ടി അവളെ വെച്ചുകൊണ്ടിരിക്കുകയാണു പോലും! ആ പടക്കുതിരയെ പോറ്റാൻ മേത്തനെക്കൊണ്ടേ പറ്റുകയുള്ളു. ആ ആദായം പോകുമെന്നുള്ളതുകൊണ്ടാണത്രെ അവളെ അയയ്ക്കാത്തത്.

അപ്പോൾ ആ പെണ്ണുങ്ങളെക്കുറിച്ച് അമ്മയും അമ്മയെക്കുറിച്ച് അവരും പറഞ്ഞ കഥകൾ കള്ളക്കഥകളായിരിക്കും.

ചക്കിയുടെ നാവിനെ തടുക്കാനാവാതെപോലെ കാളിക്കുഞ്ഞു പറഞ്ഞു:

"നിങ്ങാക്കു വരാനിരീക്കുന്നു. കണ്ടോളീൻ! തൊറേലാച്ചൻ നിചരയീച്ചീട്ടോണ്ട്!"

ചക്കി വിട്ടില്ല. ചക്കി എതിർക്കുകയാണ്. എതിർക്കാനുള്ള വാസന വളരുകയാണ്. എല്ലാറ്റിനേയും എതിർക്കാനുള്ള വാസന!

"ഏന്നാ നിചരയിക്കാനാടീ? തൊറേലാച്ചാൻ ഏന്നാ ചെയ്യാ മ്പോണേ?"

അപ്പോൾ കറുത്തപെണ്ണു പറഞ്ഞു:

"നെറീം മൊറേം ഇല്ലാത്തോരോടു ചെയ്യെണ്ടാതെന്താന്ന് തൊറേലാ ച്ചാനറിയ്യാം."

തന്റേടത്തോടെ ചക്കി പറഞ്ഞു:

"ഏന്നാചെയ്യാനാ? അങ്ങു നാലാംവേദം കൂടും. അല്ലേല് മാർക്കംകൂടും. പിന്നെ തൊറേലാച്ചാൻ ഏന്നാ ചെയ്യും?"

അപ്പോൾ വേറൊരുവൾ പറഞ്ഞു:

"അപ്പം ആങ്ങനെ പറേടീ. കരുതിക്കൊണ്ടാ നീ മൊകാളെ മേത്തച്ചെറൂക്കന്റെകൂടെ വീട്ടാത്."

പിന്നൊരുവൾ പറഞ്ഞു:

"തള്ളാക്കും മൊകാക്കും അതാ നല്ലത്."

ചക്കി ചോദിച്ചു:

"ഏന്താടീ അതീനു കുറ്റം?"

അന്നോളം അനുഭവിച്ചിട്ടില്ലാത്ത ഒരു സംഭ്രമം കറുത്തമ്മയ്ക്കുണ്ടായി. അതൊരു വേദനയാണോ? ആണെന്നു പറഞ്ഞുകൂട. താങ്ങാൻവയ്യാത്ത ഒരാ ശ്വാസമാണോ? എന്നും പറയാൻ വയ്യ. കറുത്തമ്മ പ്രാണവേദനയോടെ അമ്മയെ വിളിച്ചു. നാവു കുഴഞ്ഞിട്ടാവാം. ചക്കി വിളികേട്ടു മടങ്ങി.

വീട്ടിൽവന്നിട്ടും ചക്കി എന്തൊക്കെയോ പറഞ്ഞുകൊണ്ടിരുന്നു.

കറുത്തമ്മയ്ക്ക് എന്തൊക്കെയോ ചോദിക്കുവാനുണ്ട്. ചോദിക്കാൻ ധൈര്യമില്ല. നാലാംവേദം കൂടുമെന്ന വാചകം അവളുടെ തലയ്ക്കുള്ളിൽ മുഴങ്ങിക്കൊണ്ടിരുന്നു. അവളുടെ ഞരമ്പുകൾക്കു ചൂടുപിടിച്ചു. ദുസ്സഹമായ ചൂട്!

അതു കേവലം സ്വാഭാവികമല്ലേ? അവളുടെ ഹൃദയം അപഹരിക്കപ്പെട്ടുപോയി. ക്ലേശപൂർണ്ണവും അപകടംനിറഞ്ഞതുമായ ജീവിതം സൃഷ്ടിച്ച സാന്മാർഗ്ഗികനിഷ്ഠയുടേയും വിശ്വാസങ്ങളുടേയും കോട്ടയ്ക്കുള്ളിൽ അവൾ ജീവിക്കുന്നു. ആ കോട്ടയ്ക്കപ്പുറം പോകാനുള്ള വഴി ചൂണ്ടിക്കാണിക്കുന്നതായി അവൾക്കു തോന്നി. ഒരു തീരുമാനം മാത്രംമതി! എല്ലാം നേരെയാകും.

നാലാംവേദം കൂടുക! അപ്പോൾ എങ്ങനെയിരിക്കും! കുപ്പായവുമിട്ടു കട്ടി മുണ്ടുമുടുത്ത് കാതിന്റെ തട്ടുമുഴുവൻ കുത്തി പൊന്നുമണിഞ്ഞ് തലമുണ്ടു മുടുത്ത് പരീക്കുട്ടിയുടെ അടുത്തു

ചെല്ലുമ്പോൾ അയാൾക്ക് എന്തൊരിഷ്ടമായിരിക്കും! അപ്പോൾ പരീക്കുട്ടിക്ക് അവളുടെ നെഞ്ചത്തു ദൃഷ്ടി ഉറപ്പിക്കാം. പിന്നിൽ നോക്കാം. അവൾക്ക് അറിയാവുന്നതെങ്കിലും പൂർണ്ണമായി മനസ്സിലാകാത്ത ഈ കെട്ടുപാടിൽനിന്നും പുറത്തുചാടാനുള്ള വഴിയാണത്! കടലിൽ വലയ്ക്കുപോകുന്ന അരയന്റെ ഭാര്യയായി കഴിയണ്ട. ആ സമയത്തു പരീക്കുട്ടി വന്നാൽ അവൾ പറഞ്ഞുപോകുമായിരുന്നു.

"ഞങ്ങാ നാലാംവേതം കൂടാമ്പോവ്വാ."

പരീക്കുട്ടി ആനന്ദംകൊണ്ടു തുള്ളിച്ചാടും!

പക്ഷേ, അമ്മ അതു കാര്യമായി പറഞ്ഞതാണോ? അപ്പോഴത്തെ വാശിക്കും കോപത്തിനും പറഞ്ഞതായിരിക്കും. അതു നേരാണോ എന്നു ചോദിക്കാൻ പേടി. ചോദിച്ചാൽ അതു കറുത്തമ്മ ആഗ്രഹിച്ചു ചോദിച്ചു എന്നു വിചാരിച്ചേക്കും.

അങ്ങനെ സ്വന്തചിന്തകൾക്കുള്ളിലൊതുങ്ങി കറുത്തമ്മ കഴിഞ്ഞു.

തുറയിലരയൻ അയച്ച മൂന്നുനാലുപേർ അവിടെ വന്നു. ചെമ്പൻ കുഞ്ഞു മടങ്ങിയെത്തിയിട്ടില്ല. നാലഞ്ചു നാൾ കഴിഞ്ഞ് ആ കടപ്പുറത്തു ചെമ്പൻകുഞ്ഞ് വാങ്ങിയ വള്ളം വന്നടുത്തു. വലയുമുണ്ട്. പള്ളിക്കുന്നത്തു കണ്ടങ്കോരൻ വലക്കാരന്റെ വള്ളമാണ്. അതൊരു കാലത്ത് പ്രസിദ്ധിയാർജ്ജിച്ച വള്ളമാണ്. കുറച്ചു പഴക്കം ചെന്നെന്നേയുള്ളൂ ചേർത്തല കടപ്പുറത്ത് ആ വള്ളം അജയ്യമായിരുന്നത് ഈ കടപ്പുറത്തുള്ളവരും ചാകര കാലത്തു കണ്ടിട്ടുണ്ട്. കണ്ടങ്കോരൻ വലക്കാരൻ ആ വള്ളം, പഴക്കം ചെന്നെങ്കിലും കൊടുത്തോ? അയാൾക്കു കുറെ ക്ഷീണമാണ്. ആൾ ചെലവുകാരനും പ്രതാപശാലിയുമാണ്.

എല്ലാവരും വള്ളംവന്നു കണ്ടു. ആരും ഒരഭിപ്രായവും നേരെ പറഞ്ഞില്ല. എന്നാലും ആ ഐശ്വര്യമുള്ള നല്ലവള്ളം ചെമ്പൻകുഞ്ഞിനു കിട്ടിയല്ലോ എന്നു മനസ്സിലുണ്ട്. അച്ചകുഞ്ഞു കൂട്ടരോടു പറഞ്ഞു:

"പള്ളിക്കുന്നന്റെ ഐശ്വാര്യം ആ വള്ളാത്തോടെ ചെമ്പാൻ കുഞ്ഞീന്റെ കൂടെ പോന്നാതാ."

അയ്യൻകുഞ്ഞ് ഒരാട്ടാട്ടി.

"ആ കുടുമ്മാക്കാരന്റെ ഐശ്വാര്യം എങ്ങാനാ ഈ മുക്കോനു കിട്ടുന്നെ? പൊന്നിന്റെ നെറോം ആ കൊടാവയറും വെള്ളമുണ്ടുമുടുത്ത് കറത്തകരയൻ നേര്യാതും തോളീലിട്ടു

വള്ളമടുക്കുമ്പം നിക്കുന്ന അയ്യാളും ഈവാനും ഒരുപോലാണോ?"

രാമൻമൂപ്പനും അഭിപ്രായപ്പെട്ടു:

"എന്നാലെക്കൊണ്ട് എല്ലരീച്ച് കറാത്തു ഇരിക്കണ ചക്കി ഈപ്പം കണ്ടങ്കോരൻ വലക്കാരന്റെ വീട്ടുകാരത്തിയേപോലാകും. താൻ കണ്ടീട്ടൊണ്ടോടോ അവാരെ?"

അയ്യൻകുഞ്ഞു പറഞ്ഞു:

"പിന്നെ അവരടെ മൊഖാത്തു നോക്കിയാ കണ്ണാഞ്ചിപ്പോകും."

ചെമ്പൻകുഞ്ഞു വീട്ടിലെത്തിയപ്പോൾ അയാളുടെ തല ചെകിടിച്ചു. വലിയ ഉത്സാഹത്തോടാണ് അയാൾ മടങ്ങിവന്നത്. ആ വള്ളം കിട്ടിയത് ഒരു പരമഭാഗ്യമാണ്. കൂടാതെ പള്ളിക്കുന്നത്തു കണ്ടങ്കോരൻ അരയന്റെ വീട്ടിൽ ചെന്നതും അവിടന്നുണ്ടതും എല്ലാം അയാൾക്കു ഭാര്യയോടു വിവരിച്ചു പറയാനുള്ള കാര്യങ്ങളായിരുന്നു. കണ്ടങ്കോരൻവലക്കാരന്റെ ഭാര്യയെക്കുറിച്ചും അയാൾക്കു പറയുവാനുണ്ട്. എല്ലാം മനസ്സിൽവച്ചുകൊണ്ടുവന്നപ്പോഴാണു തലയ്ക്ക് ഈ അടി കിട്ടുന്നത്.

ഇങ്ങനെ താങ്ങാൻവയ്യാത്ത ഭാരം ഒരിക്കലും അയാൾക്കു ചുമക്കേണ്ടി വന്നിട്ടില്ല. മുമ്പ് ഒരു പദ്ധതി ഉണ്ടായിരുന്നതേയുള്ളു. ഇന്ന് അതു ഫലത്തിലെത്തി. പക്ഷേ, കാര്യങ്ങൾ മുന്നോട്ടു നീങ്ങുകയില്ല.

വള്ളവും വലയും വാങ്ങാൻ പോകുംമുമ്പ് തുറയിലച്ചനെ കാണാൻ പോയില്ല എന്നതാണ് പ്രധാന കുറ്റം. അതു ശരിയാണ്. പണ്ടു പണ്ടു മുതൽ നടന്നുവരുന്ന ഏർപ്പാട് അയാൾ ലംഘിച്ചു. വള്ളത്തിന്റേയും വലയുടേയും വിലതന്നെ വിഷമിച്ചാണുണ്ടാക്കിയത്. അതിൽനിന്നും പത്തിരുപത്തഞ്ചു രൂപ എടുക്കാനില്ലായിരുന്നു. അതിത്ര വലിയ തെറ്റാകുമെന്ന് അയാൾ അറിഞ്ഞില്ല.

ചെമ്പൻകുഞ്ഞു നിസ്സഹായനായി ഭാര്യയോടു ചോദിച്ചു:

"നമ്മാ എന്നാ ചെയ്തു ഏല്ലാരോടും?"

ചക്കി പറഞ്ഞു:

"വല്ലോം ചെയ്യാണോ? അസൂയ."

അതു ശരിയാണ്. പക്ഷേ, പത്തിരുപത്തഞ്ചു രൂപയുണ്ടെങ്കിൽ എല്ലാം തീരും. അതിനിനി വഴിയെന്ത്? കുറച്ചു പണംകൂടി

വള്ളത്തിന്റെ അനുസാരികൾക്കായി ഉണ്ടാകണം. ഇപ്പോൾ ഒരു അയിലവല മാത്രമാണുള്ളത്.

പ്രാരബ്ധങ്ങളെല്ലാം ഒന്നൊന്നായി ചെമ്പൻകുഞ്ഞു പറഞ്ഞു. മറ്റാരോടാണു പറയുന്നത്? അതു കേൾക്കാൻ മറ്റാരുണ്ട്? പക്ഷേ, ചക്കി അയാളെ ആശ്വസിപ്പിക്കുകയല്ല ചെയ്തത്. അവൾ ചോദിച്ചു:

"എന്നാലേക്കോണ്ടേന്തിന് ഈ പണ്ടാരം വലീച്ചു തലേ വക്കാൻ പോയി?"

ചെമ്പൻകുഞ്ഞ് ഒന്നും മിണ്ടിയില്ല. ഒരുപക്ഷേ, എടുക്കാനാവാത്ത ഒരു ഭാരം വലിച്ചു തലയിൽ വച്ചതായി അയാൾക്കും തോന്നിയിരിക്കാം. സകല കഴിവും തീർന്നു. നാടും എതിരായി.

ചക്കി വീണ്ടും പറഞ്ഞു:

"ഓള്ള കാശുകൊണ്ട് പെണ്ണീനെ കെട്ടീച്ചെങ്കി—ഈ അവരാണ്ടം വരൂമോ?"

ചെമ്പൻകുഞ്ഞ് അതിനും ഉത്തരം പറഞ്ഞില്ല. വലിയ ആഗ്രഹങ്ങളുണ്ടായാൽ സ്വൈരം കാണുകയില്ല. ഉള്ളതുകൊണ്ട് ഒതുങ്ങിക്കഴിഞ്ഞാൽ മതിയായിരുന്നെന്നാണോ?

ജീവിതത്തിലെ ആ വലിയ അഭിലാഷം സാധിച്ച ആ ദിവസം ആഘോഷിക്കേണ്ടതാണ്. പക്ഷേ, അന്ന് ആ വീടു ശോകമൂകമായിരുന്നു.

രാത്രി ഒട്ടിരുട്ടിയപ്പോൾ ചെമ്പൻകുഞ്ഞ് ഭാര്യയോടു പറഞ്ഞു:

"ഒരു മുപ്പത്തഞ്ചു രൂപയൊണ്ടേല് എല്ലാം നിവാർത്തി യോണ്ട്."

അതെങ്ങനെ എന്ന് ചക്കി ചോദിച്ചു. അയാൾ മാർഗ്ഗം വിവരിച്ചു.

"നാളെ തൊറേലച്ചനെ പോയി കാണണം. പിന്നാങ്ങു നടക്കും."

"മത്തിവലേം താങ്ങുവലേമോ?"

"അതോക്കെയോണ്ടാകും."

ചക്കി മുളങ്കുഴലിനുള്ളിലാക്കി കുഴിച്ചിട്ടിരുന്ന പണംവരെ എടുത്തു കൊടുത്തുകഴിഞ്ഞു. അങ്ങനെ അവളുടെ ഉണ്ണി സമ്പാദ്യം തീർന്നു. ചക്കി ചെമ്പൻകുഞ്ഞിനെ കുറ്റപ്പെടുത്തി.

"ഈാപ്പം കണ്ടാ കെടാന്നു കണ്ണുതള്ളുന്നത്. ഒരു പണേമിട പൊന്നൊണ്ടാക്കീരുന്നേങ്കിലോ? അന്നു ഞാമ്പറേഞ്ഞപ്പം വഹയാല്ല."

അത് ചെമ്പൻകുഞ്ഞു സമ്മതിച്ചു.

"ഒരു വഴിയോണ്ടു ചക്കീ!"

"ഏന്നതാ?"

"അതോ!"

അതു പറയാൻ ചെമ്പൻകുഞ്ഞിന് ഒരു സങ്കോചം. എന്താണെന്നു വീണ്ടും ചക്കി ചോദിച്ചു. ചെമ്പൻകുഞ്ഞു പറഞ്ഞു:

"ആ ചെറക്കനെ ഓന്നു പിടിച്ചാ പറ്റും."

ചക്കി ചെമ്പൻകുഞ്ഞിന്റെ വായ് പൊത്തി.

കറുത്തമ്മ ഉറങ്ങിയോ എന്നു ചക്കിക്കു നിശ്ചയമില്ല. ഭാര്യയുടെ കൈ പിടിച്ചു മാറ്റിയിട്ടു ചെമ്പൻകുഞ്ഞ് ചോദിച്ചു:

"എന്താടീ?"

"പതുക്കെപ്പറ."

"ഊം? ഏന്നതാ?"

ആ സംഗതിസംബന്ധിച്ച് ചെമ്പൻകുഞ്ഞറിഞ്ഞുകൂടാത്ത സംഗതികളാണുള്ളത്. ഒരു പിതാവും അറിയാൻ പാടില്ലാത്തവ. എന്നാലും എന്തെങ്കിലും ഒന്നു പറഞ്ഞേ മതിയാവൂ. ചെമ്പൻകുഞ്ഞ് വീണ്ടും ആവർത്തിച്ചു. ചക്കി അയാളുടെ ചെവിക്കുള്ളിൽ പറഞ്ഞു:

"അതു കൊറാച്ചിലാന്നാ കറുത്തമ്മ പറേന്നെ. അവളറിഞ്ഞാ വഴാക്കാ."

"പിന്നല്ലാണ്ടെന്നാ വഴി?"

"ഞാനും അതാ ഓർക്കുന്നെ."

അൽപനേരംകൂടി കഴിഞ്ഞ് ചെമ്പൻകുഞ്ഞു ചോദിച്ചു:

"അവനൊണ്ടോ അവടെ?"

"ഒണ്ടാരീക്കും."

"ഞാനോന്നു പോയി നോക്കാട്ടെ."

ചക്കി മിണ്ടിയില്ല. ചെമ്പൻകുഞ്ഞ് കതകു തുറന്നു പുറത്തിറങ്ങിപ്പോയി.

കറുത്തമ്മ ഉറങ്ങുകയാണ്. അവൾ ഒന്നും അറിഞ്ഞില്ല. കുറേനേരം കഴിഞ്ഞു ചെമ്പൻകുഞ്ഞ് തിരിച്ചുവന്നു. അയാളുടെ മുഖം തെളിഞ്ഞിരുന്നു. കാര്യം സാധിച്ചെന്നു സ്പഷ്ടം!

"പാവം പിടീച്ച കൊച്ചാൻ. അവൻ നല്ലവനാ. അവന്റെ കൈയി മുപ്പതു രൂപ ഒണ്ടാരുന്നു. അതിങ്ങാ തന്നു."

ആശ്വാസമായെങ്കിലും ചക്കിയുടെ മനസ്സിൽ ഒരു തേക്കമുണ്ട്. ആ പണത്തിന് ഒരു കുറവ് കറുത്തമ്മ പറയുമ്പോലെ ഇല്ലേ? ഉണ്ട്. ചോദിച്ചപ്പോഴെല്ലാം ഒന്നും പറയാതെ എന്താണ

യാൾ പണം കൊടുത്തത്? അതൊരു വലിയ ചോദ്യമായിരുന്നു.
കറുത്തമ്മയെ കണ്ടുതന്നെ.

പിറ്റന്നു രാവിലെ ചെമ്പൻകുഞ്ഞ് തുറയിലെ അരയനെ
കാണാൻ പോയി. അരയൻ കുറെ തട്ടിക്കയറി. പിന്നെ ശാന്ത
നായി. പെണ്ണിനെ എത്രയുംവേഗം കെട്ടിച്ചയച്ചുകൊള്ളണമെന്ന്
അദ്ദേഹം ശട്ടംകെട്ടി. വള്ളത്തിന്റെ പങ്കും ദിവസംതോറും
അവിടെ എത്തിക്കണം. തുറയിലുള്ളോരുടെ അസൂയയെക്കുറിച്ച്
ചെമ്പൻകുഞ്ഞു പരാതിപ്പെട്ടു. അതിനു പരിഹാരമുണ്ടാക്കാ
മെന്നും അദ്ദേഹം പറഞ്ഞു.

അങ്ങനെ താൽക്കാലികമായി കുഴപ്പങ്ങൾ ഒന്നടങ്ങി. എല്ലാ
അനുസാരികളോടുംകൂടി വള്ളമിറക്കണമെങ്കിൽ അഞ്ഞൂറു
രൂപകൂടി വേണം. അതും നടക്കും.

എങ്ങനെ എന്നു ചക്കി ചോദിച്ചു. ചെമ്പൻകുഞ്ഞു
പറഞ്ഞു:

"പരീക്കുട്ടി തരണം."

ചക്കി സ്തംഭിച്ചുപോയി. കറുത്തമ്മ അറിയാതെ അവിടെ
ഒരു സമരം നടന്നു. ഭർത്താവിന്റെ അധികാരത്തോടെ ചെമ്പൻ
കുഞ്ഞ് ആജ്ഞാപിച്ചു:

"നീ ചോതിക്കണം."

"എനീക്കീപ്പം മേല."

"എന്നാലേക്കോണ്ടു വള്ളമിരുന്നു പോട്ടെ."

"പോട്ടെ."

പക്ഷേ, അങ്ങനെ 'പോകട്ടെ' എന്നു വച്ചിരിക്കാൻ ചക്കിക്കു
മനസ്സുവരുന്നില്ല. ചെമ്പൻകുഞ്ഞ് ഉറച്ചിരിക്കുകയാണ്. അയാൾ
ഇനി ഒന്നും ചെയ്യുകയില്ലെന്ന് ഒരു തോന്നൽ ചക്കിക്കുണ്ടായി.
അങ്ങനെ ഒരു തോന്നലുണ്ടാകണമെന്നായിരുന്നു ചെമ്പൻ
കുഞ്ഞിന്റെ ഉദ്ദേശ്യം. ചക്കി ചോദിച്ചു:

"ആട്ടെ ഈ കാശെല്ലാം അയ്യാക്കു തിരിച്ചുകൊടുക്കുമോ?"

കൊടുക്കാമെന്നു ചെമ്പൻകുഞ്ഞ് ഏറ്റു. പലിശ സഹിതം
കൊടുക്കാം.

അങ്ങനെ അപ്രാവശ്യം ചക്കി ചോദിച്ചു: രാത്രിയിൽ ആ
കൂടത്തിൽനിന്നും ഉണക്കമീൻവിൽപന നടന്നു. അങ്ങനെ
ചെമ്പൻകുഞ്ഞിന്റെ വള്ളത്തിന് അനുസാരികളായി.

എല്ലാം ഒരുങ്ങി. ഇനി ജോലിക്കാരുടെ കാര്യമാണ്. തുറ
യിലരയൻ പഴമക്കാരെ വരുത്തി വേണ്ട ഏർപ്പാടുകൾ എല്ലാം
ചെയ്തു. സത്യത്തിൽ അതൊരു ചെറിയ തടസ്സമേ ആയിരു

ന്നുള്ളു. എല്ലാവരും വള്ളം കണ്ടപ്പോൾ അതിൽ ജോലികിട്ടാൻ ആഗ്രഹിച്ചതാണ്. ചെമ്പൻകുഞ്ഞു തന്നോട് അഭിപ്രായം ചോദിക്കുമെന്നും തന്നെ ജോലിക്കു വിളിക്കുമെന്നും എല്ലാം അച്ചകുഞ്ഞു വിചാരിച്ചിരുന്നു. അക്കാര്യം ചൊല്ലി അയാളുടെ വീട്ടിലൊരു വഴക്കും നടന്നു. വേണ്ടിവന്നാൽ തുറയിലരയനെ എതിർക്കാൻവരെ അച്ചകുഞ്ഞു തയ്യാറായിരുന്നു. കുട്ടിക്കാലംമുതലുള്ള കൂട്ടാണു ചെമ്പൻകുഞ്ഞ്. പക്ഷേ, രണ്ടുമൂന്നുതവണ ചെമ്പൻകുഞ്ഞു നേരിട്ടു കണ്ടിട്ടും മിണ്ടിയില്ല. ആ കടപ്പുറത്തുനിന്നും പന്ത്രണ്ടുപേരെ ചെമ്പൻകുഞ്ഞു തിരഞ്ഞെടുത്തു. പക്ഷേ, അതിൽ അച്ചകുഞ്ഞില്ല.

വള്ളം കടലിലിറക്കുന്നതിന്റെ തലേന്നാൾ ഒരു ചെറിയ ചടങ്ങുണ്ട്. ഒരു സദ്യ നടത്തണം. അതിനുള്ള സാമാനങ്ങൾ കച്ചവടക്കാരൻ ഹസ്സൻകുട്ടിയുടെ പക്കൽനിന്നും ചെമ്പൻകുഞ്ഞു കടം വാങ്ങി. കാക്കാഴത്തും പുന്നപ്രയും താമസിക്കുന്ന ചില ബന്ധുക്കളെ ക്ഷണിക്കണം. അതിനായി ചെമ്പൻകുഞ്ഞു കറുത്തമ്മയെ അയച്ചു.

കറുത്തമ്മ കടപ്പുറത്തുകൂടി സ്വന്തം ചിന്തകളിൽ ലയിച്ചു പോവുകയാണ്.

"ഞങ്ങൾക്ക് മീൻ കച്ചോടം ചെയ്യുമോ?"ആ പരിമിതമായ ചോദ്യം കേട്ടു കറുത്തമ്മ നടുങ്ങിനിന്നുപോയി. പരീക്കുട്ടി മുമ്പിൽ നിൽക്കുന്നു. എങ്ങനെ എവിടെനിന്നും അയാൾ വന്നോ എന്തോ! കറുത്തമ്മ ഒന്നും പറഞ്ഞില്ല. നല്ല വില തന്നാൽ തരാമെന്നുപോലും പറഞ്ഞില്ല. അവൾ ആ പഴയ കറുത്തമ്മ അല്ല. തലകുനിച്ചു നിൽക്കുന്ന അവളോടു പരീക്കുട്ടി ചോദിച്ചു:

"കറുത്തമ്മാക്ക് എന്നോടു പെണാക്കമാണോ?"

അവൾ മിണ്ടിയില്ല. അവളുടെ നെഞ്ചു പൊട്ടുമാറു കരൾ തുടിക്കുന്നു.

"ഇഷ്ടമല്ലേങ്കിൽ ഞാനൊന്നും പറയുന്നില്ല."

സത്യത്തിൽ ആ യുവതിക്ക് എന്തെല്ലാം പറയാനുണ്ട്! ചോദിക്കുവാനുണ്ട്! നാലാംവേദത്തിൽ കൂടട്ടോ എന്നുവരെ ചോദിക്കാനില്ലേ?

കരയ്ക്കു കയറ്റിവച്ച വള്ളത്തിന്റെ മറവിൽ അവൾ ഒന്നും മിണ്ടാതെ അൽപനേരം നിന്നു. അപ്പോൾ അയാൾ അവളുടെ ഉന്നതമായ മാറിൽ നോക്കുന്നുണ്ടായിരുന്നു. അങ്ങനെ നോക്കാതെ മുതലാളി എന്നവൾ പറഞ്ഞില്ല.

അവനതമായ മുഖം ഉയർത്തി അവൾ പറഞ്ഞു:

"ഞാൻ പോട്ടെ മൊതലാളി."

പോകുന്നതിനു പരീക്കുട്ടി അനുവദിക്കണോ? അവൾക്ക് അങ്ങു നടന്നു പോകരുതോ?

പെട്ടെന്നു പേടിയോടെ കറുത്തമ്മ പറഞ്ഞു:

"അയ്യോ, വല്ലോരും കാണും."

അവൾ നടന്നു. ഏതാനും ചുവട്ടടി വച്ചപ്പോൾ അയാൾ പിന്നിൽനിന്നും വിളിക്കുന്നതു കേൾക്കായി.

"കറത്തമ്മേ!"

ആ വിളിക്ക്, ആ ശബ്ദത്തിന് എന്തോ പ്രത്യേകത ഉണ്ടായിരുന്നു. അന്നോളം അവളുടെ കാതിനും കരളിനും അനുഭവപ്പെട്ടിട്ടില്ലാത്ത ഒരു പ്രത്യേകത!

ചൂണ്ടയിട്ടു പിടിച്ചുനിർത്തിയിട്ടെന്നപോലെ കറുത്തമ്മ നിന്നുപോയി. അയാൾ അങ്ങോട്ടു നടന്നു ചെന്നില്ല. അവൾ നിന്നത് അയാൾ അടുത്തു ചെല്ലാൻവേണ്ടിയാവാം.

എത്രനേരം അങ്ങനെനിന്നു എന്ന് ഇരുവർക്കും നിശ്ചയമില്ല. എന്തായിരിക്കും ആ പെണ്ണിന്റെ കരളിൽ അലയടിച്ച വികാരങ്ങൾ!

കടൽ ക്ഷോഭിച്ചില്ല; കാറ്റിളകിയില്ല. കൊച്ചുകൊച്ചലകൾ ഇളകി ഒടിഞ്ഞുകുത്തി വെൺപത പരത്തി കടൽ പുഞ്ചിരിക്കൊണ്ടു. അങ്ങനെ ഒരു പ്രേമനാടകം ആ കടപ്പുറത്ത് ആടപ്പെട്ടിട്ടില്ലേ?

പരീക്കുട്ടിക്കു പറയുവാനും ചോദിക്കുവാനും ഉള്ളതെല്ലാം കൂടി ഒരു ചോദ്യമായി രൂപാന്തരപ്പെട്ടു.

"കറുത്തമ്മയ്ക്ക് എന്നോടിഷ്ടമാണോ?"

കറുത്തമ്മ അറിയാതെ മറുപടി പുറത്തു വന്നു.

"അതെ."

ആർത്തിയോടെ മറ്റൊരു ചോദ്യമുണ്ടായി.

"എന്നോടു മാത്രമേ ഇഷ്ടമൊള്ളോ?"

പെട്ടെന്നുതന്നെ പരീക്കുട്ടിക്ക് അതിനും ഉത്തരം കിട്ടി.

"അത്രേയൊള്ളു."

സ്വന്തശബ്ദം ഒരിടിനാദംപോലെ അവളെ നടുക്കി. ഒരു പക്ഷേ, അപ്പോൾ അവൾക്കു ബോധം വന്നായിരിക്കാം. പറഞ്ഞതിന്റെ അർത്ഥം മുഴുവൻ അവൾക്കു വെളിവായിരിക്കാം. അവൾ പറഞ്ഞ വാക്കുകൾ ആകാരം പൂണ്ട് അവളുടെ മുന്നിൽ നിന്നും ശാസിക്കുന്നു.

അവൾ പരീക്കുട്ടിയുടെ മുഖത്തുനോക്കി. അവരുടെ മിഴികളിടഞ്ഞു. പറയാനുള്ളതെല്ലാം പറഞ്ഞു തീർന്നു. ഹൃദയങ്ങൾ പരസ്പരം വെളിപ്പെടുത്തി.

അവൾ നടന്നു.

അഞ്ച്

അടുത്തദിവസം ഏഴരവെളുപ്പിന് ആ കടപ്പുറത്തുള്ളവരെല്ലാവരുംതന്നെ മിക്കവാറും കൂടി ചെമ്പൻകുഞ്ഞിന്റെ വള്ളം കടലിലിറക്കുകയാണ്. ഒരു പുതിയ വള്ളമുള്ളതുകൊണ്ട് എല്ലാ വള്ളങ്ങളും ഒരുമിച്ചു വേണം കടലിലിറക്കാൻ. ചക്കിയും കറുത്തമ്മയും പഞ്ചമിയും കടൽക്കരയിലെത്തിയിട്ടുണ്ട്. അൽപം അകലെ മാറി പരീക്കുട്ടിയും എത്തിയിട്ടുണ്ട്. പഞ്ചമി പരീക്കുട്ടിയെ കറുത്തമ്മയ്ക്കു ചൂണ്ടിക്കാട്ടിക്കൊടുത്തു. കറുത്തമ്മ പഞ്ചമിയെ ഒരു നുള്ളു നുള്ളി.

വരാൻ താമസിച്ചവരെ രാമൻമൂപ്പൻ കൂകിവിളിച്ചു. അയ്യൻകുഞ്ഞ് അവരെ ചീത്ത പറഞ്ഞു.

“പുതുവള്ളമൊണ്ടേന്നറീഞ്ഞീട്ട് അവാമ്മാരേന്താ താമസീക്കുന്നെ?”

ചെമ്പൻകുഞ്ഞിന്റെ വള്ളത്തിലെ ജോലിക്കാർ തയ്യാറായി വന്നു. ഏതോ ഒരുവൻ പരീക്കുട്ടി പാടാറുള്ള ആ പാട്ടുപാടി. അതൊരു നൊമ്പരപ്പെടുത്തുന്ന പാട്ടായിരുന്നു.

അങ്ങു കിഴക്കു തെങ്ങുകളുടെ മുകളിൽകൂടി ചന്ദ്രൻ ചെമ്പൻകുഞ്ഞിന്റെ വള്ളം കടലിലിറക്കുന്നതു കാണാൻ എത്തിനോക്കി. കടലമ്മ പ്രസന്നയായിരുന്നു. എല്ലാ വള്ളങ്ങളുടെ ചുറ്റിലും ആൾ നിരന്നു. ആദ്യം ഇറക്കേണ്ടതു ചെമ്പൻകുഞ്ഞിന്റെ വള്ളമാണ്. അയ്യൻകുഞ്ഞ് ഒരു ആറുവായിട്ടു. എല്ലാവരും അതേറ്റു. കടപ്പുറമാകെ ശബ്ദമുഖരിതമായി.

രാമൻമൂപ്പൻ പറഞ്ഞു:

“നയീമ്പെടു ചെമ്പാൻകുഞ്ഞേ!”

ചെമ്പൻകുഞ്ഞു നയ്മ്പ് എടുത്തു ശിരസ്സിൽ വച്ചു. അയാൾ എല്ലാ ഭരദൈവങ്ങളേയും മനസ്സിൽ ധ്യാനിച്ചു. എല്ലാവരുംകൂടി വള്ളംതള്ളി. കരയിൽക്കൂടി നിരങ്ങി വള്ളം ഒടിച്ചുകുത്തിൽ തെന്നിത്തെറ്റി കടലിലായി. കറുത്തമ്മയും ചക്കിയും മുകുളീകൃതപാണികളായി. അവർ കണ്ണുതുറന്നപ്പോൾ വള്ളം തിര

യുടെ മുകളിൽ ഉയർന്നും പാത്തിയിലേക്കു കുമ്പിട്ടു കുതിച്ചും പടിഞ്ഞാറേക്കു പോകുന്നു.

അതിനു ലക്ഷണങ്ങളുണ്ട്. രാമൻമൂപ്പനും അയ്യൻകുഞ്ഞും ലക്ഷണം നോക്കി കരയിൽ നിന്നു.

രാമൻമൂപ്പൻ ചോദിച്ചു:

"എങ്ങനിരീക്കുന്നു അയ്യാൻകുഞ്ഞേ?"

അയ്യൻകുഞ്ഞു ചോദിച്ചു:

"തൂക്കു പടിഞ്ഞാട്ടല്ല്യോ?"

"ആണ്. ചരീവു തെക്കോട്ടാ."

ചക്കി ജിജ്ഞാസയോടെ അവരുടെ അടുത്തെത്തി. അവൾക്കു ഫലം അറിയണം.

അവൾ ചോദിച്ചു:

"എന്താണ് അയ്യാൻകുഞ്ഞുചേട്ടാ കൊണമാണോ?"

ഒരു അറിവുള്ള ആളെപ്പോലെ അയ്യൻകുഞ്ഞു പറഞ്ഞു:

"നന്നാണു പെണ്ണേ! മുട്ടു വരികേല."

ചക്കി അപ്പോഴും ഭക്തിപാരവശ്യത്തോടെ കൈകൂപ്പി. അവൾ സർവ്വശക്തയായ കടലമ്മയെ വിളിച്ചു. വള്ളം അങ്ങു നടുക്കടലിലേക്കു പായുന്നു. ജയിക്കുമെന്ന നിശ്ചയത്തോടെ അതു പായുന്നു.

കറുത്തമ്മ പറഞ്ഞു:

"നമ്മാടെ വള്ളാത്തിനു ഒരെടുപ്പൊണ്ട് അല്ല്യോ അമ്മാച്ചി?"

ചക്കി നോക്കിനിൽക്കവേ അഭിപ്രായപ്പെട്ടു:

"ആ പോക്ക് ഒരു ശേലാ."

അയ്യൻകുഞ്ഞു പറഞ്ഞു:

"അതുപിന്നെ ചോതീക്കണോ പെങ്ങളെ! ഇപ്പം നിങ്ങാക്കു കിട്ടിന്നുവച്ചു വള്ളമാരടയാ അത്. പള്ളിക്കുന്നേ കണ്ടങ്കോരൻ വലക്കാരന്റെയാ. ഇങ്ങനോരു വള്ളമോണ്ടോ കടപ്പറത്ത്, ലഷ്ഷണമോത്തത്. അയ്യാടെ എല്ലാമങ്ങനാ. ഒരരയാത്തിയൊണ്ട്. പഴുക്കച്ചുട്ട തങ്കമാ. അങ്ങനൊരു പെണ്ണുമ്പിള്ള അരയജാതീലില്ല. അത്ര സുന്നരിയാ. വീടോ? അങ്ങനാ അയ്യാടെ രീതി. ഇപ്പം നിങ്ങാക്കു കിട്ടി. അതൊരു യോഗമാ പെങ്ങളേ!"

മറ്റു വള്ളങ്ങളുമിറങ്ങി.

കടപ്പുറത്ത് അമ്മയും മക്കളും പരീക്കുട്ടിയുംമാത്രം ശേഷിച്ചു. തണുത്ത കാറ്റടികൊണ്ടു പരീക്കുട്ടിക്കു കുളിരുന്നു. അങ്ങു നടുക്കടലിൽ വള്ളങ്ങൾ അവിടവിടെയായി നിരന്നു. അവർ വല നിരത്തുകയാണ്.

പരീക്കുട്ടി സാവധാനം ചക്കിയുടെ അടുത്തേക്കു നടന്നു. കറുത്തമ്മ അമ്മയുടെ പിന്നിലേക്കു മാറി. പഞ്ചമി പരീക്കുട്ടിയുടെ മുഖത്ത് ഉറ്റുനോക്കിനിന്നു.

പരീക്കുട്ടി അയാളുടെ പതിവുചോദ്യം ചോദിച്ചു: ഇപ്രാവശ്യം അത് അമ്മയോടായിരുന്നെന്നുമാത്രം. കാര്യമായാലും കളി ആയാലും അതേ ചോദിക്കുവാനുള്ളായിരിക്കാം.

"മീൻ ഞങ്ങാക്കു കച്ചോടം ചെയ്യുമോ?"

ചക്കി പറഞ്ഞു.

"പിന്നല്ലാതോ കുഞ്ഞേ? മറ്റാർക്കാണ്?"

പരീക്കുട്ടിയുടെ ആ ചോദ്യത്തിന്റെ പൊരുൾ ചക്കിക്കു മനസ്സിലായില്ല; മനസ്സിലാവുകയുമില്ല. അതൊരു വെറും ചോദ്യമാണോ? ഒരു വികാരസാഗരം മുഴുവൻ അതിലടങ്ങിയിട്ടില്ലേ?

അമ്മയുടെ മറവിൽ നിന്ന കറുത്തമ്മ പറഞ്ഞു:

"എനീക്കു കുളീരണമ്മാച്ചി!"

അന്നു വള്ളം കടലിലിറക്കിയ ദിവസമാണ്. ഒരു കാര്യം പറയാതെ ചക്കിക്കു പോകാൻ വയ്യ.

"കുഞ്ഞുകാരണമാ ഈ വള്ളമീന്നു കടലിലെറാക്കിയത്. ഇല്ലേങ്കി നടാക്കാത്തീല്ല."

അതിനു മറുപടിയായി പരീക്കുട്ടി, ഒന്നും പറഞ്ഞില്ല. അമ്മ അത്രയുമെങ്കിലും പറഞ്ഞത് കറുത്തമ്മയ്ക്കു വലിയ ആശ്വാസമായിരുന്നു. അങ്ങനെയെങ്കിലും അമ്മ കടം അംഗീകരിച്ചു. ചക്കി തുടർന്നു പറഞ്ഞു:

"ചാകര കഴിയുമ്പം കാശു തിരിച്ചുതരാം."

"വേണ്ട. അതെനിക്കു വേണ്ടങ്കിലോ?"

"വേണ്ടന്നോ? അതെന്താണ്?"

പരീക്കുട്ടി പറഞ്ഞു:

"തിരിച്ചു തരാനല്ല ഞാൻ തന്നത്."

ചക്കിക്കു മനസ്സിലാവുന്നില്ല. കറുത്തമ്മയ്ക്കു മനസ്സിലായി എന്നല്ല. അവളുടെ ശരീരമാകെ ഒരു പുകച്ചിലിലിളകി. ചക്കിയുടെ മനസ്സിലും ഒരു സംശയം നുഴഞ്ഞു കയറി.

"ഏന്താണു കുഞ്ഞേ?"

പരീക്കുട്ടി തീർത്തു പറഞ്ഞു:

"വേണ്ട. അതു തിരിച്ചുവേണ്ട."

ഒരു ഞൊടിയിടകഴിഞ്ഞ് പരീക്കുട്ടി തുടർന്നു:

"ഒരു വള്ളോം വലേം മേടിക്കാനേക്കൊണ്ടു കറത്താമ്മ ചോതിച്ചു. ഞാൻ കൊടുത്തു. അതു തിരിച്ചുവേണ്ട."

കറുത്തമ്മയുടെ കണ്ണിൽ ഇരുട്ടുകയറി. അവളുടെ തലചുറ്റി. അൽപം രൂക്ഷമായി ചക്കി പരീക്കുട്ടിയോടു ചോദിച്ചു:

"കുഞ്ഞേന്തിനാ കറത്താമ്മേക്കു കാശുകൊടുക്കുന്നെ? അവാളാരാ കുഞ്ഞിന്റെ?"

അൽപംകൂടി പരുഷമായ സ്വരത്തിൽ ചക്കി തുടർന്നു:

"അതോക്കത്തീല. അങ്ങാനോന്നും വേണ്ട. ആ കാശു തിരീച്ചു മേടീക്കണം."

ചക്കി പരുഷമായാണു സംസാരിക്കുന്നതെന്ന് പരീക്കുട്ടിക്കു മനസ്സിലായി. അയാൾ ഒന്നും മിണ്ടിയില്ല. ഒരമ്മയെപ്പോലെ ഗുണദോഷിക്കും മട്ടിൽ ചക്കി തുടർന്നു:

"കുഞ്ഞേ, കുഞ്ഞു നാലാംവേതക്കാരനാ. ഞങ്ങാളു അരയമ്മാരാ. ഈ കടാപ്പുറത്തു പിള്ളാരായീട്ടു നിങ്ങാ നടന്നു കളിച്ചു. അതന്നാരൂന്നു. കൊള്ളാവുന്ന ഒരരയനെക്കൊണ്ട് ഞങ്ങാ അവാളെ കെട്ടീക്കാമ്പോവ്വാ. കുഞ്ഞു നല്ല ഒരുമ്മായെ കെട്ടി കഴിയ്."

തെല്ലിടകൂടിക്കഴിഞ്ഞു ചക്കി വീണ്ടും തുടർന്നു:

"നിങ്ങാ കൊച്ചുങ്ങായാ. കാര്യമറിയാത്തീല. ചീത്തപ്പേരോണ്ടാക്കല്ല്. ഇപ്പാം ഇതുതന്നെ വല്ലോരും കണ്ടാമതി. ഓരോന്നു പറായും. അതാ ആളുകേള്."

ചക്കി മക്കളെ വിളിച്ചു പോകാൻ ഭാവിച്ചു. തിരിഞ്ഞുനിന്നു വാത്സല്യത്തോടെ പരീക്കുട്ടിയോടു പറഞ്ഞു:

"കേട്ടോ മൊകാനെ. ആ കാശു മേടീക്കണം."

അമ്മ മുമ്പേയും കറുത്തമ്മയും പഞ്ചമിയും പിമ്പേയുമായി നടന്നു. പരീക്കുട്ടി അവരെത്തന്നെ നോക്കിനിന്നു.

ചക്കി പറഞ്ഞതെല്ലാം ശരിയാണ്. അങ്ങനെ തീർത്തു പറയേണ്ടതുമാണ്. പക്ഷേ, ആ വാചകങ്ങൾ കറുത്തമ്മയുടെ ഹൃദയത്തെ കുത്തിക്കീറുന്നതുപോലെ തോന്നി.

കുറച്ചുദൂരം നടന്നുകഴിഞ്ഞപ്പോൾ കറുത്തമ്മ തിരിഞ്ഞു നോക്കി. അറിഞ്ഞുകൊണ്ടല്ല; അങ്ങനെ തിരിഞ്ഞുനോക്കാതിരിക്കാൻ അവൾക്കു കഴിവില്ല. അവർ വീട്ടിലെത്തിയപ്പോൾ കരൾ തുളയ്ക്കുന്ന ആ പാട്ട് കടപ്പുറത്തുനിന്നും കേൾക്കായി.

ചക്കി പറഞ്ഞു:

"ആ കൊച്ചന് ഒറാക്കോമില്യോ?" ചക്കി വീണ്ടും കറുത്തമ്മയോടായി പറഞ്ഞു:

"വല്ലവിധോം ഇനീം നിന്നെ ഈ കടാപ്പറത്തൂന്നു പറാഞ്ഞയച്ചാമതി."

അമ്മയുടെ വാക്കുകളിൽ ഒരു ആരോപണം അടങ്ങിയിട്ടുണ്ട്. അവൾ മൂലം വലിയ സ്വൈരക്കേടാണ്; എല്ലാവർക്കും മനസ്സമാധാനക്കുറവാണ്. ദുഃഖവും ദേഷ്യവും സഹിച്ചുകൂടാതെ കറുത്തമ്മ ചോദിച്ചു.

"ഞാനേന്നാ ചെയ്തു?"

ചക്കി മിണ്ടിയില്ല.

നേരം വെളുത്തപ്പോൾ വള്ളം കടലിൽ കിടക്കുന്നതു കാണാനായി ചക്കിയും മക്കളും കടൽക്കരയിൽ പോയി. എല്ലാ വള്ളങ്ങളും പുറക്കടലിലാണ്. കടലിന്റെ കിടപ്പുകണ്ടിട്ട് അന്നു പെയ്ത്തുള്ളതുപോലെ തോന്നുന്നു. എന്തു മീനായിരിക്കും അന്നത്തെ പെയ്ത്തെന്നു കറുത്തമ്മ ചക്കിയോടു ചോദിച്ചു. ലക്ഷണംകണ്ടിട്ട് അയിലയാണ്. ഉത്സാഹത്തോടെ കറുത്തമ്മ പറഞ്ഞു:

"ആപ്പം തൊടാങ്ങിയപ്പഴേ നമാക്കു നല്ലാതാ."

"എല്ലാം കടലാമ്മ കനീയട്ടെ മൊകാളേ!"

ഒരു കൊച്ചുകുട്ടി തന്റെ ഒരാശ കൊഞ്ചലോടെ അമ്മയോടു പറയുംപോലെ കറുത്തമ്മ പറഞ്ഞു:

"അമ്മാച്ചീ, നമ്മാടെ വള്ളാത്തീലെ കോര് ആ കൊച്ചുമൊതലാളീക്കു കൊടുക്കണം."

ചക്കി ക്ഷോഭിച്ചില്ല. കൊച്ചുമുതലാളി നിന്റെ ആരെന്നു ചോദിച്ചുമില്ല. ചക്കിയും ആ അഭിപ്രായക്കാരിയാണ്. പക്ഷേ, ചക്കിക്ക് ഒരു സംശയമുണ്ട്.

"ആ കാലമാടൻ അതു ചെയ്യുമോ എന്തോ!"

അതിനൊരുപായം കറുത്തമ്മ നിർദ്ദേശിച്ചു:

"വള്ളമടൂക്കുമ്പം വന്നു നിക്കാണം നമാക്ക്. അമ്മാച്ചി അച്ചേനോടു പറേണം."

അങ്ങനെതന്നെ ആകാമെന്നു ചക്കി ഏറ്റു. അതൊരു ആവശ്യമാണ്. നടക്കേണ്ട കാര്യമാണ്.

വള്ളം കരയിലേക്കു വരുന്നതു നോക്കിനിന്ന് അറിയിക്കാൻ പഞ്ചമി കടപ്പുറത്തുതന്നെ നിൽപാണ്.

അപ്പോഴുണ്ടു മറ്റൊരു വൈഷമ്യം. അയൽക്കാരികളായ നല്ലപെണ്ണും കാളികുഞ്ഞും കുഞ്ഞിപ്പെണ്ണും ലക്ഷ്മിയും ഒരുമിച്ചവിടെ വന്നു. അവർക്ക് ഒരു കാര്യം സാധിക്കാനുണ്ട്. ചെമ്പൻകുഞ്ഞിന്റെ വള്ളത്തിലെ ചരക്ക് ഒന്നടങ്കം കൂടക്കാർക്കു വിൽക്കാനാണോ അതോ ചില്ലറ വിൽക്കാനാണോ നിശ്ചയിച്ചിരിക്കുന്നതെന്നു കുഞ്ഞിപ്പെണ്ണു ചോദിച്ചു. കൂടക്കാർക്കു മൊത്തം

കൊടുക്കുക ആ കടപ്പുറത്തെ ഒരു പതിവായിത്തീർന്നിരിക്കുന്നു. അതുകൊണ്ടു കിഴക്കോട്ടു കച്ചവടക്കാരായ പെണ്ണുങ്ങൾ കൂട ക്കാരുടെ കാലു പിടിക്കേണ്ടതായി വന്നിരിക്കുകയാണ്. കുഞ്ഞി പ്പെണ്ണു പറഞ്ഞു:

"അതു ഞങ്ങാ പറയേണ്ടതാല്ലോ. ചക്കീച്ചേടാത്തിക്കറി യാമല്ലോ."

ആ പെണ്ണുങ്ങളുടെ നിവേദനം ചക്കിക്കു ശരിയായി മന സ്സിലായി. കൂടക്കാരോടു വാങ്ങി കച്ചവടം ചെയ്താൽ ഒന്നും ലാഭം കിട്ടാനില്ല. പറയുന്ന വില കൊടുത്തു വാങ്ങണമെന്നു മാത്രമല്ല, കൂടക്കാരന്റെ തെറിയും കേൾക്കണം.

ചക്കി ചോദിച്ചു:

"അതീനു ഞാനേന്നാ വേണം?"

നല്ലപെണ്ണ് ഒരധികാരത്തോടെ പറഞ്ഞു:

"നിങ്ങാടെ വള്ളത്തീലെ മീന് കടപ്പറത്തുകാരുപെണ്ണു ങ്ങാക്കു കച്ചോടാത്തിനു തരേണം."

ചക്കിക്കു പെട്ടെന്ന് ഒരു മറുപടി പറയാൻ കഴിഞ്ഞില്ല. എല്ലാവരും അയൽക്കാരാണ്. അവർ പറയുന്നതും ശരിയാണ്. പക്ഷേ, ഒരു വാക്കു കൊടുക്കാൻ നിവൃത്തിയില്ല. ആ കാര്യം ചെമ്പൻകുഞ്ഞു സമ്മതിക്കുമോ എന്നു സംശയമാണ്. തന്നെയു മല്ല പരീക്കുട്ടി മീൻ ചോദിക്കുകയും ചെയ്തു. അതു പുറത്തു പറയാൻ വയ്യതാനും.

കാളിക്കുഞ്ഞു ചോദിച്ചു:

"ഏന്താ ചക്കിച്ചേടാത്തി മുണ്ടാത്തെ? ചെമ്പാൻകുഞ്ഞു ചേട്ടാൻ സമ്മതിക്കുവോന്നാണോ? ചക്കിച്ചേടാത്തി പിടിച്ചു പറേണം. നിങ്ങായും മീൻകൊട്ട ചൊമാന്ന വഹയല്ല്യോ വള്ളോം വലേം?"

അതു ശരിയെന്നു ചക്കി സമ്മതിച്ചു.

ലക്ഷ്മി ചോദിച്ചു.

"ഇനീം നിങ്ങാ കെഴക്കോട്ടു കച്ചോടാത്തിനു വരണോ ണ്ടോ?"

"അതേന്താടി അങ്ങാനേ ചോതീച്ചേ? ഇനീം പത്തുവള്ളമൊ ണ്ടായാലും ചക്കി ഏന്നും ചക്കിയാ."

ക്ഷമാപണമായി ചക്കി പറഞ്ഞു.

"അതാല്ല ഞാമ്പറാഞ്ഞേ. എന്നാലേക്കൊണ്ടു ഒരുകൂടം മേടീച്ചു വീതിക്കാമെന്നുവച്ചാ."

തന്റെ നിസ്സഹായത ചക്കി വിശദമാക്കി.

"അതാ കാലമാടൻ സമ്മതിക്കുവോന്നാരാറീഞ്ഞു!"

നല്ലപെണ്ണു പറഞ്ഞു:

"നിങ്ങാ പറേണം. പറാഞ്ഞാ പറ്റും."

കാളിക്കുഞ്ഞു കറുത്തമ്മയോടും പറഞ്ഞു:

"നീ അച്ചേനോടു പറേണെ മൊകാളേ."

കറുത്തമ്മ തീർത്തു പറഞ്ഞു:

"ഞാമ്പറേത്തില്ല."

പഞ്ചമി പറയാമെന്നേറ്റു. വള്ളം അടുക്കുമ്പോൾ കൂടക്കാർ ഇരച്ചടുക്കും മുമ്പ് അച്ചനോടു പറയാം. അവൾക്കും അതുമൂലം ഒരു കാര്യം സാധിക്കാനുണ്ട്. വള്ളമടുക്കുമ്പോൾ ഒരുവട്ടി മീൻ വീതം വാരിക്കൊണ്ടു വന്ന് ഉണക്കി ശേഖരിക്കാൻ നിശ്ചയിച്ചിരിക്കുകയാണ്. അതു നടക്കണമെങ്കിൽ കൂടക്കാർക്കു കച്ചവടം നടക്കരുത്.

നോക്കട്ടെ എന്ന് ഒരു നിവൃത്തികേടിൽപെട്ടു ചക്കിയും പറഞ്ഞു. അതു നടക്കാനിടയില്ലെന്നറിയാം. ആകെക്കൂടി ഒരു വലിയ പരാതി ഉണ്ടാകാനിടയുണ്ട്.

നേരം ഉച്ചയോടടുത്തപ്പോൾ കടപ്പുറത്തു പിള്ളരും കുട്ടക്കാരും കൂടക്കാരുമെത്തി. അങ്ങു പുറംകടലിനു മുകളിൽ കടൽകാക്കപ്പറ്റം വട്ടമിട്ടു പറക്കുന്നു. വല വലിക്കുകയോ കുടയുകയോ ആണ്. ഓരോരുത്തരും എന്തായിരിക്കും മീനെന്ന് ഊഹിച്ചു. പൊടിമീനായിരിക്കുമെന്നു ഖാദറിനു തോന്നി. എന്തായാലും നല്ല പെയ്ത്തുണ്ട്; തീർച്ച. അങ്ങനെയിരിക്കുമ്പോൾ രണ്ടു കടൽകാക്കകൾ പടിഞ്ഞാറുനിന്നും കിഴക്കോട്ടു പറന്നു വന്നു. ഒന്നിന്റെ ചുണ്ടിൽ മീനുണ്ട്. എല്ലാവരും മുകളിലേക്കു നോക്കി. ഒറ്റ ശബ്ദത്തിലുള്ള ഒരുവിളി കേൾക്കായി:

"മത്തിയാ, മത്തി!"

കടലിൽ വള്ളങ്ങൾ അനങ്ങുന്നതായി തോന്നി. വള്ളങ്ങൾ കിഴക്കോട്ടു തിരിച്ചു. പഞ്ചമി വീട്ടിലേക്കോടി.

"അമ്മാച്ചീ, മത്തിയാ പെയ്ത്ത്!"

കറുത്തമ്മയും ചക്കിയും ഉത്സാഹത്തോടെ പുറത്തുചാടി. അപ്പോഴും ചക്കി ഭക്തിപാരവശ്യത്തോടെ കടലമ്മയെ വിളിച്ചു. അമ്മയും മകളുംകൂടി കടപ്പുറത്തേക്കോടി. അവരുടെ വള്ളം നല്ല കോരുകിട്ടി തിരിച്ചുവരുന്നതു കാണാൻ!

പുറക്കടലിൽനിന്നും കുതിച്ചുചാടി വള്ളങ്ങൾ വരുന്നു. അതിലേതാണ് അവരുടെ വള്ളമെന്ന് അമ്മയും മകളും തമ്മിൽ തർക്കമായി.

മത്തിയാണു പെയ്ത്ത് എന്നറിഞ്ഞതുമുതൽ കടൽക്കരയിൽ വലിയ ആരവമാണ്. കുഞ്ഞിപ്പെണ്ണും നല്ലപെണ്ണും കാളിക്കുഞ്ഞും ലക്ഷ്മിയും ചക്കിയുടെ അടുത്തു കൂടിയിട്ടുണ്ട്. പഞ്ചമി ഒരു വട്ടി കരുതി. അങ്ങനെ നിൽക്കുമ്പോൾ ഏറ്റവും മുന്നിലായി പക്ഷിവേഗത്തിൽ ഒരു തിരയുടെ തലയിൽനിന്നും മറ്റൊന്നിന്റെ തലയിലേക്കു കുതിച്ചു തെറ്റിത്തെന്നി ഒരു വള്ളം വരുന്നതു കാണായി. അതിൽ നിറചരക്കാണെന്നു തോന്നുന്നു. പഞ്ചമി തന്നത്താനറിയാതെ പറഞ്ഞുപോയി.

"ഒറ്റത്തണ്ടേയൊള്ളോ?"

ആ വള്ളത്തിന്റെ വരവ് ഒരു ഘോഷയാത്രപോലിരുന്നു. മുകളിൽ പറ്റംചേർന്ന് കടൽകാക്കകൾ, പിന്നിൽ മറ്റു വള്ളങ്ങൾ! ഉത്സാഹംതികഞ്ഞ ഒരാരവവും കടലിൽ കേൾക്കാനുണ്ട്.

മുമ്പേ വരുന്ന വള്ളത്തിന്റെ അമരത്തു ചെമ്പൻകുഞ്ഞാണു നിൽക്കുന്നത്. അയാൾ നിൽക്കുകയല്ല, കുതിച്ചു മുകളിലേക്കു പറന്ന് നയ്മ്പുകൊണ്ടു കുത്തി എറിയുകയാണ്. അയാൾ വള്ളത്തിലല്ല, ആകാശത്തിലാണ്. നയ്മ്പു ദ്രുതതരമായി ആകാശത്തിൽ വളയങ്ങൾ ഉണ്ടാക്കിക്കൊണ്ടിരുന്നു. ആ കുത്തിഎറിയലിൽ വള്ളം തിരകളെ ഒന്നിടവിട്ടു തൊടാതെ കുതിച്ചു. ആ വരവിന് ഒരു ഗാംഭീര്യമുണ്ട്.

കാളിക്കുഞ്ഞു പറഞ്ഞു:

"അതൊരു ശേലാണേ വരാവ്."

ആ വള്ളം യോഗ്യതയുള്ള ഒന്നാണ് എന്ന് എല്ലാവരും പറഞ്ഞു. ചക്കി അപേക്ഷിച്ചു:

"വല്ലോം പറാതെ മനുഷ്ഷേരേ!"

വള്ളം അടുത്തുവന്നു. ചെമ്പൻകുഞ്ഞ് ആൾ മാറിയിരിക്കുന്നു. എന്തൊരു മാറ്റമാണത്! ചക്കി പറഞ്ഞു, അതൊരു ഖലയാണെന്ന്. കടലിന്റെ മൊകാന്റെ ഖല!

അങ്ങനെ വള്ളം കരയിൽ കയറി. വള്ളക്കാർ തണ്ടു മടക്കി വച്ചു കരയ്ക്കു ചാടി വള്ളം വലിച്ചു കയറ്റി.

കുറെ പിള്ളർ വള്ളത്തിനു ചുറ്റുംകൂടി. അക്കൂട്ടത്തിൽ പഞ്ചമിയുണ്ട്.

ചെമ്പൻകുഞ്ഞ് അമരത്തുനിന്നും ജ്വലിച്ചുകൊണ്ടു കരയിലേക്ക് ഒരു ചാട്ടം ചാടി. പിള്ളരെല്ലാം കൂവിക്കൊണ്ടു നാലുപാടും പാഞ്ഞു. പഞ്ചമി നിന്നിടത്തുതന്നെ നിന്നു. അവൾ പേടിക്കണോ? ചെമ്പൻകുഞ്ഞലറി:

“ആരും ഏന്റെ വള്ളച്ചോട്ടീന്ന് ഊപ്പ പെറുക്കേണ്ട.”

ചെമ്പൻകുഞ്ഞ് പഞ്ചമിയെ പിടിച്ച് ഒരു തള്ളുതള്ളി: ഏന്റമ്മാച്ചിയേ എന്നു വിളിച്ചുകൊണ്ട് അവൾ ദൂരെ തെറിച്ചു വീണു. ചക്കിയും കറുത്തമ്മയും കരഞ്ഞുപോയി. ആരോ ഒരുവൾ പറഞ്ഞു:

“അമ്പേ, കാലമാടൻ! ഇയ്യാളാരാ? പിശാശോ?”

ചെമ്പൻകുഞ്ഞിനെപ്പോലെ പഞ്ചമിക്കും ഒരഭിലാഷമുണ്ടായിരുന്നു. ഊപ്പപെറുക്കി ഉണക്കി ശേഖരിക്കുക. ഒരുപക്ഷേ, അതു പ്രയോജനപ്പെടുന്ന ഒരു സമ്പാദ്യമായിത്തീർന്നെന്നുവരാം. അവൾ അധികാരത്തോടെ അവളുടെ അച്ഛന്റെ വള്ളച്ചുവട്ടിൽ ഊപ്പപെറുക്കാൻ പോയി. ചെമ്പൻകുഞ്ഞിനു കണ്ണു കണ്ടുകൂടായിരുന്നോ? അങ്ങനെ മതിമറന്നുപോകുമോ?

ആ വള്ളത്തിൽ കിടക്കുന്നതു കടലിൽ വിളഞ്ഞതാണ്. ആരും വിതച്ചതല്ല. വളർത്തിയതുമല്ല. അതിന്റെ ഒരംശം ഊപ്പ പെറുക്കാൻ വരുന്ന പാവങ്ങൾക്കും അവകാശപ്പെട്ടതാണ് — അതാണ് കടലിന്റെ നിയമം.

“അമ്പേ, കാലാ!”

ചക്കി അലറിക്കൊണ്ട് പഞ്ചമിയെ കോരിയെടുത്തു. അമ്മയും മകളുംകൂടി പഞ്ചമിയുടെ നെഞ്ചു തിരുമ്മി. അവൾക്കു നൊമ്പരത്തേക്കാൾ വേദനയാണ്.

കൂടക്കാർ വള്ളത്തിനു ചുറ്റും തള്ളിക്കയറി. പരീക്കുട്ടി എല്ലാവരെയുംകാൾ മുമ്പിലുണ്ട്. ചെമ്പൻകുഞ്ഞ് ആരെയും അറിയുന്നമട്ടില്ല. ഖാദർമുതലാളി ചോദിച്ചു:

“എന്താണ് ചെമ്പൻകുഞ്ഞേ കച്ചോടം?”

കുഞ്ഞിപ്പെണ്ണും ലക്ഷ്മിയുമെല്ലാം വട്ടത്തിൽ ഓടുകയാണ്. അവർക്കു മീൻ വാങ്ങി കൊടുക്കാമെന്നുറപ്പു പറഞ്ഞ പഞ്ചമി ശ്വാസമടച്ചു കിടക്കുന്നു. ചക്കിയും അവളുടെ അടുത്താണ്.

കൂടക്കാർ കച്ചവടമുറപ്പിക്കുന്നു. കുഞ്ഞിപ്പെണ്ണു കൂട്ടരോടു പറഞ്ഞു:

“നമാക്കോന്നു ചോതീക്കാം.”

നല്ലപെണ്ണു പ്രതിവചിച്ചു:

“ആ പിശാശീനോടെന്നാ പറയാനാ?”

മറ്റു വള്ളങ്ങളും ഓരോന്നായി അടുത്തു. അതിനുമുമ്പു ചെമ്പൻകുഞ്ഞിനു കച്ചവടം നടക്കണം.

പരീക്കുട്ടിയും ചോദിച്ചു:

“മീനെനിക്കു കച്ചോടം ചെയ്യൂന്നോ?”

ചെമ്പൻകുഞ്ഞ് പരീക്കുട്ടിയെ കണ്ട മട്ടേയില്ല. അയാൾ ചോദിച്ചു:

"കാശോണ്ടോ രൊക്കം? എനീക്കു കാശു വേണം."

അപ്പോഴേക്കും നൂറു രൂപാനോട്ടുകൾ ഖാദർമുതലാളി ചെമ്പൻകുഞ്ഞിന്റെ കയ്യിൽ പിടിച്ചുവച്ചു കഴിഞ്ഞു:

കച്ചവടം ഉറച്ചു.

പരീക്കുട്ടി മറ്റു വള്ളങ്ങളുടെ അടുത്തേക്കോടി. എല്ലായിടത്തും കച്ചവടമായിക്കഴിഞ്ഞു. പഞ്ചമിയുടെ കരച്ചിൽ ഒന്നടങ്ങിയപ്പോൾ, മ്ലാനവദനനായി പരീക്കുട്ടി പോകുന്നത് കറുത്തമ്മ കണ്ടു. അയാളുടെ പക്കൽ രൊക്കം പണമില്ല.

കറുത്തമ്മ അമ്മയോടു പറഞ്ഞു:

"കൊച്ചുമൊതലാളീക്കു മീങ്കിട്ടീല്ല."

ചക്കി പരീക്കുട്ടിയുടെ അടുത്തേക്കു നടന്നു.

"കച്ചോടം പറാഞ്ഞിലേ കൊച്ചുമൊതലാളീ?"

"പറഞ്ഞു."

"പിന്നെന്താണ്?"

പരീക്കുട്ടി ഒന്നും മിണ്ടിയില്ല. അയാൾക്ക് ഒരു കച്ചവടവും അന്നു കിട്ടിയില്ല. അടുത്തകാലത്തെങ്ങും ഇതുപോലൊരു മത്തിക്കോളുണ്ടായിട്ടില്ല. ചക്കിക്ക് എല്ലാം മനസ്സിലായി. ചെമ്പൻകുഞ്ഞ് ചെമ്പൻകുഞ്ഞല്ലാതായത് അവൾ കണ്ടതാണ്.

അവൾ പറഞ്ഞു:

"അയ്യാളു മീങ്കണ്ടാപ്പം പിശാശായി മൊതലാളീ!"

"എന്റെ കയ്യി കൊറെ കാശോണ്ടാരുന്നു. ബാക്കി പിന്നെ കൊടുക്കാരുന്നു."

"അതാണോ കച്ചോടം നടക്കാഞ്ഞെ?"

"ആരീക്കും."

പരീക്കുട്ടി നടന്നു. എന്തെങ്കിലും ഒന്നു പറയണമെന്ന് കറുത്തമ്മയ്ക്കുണ്ട്. പക്ഷേ, അവിടെവച്ചു പറയാമോ? മുമ്പ് അയാൾ ചോദിച്ചതും അവൾ പറഞ്ഞതും ഒത്തു. ആ വാചകങ്ങൾ—അവളുടെ ചെവിക്കുള്ളിൽ മുഴങ്ങി.

"വള്ളോം വലേം ഒണ്ടാകുമ്പം മീൻ ഞങ്ങക്കു കച്ചോടം ചെയ്യാമോ?"

"നല്ല വെല തന്നാ തരാം."

കാളിക്കുഞ്ഞും കുഞ്ഞിപ്പെണ്ണുമെല്ലാം ചീത്തപറയുകയാണ്. അവർ അവസാനം കൂടക്കാരോടു കച്ചവടം ചെയ്തു.

ചെമ്പൻകുഞ്ഞ് ജോലിക്കാർക്കു പങ്കു കൊടുത്തു; വലയും കഴുകി വിരിച്ചു. എന്നിട്ടയാൾ വീട്ടിലേക്കു നടന്നു. അയാളുടെ കൈ നിറയെ രൂപയുണ്ട്. ജീവിതത്തിൽ ഒരു പുതിയ പ്രകാശം പരന്നിരിക്കുന്നു. അയാൾ ഒരു പുതിയ വഴിയിലേക്കു കാലുകുത്തി. ഏഴര വെളുപ്പുമുതൽ അയാൾ കഠിനമായി അദ്ധ്വാനിക്കുകയായിരുന്നു. പക്ഷേ, ക്ഷീണിതനായല്ല വീട്ടിലേക്കു ചെല്ലുന്നത്.

വീട് അപ്രസന്നമായിരുന്നു. കൈ നിറയെയുള്ള രൂപ അയാൾ ചക്കിയെ കാണിച്ചു. ചക്കിക്കതു കണ്ട് ഒരു കൗതുകവും തോന്നിയില്ല.

"ഏന്തിനാ ആറാക്കുവേണ്ടിയാ ഈ രൂഭാ?"

"അതേന്താണെടീ?"

"പഞ്ചമീന്റെ നെഞ്ചു നോക്ക്!"

ഏങ്ങലടിച്ചു കരയുന്ന പഞ്ചമിയെ ചെമ്പൻകുഞ്ഞ് എടുത്തുപൊക്കി നോക്കി. അവളുടെ നെഞ്ചത്തു തിണിർപ്പുണ്ട്.

അയാൾ ചോദിച്ചു:

"ഏന്തിനാ മക്കാ അവാടെ വാന്നു നിന്നെ?"

ചക്കി അവളുടെ ഉദ്ദേശ്യം വിവരിച്ചു. ആ കഥ പറഞ്ഞു കേട്ടപ്പോൾ ചെമ്പൻകുഞ്ഞിനു കൊച്ചുമകളെക്കുറിച്ചുള്ള സ്നേഹം വർദ്ധിച്ചതേയുള്ളു. അവൾ കാശുണ്ടാക്കാൻ ആഗ്രഹിച്ചതാണ്. അടുത്ത നാൾമുതൽ ഓരോ വട്ടിമീൻ അവൾക്കു കൊടുക്കാമെന്ന് ചെമ്പൻകുഞ്ഞ് ഏറ്റു.

ചക്കി പരീക്കുട്ടിയുടെ കാര്യം ചോദിച്ചു.

"അതേന്തൊരു മര്യാതകേടാരുന്നു? ആരുമേലമാ വള്ളോം വലേം ഒണ്ടായേ?"

ചെമ്പൻകുഞ്ഞിന് ആ മര്യാദകേടു മനസ്സിലായില്ല.

"അതെന്താടീ?"

"അയ്യാക്കു മീങ്കൊടുത്താലെന്താരുന്നു?"

"പിന്നെങ്ങാനെ കാര്യം നടാക്കും? വള്ളാക്കാർക്കു പങ്കു കൊടക്കണ്ടയോ?"

ചെമ്പൻകുഞ്ഞ് തുടർന്നു:

"അയ്യാക്കു മീങ്കൊടുത്താല് ഒരു ദോഷമോണ്ട്. അയ്യാക്കു കൊടുക്കാനൊള്ള ചക്രാത്തി തട്ടിക്കഴീയും."

"അപ്പം അയ്യാളു തന്നത് അയ്യാക്കു വെനയായോ?"

കറുത്തമ്മയ്ക്കും ദേഷ്യം വന്നു. അവൾ അകത്തു നിന്നു പറഞ്ഞു:

"ഏതായാലും ആ കൂടത്തിലൊന്നുമില്ല."

അന്നു വയ്യിട്ട് അച്ചകുഞ്ഞിന്റെ വീട്ടിൽ മരയ്ക്കാനും മരയ്ക്കാത്തിയും തമ്മിൽ വഴക്കായിരുന്നു.

ഭാര്യ ചോദിച്ചു:

"കൊച്ചിലെ ഒള്ള കൂട്ടുകാരനാന്നും പറാഞ്ഞു വള്ളേത്തെ പോകാന് കിനാവുകണ്ടു നടാന്നിട്ടെന്തായി?"

അച്ചകുഞ്ഞും ചോദിച്ചു:

"നീ ചക്കീന്റെ പൊറാകെ നടാന്നിട്ടെന്തായി?"

അച്ചകുഞ്ഞു തുടർന്നു പറഞ്ഞു:

"മനുഷേനു ചക്രമൊണ്ടാകുമ്പം പഴേതെല്ലാം മറാക്കും."

നല്ലപെണ്ണും അതു ശരിയാണെന്നു പറഞ്ഞു. അച്ചകുഞ്ഞു തന്റെ പഴയ തീരുമാനം ആവർത്തിച്ചു:

"ഉം. നോക്കാട്ടെ. എനീക്കും ഒരു വള്ളോം വലേം ഒണ്ടാക്കാമോന്ന്."

നല്ലപെണ്ണ് അതത്ര വിശ്വസിച്ചില്ല.

ആറ്

ചെമ്പൻകുഞ്ഞു ഭാഗ്യവാനാണ്. അയാൾക്കു കിട്ടും പോലെ കോര് ആർക്കും കടപ്പുറത്തു കിട്ടുന്നില്ല. മറ്റുള്ളവർക്കു കിട്ടുന്നതിന്റെ ഇരട്ടി അയാൾക്കുണ്ട്. അയാൾ വല നനച്ചാൽ പിഴയില്ല. അതൊരത്ഭുതമായിരുന്നു.

രാത്രിയിൽ പണമെണ്ണി തിട്ടപ്പെടുത്തുമ്പോൾ ചക്കി പറയും:

"ഇനീം നമാക്കു പെണ്ണീനെ പറഞ്ഞഴക്കണം."

ചെമ്പൻകുഞ്ഞ് അതിനു നേരെചൊവ്വേ ഉത്തരം കൊടുക്കുകയില്ല. ചക്കി തുടർന്നു ചോദിക്കും:

"പിന്നേന്താ വിജാരം? അവാളീങ്ങനെ നീക്കട്ടന്നോ?"

ചെമ്പൻകുഞ്ഞു ചുമ്മായിരിക്കും. പണമുണ്ടാക്കുന്നതോടെ അതൊരു വൻകാര്യമായി അയാൾക്കു തോന്നുന്നില്ലായിരിക്കാം. വിചാരിക്കുന്ന നിമിഷം നടക്കും.

ഒരു വള്ളത്തിനുള്ള എല്ലാ അനുസാരികളും ചെമ്പൻകുഞ്ഞുണ്ടാക്കി. ഏതു കാലത്തും കടലിൽ പണിക്കു പോകാം. എല്ലാമുണ്ട്.

പരീക്കുട്ടിയുടെ കൂടം അടച്ചിട്ട മട്ടായി. അവിടെ കാര്യമായി ഒരു പണിയും നടക്കുന്നില്ല. കയ്യിൽ കാശില്ല. അയാളുടെ വാപ്പ വന്ന് അയാളെ വളരെയേറെ കുറ്റപ്പെടുത്തി. കാശെല്ലാം കടപ്പുറത്തെ മരയ്ക്കാത്തിക്കു കൊടുത്തു എന്നാണ് അബ്ദുള്ളാ മുതലാളി പറയുന്നത്. അതു കറുത്തമ്മ വേലിക്കൽനിന്നു കേട്ടു.

പരീക്കുട്ടിയുടെ പണം തിരിച്ചു കൊടുക്കണമെന്ന് അവൾ അമ്മയെ നിർബന്ധിച്ചു. അബ്ദുള്ളാമുതലാളി മകനോടു പറഞ്ഞതും അവൾ ചക്കിയോടു പറഞ്ഞു. ഇതിൽപരം ഒരു നാണക്കേടുണ്ടോ? സത്യത്തിൽ പരീക്കുട്ടി മുടക്കുമുതലെടുത്ത് മരയ്ക്കാത്തിക്കു കൊടുക്കുകയല്ലേ ചെയ്തത്?

"അതു കൊടുക്കാമെടീ വരാട്ടെ" എന്നാണ് ചെമ്പൻകുഞ്ഞിന്റെ എന്നുമുള്ള മറുപടി.

ചെമ്പൻകുഞ്ഞ് അങ്ങനെയിരിക്കുമ്പോൾ ചിലതെല്ലാം പറയും! ഒരു രണ്ടു വള്ളവും വലയുംകൂടുണ്ടാകണം. ഒരു പറമ്പും പുരയും വേണം. കുറെ കാശും കയ്യിൽ വേണം.

"എന്നീട്ട്, ആയുസ്സു മുഴുവൻ വേല എടുത്തതാല്യോ. പള്ളീക്കുന്നനേ പോലെ ഓന്നു സൊഖമെടുക്കണം."

ചക്കിയെ ഒന്നു വണ്ണം വയ്പിക്കാനും അയാൾ തീരുമാനിച്ചിട്ടുണ്ട്.

ചക്കി പറഞ്ഞു:

"ഓ, ഞാന് ഇനീം വണ്ണം വക്കാമ്പോവ്വാ!"

"അതോന്നുമല്ലെടീ, നീ വണ്ണോം വെക്കും."

മുമ്പൊരിക്കലും അങ്ങനെ ജീവിതത്തിൽ സുഖിക്കുന്നതിനെക്കുറിച്ച് ചെമ്പൻകുഞ്ഞു പറഞ്ഞ് ചക്കി കേട്ടിട്ടില്ല. സുഖത്തെക്കുറിച്ചു പുതിയ ഒരു സങ്കല്പം ആയിടയ്ക്കുണ്ടായതായി ചക്കിക്കു തോന്നി. അവൾ ചോദിച്ചു:

"എന്നതാ ഈ വയാസ്സുകാലേത്തു സുഹിക്കാമ്പോണെ? ഇതെവടാന്നു പടിച്ചു? എങ്ങാണ്ടാന്നു പടിച്ചതാ."

"എടീ വയസ്സുകാലേത്തും സുഹിക്കാം. ആ പള്ളീക്കുന്നനെ പോയി നോക്ക്. അയ്യാളു സുഹിക്കുന്ന കാണണേങ്കില്."

ചെമ്പൻകുഞ്ഞു തെറ്റായ ഒരു വഴി ആലോചിക്കുന്നതുപോലെ ഗുണദോഷിക്കുംമട്ടിൽ ചക്കി അയാളെ നോക്കി. വയസ്സുകാലത്ത് സുഖിക്കുന്നത് ഒരു തെറ്റാണ്. ചെമ്പൻകുഞ്ഞു പറഞ്ഞു:

"നിനിക്കു കേക്കണോ? ആ പെണ്ണുമ്പിള്ളാക്കു നിന്റെ പ്രായമൊണ്ട്. അവര് ഇന്ന് ഒരുങ്ങിയാ നടാക്കുന്നെ. തലേം

ഊരി മിനുക്കി, പൊട്ടും തൊട്ട്, ചുണ്ടും ചൊമപ്പിച്ച്. കണ്ടാലോ, തങ്കംപോലിരിക്കും. അവാരു അരയാനും അരയാത്തീം പിള്ളാരെപോലാ."

ചക്കി ചോദിച്ചു:

"അപ്പം ഞാനും ഓരുങ്ങി നടാക്കണോ കൊച്ചുപെണ്ണായിട്ട്!"

"ഏന്താ നടാന്നാല്?"

"നാണമാവാത്തില്യോ?"

"ഏന്നാ നാണിക്കാനാ?"

"ഓ, എനീക്കീപ്പം മേല."

ഒരു ചെറിയ ലജ്ജയോടെ ചക്കി പറഞ്ഞു. ചെമ്പൻകുഞ്ഞ് കണ്ടങ്കോരൻവലക്കാരന്റെ ജീവിതം വിവരിച്ചു. ഇത്ര സുഖമായി അയാൾ ഉണ്ടിട്ടില്ല. അവിടത്തെ കറികൾക്കെല്ലാം വിശേഷമായ സ്വാദാണ്. അവരു കൊച്ചുപിള്ളരെപ്പോലെ ജീവിതം സുഖിക്കു കയാണ്.

"നിനീക്കു കേക്കണോ ഒരു കാരീയം? ഞാനാങ്ങു നാണീച്ചുപോയി. ഒരു ദെവാസം ഞാനവാടെ ചെന്നാപ്പം കൊച്ചു പിള്ളാരെപ്പോലെ കെട്ടിപ്പിടീച്ചു അവാരു മൊത്തംവച്ചു നിക്കുണു."

ചക്കി 'ഹാ പോക്കണംകേട്' എന്നു പറഞ്ഞു. ചെമ്പൻകുഞ്ഞു ചോദിച്ചു:

"എന്നതാടീ പോക്കണംകേട്? അവരു കൊച്ചുപിള്ളാരെ പോലാ. ചിരീം കളീം ഒക്കയാ."

"കൊച്ചുങ്ങളില്യോ?"

"ഒരു ചെറുക്കനേയൊള്ളു."

ചക്കിയെ നോക്കിക്കൊണ്ടു ചെമ്പൻകുഞ്ഞു പറഞ്ഞു:

"നിന്നേം അങ്ങാനെ പാപ്പിക്കുഞ്ഞിനെപ്പോലെ വണ്ണവപ്പീച്ചിട്ട് നമാക്കും ഒന്നു പിള്ളാരു കളീക്കണം."

യഥാർത്ഥത്തിൽ അതിലൊരാശ ചക്കിക്കുമുണ്ട്. അങ്ങനെ ആലിംഗനം ചെയ്തു ചുംബനംചെയ്തു നിൽക്കാൻ. എന്നാൽ അതവൾ പുറത്തു പറഞ്ഞില്ല.

"തന്നാത്താനോന്നു നന്നാവ്."

ചെമ്പൻകുഞ്ഞു പറഞ്ഞു:

"ഞാനും നന്നാവും. എന്നീട്ടാ അതെല്ലാം."

ചെമ്പൻകുഞ്ഞ് ചിരിച്ചു. ആ സുഖത്തിനെക്കുറിച്ചുള്ള എല്ലാ സ്വപ്നങ്ങളും അയാളുടെ കണ്ണിൽ കാണാനുണ്ടായിരുന്നു.

ചക്കി കുറ്റപ്പെടുത്തി പറഞ്ഞു:

"ആ പെണ്ണുംപിള്ളേ കണ്ടു വെരാണ്ടു പോന്നിരിക്കുവാന്നാ തോന്നുന്നെ."

"അതൊള്ളതാടീ. ആരും അവാരെ കണ്ടാ വെരാളും."

അല്പം കഴിഞ്ഞ് ചെമ്പൻകുഞ്ഞു പറഞ്ഞു:

"അയ്യാളു ഭാഗ്യവാനാ."

എല്ലാം കടലമ്മ പ്രസാദിക്കട്ടെ. വീടും പറമ്പുമുണ്ടായിക്കഴിഞ്ഞ്, വെറുതെയിരുന്നാലും ജീവിക്കാമെന്ന നിലയിലെത്തുമ്പോൾ കൊച്ചുപിള്ളാരായി സുഖിക്കാമെന്ന് ചക്കിയും പറഞ്ഞു. അപ്പോഴേക്കും പെൺപിള്ളരെയും പറഞ്ഞയയ്ക്കാം. അതു തന്നെയാണ് ചെമ്പൻകുഞ്ഞും നിശ്ചയിച്ചത്. പക്ഷേ, തനിക്കു സൗന്ദര്യം ഇല്ല എന്ന് അവൾ പറഞ്ഞു. അന്നത് ഉണ്ടാകുമെന്ന് ചെമ്പൻകുഞ്ഞിനു നിശ്ചയമുണ്ട്.

"ഞാനന്നാത്തേക്കു ചത്തേങ്കിലോ?"

"പോടി പോ! പൊല്ലവാക്കു പറാതെ."

പെട്ടെന്ന് ഒരു ദിവസം കടലിന്റെ നിറം മാറി. പോളയാണ്. വെള്ളത്തിനു ചുവപ്പുനിറം വന്നു. കടലമ്മ ഋതുവായെന്നാണു സങ്കല്പം. പിന്നെ കുറേക്കാലത്തേക്കു കോരുണ്ടായിരിക്കുകയില്ല. രണ്ടുമൂന്നു ദിവസങ്ങൾ കഴിഞ്ഞു. ചെമ്പൻകുഞ്ഞിനു വെറുതെ ഇരിക്കാൻ വയ്യ. പുറങ്കടലിൽ ചൂണ്ടയ്ക്കു പോയാലെന്തെന്ന് അയാൾ ആലോചിച്ചു. മീൻ കിട്ടിയേക്കും.

അയാൾ വള്ളത്തിലെ ജോലിക്കാരെ വിളിച്ച് ആലോചിച്ചു. അവർക്കാർക്കും പെട്ടെന്ന് ഉത്തരം പറയാൻ വയ്യായിരുന്നു. അപൂർവ്വമായേ ആ കടപ്പുറത്തുള്ളോർ പുറങ്കടലിൽ ചൂണ്ടയ്ക്കു പോയിട്ടുള്ളു. പോളക്കാലത്ത് ആരും പോയിട്ടില്ല.

ചെമ്പൻകുഞ്ഞ് കർശനമായി അവരോടു പറഞ്ഞു:

"ഞാനോന്നു പറഞ്ഞേക്കാം. നിങ്ങാക്കു വരാനൊക്കാത്തില്ലേല്, ഇനീം നീങ്ങ പട്ണിയാ. പറ്റു തരാനെക്കൊണ്ടു എനിക്കു മേല."

ആ പട്ടിണി സ്വല്പം നീണ്ടേക്കും. എന്നല്ല, നീളുകയാണ്. ഓരോരുത്തന്റെയും കൈവശമുണ്ടായിരുന്ന മിച്ചമെല്ലാം തീർന്നു. വള്ളമിറക്കി ചിലരെല്ലാം പരീക്ഷിച്ചു. ഒരു അറഞ്ഞിലുപോലുമില്ല. ജോലിക്കാർ വള്ളമുടമസ്ഥന്മാരെ പറ്റിനു ശല്യപ്പെടുത്തുന്ന സമയമാണത്. അവരുടെ കയ്യിലും വകയില്ല.

അയൽപക്കത്തെ വീടുകളിലെല്ലാം പട്ടിണിയാണ്. എന്നുവച്ചാൽ മുഴു പട്ടിണി. വള്ളവും വലയും വാങ്ങാൻ നിശ്ചയിച്ച

അച്ചകുഞ്ഞാണ് ഏറ്റവും വലിയ പരുങ്ങലിലായത്. അയാൾക്കു പിള്ളരുണ്ട്.

ഒരു ദിവസം ഒരു വഴിയുമില്ലാതായി. കുട്ടാമ്പാള തല്ലിക്കുടഞ്ഞ് ഉണ്ടായിരുന്ന ഉണക്കക്കുറിച്ചി കൊണ്ടുപോയി വിറ്റ് കപ്പ വാങ്ങി തലേന്നാൾ കഴിഞ്ഞു. അന്നത്തേക്ക് ഒരു വഴിയുമില്ല. അരയനും അരയത്തിയും തമ്മിൽ വഴക്കായി. ദേഷ്യം വന്ന് അനുസരണകെട്ട ഭാര്യയ്ക്കു രണ്ടുകൊടുത്തിട്ട് അച്ചകുഞ്ഞ് ഇറങ്ങിപ്പോയി. പിള്ളരുടെ ഭാരം ചുമക്കേണ്ടതു വീട്ടിലിരിക്കുന്നവളാണ്. അവൾക്ക് ഇറങ്ങിപ്പോകാനൊക്കുമോ?

നല്ലപെണ്ണ് അച്ചകുഞ്ഞിനെ ശപിച്ചു:

"അമ്പേ, ഈ എറാങ്ങിപ്പോക്കു ചായക്കടേച്ചെന്നു പള്ള നെറക്കാനാ!"

ആ ആരോപണം കേട്ടിട്ടും വകവയ്ക്കാതെ അച്ചകുഞ്ഞു പോയി. അയാൾ ഒരുവേള വല്ല മാർഗവും തേടി പോയതാവാം.

വൈയ്യുന്നേരംവരെ നോക്കിയിരുന്നു. അവസാനം അവിടെയുണ്ടായിരുന്ന ഓട്ടുടംബ്ളറുംകൊണ്ട് നല്ലപെണ്ണു ചക്കിയുടെ അടുത്തുചെന്നു. അതു പണയമായിട്ട് അല്ലെങ്കിൽ വിലവച്ച് ഒരു രൂപാ കൊടുക്കണം. ചക്കി പണയം വാങ്ങി ഒരുരൂപ കൊടുത്തു. വിവരമറിഞ്ഞ് ലക്ഷ്മി കുഞ്ഞിന്റെ കാതിൽ കിടന്ന പൂവും കൊണ്ടു വന്നു. അങ്ങനെ എല്ലാവരുമായപ്പോൾ ചക്കിക്കതു ശല്യമായി തോന്നി. അങ്ങനെ കൊടുക്കാൻ അവളുടെ കയ്യിൽ പണവുമില്ല. പണമില്ലെന്നു പറഞ്ഞാൽ ആർക്കും വിശ്വാസമാകുന്നില്ല. തലേക്കൊല്ലം ആറ്റുനോറ്റു മണ്ണാർശാലയിൽനിന്നു വാങ്ങിയ ഒരുരുളിയും കൊണ്ടു ചെന്ന കാളിക്കുഞ്ഞിനോടു ചക്കി ചോദിച്ചു:

"ഇവാടെല്ലാരും ഇങ്ങാനെ വന്നാ — കാശു കുഴീച്ചെടുക്കുവാണോ?"

കൊച്ചുങ്ങൾ പട്ടിണികിടക്കുന്നതുകൊണ്ട് കാളിക്കുഞ്ഞു വന്നതാണ്. കാളിക്കുഞ്ഞ് അങ്ങനെ ഒരു കണ്ടിട്ടില്ലാത്ത ഭാവം പ്രതീക്ഷിച്ചില്ല. ചക്കി തുടർന്നു:

"എല്ലാറക്കും ചെമ്പാൻകുഞ്ഞിന്റെ കാശു വേണം. സമയം വരൂമ്പം കുതികാലു വെട്ടും."

കാളിക്കുഞ്ഞു ചോദിച്ചു:

"ഞങ്ങാ എന്നാ ചെയ്തു?"

"ഒന്നും ചെയ്തീല്ല. ഇവാടെ കാശീല്ല."

"നിങ്ങാ ഏന്തേ മുമ്പു കാണേത്തപോലെ പറേണു?"

"ഏന്റെ കാര്യം ഞൊമ്പറേണ്ടയോ?"

കാളിക്കുഞ്ഞിനും ദേഷ്യം വന്നു.

"നീങ്ങാക്കെന്നാ പണമൊണ്ടായേ?"

"നീ ഏന്താണേടി അസ്തലു പറേണത്?"

തുടർന്ന് ഒരു വാക്സമരം നടന്നു. കറുത്തമ്മ ഇടപെട്ടു. അവൾക്കു പേടിയാണ്. ആ വഴക്കു മൂത്താൽ അവളുടെ കഥ പാടിയേക്കും. കറുത്തമ്മ കാളിക്കുഞ്ഞിന്റെ കാലുപിടിച്ച് അപേക്ഷിച്ചു. അവൾ ഉരുളിയുംകൊണ്ടു പോയി.

കറുത്തമ്മ ചക്കിയോടു കയർത്തു:

"ഏന്താണമ്മാച്ചി, ഈ ഫോതംകെടേണത്?"

"പിന്നല്ലാണ്ടോ?"

"അല്ലേലും വള്ളോം വലേം മേടീച്ചപ്പം അച്ചേനും അമ്മേം ആളുമാറി."

അന്നു വയ്യിട്ട് ചെമ്പൻകുഞ്ഞ് ഉണ്ടുകൊണ്ടിരുന്നപ്പോൾ ചക്കി നാട്ടുവർത്തമാനങ്ങൾ പറയുകയായിരുന്നു. നാട്ടുവർത്തമാനമെന്നാൽ—പട്ടിണിയുടെ കഥ. ഒരു വീട്ടിലും അന്നു കോടി പുകഞ്ഞിട്ടില്ല.

ചെമ്പൻകുഞ്ഞു പറഞ്ഞു:

"പട്ണി കെടക്കട്ടേന്ന്. എല്ലാം കേടാക്കട്ടെ."

കറുത്തമ്മ നടുങ്ങിപ്പോയി. ചെമ്പൻകുഞ്ഞു തുടർന്നു:

"എല്ലാം പൊരിയട്ടെന്ന്. എന്നാലേക്കൊണ്ടേ കാര്യമോണ്ട്."

ആ കാര്യം എന്തെന്ന് കറുത്തമ്മയ്ക്കു മനസ്സിലായില്ല. അവൾ അവളുടെ അച്ഛനെ വെറുത്തു.

ചക്കി ചോദിച്ചു:

"എന്നാ കാര്യം?"

"അങ്ങനെ അനുപവിക്കാട്ടെ. കൈയി കാശു കിട്ടുമ്പം ഇവാമ്മാർക്കും ഇവാളുമാർക്കും തുള്ളലാ. അന്ന് ആലപ്പുഴേ പോയേ ചോറു തിന്നാത്തോള്ളു. മരക്കാത്തിക്ക് ഉടുക്കാൻ തുണിയില്ലേലു കസവുനേര്യതാ മേടീക്കുന്നെ. അവളാപ്പം നെലത്തല്ല. ഇപ്പം നഷ്ഷത്രം എണ്ണാട്ടെ."

കറുത്തമ്മയ്ക്ക് അതു ശരിക്കു മനസ്സിലായില്ല. ചക്കി ആ പഴയ തത്ത്വശാസ്ത്രം പറഞ്ഞു:

"മരക്കാൻ പാത്തുവക്കല്ല്."

"എന്നാ വേണ്ട. ഇപ്പം അനുപവിച്ചോ. ഇതൊക്കെ ആ പെണ്ണീനേം പടിപ്പിച്ചേരെ, പട്ണി കെടക്കാൻ."

ചക്കി ഒരു പുഞ്ചിരിയോടെ പറഞ്ഞു:

"ഓ, ഒരു വെകാരമൊള്ള മരക്കാന്!"

"അതേടീ, ഞാൻ വെകാരമൊള്ളോനാ. ഏന്റെ കയ്യി കാശോണ്ട്!"

"അതീന്റെ വിശേഷം പറയണ്ട. ആ മേത്തച്ചെറുക്കൻ കൂട മടാച്ചിട്ടിരിക്കുവാ. പെണ്ണും പെരേം മുറീം നറാഞ്ഞു നിക്കുവാ."

"അയാളും അനുഭവിക്കേണ്ടവനാണ്, അല്ലേ അച്ഛാ" എന്നു ചോദിക്കാൻ കറുത്തമ്മയ്ക്കു തോന്നി.

കടപ്പുറത്തെ ആ വറവുകാലംകൊണ്ട് ചെമ്പൻകുഞ്ഞും ചക്കിയും മുതലെടുത്തു. കുറെ ഓട്ടുപാത്രങ്ങളും പൊന്നും പൊടിയും വാങ്ങി ആദായവിലയ്ക്ക്! പെണ്ണിനെ കെട്ടിക്കുമ്പോൾ അത്രയ്ക്ക് കുറച്ച് ഓടിയാൽ മതി. ഒരു ദിവസം ഒരു നല്ല കട്ടിൽ കിട്ടി. ഭർത്താവു വന്നപ്പോൾ ലജ്ജ കലർന്ന ഒരു ചിരിയോടെ ചക്കി വിവരം പറഞ്ഞു:

"ഞാന് ഒരു കട്ടീലു മേടീച്ചു."

അതേ രീതിയിൽ ഒരു ചിരിയോടെ ചെമ്പൻകുഞ്ഞു ചോദിച്ചു:

"ഉം? ഏന്തിനാ മേടീച്ചെ?"

"കട്ടീലേന്തിനാ? കെടാക്കാനല്ല്യോ?"

"ആറക്കു കെടാക്കാന്?"

"പെണ്ണീനു മരക്കാൻ വരുമ്പം അവാറക്കു കെടാക്കാന്."

"അതീനാണോ?"

"പിന്നല്ലാണ്ടോ? വയാസ്സാനും വയാസ്സീക്കുമാണോ?"

ചെമ്പൻകുഞ്ഞ് അതു സമ്മതിച്ചപോലെ പറഞ്ഞു:

"ഓ, ഏന്നാ വേണ്ട. പഷ്ഷേല് ഞാനൊരു മെത്ത കൂത്തീക്കും. കണ്ടങ്കോരന്റെ അവാടെ കാണ്ടപോലോരു മെത്ത."

ചക്കി പറഞ്ഞു:

"ആപ്പം അതേകൂടെ കെടാക്കാൻ അതുപോലൊരു പെണ്ണുമ്പിള്ളേം വേണോല്ലോ."

"ഞാൻ നീന്നെ ആങ്ങനാക്കും."

കുറച്ചുകൂടി കനമുള്ള ഒരാശ ചെമ്പൻകുഞ്ഞിന്റെ ഉള്ളിൽ കടന്നുകൂടിയിട്ടുണ്ട്. അല്ലെങ്കിൽ, ജീവിതത്തിൽ ഒന്നു സുഖിക്കണമെന്നുള്ള ആഗ്രഹത്തിന്റെ ഒരു ഘടകം മാത്രമാവാം അത്. ഒരു വള്ളംകൂടി വേണം. കുറെ പണമുണ്ടായിരുന്നതു മുക്കാലും ജംഗമങ്ങളായിപ്പോയി. അത് ഒരു അസാദ്ധ്യകാര്യമായി ചെമ്പൻകുഞ്ഞിനു തോന്നുന്നില്ല.

ഒരു ദിവസം രാവിലെ ചെമ്പൻകുഞ്ഞുണർന്നപ്പോൾ രാമൻകുഞ്ഞുവലക്കാരൻ അവിടെയുണ്ട്. ചെമ്പൻകുഞ്ഞു രാമൻകുഞ്ഞിനെ ഉപചരിച്ചിരുത്തി. രാമൻകുഞ്ഞ് ആ തുറയിലെ വലക്കാരനാണ്. ഇപ്പോൾ രണ്ടു വള്ളങ്ങളുണ്ട്. സ്ഥാവരവസ്തുക്കളുണ്ടായിരുന്നതെല്ലാം അന്യാധീനപ്പെട്ടു. കുറച്ചുകാലം ചെമ്പൻകുഞ്ഞു രാമൻകുഞ്ഞിന്റെ വള്ളത്തിൽ ജോലി ചെയ്തതുമാണ്.

രാമൻകുഞ്ഞിനു കുറെ രൂപ വേണം. ആവശ്യം ഈ പട്ടിണിക്കാലത്തു ജോലിക്കാർക്കു പറ്റു കൊടുക്കാനാണ്. അയാൾ പണം വാങ്ങാറുള്ളത് ഔസേപ്പിന്റെ പക്കൽനിന്നാണ്. ഔസേപ്പിനു നീക്കിബാക്കി കുറെ കൊടുക്കാനുണ്ട്. ഇനിയും ചോദിക്കാൻ ഒരു മടിയുണ്ട്. രാമൻകുഞ്ഞു പറഞ്ഞു:

"നമ്മളെ പറ്റിക്കൂടി പുരാധീനയായേ നിക്കുന്നോര് — അവാര് പട്ണിയാ. കടലി ഒരു പണീമീല. എങ്ങനാ അതു കാണൂന്നെ?"

ചെമ്പൻകുഞ്ഞ് അതു ശരിവച്ചു.

"അതെയതെ. അവടത്തെ സ്ഥിതിക്കതു ചേർന്നാതല്ല."

യാതൊരു മടിയും കൂടാതെ പണം കൊടുക്കാമെന്നു ചെമ്പൻകുഞ്ഞ് ഏറ്റു.

"എത്ര രൂപാ വേണോ?"

"നൂറ്റമ്പതു മതി."

ചെമ്പൻകുഞ്ഞു പണമെണ്ണിക്കൊടുത്തു. രാമൻകുഞ്ഞു ചോദിച്ചു:

"താൻ വള്ളക്കാർക്കു പറ്റു കൊടൂക്കുന്നില്ല്യോ?"

തല ചൊറിഞ്ഞുകൊണ്ടു ചെമ്പൻകുഞ്ഞു പറഞ്ഞു:

"ഞാനേങ്ങന കൊടുക്കാനാ? ഞാനും അവരെപ്പോലേ വേലാക്കാരനാ. അണ്ണാന് ആനയോളം വാ പൊളീക്കാമോ?"

രാമൻകുഞ്ഞു ചിരിച്ചു. ചെമ്പൻകുഞ്ഞു തന്റെ പ്രസ്താവനയെ ഒന്നുകൂടി വിശദീകരിച്ചു.

രാമൻകുഞ്ഞു പോയിക്കഴിഞ്ഞപ്പോൾ ചെമ്പൻകുഞ്ഞു ചക്കിയുടെ മുമ്പിൽ ചെന്നു ഭ്രാന്തനെപ്പോലെ തല അറഞ്ഞു ചിരിച്ചു. അയാളെ അന്നത്തെപ്പോലെ ഒരിക്കലും ഉത്സാഹവാനായി കണ്ടിട്ടില്ല.

ചക്കി ചോദിച്ചു:

"ഇതേന്നാ പിരാന്താ?"

"നീ എന്നാ അറിഞ്ഞേടി ചൂലേ! അയ്യാടെ ചീനിവള്ളം ആറു മാസാത്തിനകം ഏന്റെ!"

എന്നിട്ടയാൾ പറഞ്ഞു:

"ഇതാ ചക്രം കയ്യിലിരുന്നാലാത്ത കൊണം."

ചെമ്പൻകുഞ്ഞിന്റെ വള്ളത്തിലെ ജോലിക്കാർ അയാളെ പറ്റിനു ശല്യപ്പെടുത്താൻ തുടങ്ങി.

അയാൾ ചോദിച്ചു:

"നിങ്ങാക്കു ജോലി ചെയ്യാൻ മനസ്തുണ്ടോ?"

അവർ ഉണ്ടെന്നു പറഞ്ഞു. ചെമ്പൻകുഞ്ഞു പറഞ്ഞു:

"എന്നാ പൊറക്കടാലി ചൂണ്ടാക്കു പാം."

"അതേങ്ങനാ കാലംകേട്ട കാലത്തു പൊറക്കടാലി പോണെ?"

ചെമ്പൻകുഞ്ഞ് വേറൊരടവെടുത്തു. അയാൾ വേറെ ആളുകളെ ചൂണ്ടയ്ക്കു കൊണ്ടുപോകും. പിന്നെ അവരെമാത്രമേ ജോലിക്കു നിർത്തുകയുള്ളു.

"പണം മൊടാക്കി വള്ളോം അനുസാരീം ഒണ്ടാക്കി വെറുതേയിരീക്കാൻ മേല. കൊറെ ചേതാമോണ്ട്."

രണ്ടുമൂന്നു ദിവസത്തിനുശേഷം ഒരു രാവിലെ ചെമ്പൻ കുഞ്ഞ് അമരത്തുനിന്നു കുത്തിയെറിഞ്ഞുകൊണ്ട് വള്ളം പടിഞ്ഞാറേക്കു പാഞ്ഞു പോകുന്നതു കണ്ടപ്പോഴാണ് ചക്കിയും കറുത്തമ്മയും വിവരമറിഞ്ഞത്. അന്നു പതിമ്മൂന്നു കുടുംബങ്ങളിലെ പെണ്ണുങ്ങളും കുഞ്ഞുങ്ങളും ഉത്കണ്ഠാ കുലരായി ദൈവത്തെ വിളിച്ചുകൊണ്ട് കടൽക്കരയിൽ തന്നെ കഴിഞ്ഞു. പഴമക്കാർ കടലിൽ നോക്കിയിട്ടു വലിവല്പം പിഴ ച്ചാണെന്നു പറഞ്ഞു. പുറംകടലിൽ ചുഴി കാണുമത്രെ!

സന്ധ്യകഴിഞ്ഞിട്ടും വള്ളം മടങ്ങിവന്നില്ല. കടൽക്കരയിൽ നിലവിളിയും കരച്ചിലുമായി. രാത്രിയായപ്പോൾ തുറയിലുള്ളവർ മുഴുവൻ കൂടി. എല്ലാവരും പടിഞ്ഞാറേക്കു നോക്കിനില്പാണ്.

കാറും കോളുമില്ലാത്ത ഒരു രാത്രി ആയിരുന്നത്. നക്ഷത്ര ങ്ങൾ എല്ലാം തെളിഞ്ഞിരുന്നു. കടൽ നിശ്ചലമാണ്. അങ്ങകലെ എന്തോ ഒരു പൊട്ടുപോലെ കാണുന്നു എന്ന് ആർക്കോ തോന്നി. അതു വള്ളമായിരിക്കുമത്രേ!

പക്ഷേ, വള്ളം വന്നില്ല.

കൊച്ചാന്റെ പ്രായമായ തള്ള നെഞ്ചത്ത് അലച്ചുകൊണ്ടു ചക്കിയോട് ആവശ്യപ്പെട്ടു, അവരുടെ ആൺതരിയെ കൊടു ക്കണമെന്ന്. വാവയുടെ ഗർഭിണിയായ ഭാര്യ ആരെയും കുറ്റപ്പെ ടുത്തിയില്ല; കരയുക മാത്രമാണ്. അങ്ങനെ ആ കടപ്പുറത്ത് അലയും മുറയുംതന്നെ.

ഒട്ടു പാതിരാവായപ്പോൾ ഒരാരവം കേൾക്കായി; 'വള്ളം വരുന്നേ!' എന്ന് ആരോ വിളിച്ചുപറഞ്ഞു. വള്ളം പക്ഷിവേഗത്തിൽ കുതിച്ചുവരുന്നു.

വള്ളത്തിൽ ഒരു ശ്രാവുണ്ട്. മറ്റൊന്നിനെക്കൂടി കിട്ടിയതാണ്. രണ്ടിനെയുംകൂടി കൊണ്ടുവരാൻ വയ്യായ്കയാൽ ഒന്നിനെ അറത്തുവിട്ടു.

കിഴക്കോട്ടു കച്ചവടത്തിന് അതിനെ ചെമ്പൻകുഞ്ഞ്, കഷണിച്ചു പെണ്ണുങ്ങൾക്കു കൊടുത്തു. വിറ്റു വിലകൊടുത്താൽ മതി. കാളിക്കുഞ്ഞിനും ലക്ഷ്മിക്കും എല്ലാവർക്കും കിട്ടി. അങ്ങനെ കുറെ വീടുകളിൽ അന്നു തീ പുകഞ്ഞു.

രണ്ടു നാൾ കഴിഞ്ഞ് പിന്നീടും ചൂണ്ടയ്ക്കു പോയി. അന്നും ചെമ്പൻ കുഞ്ഞു ജയിച്ചുവന്നു. കടലു കരിഞ്ഞകാലത്തും ചെമ്പൻകുഞ്ഞിനു കാശുണ്ട്. പഴമക്കാർ തോറ്റു മിണ്ടിയില്ല. ചെമ്പൻകുഞ്ഞു കാരണം വെള്ളം കുടിക്കുന്നു എന്നു പെണ്ണുങ്ങൾ പറഞ്ഞു.

മറ്റു ചില വള്ളക്കാരും ചൂണ്ടയ്ക്കു പോകാൻ നിശ്ചയിച്ചു.

ഈ പട്ടിണികഴിഞ്ഞ് ഒരു സുഭിക്ഷതയുണ്ടെന്ന് എല്ലാവരും വിശ്വസിക്കുന്നുണ്ട്. കഴിഞ്ഞകൊല്ലം ചാകര ആലപ്പുഴയ്ക്കു വടക്കായിരുന്നു. അക്കണക്കിന് ഇക്കൊല്ലം ചാകര ഈ കടപ്പുറ ത്തായിരിക്കണം. ഇനിയും ഭാഗ്യക്കേടുകൊണ്ട് അവിടെയല്ലെ ങ്കിലും കോരിനു തയ്യാറാവണം. എന്നുവച്ചാൽ വള്ളത്തിന്റെയും വലയുടെയും കേടുപാടുകൾ പോക്കണം. ആ പഞ്ഞക്കാല ത്തുതന്നെ അതു വേണ്ടിയുമിരിക്കുന്നു. വള്ളമുടമസ്ഥന്മാർ വിഷമിച്ചു.

ഔസേപ്പും ഗോവിന്ദനും വീർത്ത മടികളുമായി കടപ്പുറ ത്തിറങ്ങി. എല്ലാ വർക്കും പണം ആവശ്യമുണ്ട്. ഏതു വ്യവസ്ഥ യും സമ്മതിക്കും. കൂടമുടമസ്ഥന്മാർ ആലപ്പുഴയും കൊല്ലത്തും കൊച്ചിയിലുമുള്ള ചെമ്മീൻകച്ചവടക്കാരായ സേട്ടുമാരുടെ കാര്യസ്ഥന്മാരെ സേവപിടിച്ചു. അങ്ങനെ കടം വാങ്ങിയ പണ ത്തിന്റെ ചെളിപ്പ് കടപ്പുറത്തുണ്ടായി. കമ്പാവലയുടെ സ്വല്പം പണിയുമുണ്ട്.

വീടുകൾ തോറും ചെറിയ കച്ചവടക്കാർ പണവുമായി കയറിയിറങ്ങി, പണം പെണ്ണുങ്ങൾക്കു കടം കൊടുക്കാൻ. പിള്ളരും പെണ്ണുങ്ങളും ശേഖരിച്ചുവച്ച ഉണക്കമീനിനു മുമ്പേറു കൊടുക്കുകയാണ്. ആയിടയ്ക്ക് അങ്ങനെ ചെന്ന ഒരു മേത്ത

ക്കൊച്ചനെ കൊച്ചൂട്ടി എന്ന ഒരുവളുടെ പുരയ്ക്കകത്തു വച്ച് അവളുടെ മരയ്ക്കാൻ കുത്തിയെന്ന് ഒരു കേസുമുണ്ടായി.

ചെമ്പൻകുഞ്ഞു കൂടെക്കൂടെ രാമൻകുഞ്ഞിനെ കാണാറുണ്ട്. കടം വാങ്ങിയ പണം തിരിച്ചു ചോദിക്കുമെന്ന് രാമൻകുഞ്ഞു പേടിച്ചു. പക്ഷേ, ചെമ്പൻകുഞ്ഞ് അതു ചോദിച്ചില്ലെന്നു മാത്രമല്ല, അപ്പോഴത്തെ ആവശ്യങ്ങൾക്കു ചെറിയ സംഖ്യ വേണോ എന്ന് അങ്ങോട്ടു ചോദിച്ചു.

പരീക്കുട്ടി ചാകരക്കച്ചവടത്തിന് ഒരു ശ്രമവും നടത്തുന്നില്ല. കൂടം അടച്ചിടാൻ വാപ്പ പറഞ്ഞിരിക്കയാണ്. കടപ്പുറത്തെ പണി വേണ്ട; മറ്റു വല്ല പണിക്കും പോകാമെന്നാണ് അബ്ദുള്ളയുടെ പക്ഷം. പരീക്കുട്ടിക്കതിഷ്ടമല്ല. അതൊക്കുകയില്ലെന്നു പരീക്കുട്ടി നേരേ പറഞ്ഞു. പരീക്കുട്ടി ആ കടപ്പുറത്തുനിന്നും പോകാൻ നിശ്ചയിച്ചിട്ടില്ല.

അബ്ദുള്ള അമ്പരന്നുപോയി. അങ്ങനെ മുഖത്തു നോക്കി പരീക്കുട്ടി മുമ്പു സംസാരിച്ചിട്ടില്ല.

അബ്ദുള്ള ചോദിച്ചു:

“അതെന്താണെടാ?”

പരീക്കുട്ടി പറഞ്ഞു:

“ചെറുപ്പത്തി ബാപ്പ എന്നെ കൊണ്ടവന്നു കടപ്പറത്തു ചമ്പക്കച്ചോടത്തിനു വിട്ടു. എനിക്കു വേറൊരു പണി അറിഞ്ഞൂട.”

“മൊടക്കുമുതലു നീ കളഞ്ഞുകുളിച്ചതോ?”

പരീക്കുട്ടി സമാധാനം പറയേണ്ട കാര്യമാണത്.

“അതു വാപ്പാ, കച്ചോടത്തില് ലാഭോം നഷ്ടോം വരും. ചിലപ്പം മൊതലും കാണത്തില്ല.”

“ഇനീം നഷ്ടം വന്നാലോ?”

അതിന് ഒരു മറുപടിയേ പരീക്കുട്ടിക്കു പറയുവാനുള്ളു:

“എനിക്കു വാപ്പ തരാൻ നിശ്ചയിച്ച വീതം മൊടക്കിതന്നാ മതി. പിന്നെ ഒന്നും തരണ്ട.”

“അതെന്നാ സ്വത്തൊരിക്കുന്നടാ. ഒരു നാപ്പതു സെന്റു പറമ്പൊണ്ട്.”

അബ്ദുള്ളയ്ക്കു വളരെ പ്രാരബ്ധങ്ങളുണ്ട്. കുറെ സ്വത്തുള്ളവനായിരുന്നു. ക്ഷയിച്ചു. ഒരു പെണ്ണിനെ കെട്ടിക്കാനുണ്ട്. കല്യാണം പറഞ്ഞുവച്ചിരിക്കയാണ്. ഈ വൈഷമ്യമെല്ലാം അബ്ദുള്ള വിവരിച്ചു. എന്നിട്ടും പരീക്കുട്ടിക്കു മാറ്റമില്ല.

ചാകരക്കച്ചവടത്തിനുള്ള ഒരു ഒരുക്കവും കൂടത്തിൽ നടക്കുന്നില്ലെന്നു കറുത്തമ്മയ്ക്കു മനസ്സിലായി. കയറ്റുപായോ

വള്ളിക്കുട്ടയോ ഒന്നും വാങ്ങുന്നില്ല. ചെമ്പുകൂടെ നന്നാക്കിയില്ല. അടുപ്പുമിടുന്നില്ല. അവൾ അമ്മയോടു പറഞ്ഞു, അപ്പോഴാണു പരീക്കുട്ടിക്കു കൊടുക്കാനുള്ളതു കൊടുക്കേണ്ടതെന്ന്. പരീക്കുട്ടി ചെയ്ത സഹായത്തെക്കുറിച്ചു നന്ദിയുണ്ടെങ്കിൽ അതു ചെയ്യണം.

ചക്കി തിരിച്ചു ചെമ്പൻകുഞ്ഞിനെ അലട്ടി. പ്രയോജനമില്ലെന്നു മാത്രമല്ല, അയാൾ കോപിക്കുകയാണ്. ചെമ്പൻകുഞ്ഞ് ആ പണം തിരിച്ചുകൊടുക്കുകയില്ലെന്നു കറുത്തമ്മയ്ക്കു ബോദ്ധ്യമായി. അവൾ ചിലപ്പോൾ ചിലതെല്ലാം നിശ്ചയിച്ചുറയ്ക്കും. അങ്ങനെ ഒരു വേളയിൽ അവൾ അമ്മയോടു പറഞ്ഞു:

“എന്റെ തടിക്ക് ഈ ഭാരം താങ്ങാൻ മേല.”

പെട്ടെന്ന് അമ്മയ്ക്ക് അതിന്റെ തുൽപു കിട്ടിയില്ല.

“നിന്റെ തടിക്കെന്നാ ഭാരം?”

കറുത്തമ്മ കരഞ്ഞു. ചക്കി ആശ്വസിപ്പിച്ചു. പക്ഷേ, കറുത്തമ്മ ഒരു ശാഠ്യത്തിലാണ്:

“ഞാൻ ഏല്ലാം അച്ചേനോടു പറയും—ഏല്ലാം ഏല്ലാം—ആപ്പം എനിക്കറിയാം കാശോണ്ടാകും.”

ചക്കി നടുങ്ങിപ്പോയി.

“ഏന്റെ മൊകാളു പറയല്ലേ!”

ചക്കി അറിഞ്ഞിടത്തോളം ആ കഥകൾ ചെമ്പൻകുഞ്ഞറിഞ്ഞാലത്തെ അവസ്ഥ എന്താണ്? ചക്കിക്ക് ഓർക്കാൻ വയ്യ. കറുത്തമ്മയുടെ വാക്കുകൾ കേട്ടപ്പോൾ താനറിഞ്ഞതിൽ കൂടുതലെന്തോ ആ കഥയിലുണ്ടെന്നു ചക്കിക്കു തോന്നി.

ഏകാന്തമായിരിക്കുമ്പോൾ കറുത്തമ്മയുടെ മനസ്സു പിടിവിട്ടുപോകും. അവൾ പരീക്കുട്ടിയെ സ്നേഹിക്കുന്നുണ്ട്. മറ്റൊരാൾക്ക് അവളുടെ ഹൃദയത്തിൽ സ്ഥാനമില്ല. അയാളെ, എന്നല്ല, അയാളുമായുള്ള ബന്ധം ഒരു നിമിഷം മറക്കാൻ കഴിഞ്ഞെങ്കിൽ എന്നവൾ ആഗ്രഹിക്കാറുണ്ട്. എന്തെന്നാൽ അവൾ ഒരു അരയത്തിയായി ജനിച്ചു. ഒരരയന്റെ അരയത്തിയായി മരിക്കണം. അതെങ്ങനെ എന്നവൾക്കറിയാം. അപ്പോൾ പരീക്കുട്ടിയെ മറക്കണ്ടതല്ലേ?

ആ പണം കൊടുത്തുതീർത്താൽ, ആ ബാദ്ധ്യത ഒഴിഞ്ഞാൽ, മറക്കാൻ കഴിയുമെന്നാണു വിശ്വാസം. താന്മൂലം തൊഴിൽ നശിച്ച് ഗതികെട്ടവനായി പരീക്കുട്ടി നടക്കുന്നതു കറുത്തമ്മയ്ക്ക് ഓർക്കാൻ വയ്യ. പക്ഷേ, ആ ചിത്രമാണ് എപ്പോഴും ഓർമ്മയിൽ തങ്ങിനിൽക്കുക.

ദിവസങ്ങൾ നീണ്ടിട്ടും ഒരു നീക്കുപോക്കുമില്ല. ചെമ്പൻ കുഞ്ഞ് ആ പണം കൊടുക്കുന്നില്ല.

ഏഴ്

പ്രതീക്ഷകളോടെ കടപ്പുറത്തുള്ളവർ കാത്തിരിക്കുകയാണ്. കപ്പയും കഞ്ഞിയുമായി അത്താഴം കഴിക്കുമ്പോൾ എല്ലാ വീട്ടിലും ഏന്നാണേന്റെ കടലാമ്മേ ഒരു പിടി വാരി തിന്നുന്നെ എന്ന ചോദ്യമുണ്ട്. ചാകരയ്ക്കാകട്ടെ എന്നുത്തരവുമുണ്ടാകും. ഒരു തുണ്ടം കൂട്ടീട്ടു കാലം കഴിഞ്ഞു.

ചായക്കടക്കാരൻ കടം കൊടുക്കാതാകുമ്പോൾ അയാളുടെ മുഖത്തു നോക്കി അരയൻ പറയും:

“ചാകാര വരുമേടോ!”

പെണ്ണുംപിള്ളയുടെ ഉടുതുണി നാറി കീറി തയ്ച്ചതാണ്. അപ്പോഴും പറയും:

“ചാകര വരാട്ടെ. മന്മലും നേരിതും മേടീക്കാം.”

എല്ലാ ആവശ്യങ്ങളും ആശകളും അന്നാണു സാധിക്കുന്നത്!

കറുത്തമ്മയ്ക്കും ഒരഭിലാഷമുണ്ട്. അതവൾ അമ്മയോടു പറഞ്ഞു. ചാകരകാലത്ത് എങ്ങനെയും കുറെ കാശുണ്ടാക്കണം. അതുകൂടാതെ ചെമ്പൻകുഞ്ഞ് എന്നും കൊണ്ടുവരുന്നതിൽ കുറെ വീതം എടുക്കണം. അങ്ങനെ പരീക്കുട്ടിയുടെ കടം വീടണം. ചക്കിക്കും ഒരു മുതലുണ്ടാക്കാനുദ്ദേശമുണ്ട്. പക്ഷേ, ആ മുതലുകൊണ്ടു വേറൊരു കാര്യമാണു സാധിക്കേണ്ടത്. പത്തു പണമിട പൊന്നുണ്ടാക്കണം.

കറുത്തമ്മ പറഞ്ഞു:

“എനിക്കു പൊന്നും പൊടീം വേണ്ട. ആ കടമാങ്ങു തീർത്താ മതി.”

ചക്കി ചോദിച്ചു:

“അതാച്ചൻ ഉത്തരീക്കേണ്ട കടാമല്യോ, മൊകാളെ.”

“അച്ചേനതു കൊടുക്കുവേല.”

ചക്കി സമ്മതിച്ചു. കറുത്തമ്മ കണക്കു കൂട്ടിത്തുടങ്ങി.

അങ്ങനെ പഞ്ചമിക്കും ഒരു പരിപാടിയുണ്ട്. അവൾ ഊപ്പ പെറുക്കും. അച്ഛൻ ഓരോ വട്ടി മീൻ വാഗ്ദത്തം ചെയ്തിട്ടുമുണ്ട്.

പരീക്കുട്ടിയും ചില നിശ്ചയങ്ങളെല്ലാം ചെയ്തു. അബ്ദുള്ള പറമ്പും പുരയും സേട്ടിനു പണയമെഴുതി. അതിൻപ്രകാരം

രണ്ടായിരം രൂപാവരെ പറ്റുവരവു ചെയ്യാം. അക്കൊല്ലം സൂക്ഷ്മതയോടെ ചാകരക്കച്ചവടം നടത്തി കടം വീട്ടിയിട്ടു പെങ്ങളെ കെട്ടിച്ചയയ്ക്കണം. അതയാൾ ഉറച്ചിരിക്കയാണ്.

ആ ചാകരയ്ക്കുതന്നെ എങ്ങനെയെങ്കിലും വള്ളമുടമസ്ഥനാകണമെന്ന് അച്ചകുഞ്ഞും തീരുമാനിച്ചതാണ്. കടലിലെ പോളയും വറൾച്ചയും അപ്രതീക്ഷിതമായിരുന്നു. അക്കാലത്തു നന്നായി പട്ടിണിയും കിടന്നു. അച്ചകുഞ്ഞ് ഔസേപ്പിനെ സമീപിച്ചു. അയാൾക്ക് ഒരു വള്ളവും വലയും വാങ്ങണം. ഏതു വ്യവസ്ഥയ്ക്കും അയാൾ തയ്യാറാണ്.

"എനിക്കും ഒരു വള്ളാത്തിന്റെ തലേക്കൽ നിന്നു കടാലി പോകണം. ഏന്റെ മരക്കാത്തിക്കും കടാപ്പുറത്തു വന്നു നോക്കി നിക്കണം."

ഔസേപ്പു ചോദിച്ചു:

"കൈയിലേന്തൊണ്ട് അച്ചകുഞ്ഞേ?"

ഒന്നുമില്ലെന്ന് അച്ചകുഞ്ഞു പറഞ്ഞു.

"പിന്നേങ്ങനാ?"

അവസാനം ഔസേപ്പ് ഒരു ബുദ്ധി ഉപദേശിച്ചു. ചാകരകാലത്ത് കിട്ടുന്ന കാശു സമ്പാദിക്കണം. ചാകര കഴിയുമ്പോൾ വാങ്ങാം. പോരാത്ത സംഖ്യ ഔസേപ്പു കൊടുക്കാം.

"പക്ഷേല് ഒരു കാര്യമൊണ്ട്. വള്ളോം വലേം എന്റെ പേർക്കാരിക്കും. അച്ചകുഞ്ഞിനു പങ്കേ തരത്തൊള്ളു. വള്ളത്തിന്റെ പങ്കെനിക്കാരിക്കും. എന്നാലും അമരപ്പങ്ക് അച്ചകുഞ്ഞിനു തരാം. ചാകരയ്ക്കു കിട്ടുന്ന കാശ് അല്ലേല്, ഇങ്ങേൽപിക്ക്. ഞാൻ സൂക്ഷിക്കാം."

അച്ചകുഞ്ഞു സമ്മതിച്ചു. അതു കടപ്പുറത്തെ നടപ്പാണ്. വീട്ടിൽ ചെന്നു നല്ലപെണ്ണിനോട് അയാൾ വിവരം പറഞ്ഞു.

"നിനിക്കു കിഴക്കോട്ടു കച്ചോടത്തിനു പോയി കിട്ടണതും എന്നെ ഏപ്പിക്കണം."

"അതേന്തിനാ? പങ്ക് കിട്ടണത് ഏന്നെ ഏപ്പീക്ക്."

"ഫാ, ചൂലേ, ഔസേപ്പച്ചനെ രണ്ടുംകൂടേപ്പിക്കാനാ."

നല്ലപെണ്ണിന് അതത്ര വിശ്വാസമില്ല. അവൾ ചോദിച്ചു:

"ചെമ്പാൻകുഞ്ഞുചേട്ടൻ ഏങ്ങനാ വള്ളോം വലേം മേടിച്ചത്? ചക്കീനെ എല്ലാം ഏപ്പിച്ചിട്ടാ."

ഒടുവിൽ ഔസേപ്പിനെ ഏൽപിക്കാൻ ഒരു തീരുമാനത്തിൽ അവർ എത്തിച്ചേർന്നു.

താനും, വള്ളവും വലയും വാങ്ങാൻ പോകുന്നെന്ന് അച്ച കുഞ്ഞ് എല്ലാവരോടും പറഞ്ഞു.

അങ്ങനെ പ്രതീക്ഷിച്ചിരിക്കവേ, ഇടവപ്പാതി തുടങ്ങി. തല ക്കോളിളകി. അതുകഴിഞ്ഞുള്ള വലിവു കണ്ടപ്പോൾ ചാകര ആ കടപ്പുറത്തായിരിക്കുമെന്നു തീർച്ചയായി. അവിടത്തെ അരയന്മാ രുടെ കണ്ണുകളിൽ പ്രത്യാശയും ചൈതന്യവും കളിയാടി. അധികം താമസിയാതെ കടപ്പുറം തെക്കുവടക്ക് ഒരു നഗരമായി മാറും. അതിനു കുടിലുകൾ ഇരുവശവും വച്ചുതുടങ്ങി. ചായ ക്കടകൾ, തയ്യൽക്കടകൾ, തുണിക്കടകൾ, സ്വർണ്ണക്കടകൾ— എല്ലാമുണ്ട്. അക്കൊല്ലം ഒരു യന്ത്രംവച്ച് എലക്ട്രിക്ക് വിളക്കു കളുമുണ്ടത്രെ!

രണ്ടാമത്തെ കോളുമിളകി. കടൽ കലങ്ങി മറിയുകയാണ്. എല്ലാവരും സന്തോഷംകൊണ്ടു തുള്ളിച്ചാടി. അഭിലാഷങ്ങൾ മൊട്ടിട്ടു. ഈ കലക്കൽ തെളിയുമ്പോൾ അവരുടെ സുഭിക്ഷത ഉദയംചെയ്യുന്നു.

കടൽ ശാന്തമായി. ദൂരദേശത്തുനിന്നും വള്ളങ്ങൾ വരാൻ തുടങ്ങി. മഴക്കാലമാണ്. കാറ്റും കോളുമുണ്ട്. പക്ഷേ, കടൽ കുളംപോലെ കിടക്കുന്നു.

ചെമ്പൻകുഞ്ഞിന്റെ ജോലിക്കാർ മിടുക്കന്മാരാണ്. അവരെ അയാൾ ഒന്നുകൂടി മിടുക്കന്മാരാക്കിക്കഴിഞ്ഞു. ചെമ്പൻകുഞ്ഞ് അമരത്തു നിന്നു കുത്തിയെറിഞ്ഞു. അതെന്നും കൗതുകമുള്ള കാഴ്ചയായിരുന്നു.

ആദ്യദിവസം പെയ്ത്തു കുറവായിരുന്നു. പതംനോക്കി മീൻ വരുന്നതേയുള്ളു. എന്നാലും എല്ലാ വള്ളങ്ങളും കടലി ലിറങ്ങി. അന്നും കോളു കൂടുതൽ ചെമ്പൻകുഞ്ഞിനായിരുന്നു. അയ്യൻകുഞ്ഞ് അഭിപ്രായപ്പെട്ടത് അതു ചെമ്പൻകുഞ്ഞു നേരത്തേ പോയതുകൊണ്ടാണെന്നാണ്. രാമൻമൂപ്പന്റെ അഭി പ്രായം മറ്റൊന്നാണ്:

“അവൻ പള്ളിക്കുന്നേന്റെ യോഗം വെലാക്കു മേടിച്ചോണ്ടു വന്നിരിക്കുവാ.”

ചെമ്പൻകുഞ്ഞിനോളമില്ലെങ്കിലും തുല്യമായെങ്കിലും കോരു കിട്ടണമെന്ന് ആ കടപ്പുറത്തെല്ലാ വള്ളക്കാരും നിശ്ച യിച്ചു. യഥാർത്ഥത്തിൽ ചെമ്പൻകുഞ്ഞ് അവർക്ക് ഒരുത്തേജനം നൽകി.

അയ്യൻകുഞ്ഞ് അയാളുടെ കൂട്ടരെ ചട്ടംകെട്ടി:

“കൂവിവിളിക്കാനേക്കൊണ്ടു ആരും എടയാക്കല്ല്. ഏഴു വെളുപ്പിനു വരണം. എടാ, ഒരു വാശി വേണ്ടായോ?”

എല്ലാവർക്കും വാശിയായി. ചെമ്പൻകുഞ്ഞിനോടൊപ്പം കോരു കിട്ടുമോ ഇല്ലയോ എന്നൊന്നറിയണം.

പതിവിലും നേരത്തെ കടപ്പുറത്ത് ആൾ കൂടി. എന്നാലും കൂവും വിളിയും വേണ്ടിവന്നു. ചായക്കടകളിലും നേരത്തെ വ്യാപാരം നടന്നു. അന്ന് ചെമ്പൻകുഞ്ഞിന്റെ വള്ളം പിന്നാലെയാണു കടലിലിറങ്ങിയത്. മറ്റുള്ളവരുടെ പോര് അയാൾ അറിഞ്ഞില്ല.

കടലിൽ വള്ളങ്ങളുടെ ചലനം കണ്ട് അന്നു നല്ല പെയ്ത്തുണ്ടെന്നു തോന്നി. കൂടക്കാരും കച്ചവടക്കാരും കടപ്പുറത്തു കൂടി. പരീക്കുട്ടി അല്പം അസ്വസ്ഥനായി കാണപ്പെട്ടു. അയാൾ ആരെയോ പ്രതീക്ഷിക്കുന്നുണ്ട്. കൈവശം കുറച്ചു പണമേയുള്ളൂ. പണവുംകൊണ്ടു സേട്ടിന്റെ കാര്യസ്ഥൻ വരാമെന്നു പറഞ്ഞു. വന്നിട്ടില്ല. അയാളെ പരീക്കുട്ടി പ്രതീക്ഷിക്കുകയാണ്. എല്ലാ തരത്തിലും അന്നു ഗുണമുള്ള ദിവസമാണ്. കടലിൽ കോരുണ്ട്; അതിനും പുറമേ നല്ല വെയിലും വെട്ടവും. ചെമ്മീൻ പുഴുങ്ങിയാൽ ഉണങ്ങിക്കിട്ടും. പത്തു പണം അന്നു മുതലാകും.

നേരം പോകുന്നു. സേട്ടിന്റെ നടത്തുകാരൻ പാച്ചുപിള്ള വന്നില്ല. ചാകരയുടെ തടസ്സം തന്നെ കുഴപ്പത്തിലാക്കുമോ എന്ന് പരീക്കുട്ടി പേടിച്ചു.

വള്ളങ്ങൾ കരയുടെ നേർക്കു തിരിഞ്ഞു. പരീക്കുട്ടി വിഷമിച്ചു. മറ്റുള്ളോർ വേണ്ട രൂപയുമായി നിൽക്കുന്നു.

കരയിൽ വലിയ ആർപ്പുവിളി! ഹോട്ടലുകളിൽ ഇലയിട്ടു വിളമ്പുതുടങ്ങി. വള്ളം കരയ്ക്കടുത്താൽ ഓടി ഇരച്ചുകയറ്റമാണ്. കൂടങ്ങളിൽ തകരപ്പാത്രങ്ങൾ അടുപ്പത്തു വച്ചു. ഒരു നിമിഷം കളയാനില്ല. പരീക്കുട്ടിയുടെ ജോലിക്കാരും തയ്യാറായി.

ആദ്യം അടുക്കുന്നത് ചെമ്പൻകുഞ്ഞിന്റെ വള്ളമാണ്. പതിവിൻപടി അതു കുതിച്ചുവരുന്നു.

ഖാദർമുതലാളി പറഞ്ഞു:

“അവന്റെ വള്ളത്തെ നേടാൻ ആരും നോക്കണ്ട.”

മൈതീൻകുഞ്ഞ് അതു സമ്മതിച്ചു. ഒരു വൃദ്ധനായ അരയൻ അഭിപ്രായപ്പെട്ടു.

“ഒടേക്കാരനാ അമരാത്ത്.”

വള്ളം കരയ്ക്കടുത്തു. നിറച്ചു ചെമ്മീനാണ്. എല്ലാ പടിയിടകളിലുമുണ്ട്.

പരീക്കുട്ടി തന്നത്താൻ മറന്നു ചെമ്പൻകുഞ്ഞിന്റെ അടുത്തേക്കു കുതിച്ചു. മുമ്പുണ്ടായ അനുഭവം അയാൾ മറന്നു. ആരും ആ അവസരത്തിൽ മറന്നുപോകും.

പരീക്കുട്ടി അപേക്ഷിച്ചു:

"ചെമ്പാൻകുഞ്ഞുവലക്കാരാ, ചരക്കെനിക്കു താ."

നിർദ്ദാക്ഷിണ്യം ചെമ്പൻകുഞ്ഞു പരീക്കുട്ടിയുടെ മുഖത്തു നോക്കി പറഞ്ഞു:

"കാശോണ്ടോ? അല്ലേ താൻ പോ!"

അതും വള്ളം കരയ്ക്കടുക്കുമ്പോൾ അരയന്റെ സ്വഭാവമാണ്.

അതിനു പരീക്കുട്ടി മറുപടി പറയുംമുമ്പ് ഖാദർ അടുത്തെത്തി. ചെമ്പൻകുഞ്ഞിന്റെ വള്ളത്തിലെ മീൻ കിട്ടുകയില്ലെന്നു തീർച്ചയാണ്. പരീക്കുട്ടി മറ്റു വള്ളങ്ങൾ തേടി ഓടി.

ചെമ്പൻകുഞ്ഞാണ് പതിവുപോലെ അന്നും കടപ്പുറത്തു മീനിനു വിലയിട്ടത്. അന്നു കോരു നന്നായിരുന്നു. അന്നും കോൾ കൂടുതൽ അയാൾക്കാണ്.

വേറൊരു വള്ളത്തിലെ ചരക്കിന്റെ മൂന്നിലൊന്ന് പരീക്കുട്ടി കച്ചവടം ചെയ്തു. അത്രയ്ക്കേ പണമുണ്ടായിരുന്നുള്ളു.

ചെലവു തള്ളി വള്ളക്കാർക്കു പങ്കു വീതിച്ചു. അപ്പോൾ ചെമ്പൻകുഞ്ഞിന് ഒരഭിപ്രായമുണ്ടായിരുന്നു. അയാൾ ചോദിച്ചു.

"എടാ കടാലീലെ പേയ്ത്തു കണ്ടോ? നല്ല വെയിലും വെട്ടോം. ഒത്ത ദിവസമാ. വെലേം നല്ലത്?"

അതിന്റർത്ഥം ജോലിക്കാർക്കു മനസ്സിലായില്ല.

"എടാ കഴുതകളേ, കാറ്റോള്ളപ്പം തൂറ്റേണം. കാശു കീട്ടാവുന്ന സമയം അല്ലേ? ചോറും തിന്നേച്ചു മറിയ്. ഞാനൊരൂക്കമാ ഒരു കോരിനൂടെ."

അച്ചകുഞ്ഞ് അടുത്തുനിന്ന് ആ അഭിപ്രായം കേൾക്കുകയായിരുന്നു. അയാളോടായല്ല ചെമ്പൻകുഞ്ഞു പറഞ്ഞതെങ്കിലും അയാൾ പറഞ്ഞു:

"എനീക്കു കേട്ടതിനാംപക്ഷം പറേണം. കാശു കിട്ടുമെന്നു വച്ചു കടലാങ്ങു കോരിഒഴിക്കാറൊണ്ടോ?"

തന്നെയുമല്ല, അങ്ങനെ ഒരു ദിവസം രണ്ടു കോരിനു പോയ കീഴ്നടപ്പില്ല. അതു പാടില്ല.

ചെമ്പൻകുഞ്ഞു പറഞ്ഞു:

"നിങ്ങാ ഓർക്ക്."

കടപ്പുറം ഐശ്വര്യംകൊണ്ടു പ്രകാശിക്കുകയാണ്. കൂട ങ്ങൾക്കു ചുറ്റും സ്വർണ്ണം വാരിവിതറിയതുപോലെ തോന്നി. പുഴുങ്ങിയ ചെമ്മീൻ ഉണങ്ങാൻ നിരത്തിയിരിക്കുകയാണ്.

അന്ന് അച്ചകുഞ്ഞ് ഹോട്ടലിലേക്കല്ല ഉണ്ണാൻ പോയത്. അയാൾ ഒരു കാര്യം നിശ്ചയിച്ചതല്ലേ? നേരേ വീട്ടിലേക്കു ചെന്നു. അതാണു കരാർ. നല്ലപെണ്ണു ചോദിച്ചു:

"ഏന്താണ് ഈന്നു ചോറുതിന്നാതെ പോന്നത്?"

അച്ചകുഞ്ഞിനു കോപം വന്നു:

"എടീ, നീ ഓന്നും കൊണ്ണം പിടിക്കാനൊള്ളോളല്ല. നിനിക്കു വള്ളോം വലേം ഒണ്ടാകാൻ പോണീല്ല."

അച്ചകുഞ്ഞു തിരിഞ്ഞുനടന്നു. കുറ്റക്കാരിയെന്നു വിചാര മുണ്ടെങ്കിലും നല്ലപെണ്ണു പറഞ്ഞു:

"വെളൂപ്പിനെ പോയേപ്പം പറയാഞ്ഞതേന്താ?"

"അതു മുമ്പേ കയ്യടിച്ചു നമ്മാ പറാഞ്ഞതല്യോ."

അതു ശരിയാണ്. അച്ചകുഞ്ഞു നടന്നപ്പോൾ നല്ലപെണ്ണു പറഞ്ഞു:

"ചോറിനൊള്ള കാശേടുത്തേച്ചും മിച്ചം ഇങ്ങാതാ. ഞാൻ വച്ചോളാം. ഔസേപ്പച്ചനെ പീന്നെ ഏപ്പീക്കാം."

അച്ചകുഞ്ഞു കുറെ രൂപയും അണയും നോട്ടും എറിഞ്ഞു കൊടുത്തു.

ഊണുകഴിഞ്ഞു ചെമ്പൻകുഞ്ഞു കടപ്പുറത്തു വന്നു. വള്ള ക്കാർ ആരും വന്നിട്ടില്ല. അന്നുതന്നെ കുറെ പണംകൂടി അയാൾ സ്വപ്നം കാണുകയായിരുന്നു.

വൈയ്യിട്ടു ചെറിയഴീക്കൽ, തൃക്കുന്നപ്പുഴ മുതലായ സ്ഥല ത്തുനിന്നും വള്ളങ്ങൾ എത്തി. രാത്രിയിൽ ഘോരമായ മഴയായി രുന്നു. നേരം വെളുത്താണു പിറ്റന്നു വള്ളങ്ങൾ ഇറങ്ങിയത്.

നേരത്തേ വള്ളം ഇറക്കാത്തതിനു ചെമ്പൻകുഞ്ഞു വള്ള ക്കാരെ കണക്കിലേറെ ശകാരിച്ചു.

അന്നും ചെമ്പൻകുഞ്ഞായിരുന്നു മുമ്പൻ. പക്ഷേ, മറ്റൊരു വള്ളം ഒറ്റ ശ്വാസത്തിൽ തണ്ടുവലിച്ച് സമർത്ഥമായി അമര ക്കാരൻ കുത്തിയെറിഞ്ഞു പോകുന്നുണ്ടായിരുന്നു. അതാരുടെ വള്ളമെന്ന് ആളുകൾ തിരക്കിപ്പോയി. അതു തൃക്കുന്നപ്പുഴയുള്ള വള്ളമാണ്. അമരക്കാരൻ ഒരു പളനി. നന്നെ ചെറുപ്പക്കാര നാണ്.

ചെമ്പൻകുഞ്ഞിന്റെയും പളനിയുടെയും വള്ളങ്ങൾ കട്ട യ്ക്കു കട്ടയ്ക്കു നിന്നു. ഏതു മുമ്പിൽ എന്നൊരു മത്സരമുള്ളതു

പോലെ തോന്നി. കടുത്ത വാശിയോടെ ഇരുകൂട്ടരും തണ്ടു വലിക്കുന്നു; അമരക്കാർ കുത്തി എറിയുന്നു. അത് ഒരു നല്ല കാഴ്ചയായിരുന്നു.

ചെമ്പൻകുഞ്ഞിന്റെ വള്ളം സ്വല്പം പിന്നിലേക്കൊന്നി ടിഞ്ഞോ എന്നു സംശയം. ഇന്ന് ആർക്കായിരിക്കും കോളു കൂടുതൽ എന്ന് അറിയേണ്ടതാണ്. വല നിരത്തുന്നതും വള്ളം തിരിയുന്നതും ഒക്കെ കണ്ടിട്ട് ഒന്നും നിശ്ചയിക്കാൻ വയ്യ.

വള്ളങ്ങൾ മടങ്ങിവന്നതും മത്സരിച്ചാണ്. വള്ളത്തിന്റെ തലകൾ തമ്മിലടുത്താൽ ചിലപ്പോൾ അടി ഉണ്ടായേക്കും. വള്ളങ്ങളുടെ തലകൾ വെട്ടിയപ്പോൾ എല്ലാവരും പേടിച്ചു. കറുത്തമ്മ ചോദിച്ചു:

"ഏന്തിനാ അമ്മാച്ചി, അച്ചേനീങ്ങനെ വാശി പിടീക്കുന്നെ?"

ചക്കിക്കും ഉത്കണ്ഠയാണ്. കോരു കഴിഞ്ഞു മടങ്ങിവരണം. വാശി വേണോ? ചെമ്പൻകുഞ്ഞിനു ചെറുപ്പമല്ല. വള്ളത്തിന്റെ തലകൾ തമ്മിൽ അടുത്താൽ എന്തു സംഭവിച്ചുകൂടാ?

ആ ഓരോ നിമിഷവും ഓരോ യുഗമായിരുന്നു. ആവൂ! വള്ളം കരയ്ക്കടുക്കുന്നു. കരയിൽ വലിയ ആർപ്പുവിളിയാണ്. ആരും തോറ്റുമില്ല. ആരും ജയിച്ചുമില്ല. രണ്ടും സമജോടി. ചരക്കു രണ്ടിലുമുണ്ട്.

വള്ളങ്ങൾ ഒരുപോലെ കരയ്ക്കടുത്തു. വലിയ നയ്മ്പു കൈയിലും തലയിൽ ഒരു കെട്ടുമായി കരയ്ക്കു ചാടിയിറങ്ങിയ പളനിയെ കറുത്തമ്മ സൂക്ഷിച്ചുനോക്കി. ബലിഷ്ഠകായനായ ഒരു യുവാവാണയാൾ. ചെമ്പൻകുഞ്ഞ് പളനിയെ കെട്ടിപ്പിടിച്ചു. അയാൾ പറഞ്ഞു:

"നീ കടാലിലെ വേലക്കാരനാ മൊകാനെ!"

പളനി ഒന്നും മിണ്ടിയില്ല.

അന്നത്തെ കച്ചവടത്തിൽ സ്വല്പം വില കൂടുതൽ കിട്ടി യതു പളനിയുടെ വള്ളത്തിനാണ്. അങ്ങനെ ചെമ്പൻകുഞ്ഞ് സ്വല്പം തോറ്റു.

ചെമ്പൻകുഞ്ഞ് പളനിയോടു ചോദിച്ചു:

"നീന്റെ പേരേന്താ മൊകാനെ?"

ബലിഷ്ഠകായനായ ആ യുവാവ് ഒരു ലജ്ജാശീലനാണ്. വള്ളത്തിന്റെ അമരത്തുനിന്നു കുത്തിയെറിയുന്ന യുവാവല്ല ചെമ്പൻകുഞ്ഞിന്റെ മുമ്പിൽ നിൽക്കുന്നത്. നീണ്ടുനിവർന്നു നിന്ന് അയാളെക്കാൾ വലിയ നയ്മ്പു ചുഴറ്റി ദൃഷ്ടി ദൂരെ ഉറ പ്പിച്ചു കുത്തിയെറിയുന്ന യുവാവല്ല ചെമ്പൻകുഞ്ഞിന്റെ മുമ്പിൽ

നിൽക്കുന്നത്. അയാൾ ഒരു കുഞ്ഞായി മാറി. ആ ഗാംഭീര്യം എവിടെപ്പോയോ എന്തോ!

ആ യുവാവു പറഞ്ഞു:

“പളനീന്ന്.”

“നിനിക്കു നിന്റെ ജോലി അറിയാം മൊകാനെ. മരക്കാനായി പെറന്നാല് കടാലിലെ ജോലി അറിയണം.”

പളനി മിണ്ടിയില്ല.

ചെമ്പൻകുഞ്ഞു ചോദിച്ചു:

“മോന്റച്ചാന്റെ പേരെന്നാ?”

“വേലൂന്ന്. ചത്തുപോയി.”

“അമ്മാച്ചിയോ?”

“ചത്തുപോയി.”

“പിന്നാരോണ്ട്?”

“ആരുമില്ല.”

ചെമ്പൻകുഞ്ഞ് സ്വല്പം അത്ഭുതത്തോടെ ആരുമില്ലേ എന്നു ചോദിച്ചു. പളനി മിണ്ടിയില്ല.

വീട്ടിൽ ചെന്നപ്പോൾ ചക്കി ചെമ്പൻകുഞ്ഞിനോടു ചോദിച്ചു:

“ചെറുപ്പമാകാനാശയോണ്ടേങ്കിലും ഇതാണോ ചെറൂപ്പം കളി?”

അതു ചെമ്പൻകുഞ്ഞ് കേട്ടതായി ഭാവിച്ചില്ല. അയാളുടെ തലയ്ക്കുള്ളിൽ ഒരു വലിയ ചിന്ത കടന്നുകൂടിയിരിക്കുകയാണ്. കടലിൽ തന്റെ വള്ളത്തിന്റെ അമരത്തുനിൽക്കുമ്പോഴുള്ള ആത്മവിസ്മൃതിയെക്കുറിച്ച് തീർച്ചയായും അയാൾക്കു പറയാൻകാണും. പക്ഷേ, അപ്പോൾ അയാൾക്കു പറയുവാനുള്ളത് അതൊന്നുമല്ല. ഒരു സംഗതി ഭാര്യയോടു പറയാനുണ്ട്. ചെമ്പൻകുഞ്ഞ് ഭാര്യയോട് അടക്കംപറഞ്ഞു:

“നീ ആ വള്ളാത്തീന്റമരാത്തുനിന്ന കോച്ചാനെ കണ്ടോ?”

“കണ്ടു.”

“നാല്ല മിടൂക്കൻ കോച്ചൻ അല്യോ?”

ചക്കിക്കും അവനെ നന്നെ ബോധിച്ചു. അവൾക്കു മാത്രമല്ല കടപ്പുറത്തെല്ലാവർക്കും.

ചക്കി ചോദിച്ചു:

“എന്താണ്?”

“അവാനെ കിട്ടിയാക്കൊള്ളാം.”

ചക്കി ഒന്നും മിണ്ടിയില്ല. ചെമ്പൻകുഞ്ഞു തുടർന്നു:

"ഞാൻ ചോതീച്ചു. അവനാരുമില്ല. അതീനെന്താ? അതാ ഒരു കണാക്കില് നല്ലാത്."

ചക്കി ചോദിച്ചു:

"എന്നാലേക്കൊണ്ടു അവാനെ ഉണ്ണാനേക്കോണ്ടു വിളീച്ചോണ്ടു വരാരൂന്നല്ലോ."

"ഞാനാങ്ങു മറാന്നുപോയി."

യഥാർത്ഥത്തിൽ ചക്കിക്ക് ഒരാശ്വാസമായിരുന്നു. ചെമ്പൻകുഞ്ഞ് പെണ്ണിനൊരുത്തനെ കണ്ടുപിടിച്ചു. അതിന്റെ അർത്ഥം അതിനെക്കുറിച്ച് അയാൾക്ക് ഓർമ്മയുണ്ടെന്നല്ലേ?"

ആ കൊച്ചൻ നല്ലവനാണ്. ആരെങ്കിലും അവനെ തട്ടിഎടുത്തെന്നു വരാം. ആ ഭയം ചെമ്പൻകുഞ്ഞിനുമുണ്ട്. ഊണു കഴിഞ്ഞു ചെമ്പൻകുഞ്ഞ് കടപ്പുറത്തിറങ്ങി.

പളനിയും കൂട്ടരും ഒരു തെങ്ങിൻതണലിൽ കിടന്നുറങ്ങുകയാണ്. അന്ന് ഒന്നും അയാളോടു സംസാരിക്കാൻ സാധിച്ചില്ല. അടുത്തനാളും ആ മത്സരം കടലിൽ നടന്നു. ചെമ്പൻകുഞ്ഞു തോറ്റുപോയി. കോളു കൂടുതൽ പളനിക്കായിരുന്നു.

ചെമ്പൻകുഞ്ഞിന്റെ വള്ളത്തിലെ ജോലിക്കാർക്കു വാശി കയറി. കറുത്തകുഞ്ഞു പറഞ്ഞു:

"ഈ കടാപ്പുറത്തു വന്ന് അവാരു ഞെളിയേണ്ട."

കുഞ്ഞുവാവയ്ക്ക് അവരുടെ വള്ളവുമായി ഒന്നു കൊളുത്തണമെന്നുണ്ട്. അപ്പോൾ അടി നടക്കും.

ചെമ്പൻകുഞ്ഞ് ഇടപെട്ടു:

"ഏന്താണേടാ ഇത്? വേല ചെയ്യേണ ആമ്പിള്ളാരെ കണ്ടേപ്പം അസൂയ! ഏന്തിനാടാ? അവാരെ ജയിക്കാന്, വേല ചേയ്യ്!"

അപ്പോൾ ചെമ്പൻകുഞ്ഞിന്റെ വേലക്കാർക്കു മറ്റൊരു പോരു തോന്നി. കടലിൽവച്ചല്ലെങ്കിൽ കരയിൽവച്ച് ഒന്നു കൂട്ടിമുട്ടണം. വെളുത്ത ആ അഭിപ്രായത്തെ എതിർത്തു:

"ഇന്നവാരും നമ്മാടെ കടാപ്പുറത്തു വന്നു. നാളെ നമ്മാ അവാരടെ കടപ്പറത്തു ചെല്ലും."

എന്നാലും വേണ്ടില്ല. എന്തെങ്കിലും ഒന്നു ചെയ്തേ പറ്റൂ. കൈ നിറയെ രൂപ കിട്ടുന്ന കാലമാണത്. കേസെങ്കിൽ കേസെന്നാണ് ആലോചന.

ആ ആലോചനയും ചെമ്പൻകുഞ്ഞറിഞ്ഞു. അതും മനോസ്വാസ്ഥ്യത്തിനു കാരണമായി. ചെമ്പൻകുഞ്ഞിന്റെ വള്ളത്തിലെ ജോലിക്കാർക്കു മാത്രമല്ല, ആ കടപ്പുറത്തെ മറ്റു വള്ളക്കാർക്കും

അവരോട് അസൂയയാണ്. അത്ര മിടുക്കന്മാരായി അവർ പോകേണ്ട. പക്ഷേ, കുറേപ്പേർ എതിർക്കുകയും ചെയ്തു.

രണ്ടുമൂന്നു ദിവസത്തിനകം കടപ്പുറത്ത് ഒരടി നടന്നു. അത് അവിടുത്തെ വള്ളക്കാർ തമ്മിലാണ്. രണ്ടുമൂന്നുപേരുടെ തല പൊട്ടി. അന്നും അടുത്ത ദിവസവും ആ തുറയിൽപ്പെട്ട ഒരു വള്ളം കടലിലിറങ്ങിയില്ല. എല്ലാവരും ഒളിവിലാണ്. പോലീസുകാർ കടപ്പുറത്തിറങ്ങി, ആരെയൊക്കെയോ പിടിച്ചു. തുറയിലരയനിടപെട്ട് അവരെ വിടീച്ചു.

ഓരോരുത്തരായി തുറയിലരയനെ കണ്ടു കാഴ്ചവച്ചു. പിന്നെ ഒരു പിരിവു നടന്നു. അങ്ങനെ ആ കേസൊന്ന് ഒതുങ്ങി. പക്ഷേ, അന്നോളം ആ ചാകരയ്ക്കുണ്ടാക്കിയതെല്ലാം തീർന്നു. വേലായുധൻ മാത്രം തുറയിലരയനെ കണ്ടില്ല. അവൻ അരയന്റെ നോട്ടപ്പുള്ളി ആയിരുന്നു. പോലീസുകാരെക്കൊണ്ട് അരയൻ അവനെ പിടിപ്പിച്ചു. ഒരാഴ്ച വേലായുധൻ ജയിലിൽ കിടന്നു. ഇറങ്ങിയപ്പോഴും അവൻ പറഞ്ഞു:

"ഞാനയ്യാളെ കൂട്ടാക്കത്തില്ല."

ചെമ്പൻകുഞ്ഞിന് ഒരാഴ്ചത്തെ കോരു നഷ്ടപ്പെട്ടു. എന്നു വച്ചാൽ ആ നല്ല കാലത്ത് അതെത്ര രൂപയാണ്!

വീണ്ടും കടലിൽ ജോലി തുടങ്ങി.

പളനിയെ വീട്ടിലേക്കു വിളിച്ചുകൊണ്ടു ചെല്ലാൻ എന്നും ചക്കി ചെമ്പൻകുഞ്ഞിനോടു പറയും. അന്നൊരു ദിവസം വള്ളത്തിലെ ജോലിക്കാരെല്ലാം ഇളവെടുത്ത് തൃക്കുന്നപ്പുഴയ്ക്കു പോയി. പളനി പോയില്ല. ചെമ്പൻകുഞ്ഞ് പളനിയോടു ചോദിച്ചു:

"ഏന്താ മൊകാനെ പോകാഞ്ഞത്?"

"ഞാനെവാടാ പോണേ?"

അതു ശരിയാണ്. തൃക്കുന്നപ്പുഴയിൽ അവനു കാണാൻ ആരുമില്ല. ചെമ്പൻകുഞ്ഞ് പളനിയെ ക്ഷണിച്ചു:

"എന്നാലേക്കൊണ്ടു ഉച്ചയ്ക്കു ചോറു തിന്നാന് വീട്ടിലേക്കു പാം."

പളനി ക്ഷണം സ്വീകരിച്ചു. ചെമ്പൻകുഞ്ഞിന്റെ വീട്ടിൽ വിഭവസമൃദ്ധമായ ഒരു സദ്യ ഒരുങ്ങി.

പളനി ഒരു വീടിന്റേയല്ല, തൃക്കുന്നപ്പുഴ കടപ്പുറത്തിന്റെ സന്താനമാണ്. അച്ഛനമ്മമാരെ കണ്ടിട്ടുള്ളതായി ഒരോർമ്മ പോലും അവനില്ല. എങ്ങനെ വളർന്നു എന്നു ചോദിച്ചാൽ വളർന്നു എന്നുത്തരം പറയും. ആരു വളർത്തി? ആരും വളർ

ത്തിയില്ല. അവനുവേണ്ടി ആരും പാടു പെട്ടിട്ടില്ല. അവൻ അവനു വേണ്ടി മാത്രം വേലചെയ്തു. ഒരു കൊച്ചു കുട്ടി ആയിരിക്കുമ്പോൾ വലയുടെ ചരടു പിടിക്കാൻ അവനെ കടലിൽ എടുത്തിട്ടിരുന്നു. തിരണ്ടിയും കടൽ പന്നിയും ഇളകുന്ന കടലിൽ! ഒരു ജീവിയും അവനെക്കുറിച്ച് ഉത്കണ്ഠപ്പെട്ടില്ല. പ്രായമായപ്പോൾ വള്ളത്തിൽ പോയി, അപ്പോൾ പണം കിട്ടിത്തുടങ്ങി. പണമുള്ളപ്പോൾ ഇഷ്ടംപോലെ ചെലവു ചെയ്തു. പണമില്ലാത്തപ്പോൾ അങ്ങനെ കഴിഞ്ഞു. അവനു സ്വപ്നങ്ങളുണ്ടോ? ഉണ്ടായിരിക്കാം. അയാൾ ഉണ്ണണമെന്ന്, അയാളുടെ വയർ നിറയണമെന്ന് ആരും ആഗ്രഹിച്ചില്ല. അങ്ങനെ ഒരവകാശവാദവുംകൊണ്ട് അയാൾ എങ്ങും ചെന്നുമില്ല.

ഇന്ന് അയാൾക്കുവേണ്ടി ഒരിടത്ത് ഊണൊരുക്കി. അയാൾ സുഖമായി നിറച്ചുണ്ണുന്നതിനുവേണ്ടി ഒരു സ്ത്രീ അടുത്തു നിന്നു വിളമ്പിക്കൊടുത്തു. അത് ഒരു സ്തോഭപൂർണ്ണമായ അനുഭവമല്ലേ? അയാൾക്ക് ഇഷ്ടപ്പെട്ട കറി ഏതെന്നു ചക്കി കണ്ടുപിടിച്ചു. അതു പിന്നെയും പിന്നെയും വിളമ്പിക്കൊടുത്തു.

ഇതെല്ലാം എന്തിനുവേണ്ടി എന്നു പളനി ആലോചിച്ചോ എന്തോ! ചക്കി ചോദിച്ചു:

“മൊകാനു എത്താറ വയസ്സായി?”

“ആ.”

അവനറിഞ്ഞുകൂടാ.

ചക്കിയുടെ ജിജ്ഞാസ ഒന്നറച്ചു. എത്ര വയസ്സായെന്ന് അറിഞ്ഞുകൂടാത്തത് അറപ്പിക്കുന്ന ഒരു വസ്തുതയാണ്. അപ്പോൾ അടുത്ത ഓരോ ചോദ്യവും സൂക്ഷിച്ചുവേണം. എന്തു ജാതിയാണ്? എന്തോ! അതറിയേണ്ടതല്ലേ?

“എവടാ മൊകാൻ സാമതീക്കുന്നെ?”

“ഈപ്പം ഒരു കോച്ചുപെരയൊണ്ട്. അവടാ.”

“ഈ കീട്ടുന്ന ചക്രം എന്നാ ചെയ്യും?”

“എന്നാ ചെയ്യാനാ? ചെലവാക്കും.”

ഒരമ്മയെപ്പോലെ ചക്കി ഗുണദോഷിച്ചു:

“ഏന്റെ മൊകാൻ ആരുമോരുമില്ലാത്തോനല്യോ. അങ്ങാനെ ചെലാവാക്കിയാലോ? നാലുനാളു ദണ്ണമായാല് എന്നാ ചെയ്യും?”

അതേക്കുറിച്ചും ആലോചിച്ചുത്തരം കണ്ടുപിടിച്ചിട്ടുള്ളതു പോലെ പളനി പറഞ്ഞു:

“ഓ!”

എന്തു നിസ്സാരമായാണ് അയാൾ അതു കണക്കാക്കുന്നത്! വളർന്നതുതന്നെ ഒരത്ഭുതസംഭവമാണ്. പിന്നെ പ്രായമായിട്ടു രോഗം വരുന്നതു വലിയ കാര്യമാണോ?

ഒന്നും ചോദിക്കാനില്ലാത്തതുപോലെ ചക്കി നോക്കിയിരുന്നു പോയി. അവൻ കരുത്തനാണ്. ചീത്തയല്ല. അവനെ ചൊല്ലി ദുഃഖിക്കാനും സന്തോഷിക്കാനും ആളില്ലാതെ അവൻ ഒറ്റയ്ക്കൊഴുകുന്നു. ഇന്നോളം അവന്റെ ജീവിതത്തെക്കുറിച്ച് ആരെങ്കിലും ആലോചിച്ചിട്ടുണ്ടോ?

ചക്കി മാതൃസഹജമായ ആത്മാർത്ഥതയോടെ ചോദിച്ചു:

"ഇങ്ങാനെ കഴിഞ്ഞാലേക്കോണ്ടു മതിയോ മൊകാനെ?"

"പിന്നല്ലാണ്ടോ?"

അപ്പോൾ അവനു ജീവിതത്തിൽ ഒരുദ്ദേശ്യവുമില്ല. അതു ശരിയാണോ? അല്ലെന്നു വിചാരിക്കാൻ ന്യായമില്ല. അത്ര പെട്ടെന്നാണുത്തരമുണ്ടായത്. ഒരു തട്ടലും മുട്ടലുമില്ല.

ജീവിതത്തിൽ ഒരുദ്ദേശ്യമുണ്ടായിരിക്കാൻ പണിപ്പെട്ടിട്ടില്ല. ആർക്കും അതൊരു ആവശ്യമായിരുന്നില്ല.

ചക്കി പറഞ്ഞു:

"ഏന്നാലാതു പോരാ മൊകാനേ!"

പളനി മറുപടി പറഞ്ഞില്ല. ചക്കി തുടർന്നു:

"മൊകാനൊറ്റയ്ക്കാ. വേലേം ചെയ്യാം. ഇതൊക്കെ അങ്ങാ മാറും. മേലാതാകും. പിന്നെ—മനുഷ്ഷേനു ചെലാതേല്ലാം വേണം. ഒരാളു നോക്കാനൊണ്ടേല്—അതു വേണം മൊകാനെ. മൊകാനുവേണ്ടി ചോറു വച്ചോണ്ടിരിക്കാൻ ഒരേടമൊണ്ടേങ്കി ഒരു വീടേ—അതു സൊഖമല്ല്യോ?"

പളനി മിണ്ടിയില്ല.

"മൊകാൻ ഒരു കല്യാണംകഴിക്കണം."

"ഓഹോ!"

"ഏന്നാലതു ഞാൻ തീർച്ചാപ്പെടുത്താട്ടോ?"

ഒരു 'ഓഹോ' കൊണ്ട് അതു പളനി സമ്മതിച്ചു.

ചക്കി തുടർന്നു ചോദിച്ചു:

"പെണ്ണേതാന്ന് അറിയണ്ടയോ?"

"ഏതാ?"

"എന്റെ മൊകാള്."

അതും പളനി സമ്മതിച്ചു.

അത്രത്തോളം ആ ആലോചന എത്തിയെങ്കിലും ചക്കി അതിൽ പല കുറവും കണ്ടു. ഗുണങ്ങളുമുണ്ട്. പളനിക്ക് ഊരും

ഉടയവരുമില്ല. അങ്ങനെ ഒരുവനു പെണ്ണിനെ പിടിച്ചു കൊടുത്താൽ അവൻ എന്തെങ്കിലും നെറിവുകേടു കാട്ടിയാൽ എന്തു ചെയ്യും? ആരോടു പറയും?

ചെമ്പൻകുഞ്ഞു പറഞ്ഞു:

"പഷ്ഷേല് അവൻ നല്ലവനാ."

"മൊകാളെ എവടാ അഴാച്ചതെന്നു ചോതിച്ചാ എന്നാ പറയും?"

"അവൻ വീടൊണ്ടാക്കും."

എല്ലാറ്റിലുമുപരിയായി മറ്റൊരു കാര്യം ചക്കിയെ ക്ലേശിപ്പിച്ചു.

"അവാന്റെ ജാതി ഏന്നാ?"

"അവൻ മനുഷ്ഷേനാ. കടലി ജോലിക്കാരനാ."

"നമ്മാ വെന്തുക്കളു പെണാങ്ങും."

"അവരങ്ങാ പെണാങ്ങട്ടെ!"

"അപ്പം നമ്മാ ഒറ്റാക്കാകും."

"ആകും."

ചെമ്പൻകുഞ്ഞ് ഒരു ദൃഢനിശ്ചയത്തോടെ തുടർന്നു:

"ഞാനവാളെ അവാനു കൊടൂക്കും."

എട്ട്

രണ്ടുമൂന്നു ദിവസങ്ങളായി മഴ അടച്ചുപിടിച്ചിരിക്കുകയാണ്. തുള്ളി വിടുന്നില്ല. ചെമ്മീൻ നല്ലപോലെ കടലിൽ പെയ്ത്തുണ്ട്. കടലിൽ വള്ളം ഇറക്കുന്നില്ല. ജോലി ചെയ്യേണ്ടതു മനുഷ്യനല്ലേ? കൊടിയ തണുപ്പാണ്. അടുത്ത ദിവസം നേരം പുലർന്നതു നല്ല തെളിവോടാണ്. വള്ളങ്ങൾ ഇറക്കി. കോരും കിട്ടി. വള്ളങ്ങൾ കരയ്ക്കടുത്തു കച്ചവടവും നടന്നു. ഉടൻ ആകാശം ഇരുണ്ടുകൂടി മഴയും തുടങ്ങി. ഇത്ര വലിയ മഴ ഉണ്ടായിട്ടില്ല. അതങ്ങു നീണ്ടു നിൽക്കുകയുംചെയ്തു.

കൂടങ്ങളിൽ ഉണക്കു തീർന്ന പരിപ്പു കിടപ്പുണ്ട്. പകുതി ഉണക്കായതുമുണ്ട്. പുഴുങ്ങിയ ചെമ്മീനുമുണ്ട്. ചീഞ്ഞ പച്ച ച്ചെമ്മീന്റെ കൂനയുമുണ്ട്. എല്ലാംകൂടി കൂടങ്ങളിൽ കുഴച്ചിലാണ്. വലിയ നഷ്ടത്തിന്റെ എല്ലാ ലക്ഷണവുമുണ്ട്.

ചാകരയുടെ ആദ്യകാലത്തു വെയിലും വെട്ടവുമുണ്ടായിരുന്നു. ഓരോ ദിവസത്തെയും ചരക്ക് ഒരുങ്ങിവന്നു. സേട്ടുമാ

രുടെ ആളുകൾ വന്നു കൊണ്ടും പൊയ്ക്കൊണ്ടുമിരുന്നു. അങ്ങനെ വ്യാപാരം നടക്കുകയായിരുന്നു. അപ്പോഴാണ് ഈ ഭാഗ്യദോഷം സംഭവിച്ചത്.

പരീക്കുട്ടിക്കു മറ്റൊരു കുഴപ്പംകൂടി സംഭവിച്ചു. അയാൾ ആദ്യം കയറ്റിയയച്ച ചരക്കു നന്നായിരുന്നത്രെ! രണ്ടാമതു കൊണ്ടുപോയതിന് ഉണക്കു പോരാതെപോയിപോലും. അങ്ങനെയാണ് സേട്ടു പറയുന്നത്. സേട്ടു പറഞ്ഞു:

"നിന്റെ കച്ചോടം ഞമ്മാക്കു വേണ്ട. ഞമ്മാന്റെ പണം തന്നേച്ചാ മതി. ചരക്കു കൊണ്ടുപോ!"

എന്തു പറഞ്ഞിട്ടും സേട്ടു സമ്മതിക്കുന്നില്ല. ആലപ്പുഴയിലെ എല്ലാ കടകളിലും അയാൾ കയറിയിറങ്ങി. ആർക്കും വേണ്ട. ഗുദാമുകൾ നിറഞ്ഞു കിടക്കുന്നുപോലും.

പരീക്കുട്ടി പാച്ചുപിള്ളയുടെ കാലുപിടിച്ചു. എങ്ങനെയും കുറെ പണം സേട്ടിനെക്കൊണ്ടു കൊടുപ്പിച്ചേ പറ്റൂ. അതിനൊരു കമ്മീഷനും പാച്ചുപിള്ളയ്ക്കു കൊടുക്കാം. പാച്ചുപിള്ള ശ്രമിക്കാമെന്നേറ്റു. അങ്ങനെ നഷ്ടപ്പെട്ട കുറെ പണം കിട്ടി. അതു കൊടുത്തു ചരക്കു വാങ്ങിയപ്പോഴാണ് മഴയും കാറ്റും.

പരീക്കുട്ടിയുടെ പണം കിടന്നു ചീഞ്ഞുനാറിത്തുടങ്ങി. ഒരു ദിവസംകൂടെ കഴിഞ്ഞാൽ കുഴിച്ചുമൂടുകയേ തരമുള്ളു.

കടപ്പുറം പെട്ടെന്ന് അപ്രസന്നമായി. വള്ളങ്ങൾ കടലിൽ ഇറങ്ങുന്നുണ്ട്. നല്ല കോരും കിട്ടുന്നുണ്ട്. കുടിയിടയിൽ കച്ചവടത്തിനു കുറെ ചെമ്മീൻ ചെലവാകും. അപൂർവ്വം ലോറികളും വരുന്നുണ്ട്. അത്രതന്നെ. അങ്ങോട്ടു വിലപറയാവുന്ന നിലയല്ല. കച്ചവടക്കാർ പറയുന്ന വിലയ്ക്ക് ചരക്കു കൊടുക്കണം.

ഹോട്ടലുകളിൽ കച്ചവടമില്ല. തുണിക്കടകളിൽ മനുഷ്യൻ തിരിഞ്ഞുകയറുന്നില്ല. കപ്പലണ്ടിക്കാർപിള്ളർവരെയില്ല.

ഈ നിലയ്ക്ക് എന്നാണോ മാറ്റമുണ്ടാവുക? നിത്യവൃത്തിക്കു തികയാത്ത അവസ്ഥയാണത്.

ആ കടപ്പുറത്തെ വള്ളമുടമസ്ഥന്മാർ എല്ലാവരും കുഴഞ്ഞു. പ്രത്യേകിച്ചും രാമൻകുഞ്ഞ്. അയാളുടെ അക്കൊല്ലത്തെ കച്ചവടം അത്ര പരുവപ്പെട്ടില്ല. ഔസേപ്പ് അയാളുടെ പണത്തിനു നിർബന്ധംതുടങ്ങി. ഔസേപ്പിനും രാമൻകുഞ്ഞിന്റെ ചീനിവള്ളത്തിൽ നോട്ടമുണ്ടായിരുന്നു.

കടപ്പുറത്തുവച്ച് രാമൻകുഞ്ഞും ഔസേപ്പും തമ്മിൽ സ്വല്പം ഒന്നു മുഷിഞ്ഞു സംസാരിച്ചു. എങ്ങനെയും ഒരാഴ്ചയ്ക്കകം ഔസേപ്പിന്റെ പണം കൊടുക്കണമെന്ന് രാമൻകുഞ്ഞ്

ഒരു ശപഥം ചെയ്തു. അപ്പോൾ അയാളുടെ മനസ്സിൽ ചെമ്പൻ കുഞ്ഞാണുണ്ടായിരുന്നത്.

രാമൻകുഞ്ഞ് ചെമ്പൻകുഞ്ഞിനോടു പണം ചോദിച്ചു. അപ്രാവശ്യം ചോദിച്ച ഉടൻ പണം കൊടുക്കാൻ ചെമ്പൻകുഞ്ഞ് തയ്യാറായില്ല. ആ തടസ്സം രാമൻകുഞ്ഞു മനസ്സിലാക്കി.

"ഏന്താ ചെമ്പാൻകുഞ്ഞേ, കാര്യം തൊറാന്നു പറ."

ഒരു സങ്കോചമഭിനയിച്ച് ചെമ്പൻകുഞ്ഞു പറഞ്ഞു:

"ഒരൊറപ്പില്ലാതെങ്ങനാ?"

"എന്തൊറപ്പു വേണം?"

"അത്—അതു ഞാനെന്നാ പറയാനാ?"

അവസാനം ചെമ്പൻകുഞ്ഞ് അയാളുടെ മനസ്സിലിരുപ്പു പറഞ്ഞു. രാമൻകുഞ്ഞിന്റെ ചീനിവള്ളം പണയംകൊടുക്കണം.

അങ്ങനെ ചെമ്പൻകുഞ്ഞിന്റെ കൈവശം ചീനിവള്ളം വന്നുചേർന്നു.

അന്നും അച്ചകുഞ്ഞിന്റെ വീട്ടിൽ വഴക്കായിരുന്നു. ചെമ്പൻ കുഞ്ഞിന് ഒന്നല്ല രണ്ടായി വള്ളം. നല്ലപെണ്ണ് അച്ചകുഞ്ഞിന്റെ കിറിക്കിട്ടു കുത്തി.

"ഏന്തിനാ ഈങ്ങാനെ മനുഷ്ഷേനായീട്ടിരീക്കുന്നേത്?"

"എടീ അതു നീകൂടെ ചേർന്നീട്ടാ മുടിവ്. ഈ ചാകരാക്ക് ഔസേപ്പാച്ചാനെ ഏപ്പിക്കാൻ തന്ന കാശേന്ത്യേ?"

"അതു തുണീമുടുക്കാതെ നടക്കാനോക്കുവോ? പാത്ര മില്ലാതെ വെള്ളം കുടിക്കാനോക്കുമോ?"

"എന്റെലാരുന്നെങ്കിലോ?"

"കുടീച്ചുപെടുക്കും."

അച്ചകുഞ്ഞ് കൈ നിവർത്തു രണ്ടു പോടു കൊടുത്തു.

ഒരു വള്ളംകൂടി ഉണ്ടായത് ചക്കിക്ക് ഉത്സാഹമാണ്. പക്ഷേ, പരീക്കുട്ടിയുടെ ഏർപ്പാടു തീർക്കാത്തതിൽ തേക്കമുണ്ട്. കറുത്തമ്മ അതെപ്പോഴും ചക്കിയെ ഓർപ്പിച്ചുകൊണ്ടുമിരുന്നു.

ചീനിവള്ളം പണയം വാങ്ങിയ അന്ന് ചക്കി ചെമ്പൻകുഞ്ഞി നോടു പറഞ്ഞു:

"ഇതു വലിയ നേറിവുകേടാ."

"ഏത്?"

"നടുക്കണ്ടം പാതിരായ്ക്ക് അവനെക്കൊണ്ടു മോട്ടീപ്പീച്ചീട്ട് ഇപ്പം മിണ്ടാട്ടമില്ല."

ചെമ്പൻകുഞ്ഞ് ഒരാട്ടാട്ടി.

"ആട്ടിയാ മതിയോ? ആ കോച്ചനീപ്പം വല്യ വെഷാമമാ. ഇപ്പം കൊടുത്താല് വല്യ കാര്യമാ."

"ഇപ്പം കാശേവടന്നാ?"

ഈ സംസാരം കേട്ടുകൊണ്ടിരുന്ന കറുത്തമ്മ തന്നത്താനറിയാതെ പറഞ്ഞുപോയി.

"ആ കാശങ്ങാ കൊടുക്കേണമച്ചാ."

ചെമ്പൻകുഞ്ഞ് സഗൗരവം ചോദിച്ചു:

"നിനിക്കെന്നാ കാരീയം?"

അടുക്കിന്, വേണമെങ്കിൽ മറുപടിപറയാനുള്ള തന്റേടം അവൾക്കുണ്ട്. പറയാനും കാര്യങ്ങളുണ്ട്. താനാണ് ആദ്യം പണം ചോദിച്ചതെന്നു പറയാൻ അവൾ ആഞ്ഞു. അതുകൊണ്ടാണ് കാശില്ലാതിരുന്നപ്പോഴും അയാൾ ചരക്കു കൊടുത്തത്. ഒരു മുന്നറിയിപ്പു കൊടുക്കാനുണ്ട്. കൂടുതൽക്കൂടുതൽ പണക്കാരനാകുംതോറും, അവൾ ആ നാലാംവേദക്കാരനും കൂടുതൽ കൂടുതൽ ബാദ്ധ്യതപ്പെടുകയാണ്.

കറുത്തമ്മ വല്ലതും പറഞ്ഞുപോകുമെന്ന് ചക്കി പേടിച്ചു. അത് അപകടമാകും.

ചക്കി ചെമ്പൻകുഞ്ഞിനോട് ഏറ്റുപിടിച്ചു:

"ഏന്താ ഇത്ര കലമ്പാനിരീക്കുന്നെ? അവാളു കാരീയം പറാഞ്ഞു."

"അവാക്കെന്നാ കാരീയമെന്നാ ഞാൻ ചോതീക്കുന്നെ. അവാളാണോ മേടീച്ചെ? അയ്യാളു അവളാടാണോ ചോതീക്കുന്നെ!"

പരിഭ്രമത്തോടെ ചക്കി പറഞ്ഞു:

"ചോതിച്ചില്ലാന്നുവച്ച് അവാക്കു പറഞ്ഞൂടായോ?"

ചെമ്പൻകുഞ്ഞ് ഗൗരവപൂർവ്വം ഒരു ഗുണദോഷം പറഞ്ഞവസാനിപ്പിച്ചു.

"പിന്നെ, ഒന്നു പറഞ്ഞേക്കാം. ആണുങ്ങാ തമ്മി എടപാടു ചെയ്യും. അതീ നിനിക്കു കാരീയമില്ല. നീ ഒരുത്തന്റെകൂടെ പൊറുക്കാൻ പോകേണ്ടോളാ."

ആ ഗുണദോഷം ശരിയാണ്. കറുത്തമ്മ പഠിക്കേണ്ട പാഠമാണ്.

ചെമ്പൻകുഞ്ഞിന്റെ ഈർഷ്യ ചക്കിയുടെ നേർക്കു തിരിഞ്ഞു:

"അതെങ്ങാനാന്ന്! നിന്നെക്കണ്ടല്ല്യോ പെണ്ണു പഠിക്കുന്നെ?"

ചെമ്പൻകുഞ്ഞ് ചക്കിയെ വിസ്തരിച്ചു കുറ്റപ്പെടുത്തി. ആ അവസരമായതുകൊണ്ട് ചക്കി മിണ്ടാതിരുന്നു.

അമ്മയും മകളും തനിച്ചായപ്പോൾ അമ്മ മകളോടു ചോദിച്ചു:

"ഏന്താ മൊകാളേ, നീ മറാന്ന് അച്ചേനോടു പറേയാമ്പോയേ? അച്ചേനു വല്ല തമിശേയോം വന്നാലേക്കൊണ്ട് — ഏന്നാ ഗതി. അയാലാത്തെ വായാടീകള് പറേണേതു നീ കേട്ടീല്യോ. അത് അച്ചേന്റെ ചെവീലേത്തീട്ടൊണ്ടേങ്കി—ഏന്റെ കടലേമ്മേ!"

അവൾക്ക് എല്ലാം അറിയാം. എന്നാലും അവൾ പറഞ്ഞു:

"ആ കാശാങ്ങു കൊടാക്കാണമമ്മച്ചീ!"

"ഏനിക്കുമതാ വിജാരം."

"അമ്മാച്ചി പറേയും. എന്നീട്ടും കൊടുത്തീല്ല. ഞാനേന്തെല്ലാം വഴി പറേഞ്ഞു. ഒന്നും ചെയ്തീല്ല അമ്മാച്ചി."

ഒരു ക്ഷണം കഴിഞ്ഞ് അവൾ തുടർന്നു:

"ആ കടം കൊടൂത്തിട്ടു മതി. "

അവൾ അർദ്ധോക്തിയിൽ വിരമിച്ചു. ചക്കിക്കതു മനസ്സിലായി.

"അതോള്ളതാ മൊകാളെ. ആതാ ശരീ!"

പളനിയെക്കൊണ്ടു കല്യാണംകഴിപ്പിക്കുന്ന കാര്യത്തിൽ കറുത്തമ്മയുടെ മനസ്സറിയാൻ ചക്കി ശ്രമിച്ചിട്ടുണ്ട്. പക്ഷേ, മനസ്സാണെന്നോ അല്ലെന്നോ അവൾ പറഞ്ഞില്ല. അങ്ങനെ പറയാതിരുന്നത്, കൊച്ചു പെണ്ണല്ലെ, നാണംകൊണ്ടായിരിക്കുമെന്ന് ചക്കി വിചാരിച്ചു. എന്നാലും പരീക്കുട്ടിയുമായുള്ള ബന്ധം എങ്ങനെ വരുമെന്നു വ്യാകുലതയുണ്ട്. കറുത്തമ്മയുടെ സമപ്രായക്കാരെക്കൊണ്ടു ചോദിപ്പിക്കാമെന്നുവച്ചാൽ—അതു കടപ്പുറമാകെ പാട്ടാകും. അങ്ങനെയിരിക്കുമ്പോഴാണ് കറുത്തമ്മതന്നെ, ആ കടം തീർത്തിട്ടു മതി—എന്നു മുഴുമിക്കാതെ പറയുന്നത്. ആവൂ, ഒരാശ്വാസമാണത്.

ചക്കിയുടെ മുഖം ഒരു പ്രസന്നമായ ചിരികൊണ്ടു പ്രകാശിച്ചു. അവൾ ചോദിച്ചു:

"അപ്പാ ഏന്റെ മൊകാക്ക് ആ കല്യാണാത്തീനു മനാസ്താ, അല്ല്യോ?"

കറുത്തമ്മ ഒന്നും മിണ്ടിയില്ല. ആ പ്രസന്നതയോടെ ചക്കി തുടർന്നു:

"നല്ല കൊച്ചനാ മൊകാളെ, നല്ല കൊച്ചാൻ!"

ചക്കി പളനിയെ സ്തുതിച്ചു. സ്തുതിക്കാനുള്ള കാര്യങ്ങൾ ഉണ്ടുതാനും. ആ സ്തുതി കേട്ടുകൊണ്ടിരുന്നപ്പോൾ കറുത്തമ്മയ്ക്ക് അവളറിയാതെതന്നെ ഒരെതിർപ്പ് കരളിനുള്ളിലിളകി.

എതിർക്കണമവൾക്ക്! എതിർക്കാൻ കാര്യങ്ങളുണ്ട്. പളനിക്ക് എത്ര വയസ്സായി? അവൾക്ക് അറിയാനവകാശമില്ലേ? ബന്ധപ്പെട്ടതായി ആരെല്ലാമുണ്ട്? സർവ്വോപരി അവളുടെ ഹൃദയത്തിനുള്ളിൽ പളനി കടന്നുകൂടിയിട്ടുണ്ടോ?

ചക്കിയുടെ ആശ്വാസം വലുതായിരുന്നു. അവൾ അങ്ങനെ പറഞ്ഞുകൊണ്ടേയിരുന്നു. കറുത്തമ്മയ്ക്കു ശ്വാസംമുട്ടി. എന്തെങ്കിലും പറഞ്ഞേ മതിയാകൂ എന്ന ദിക്കായി. അവൾ പൊട്ടിപ്പോയി.

"ഒന്നു മിണ്ടാതിരീക്കമ്മാച്ചി!"

പിന്നീടു പല്ലു കടിച്ചമർത്തിക്കൊണ്ട് എന്തൊക്കെയോ അവൾ പിറുപിറുത്തു. അതെന്താണെന്ന് ചക്കിക്കു മനസ്സിലായില്ല.

ചക്കി പറഞ്ഞു:

"ആ കല്യേണത്തിനു മുമ്പ് അമ്മാച്ചി ആ ഏർപ്പാടു തീർപ്പീക്കാം."

അത്യുഗ്രമായ വെറുപ്പും ദേഷ്യവും കലർന്ന് കറുത്തമ്മ പറഞ്ഞു:

"ഓ! അമ്മാച്ചി തീർപ്പിച്ചു! എന്നാലേക്കൊണ്ട് ഇത്ര നാളും എന്താരുന്നു!"

"ഞാനങ്ങാ മുറുകെപ്പിടീക്കും."

നിരാശതയോടെ കറുത്തമ്മ പറഞ്ഞു:

"ഓ, ഒന്നും നടാക്കാത്തില്ല. കല്യേണം അങ്ങാ നടാക്കും. അങ്ങാനാ വരാമ്പോണേ."

ദൃഢമായി ചക്കി പറഞ്ഞു:

"നീ കണ്ടോ!"

കറുത്തമ്മയ്ക്കുതന്നെ അവ്യക്തമായിരുന്ന ചിന്തകളെല്ലാം കൂടി കുഴഞ്ഞുമറിഞ്ഞ് ഏറ്റവും ദൃഢതരമായ ഒരു നിശ്ചയമായി രൂപം പ്രാപിച്ചു.

"ആ ചക്രം കൊടക്കാതെ ഞാൻ സമ്മതീക്കത്തീല. അല്ലേല് ഏന്റെ ജീവാൻ കളയും. അതു തീർച്ച."

ചക്കി സ്വല്പം പരിഭ്രമിച്ചു.

"ഏന്റെ മൊകാള് വല്ലോം പറാതെ."

കറുത്തമ്മ പൊട്ടിക്കരഞ്ഞുപോയി.

"പിന്നാല്ലാണ്ടോ? അയ്യാളു മുടീഞ്ഞിരീക്കുവാ. ഇവാടെ ചക്രമില്ലാഞ്ഞാണേങ്കി വേണ്ടുവേല. കൊടുക്കാത്തില്ല."

എന്നിട്ടവൾ ചക്കിയെ കുറ്റപ്പെടുത്തി. ചക്കി കേട്ടുകൊണ്ടിരുന്നു.

"അമ്മാക്കും നോട്ടം കൊടുക്കേല്ലെന്നാ."

അങ്ങനെയല്ലെന്നു ചക്കി ആണയിട്ടു. കറുത്തമ്മ മറ്റൊരു തീരുമാനം ചെയ്തു:

"ഞാനിനി നേരേനിന്നു പറായും."

"അയ്യോ! അതെന്റെ മൊകാൾ ചെയ്യേലേ!"

"പിന്നാല്ലാണ്ടോ!"

അവൾ അല്പസമയം കഴിഞ്ഞു തുടർന്നു:

"വല്യകാര്യാത്തി കല്യാണം നിചരായിച്ചു കഴീച്ചു പോകുമ്പം അയ്യാളു തടാഞ്ഞു നിർത്തി ചക്രം വച്ചീട്ടു പോവാമ്പറാഞ്ഞാലോ? എന്നാ ചെയ്യും?"

അന്നോളം ചക്കി അത് ആലോചിച്ചിരുന്നില്ല. പേടിപ്പെടുത്തുന്ന ഒരു ചിത്രം മുമ്പാകെ വരയ്ക്കപ്പെട്ടു. പരിഭ്രമത്തോടെ ചക്കി ചോദിച്ചു:

"അയ്യാളേന്തിനാ നീന്നോടു ചോതീക്കുന്നെ?"

"ഞാൻ ചോതീച്ചകൊണ്ടാ തന്നാത്."

"അതു—ആത്—നീ കളിമേളാങ്കാത്തിനു ചോതീച്ചതല്യോ?"

"ഏന്നാരു പറാഞ്ഞു?"

അയാൾ തടഞ്ഞുനിർത്തുന്ന രംഗം ചക്കിയുടെ കൺമുമ്പിൽനിന്നും മായുന്നില്ല.

പരീക്കുട്ടി നിരാശനാണ്. ഇപ്പോൾ ആകെ തകർന്നുമിരിക്കയാണ്. അയാൾ ഒരു സാഹസത്തിനു തയ്യാറായെന്നു വരാം. വളരെ വിഷമംപിടിച്ച ഒരു അവസ്ഥയാണത്.

കറുത്തമ്മ തുടർന്നു:

"ഞാൻ അച്ചേനോടു പറയാൻ തീരുമാനിച്ചിരീക്കുവാ. ഞാനീന്നു പറയും. ഏന്താ പറയാൻ വയ്യാത്തത്?"

"ഏന്റെ മൊകാളു പറയല്ലേ!"

"ഞാമ്പറയും."

എങ്ങനെയും എടപാടു കല്യാണത്തിനു മുമ്പു തീർപ്പിക്കാമെന്ന് ചക്കി വാഗ്ദത്തം ചെയ്തു.

അന്നു ഭാര്യ ഭർത്താവിനെ ഒരു വിശേഷമറിയിച്ചു. മകൾക്ക് ആ കല്യാണത്തിനു മനസ്സുകേടില്ല. എന്നാൽ അതിനു പിന്നിൽ ശബ്ദിക്കപ്പെടാത്ത അർത്ഥഗർഭമായ ഒരു പക്ഷേ

ഉണ്ടായിരുന്നു. ആ പക്ഷേ, പറയുവാനൊക്കുന്നതാണോ? ചെമ്പൻകുഞ്ഞിന് കറുത്തമ്മയുടെ സമ്മതം ഒരു പ്രശ്ന മായിരുന്നില്ല.

പരീക്കുട്ടിയുടെ കടം തീർക്കാൻ ഭർത്താവിൽ സമ്മർദ്ദം ചെലുത്തുന്ന ഒരു സാധാരണ വഴിയും ചക്കിക്കു കണ്ടുപിടി ക്കാൻ കഴിഞ്ഞില്ല.

മീനിനു വിലയില്ല. ചെമ്പൻകുഞ്ഞിനെന്നല്ല, കടപ്പുറത്താർ ക്കും ഒരു മനസ്സമാധാനവുമില്ല. സ്വല്പദിവസം കഴിഞ്ഞപ്പോൾ ഒരുണർവ്വുണ്ടായി. കൊച്ചിയിലും ആലപ്പുഴയിലും ശേഖരിച്ചി രുന്ന പരിപ്പുകയറ്റി അയച്ചു. പക്ഷേ, റംഗൂണിൽ വിലയിടിവാണ്. മുതലിൽ പകുതി വിലയേയുള്ളു എന്നു സേട്ടുമാർ പറയുന്നു. ഒരു കപ്പൽ കടലിൽ തകർന്നുപോയിപോലും. കണക്കു തീർ ക്കുന്നതു പകുതിവച്ചാണ്.

പരീക്കുട്ടിക്ക് ആയിരം രൂപ പോയി.

കറുത്തമ്മയുടെ സ്വഭാവത്തിൽ വലിയ മാറ്റം വന്നു. മാറുന്ന പരിതഃസ്ഥിതികൾക്കായി അവൾ പൊരുത്തപ്പെടുകയാവാം. അവൾ വളർന്നു. അവൾക്കു ചില തന്റേടമുണ്ട്; ധൈര്യമുണ്ട്. അവൾ പരീക്കുട്ടിയുമായി സംസാരിക്കാൻ അവസരം പാർത്തി രിക്കുന്നു. അയാളോടു പറയുവാൻ വളരെയുണ്ട്.

അവർ കണ്ടുമുട്ടി. വേലിക്കപ്പുറത്ത് അയാളും ഇപ്പുറത്ത് അവളും. അന്ന് അവളാണ് സംഭാഷണം ആരംഭിച്ചത്. കഥയി ല്ലാത്ത, പൊട്ടിച്ചിരി ഇളക്കുന്ന സംഭാഷണമല്ല.

അവൾ ചോദിച്ചു:

“കൊച്ചുമൊതലാളീനു കച്ചോടം നഷ്ടമാ, അല്യോ?”

അങ്ങനെ ഒരാരംഭമല്ല പരീക്കുട്ടി തീർച്ചയായും പ്രതീക്ഷി ച്ചത്. അയാൾ ഒന്നും പറഞ്ഞില്ല. അവൾ തുടർന്നു:

“മൊതലാളീന്റെ കാശു തരാം.”

പരീക്കുട്ടി പറഞ്ഞു:

“കറത്തമ്മ എന്റടത്തൂന്നും കാശു മേടിച്ചില്ലല്ലോ.”

“എന്നാലും അതു ഞാനാ തരേണ്ടത്.”

“അതെങ്ങനാ?”

“അതാങ്ങനാ മൊതലാളീ! മൊതലാളീന്റ കടം തീർ ത്തീട്ടേ— ”

മുഴുമിപ്പിക്കാൻ കറുത്തമ്മയ്ക്കു വയ്യ. എന്തോ ഒന്നു തൊണ്ടയിൽ തടഞ്ഞു. അവൾ തളർന്നു. കണ്ണുകൾ നിറഞ്ഞു.

അവൾ നിർത്തിയ വാചകം പരീക്കുട്ടി മുഴുമിപ്പിച്ചു.

"കടം തീർത്തിട്ടുവേണം കല്യാണംകഴിച്ചു പോകാൻ, അല്ല്യോ?"

കറുത്തമ്മയുടെ കണ്ണുകളിൽനിന്നും തുള്ളികൾ അടർന്നടർന്നു വീണു. പരീക്കുട്ടി കരയുന്നില്ല. അയാൾ ചോദിച്ചു:

"അങ്ങനെ ബന്ധം പിരിഞ്ഞുപോകണം, അല്ല്യോ?"

ഒരസ്ത്രംപോലെ ആ ചോദ്യം അവളുടെ കരളിൽ തറച്ചു. അതു ചോദിക്കുമ്പോൾ പരീക്കുട്ടി നിർവ്വികാരനായിരുന്നോ? അവൾ നിസ്സഹായിനിയാണെന്ന് പരീക്കുട്ടിക്കു തോന്നി. എങ്കിലും അയാൾ ഉത്തരം പ്രതീക്ഷിച്ചു.

അവൾ പറഞ്ഞു:

"അല്ല—അല്ല—കൊച്ചുമൊതലാളി നന്നാക്!"

പരീക്കുട്ടിയും പഴയ ലഘുചിത്തനായ കാമുകനല്ല. അയാൾ ഒന്നു മന്ദഹസിച്ചു. പ്രകാശശൂന്യമായ മന്ദഹാസം!

"ഞാൻ നന്നാകാനോ കറത്തമ്മാ?"

അതിന്റെ പൊരുൾ കറുത്തമ്മയ്ക്കു മനസ്സിലായി. താൻ നന്നാവുകയില്ലെന്നാണ്! കറുത്തമ്മയ്ക്ക് അങ്ങനെ അവിടെ നിൽക്കാൻ വയ്യ. അവൾ നടന്നു. പരീക്കുട്ടി കുറച്ചുനേരംകൂടി അവിടെ നിന്നിട്ടു പോയി.

അന്നു രാത്രി ഒരു വിശേഷവാർത്ത ചെമ്പൻകുഞ്ഞിനു പറയാനുണ്ടായിരുന്നു. അയാൾക്കന്നു വലിയ ഉത്സാഹമാണ്. ചക്കിയോടയാൾ അടക്കമായിട്ടു പറഞ്ഞു:

"പളനിക്കു ശ്രീധനം വേണ്ടാന്ന്."

അത് ചക്കിക്കു വിശ്വസിക്കാമായിരുന്നില്ല. അവൾ ചോദിച്ചു:

"പിന്നെ?"

"പിന്നേന്നാ? ശ്രീധനമില്ലാതെ കല്യാണം കഴിക്കാമേന്ന്!"

ചക്കി ചെമ്പൻകുഞ്ഞിനെ സൂക്ഷിച്ചുനോക്കി നിന്നുപോയി. ചെമ്പൻകുഞ്ഞ് ആണയിട്ടു പറഞ്ഞു:

"ഏന്റെ കടലാമ്മയാണെ, അവാൻ പറാഞ്ഞെ."

ചക്കി ചോദിച്ചു:

"അവാൻ വേണ്ടാന്നു പറഞ്ഞേന്നുംവച്ച് കെടുക്കാണ്ടായോ?"

പിന്നല്ലാതെയോ എന്ന മട്ടിൽ ചക്കി ചെമ്പൻകുഞ്ഞിന്റെ മുഖത്തു നോക്കിനിന്നു. ഒരാൾ ഒരു കാര്യം, അതും പണം വേണ്ടെന്നു പറഞ്ഞാൽ, അതു കൊടുക്കേണ്ടതായുണ്ടോ? എന്താണ് ചക്കി അങ്ങനെ പറയുന്നതെന്ന് അയാൾ അത്ഭുതപ്പെട്ടു.

ചക്കി രൂക്ഷമായി ചോദിച്ചു:

"ആ ഏട്ടുംപോട്ടും തിരിയാത്ത ചെറാക്കനെക്കൊണ്ടു വേണ്ടാന്നു ചാടേക്കേറ്റി തമ്മസിപ്പിച്ചാരിക്കും."

ചെമ്പൻകുഞ്ഞ് ധൃതിപ്പെട്ടു പറഞ്ഞു:

"ഞാനോന്നും പറേഞ്ഞീല."

ചക്കി ഒരു ഇരുത്തമുള്ള കാര്യം ചോദിച്ചു:

"ഏന്തിനാണീ കാശും ചക്രോം മനുഷ്ഷേന്?"

"എനീക്കു പണമിരീക്കുന്നോ?"

"ഈ ശ്രീധനേമേന്നു പറേഞ്ഞാല് നമ്മാടെ കോച്ചീനു കൊടക്കുന്നതാ."

"അതവാനു വേണ്ടേങ്കിലോ?"

"പിന്നാർക്കാ ഇതോണ്ടാക്കൂന്നതെന്നാ ഞാൻ ചോതീക്കൂന്നെ."

ചക്കി തുടർന്നു കുറെയധികം പറഞ്ഞു. വയസ്സുകാലത്തു ചെറുപ്പമായി സുഖിച്ചുകൊള്ളുക; മെത്തയോ തലയിണയോ ഉണ്ടാക്കുക; നല്ല ഒരുത്തിയെയും കൊണ്ടുവന്നോ; പക്ഷേ, ജീവിതത്തിൽ കുറെയൊക്കെ ചെയ്തേ മതിയാകൂ. ചെമ്പൻകുഞ്ഞിന്റെ പരമാധികാരത്തിന് ചക്കി കീഴ്വഴങ്ങാതെ പറഞ്ഞു:

"ഇത്തറേമൊണ്ടാക്കിയത് ഞാൻകൂടയാ."

ചെമ്പൻകുഞ്ഞ് ഒരു ചിരികൊണ്ട് അവളുടെ ഗൗരവത്തെ തണുപ്പിക്കാനായി പറഞ്ഞു:

"അതിന് നമാക്കു രണ്ടുപേർക്കും സുഹിക്കാം. മെത്ത നിനിക്കുകൂടാ."

ചക്കി കലിതുള്ളിപ്പോയി. അവളുടെ ഒച്ച വർദ്ധിച്ചു. ഒരു വഴക്കായി അയൽക്കാരറിഞ്ഞാൽ എല്ലാം പുറത്തായിപ്പോകുമെന്ന് ചെമ്പൻകുഞ്ഞു പേടിച്ചു. അയാൾ വഴക്കു വർദ്ധിക്കാൻ ഇടയാകാതെ ഇറങ്ങിപ്പോയി.

കറുത്തമ്മ രംഗത്തെത്തി.

"എനീക്കു ശ്രീധനം വേണ്ടാമ്മാച്ചീ."

"പിന്നല്ലാണ്ടോ? ഓരു പേണ്ണു ശ്രീധനമില്ലാണ്ടു ചേന്നാലു കൊറാച്ചിലാ. നീന്റേതായി നാലു ചക്രം വേണം."

ഒരു ക്ഷണം കഴിഞ്ഞ് കറുത്തമ്മ പറഞ്ഞു:

"അതീനവടെ നാത്തൂനും അമ്മായിഅമ്മേമില്ല. അങ്ങാനോള്ളടാത്തല്ല്യോ അയക്കൂന്നെ."

ചക്കിയുടെ ചങ്കിന് ആ വാചകം ചെന്നുകൊണ്ടു. അങ്ങനെ ആരുമില്ലാത്തിടത്തേക്കാണ് അവളെ അയയ്ക്കുന്നത്!

"ഏന്നാലോ മൊകാളെ? നാട്ടുകാരീല്ല്യോ?"

"ഓ, നാട്ടുകാര്!"

എന്നിട്ട് കറുത്തമ്മ തുടർന്നു:

"ഏന്നെ വല്ലവിധോം പറഞ്ഞയച്ചാ മതി. ആ കാശു കൊച്ചു മുതലാളീനു കൊട്!"

"വീണ്ടും അല്പംകൂടി കഴിഞ്ഞു വികാരാധീനയായി കറുത്തമ്മ തുടർന്നു:

"അയ്യാളു മുടീഞ്ഞിരിക്കുവാ. മുടീച്ചേച്ചും എനീക്കു പോവാൻ വയ്യ. പിന്നെ, ഞാമ്പോയാല്—അയ്യാളു ചാകും."

കറുത്തമ്മയ്ക്കു പറയുവാനുള്ളതു മുഴുവൻ പറഞ്ഞു. ഇനിയും ആ ചരിത്രത്തിൽ മിച്ചമൊന്നുമില്ല. പക്ഷേ, ചക്കിക്ക് അതു മനസ്സിലായില്ല. മനസ്സിലായിരുന്നെങ്കിൽ, ഒരമ്മയ്ക്കു തുടർന്ന് എന്തെല്ലാം ചോദിക്കാനുണ്ടായിരിക്കും! അതോ, ചക്കി മുഴുവനും മനസ്സിലാക്കിയിരിക്കയാണോ? ഒരുവൾ, അവൾ അമ്മയാണെങ്കിലും മകളുടെ പ്രേമഗതി മനസ്സിലാക്കുമായിരിക്കാം. എന്നിട്ട് മിണ്ടാതിരിക്കുമായിരിക്കാം.

"മൊകാളെ, അമ്മാച്ചി ആ കടം വീട്ടാം."

"അച്ചാനതു കൊടുക്കാത്തീല്ല."

താൻ എന്തു ചെയ്യണമെന്നു ചക്കി ചോദിച്ചു. ചെമ്പൻകുഞ്ഞു പണം വച്ചിരിക്കുന്നിടത്തുനിന്നു മോഷ്ടിച്ചെങ്കിലും കൊടുക്കണമെന്ന് കറുത്തമ്മ പറഞ്ഞു.

അതറിഞ്ഞുപോയാൽ കൊലപാതകം നടന്നേക്കും. അതിന് ചക്കിക്കു ധൈര്യമില്ല; ചക്കി അതു ചെയ്തിട്ടില്ല.

കറുത്തമ്മ ചോദിച്ചു:

"അമ്മാക്കതിനു പേടിയാണോ?"

പേടിയാണ്. അതാണു മുമ്പു നിശ്ചയിച്ചതു നടക്കാതെ പോയത്.

ചാകരയുടെ ആദ്യകാലത്തു പണം ധാരാളം വന്നുകൊണ്ടിരുന്നു. അന്ന് ഓരോ ദിവസവും എടുത്തിരുന്നെങ്കിൽ ഒരു പക്ഷേ, അറിയാതെ കഴിയാമായിരുന്നു. കറുത്തമ്മ ചക്കിക്കു ധൈര്യം കൊടുത്തു. കാര്യത്തിന്റെ ഗൗരവം ചക്കിക്കു പ്രേരണയുമായിരുന്നു. അങ്ങനെ വെളുപ്പിനെ ചെമ്പൻകുഞ്ഞു കടലിൽ പോയപ്പോൾ അമ്മയും മകളുംകൂടി പെട്ടി തുറന്ന് ഒരു ചെറിയ സംഖ്യ എടുത്തു. പേടിച്ചാണ് അവർ അന്നു കഴിച്ചതും. അന്നു കിട്ടിയ പണം ചെമ്പൻകുഞ്ഞു പെട്ടിയിൽ വച്ചു പൂട്ടി. അന്നെന്തു പങ്കു കിട്ടിയെന്ന് ചക്കി പതിവില്ലാതെ ചോദിച്ചു. അയാൾ പറഞ്ഞു:

“ചെമ്മീനാറക്കും വേണ്ട.”

“ഏന്നാലും ഏന്നാ കിട്ടി?”

“ഏന്തിനാ അറിയേന്നെ?”

എല്ലാ ദിവസവും അമ്മയും മകളുംകൂടി ചേർന്ന് അല്പാല്പം എടുത്തുകൊണ്ടിരുന്നു.

ഒരു ദിവസം ചെമ്പൻകുഞ്ഞു പണം എണ്ണി തിട്ടപ്പെടുത്തി. അന്ന് അമ്മയുടെയും മകളുടെയും വയറ്റിൽ തീ ആയിരുന്നു. വീണ്ടും പെട്ടി പൂട്ടിയപ്പോൾ അവർ ആശ്വസിച്ചു. അവരുടെ കള്ളം കണ്ടുപിടിക്കപ്പെട്ടില്ല.

മകൾ അമ്മയോടു ചോദിച്ചു:

“ഏത്രയൊണ്ടാമ്മേ കയ്യില്?”

കുറെ ദിവസങ്ങൾകൊണ്ട് എഴുപതു രൂപവരെയേ ഉണ്ടാക്കാൻ സാധിച്ചുള്ളു. കുറെ ഉണക്കമീനും ഇരുപ്പുണ്ട്. അതു പത്തിരുപതു രൂപയ്ക്കു വരും. സംഖ്യ ചെറുതാണെങ്കിലും ഉള്ളതു പരീക്കുട്ടിക്കു കൊടുക്കാമെന്നു തീർച്ചപ്പെടുത്തി.

ഒമ്പത്

കല്യാണം നിശ്ചയിക്കപ്പെട്ടു. അതിനു വലിയ ചട്ടവട്ടങ്ങളും ചടങ്ങും ഒന്നും ആവശ്യമില്ലായിരുന്നു. ചോദിക്കാനും പറയാനും പളനിക്ക് ആളില്ല. അഭിപ്രായവ്യത്യാസത്തിനും ഇടയില്ല. അക്കാലത്ത് അയാൾ ജോലി ചെയ്യുന്ന വള്ളത്തിന്റെ ഉടമസ്ഥനോടു പറഞ്ഞു. പളനിയുടെ തുറയിലെ അരയനു വെറ്റില പാക്കു വയ്ക്കാൻ ചെമ്പൻകുഞ്ഞു കൂടെ പോയിരുന്നു. ചെമ്പൻകുഞ്ഞ് അയാളുടെ തുറയിലെ അരയന്റെ മുമ്പാകെയും കാഴ്ച വച്ചു.

അങ്ങനെ പെണ്ണിനെ കെട്ടിക്കുന്നില്ല എന്ന പരാതി തീർന്നു. അയാൾ നിവർന്നുനിന്നു ഭാര്യയോടു ചോദിച്ചു:

“ഏന്താണേടീ! എല്ലാ കാരീയങ്ങളും ചെമ്പാൻകുഞ്ഞു നടാത്തീയതു കണ്ടോ?”

ചക്കി ഒരു തിരിച്ചടി കൊടുത്തു.

“ആരാ ചെറുക്കൻ? നാടും വീടും ഊരും ഒടേരുമില്ലാത്തോൻ. കൊള്ളാം.”

“ഫാ, ചൂലേ! നിനീക്കെന്തറിയാം! അവാൻ വേലക്കാരനാ. നല്ല ഒടല്, നല്ല മരുങ്ങ്. അവനെപ്പോലെ ഒരു ചെറുക്കൻ ഈ അടുത്ത കടാപ്പറത്തെങ്ങുമില്ല.”

ചക്കി എതിർത്തില്ല. അവൾ ചിരിച്ചുകൊണ്ടു പറഞ്ഞു:

"ഏന്നാല് ഇനി അങ്ങു സുഹീക്കാമല്ലോ!"

"ഞാനോന്നു സുഹിക്കും. പള്ളീക്കുന്നേനെപ്പോലെ സുഹീക്കും."

ചക്കി ചോദിച്ചു:

"എന്നാലും ആ മേത്തക്കൊച്ചാന്റെ കാശു കൊടുത്തിലല്ലോ."

അതൊരു ശല്യംപോലെ ചെമ്പൻകുഞ്ഞു പറഞ്ഞു:

"കറുത്തമ്മേന്റെ കല്യാണം പറയൂമ്പം ആ കാരീയമെടുത്തിടുക ഒരു പതിവാണാല്ലോ?"

ചക്കി നടുങ്ങിപ്പോയി.

അതൊരു സത്യമാണ്. കറുത്തമ്മയുടെ കല്യാണക്കാര്യത്തോടനുബന്ധിച്ച് ആ കാര്യം ഓർത്തുപോകും. പക്ഷേ, അങ്ങനെ ചെമ്പൻകുഞ്ഞു ചോദിക്കുമെന്നു ചക്കി വിചാരിച്ചില്ല.

ചക്കി ഒരു പുതിയ സമാധാനം പറഞ്ഞു:

"നമ്മോ കൊച്ചുങ്ങളായി സുഹിക്കാൻ പോവ്വല്ല്യോ? അപ്പം അതൊന്നൂടെ തീർന്നാ മതിയല്ലോന്നു വച്ചാ."

അതിനും വഴിയുണ്ട്. ചെമ്പൻകുഞ്ഞിന് ഓർമ്മയുണ്ട്. സമയവും സന്ദർഭവും നോക്കി ഓരോ ബാദ്ധ്യതയും ഒഴിക്കും. അയാൾ ഭാര്യയോടു കാര്യമായി പറഞ്ഞു:

"എടീ, നമാക്കെ, ആങ്കൊച്ചുങ്ങളീല്ല. അവാനെ മോനാക്കി എടുത്താലെന്താന്നാ വിജാരം!"

ചക്കി പ്രസന്നവദനയായി അഭിപ്രായപ്പെട്ടു:

"അല്ലേലും അവാനല്ല്യോ നമ്മാടെ മൂത്ത മോന്."

ചക്കിക്കു മുഴുവൻ കാര്യവും മനസ്സിലാകാത്തതുപോലെ ചെമ്പൻകുഞ്ഞു പറഞ്ഞുകൊടുത്തു. പളനിക്കാരുമില്ല. ആ സ്ഥിതിക്കു കല്യാണത്തിനുശേഷം തന്റെകൂടെത്തന്നെ പാർപ്പിച്ചാലെന്തെന്നാണ് അയാളുടെ ആലോചന. ഇപ്പോൾ രണ്ടു വള്ളങ്ങളുണ്ട്. പളനിയെക്കൂടി അങ്ങനെ കിട്ടിയാൽ അതൊരു നല്ല കാര്യമാണ്. ഇതെല്ലാം വിസ്തരിച്ച് ചെമ്പൻകുഞ്ഞു പറഞ്ഞു. എന്നിട്ടു ചക്കിയുടെ അഭിപ്രായം ചോദിച്ചു. ചക്കിയും അതേക്കുറിച്ച് ആലോചിച്ചു. കാര്യം നല്ലതുതന്നെയാണ്. ഒരു ആൺകൊച്ചില്ലാത്ത കുറവ് അങ്ങനെ പരിഹരിക്കാം. പക്ഷേ, ചക്കിക്ക് ഒരു സംശയമുണ്ട്.

"അതാവൻ തമ്മാതിക്കുമോ?"

ചെമ്പൻകുഞ്ഞു പറഞ്ഞു:

"അല്ലേ! സമ്മാതിച്ചാലെന്താ?"

ചക്കി ചോദിച്ചു:

“ഏതു മരക്കാപ്പിള്ളാരാ മരക്കാത്തീന്റവാടെറൂത്തു കേറീരിക്കുന്നെ?”

ചെമ്പൻകുഞ്ഞ് ഒന്ന് ആലോചിച്ചിട്ടു പറഞ്ഞു:

“അതോക്കെ അവാനിഷ്ടമാരീക്കും. അവാനൊരു പാവമാടീ, പാവം.”

“പിന്നല്ല്യോന്ന്!”

എന്നിട്ടു ചക്കി തുടർന്നു ചോദിച്ചു:

“എന്നീട്ടെന്നേ കെട്ടീയപ്പം രണ്ടു തെവേതം തെകാച്ചു ഏന്റെ വീട്ടി പാർത്തോ?”

“എനീക്കെന്റെ തന്തേം തള്ളേം ഒണ്ടാരുന്നു.”

പളനി അവിടെ പാർക്കുമെന്ന വിശ്വാസം ചക്കിക്കില്ല.

അച്ഛന്റെ ഈ പരിപാടി കറുത്തമ്മ അറിഞ്ഞു. അവൾ അമ്മയോടെതിർത്തു. കറുത്തമ്മയുടെ എതിർപ്പു ചക്കിയെ അമ്പരപ്പിച്ചു. ആ തള്ള മകളോടു പറഞ്ഞു:

“ഏടീ, നീ കോള്ളാമല്ലോടീ! തന്തേം തള്ളേം ചൊല്ലിയൊള്ള നീന്റെ മായ കല്യാണം നിഛയീച്ചപ്പഴേ വീട്ടല്ലോടീ. അപ്പം നീന്നെ കഠപ്പേട്ടു വളാർത്തിയതു വെറുധേ! ഒരു മരക്കാൻ വരാമ്പോണൂന്ന് ആരാണ്ടോ പറാഞ്ഞപ്പം നിനിക്ക് തന്തേം വേണ്ട, തള്ളേം വേണ്ട. കൊള്ളാമല്ലോടീ!”

ചക്കിയുടെ വാക്കുകൾ കറുത്തമ്മയുടെ ഹൃദയത്തിൽ ചെന്നു കൊണ്ടു. അങ്ങനെ ഒരു വ്യാഖ്യാനം ഉണ്ടാകുമെന്ന് അവൾ അറിഞ്ഞില്ല. അമ്മയേയും അച്ഛനേയും സ്നേഹിക്കായ്കയാലാണോ അവൾ അങ്ങനെ പറഞ്ഞത്? അങ്ങനെ ഒരു താമസം അഭിമാനക്കുറവാണെന്നും അവൾക്കു തോന്നിയിട്ടില്ല. തീർച്ചയായും എന്നും അവൾ അമ്മയുടെ മകളാണ്. അമ്മ അവൾക്കു വേണ്ടി എന്തു ചെയ്യാനും തയ്യാറാണ്. പഞ്ചമിയെ പിരിഞ്ഞ് എങ്ങനെ കഴിയും? ആ വീട്ടിൽനിന്നും ഇറങ്ങിപ്പോകുന്ന ദിവസം—ആ ദിവസത്തെ എങ്ങനെ അവൾക്കു താങ്ങാൻ കഴിയും?

എന്നാലും കറുത്തമ്മയ്ക്ക് ആ നാട്ടിൽനിന്നും ആ പരിസരത്തിൽനിന്നും പോയാൽ മതി. കറുത്തമ്മ വികാരാധീനയായി പറഞ്ഞു:

“അമ്മാച്ചി, അതാല്ലാ ഞാമ്പറേഞ്ഞത്. ഏന്റമ്മാച്ചി ഈങ്ങാനെ പറയാതേം. ഏനീക്കെന്റെ അച്ചേനും അമ്മാച്ചീമല്ലാണ്ടാരാ?”

ഏങ്ങലടിച്ചു കരഞ്ഞുകൊണ്ട് അവൾ ചക്കിയുടെ ചുമലിലേക്കു വീണു. അമ്മ അവളെ ആലിംഗനംചെയ്തു.

ചക്കി അത്ര കാര്യമായല്ല അത്രയും പറഞ്ഞത്. അങ്ങനെ കറുത്തമ്മ നൊമ്പരപ്പെടുമെന്നും ചക്കി ഓർത്തില്ല. കറുത്തമ്മ കരൾ പൊട്ടിക്കരയുന്നു. ചക്കിയും കരഞ്ഞു. കറുത്തമ്മ പറഞ്ഞു:

"ഏന്നെ—ഏന്നെ—ഈ കടാപ്പറാത്ത് ഏനീക്കു പാർക്കണ്ട. അല്ലേല് നമാക്കെല്ലാർക്കും ഓന്നീച്ചു പാം."

സ്നേഹാർദ്രയായി ചക്കി ചോദിച്ചു:

"ഏന്നതാ മൊകാളേ, നീ പറേണേത്?"

സഹിക്കാനാവാത്ത വികാരക്ഷോഭത്തോടെ കറുത്തമ്മ പറഞ്ഞു:

"ഞാന്—ഈ കടാപ്പറാത്തു സാമതീച്ചാലെക്കൊണ്ട്—"

"ഏന്നതാ മൊകാളെ?"

കറുത്തമ്മയ്ക്ക് എന്തോ പറയുവാനുണ്ട്. തന്റെ വാക്കുകളുടെ മൂർച്ചയാണ് അവളെ കരയിച്ചതെന്നു ചക്കി ധരിച്ചിരുന്നു. എന്തോ കാര്യമായ ഒരു ദുഃഖം കറുത്തമ്മയുടെ മനസ്സിൽ ഒളിച്ചിരിക്കുന്നുണ്ട്. പക്ഷേ, അതിത്രമാത്രം ഉൽക്കടമാണെന്ന് ചക്കി അറിഞ്ഞിരുന്നില്ല.

ഏങ്ങലടിപ്പിനിടയിൽ പല്ലു കടിച്ചമർത്തിക്കൊണ്ടു കറുത്തമ്മ പറഞ്ഞു:

"ഞാനിവാടെ ആണേല്—ഈ കടാപ്പുറം മുടീയുമമ്മാച്ചീ! മുടീയും."

ചക്കിയുടെ കണ്ണുകളും നിറഞ്ഞു.

"ഏന്റെ മൊകാള് അങ്ങാനെ പറയാതെ."

"അല്ലാമ്മാച്ചി! എനീക്കിവാടാന്നു പോയാമതീ! ഏന്നാലേ ഏനീക്കു ഗേതിയോള്ളു. ഞാനീതു അമ്മാച്ചിയോടാല്ലാതെ ആരോടു പറായും?"

കറുത്തമ്മയ്ക്കു ഹൃദയം തുറന്നു സംസാരിക്കാൻ മറ്റൊരാളില്ല. എന്നാൽതന്നെയും ഹൃദയം മുഴുവൻ തുറക്കാമോ? അതു സാദ്ധ്യമാണോ?

അപ്പോഴും ചക്കി പറഞ്ഞു:

"ആ നാലാംവേതക്കാരേൻ ഏന്റെ കുഞ്ഞീനെ കൂടോത്രോം കൊടൂത്തൂന്നാ തോന്നൂന്നെ."

കറുത്തമ്മ അതു നിഷേധിച്ചു. അതു കൂടോത്രമല്ല. ആരും അവൾക്കു കൂടോത്രം കൊടുത്തിട്ടില്ല. കറുത്തമ്മ ചോദിച്ചു:

"ഈ കടാപ്പറത്ത് ഇങ്ങാനോള്ള പെണ്ണുങ്ങാ ഒണ്ടായീട്ടാണ്ടോ അമ്മാച്ചീ!"

"ഏങ്ങാനൊള്ള പെണ്ണുങ്ങളാ മൊകാളെ?"

"അമ്മാച്ചീക്കറിയാമ്മേലേ?"

"ഏന്റെ കടലാമ്മേ! ഏന്റെ കോച്ചു പിരാന്തു പറേന്നല്ലോ!"

"ഏനിക്കു പിരാന്തീലമ്മാച്ചീ! ഞാൻ ചോതീക്കുവാരുന്നു. ഇങ്ങാനൊള്ള പെണ്ണുങ്ങ —വോറൊരൂത്തി ഒണ്ടായീട്ടോണ്ടോ?"

തന്റെ മനസ്സിലിരിക്കുന്നതെങ്ങനെ വിശദമാക്കണമെന്ന് കറുത്തമ്മയ്ക്കറിഞ്ഞുകൂടാ. ആ സ്ത്രീ എങ്ങനെയുള്ളവളെന്നു കറുത്തമ്മയ്ക്കറിയാം. ഒരു വിജാതീയപുരുഷനെ സ്നേഹിച്ച അരയത്തി, എത്ര ശ്രമിച്ചിട്ടും കുറയുന്നതിനുപകരം കൂടിവരുന്ന ഒരു പ്രേമബന്ധത്തോടുകൂടിയ ഒരു സ്ത്രീ, അങ്ങനെ ഒരുവൾ ഈ കടപ്പുറത്തുണ്ടായിട്ടുണ്ടോ എന്നാണറിയേണ്ടത്. ജീവിത കാലമത്രയും, പ്രതിനിമിഷം ശക്തിപ്രാപിച്ചുകൊണ്ടിരിക്കുന്ന ഒരു പ്രേമകഥയുള്ളവൾ! ആ കടപ്പുറം അങ്ങനെ ഒരു പ്രേമകഥ അറിഞ്ഞിട്ടുണ്ടോ? ഒരു വിജാതീയയുവാവ് ഒരു അരയത്തിയെ സ്നേഹിക്കുകയും ആ സ്നേഹംകൊണ്ട് അവർ ഹതാശരാവുകയും ചെയ്തിട്ടുണ്ടോ? ആ കടപ്പുറത്തെ മൺതരികൾ അങ്ങനെ ഒരു കാമുകന്റെ പാട്ടു കേട്ടു ചൈതന്യം വന്നു ത്രസിച്ചിട്ടുണ്ടോ? ആ കാമുകന്റെ ചരിത്രമെന്താണ്?

ഇതെല്ലാം അമ്മയോടു ചോദിക്കാവുന്നതാണോ?

ഉണ്ടായിരിക്കാം. ആ കടപ്പുറത്തു തകർന്ന ഹൃദയങ്ങളോടെ വീണ ടിഞ്ഞ കാമുകനും കാമുകിയും നടന്നിട്ടുണ്ടാവാം. ആ കാമുകി ഒന്നിനാലും കെടുത്താൻ കഴിയാത്ത പ്രേമത്തെ കരളിൽ ഒളിച്ചുവച്ചുകൊണ്ട് ഒരു ഭാര്യയായി കഴിഞ്ഞിട്ടുണ്ടാവാം അല്ലെങ്കിൽ അവർ ആത്മഹത്യ ചെയ്തുകാണും. അതുമല്ലെങ്കിലോ?

എന്നാലും അവൾക്കു മാത്രമേ അങ്ങനെ ഒരു ഭാഗ്യദോഷമുണ്ടായിട്ടുള്ളു എന്നാണ് കറുത്തമ്മയ്ക്കു തോന്നുന്നത്. അവൾ മാത്രമേ അങ്ങനെ ഒരു പുരുഷനെ സ്നേഹിച്ചിട്ടുള്ളു. ആ കടപ്പുറത്തു മറ്റു വല്ലവർക്കും പ്രേമകഥയുണ്ടായിട്ടുണ്ടെങ്കിലും അവൾക്കു മാത്രമേ ഈ അനുഭവമുള്ളു.

ചക്കി അന്ധാളിച്ചു ചോദിച്ചു:

"വല്ല അപാകടോം പറ്റീയോ മൊകാളെ?"

അമ്മയുടെ ചോദ്യം കറുത്തമ്മയ്ക്കു മനസ്സിലായില്ല.

ചക്കി തുടർന്നു:

"അല്ല, പ്രായമായ പെങ്കോച്ചുങ്ങാക്ക്— "

ചക്കി സൂചിപ്പിച്ച കാര്യം ഒരു ഗൗരവമുള്ളതായി കറുത്തമ്മയ്ക്കു തോന്നിയില്ല. അവൾ വെറുതെ കാര്യം പറഞ്ഞു:

"ഇല്ലാമ്മാച്ചീ, ഞാൻ ചീത്തയായിയീല്ല."

അതിൽ ഒരു തന്റേടമുണ്ടായിരുന്നു.

കറുത്തമ്മയ്ക്ക് ഒരപേക്ഷയേയുള്ളു. അവളെ രക്ഷപ്പെടുത്തണം. ഒരു അജ്ഞാതമായ ഭയം അവളെ ആവേശിച്ചിട്ടുണ്ട്. ഒരു ഭീകരസത്വം വിഴുങ്ങാൻ വായും തുറന്നു നിൽക്കുന്നു. അതിന്റെ കരിനിഴലിൽനിന്നും രക്ഷപ്പെടണം. അവളെ രക്ഷിക്കാമെന്ന് അമ്മ സമ്മതിച്ചു. അവളെ കല്യാണത്തിന്റന്നുതന്നെ അയയ്ക്കാമെന്നേറ്റു.

കറുത്തമ്മ അയൽക്കാരിപ്പെണ്ണുങ്ങളുടെ എല്ലാം ശ്രദ്ധാപാത്രമായി. അതിപുരാതനമായി നടന്നുവന്ന ഒരാചാരം ആവർത്തിച്ചു. കല്യാണം നിശ്ചയിക്കപ്പെട്ടാൽ വധുവിനു ഭാര്യാധർമ്മം ഉപദേശിച്ചുകൊടുക്കേണ്ടത് അയൽക്കാരികളുടെ കടമയാണ്. അവൾക്കു തെറ്റു പറ്റിയാൽ അയൽക്കാരികളെ നാട്ടുകാർ കുറ്റപ്പെടുത്തും.

നല്ലപെണ്ണു കറുത്തമ്മയോടു പറഞ്ഞു:

"മൊകാളെ, ഒരാമ്പറാന്നോനെ നിന്നെ ഏപ്പീക്കുവാ."

ഒരു പുരുഷന്റെ പക്കൽ പെണ്ണിനെ ഏല്പിക്കുകല്ല; മറിച്ചാണ്.

കാളിക്കുഞ്ഞു പറഞ്ഞതു മറ്റൊന്നാണ്:

"തെര മറീയുന്ന കടലീലാ മൊകാളെ നമ്മാ ആണുങ്ങാ കഴിയൂന്നെ."

കുഞ്ഞിപ്പെണ്ണു മുന്നറിയിപ്പു നൽകി:

"പെണ്ണുങ്ങാടെ മനസ്തു എളപ്പമാ മൊകാളെ! ദൂഷ്ഷീക്കണം."

അങ്ങനെ എല്ലാവരും ഉപദേശിച്ചു. അവർ ഓരോരുത്തരും അങ്ങനെയുള്ള ഉപദേശം സ്വീകരിച്ചിട്ടുള്ളവരാണ്. അവർ അതു തിരിച്ചു വേറൊരാളിനു കൊടുത്തു. അതു കടമയാണ്. ആ കടപ്പുറത്തുനിന്നും കെട്ടി പുറത്തുപോയ ഒരു പെണ്ണിന്റെ പേരിലും അയൽക്കാർക്കു കുറവു വന്നിട്ടില്ല. ആ ഉപദേശങ്ങൾ അസൂയ കൂടാത്തവയാണ്.

എല്ലാം കറുത്തമ്മ കേട്ടു മനസ്സിലാക്കി. ആ ഉപദേശങ്ങൾ കൊണ്ട് അവളുടെ മനസ്സു നിറഞ്ഞിരിക്കുകയാണ്. പക്ഷേ, ഒരു

ചോദ്യം ചോദിക്കുവാനുണ്ട്. അമ്മയോടു ചോദിക്കാനുദ്ദേശിച്ച ചോദ്യം:

"ഈ കടാപ്പുറത്ത് ഒരുവനെ സ്നേഹിച്ചിട്ട്, അവനും തിരിച്ചു സ്നേഹിച്ചിട്ട് വേറൊരുവനെ കല്യാണം കഴിച്ച സ്ത്രീ ഉണ്ടായിട്ടുണ്ടോ?"

ആ ചോദ്യംകൊണ്ട് അവളുടെ ഉള്ളു നിറഞ്ഞിരിക്കുകയാണ്. എന്നാലും അവൾ ആരോടും ചോദിച്ചില്ല. ആ നിർഭാഗ്യവതിയായ സ്ത്രീയുടെ കഥ എന്താണ്?

അങ്ങനെ ഭാഗ്യദോഷിയായി, അപശപ്തയായ സ്ത്രീയുടെ ആത്മാവ് ഒടുങ്ങാത്ത ദാഹത്തോടെ കടപ്പുറത്തെ വായുവിൽ പറന്നു നടക്കുന്നതായി ചിലപ്പോൾ കറുത്തമ്മയ്ക്കു തോന്നും. ഏകാന്തതയിൽവച്ച്, അവൾക്കു മനസ്സിലാകാത്ത ഭാഷയിൽ വ്യക്തമാകാത്ത ഒരു ജീവിതകഥ പറയപ്പെടുന്നതായി ചില പ്പോൾ കറുത്തമ്മയ്ക്ക് അനുഭവപ്പെടാറുണ്ട്. അവളെപ്പോലെ തന്നെ ദുഃഖിച്ച മുത്തശ്ശിമാർ ആ കടപ്പുറത്തുണ്ടായിരുന്നു. കാറ്റു പറയുന്ന ജീവിതകഥയും അതാണ്. കടലിന്റെ ഇരമ്പലിലും ആ കഥയുണ്ട്. മണൽത്തരികളും അതറിഞ്ഞിട്ടുണ്ട്. എന്നല്ല, ആ മണൽത്തരികളിൽ ആ മുത്തശ്ശിയുടെ അസ്ഥികൾ പൊടിഞ്ഞു ചേർന്നിട്ടുണ്ട്. അവയും വിറകൊള്ളുന്നുണ്ടാവാം.

ഒരു ദിവസം കറുത്തമ്മ നല്ലപെണ്ണിനോടു ചോദിച്ചു:

"കൊച്ചാമ്മാ, പെഴാച്ചുപോയ പെണ്ണുങ്ങാ ഈ കടാപ്പുറ ത്തോണ്ടായിട്ടോണ്ടോ?"

ഉണ്ട്. അപൂർവമായി ഉണ്ടായ കഥയുണ്ട്. ഒന്നുരണ്ടു പഴയ കഥ. മനഃപൂർവം പിഴച്ചതല്ല. കടപ്പുറത്തെ ഒരു പഴയ പാട്ടിന്റെ കഥാവസ്തു ആ സ്ത്രീയുടെ ജീവിതകഥയാണ്. അവൾ പിഴച്ച തിന്റെ ഫലമായി മലയോളം പൊക്കത്തിൽ കടലിൽ തിരകളു യർന്നു കരയ്ക്കുരുണ്ടുകയറി. വിഷമുള്ള കടൽപാമ്പുകൾ കരയിൽ നുരച്ചു നടന്നു. ഗുഹപോലെ വായുള്ള കടൽജന്തു ക്കൾ വായ്തുറന്നു വള്ളങ്ങളുടെ പിന്നാലെ പാഞ്ഞു. അതെല്ലാം പഴയ കഥയാണ്. ആ പാട്ടിന്റെ ചില ശീലുകൾ നല്ലപെണ്ണു പാടി.

അതും ഒരു പ്രേമകഥ ആയിരുന്നു. അപ്പോൾ ഇനിയും കൊല്ലങ്ങൾ കഴിഞ്ഞ് അവളുടെ കഥയെ ആസ്പദമാക്കിയുള്ള പാട്ടുകൾ പാടപ്പെട്ടേക്കും.

നല്ലപെണ്ണു പറഞ്ഞു:

"അതാ കടാപ്പറാത്തെ മൊറ."

കറുത്തമ്മ ജിജ്ഞാസയോടെ ചോദിച്ചു:

"ഇന്നാ കൊച്ചമ്മാ?"

"ഇന്ന് ആ ചുത്തോം വിറൂത്തീമില്ല. ഇന്നു ആണുങ്ങായു മങ്ങനാ."

ആ പഴയ നടപടിക്രമത്തിൽനിന്നും മനുഷ്യർ മാറുന്നു. എന്നാലും കടലിന്റെ മകൾ ചാരിത്ര്യം സൂക്ഷിക്കണം.

അയൽപക്കത്തെ കൊച്ചു പെൺപിള്ളർ അവളോടു ചോദിച്ചു:

"കറത്തമ്മാച്ചാച്ചി പോവ്വാണോ?"

ആ പെൺപിള്ളാരോടു കറുത്തമ്മയ്ക്കു കനമുള്ള കാര്യങ്ങൾ പറയുവാനുണ്ട്. കരീലപോലെ ഈ കടപ്പുറത്ത് അവർ പറന്നു നടക്കരുത്. അവൾ പലരോടും അതു പറഞ്ഞു.

കറുത്തമ്മ യാത്ര പറയുകയാണ്. അവൾ അവിടെ ജനിച്ചു; വളർന്നു; ഇനി അവിടം വിടുകയാണ്. പക്ഷേ, അവൾക്ക് ആ കടപ്പുറം വിസ്മരിക്കാൻ സാദ്ധ്യമാണോ?

ഇനിയും അവൾ എവിടേക്കു പോകുന്നോ, ആ കടപ്പുറം എങ്ങനെയിരിക്കും? അവൾ ഓർത്തിട്ടുണ്ട്. ഇവിടത്തെപ്പോലെ കനകപ്രഭ വാരി വിതറിക്കൊണ്ടായിരിക്കുമോ സൂര്യൻ മങ്ങുന്നത്? കൊടുങ്കാറ്റുകൊണ്ട് ഇളകിമറിയുമ്പോഴും ഈ കടലിന് ഒരു സൗന്ദര്യമുണ്ട്. അവൾക്ക് ഒരിക്കലും പേടി തോന്നിയിട്ടില്ല. ഭാഗ്യംകെട്ട ആ പഴയ സ്ത്രീയുടെ പാട്ടു പാടുന്ന ഈ കടപ്പുറത്തെ കാറ്റിന് ഒരു സ്നേഹമുണ്ട്. ഇങ്ങനെതന്നെ ആയിരിക്കുമോ ആ കടപ്പുറവും? എന്തോ!

അവിടത്തെ മനുഷ്യരോ? അവരും സ്നേഹമുള്ളവരാണെങ്കിലും, അവളെ വളർത്തിയ ഈ കടപ്പുറത്തിന് ഒരു മാധുര്യമുണ്ട്. അതിനെ അവൾ പിരിഞ്ഞുപോവുകയാണ്.

എല്ലാറ്റിനോടും അവൾ യാത്ര പറഞ്ഞു.

ചന്ദ്രികയുള്ള രാത്രി! കടൽ ശാന്തമായി കിടക്കുന്നു. ആ ചന്ദ്രികയ്ക്ക് ഒരു പ്രത്യേക സൗന്ദര്യമുള്ളതുപോലെ തോന്നി. നിലാവിൽ ലയിച്ചുചേർന്ന് ആ പാട്ട് അവിടെയെങ്ങും പരന്നൊഴുകി.

പരീക്കുട്ടി പാടുകയാണ്?

പരീക്കുട്ടിയുടെ പാട്ടായല്ലാ അതപ്പോൾ കറുത്തമ്മയുടെ ചെവിക്കുള്ളിൽ മുഴങ്ങിയത്. പരീക്കുട്ടി എന്ന വ്യക്തി ഇല്ലാതായി. ആനന്ദമയമായ ഒരു ലോകത്തിലേക്ക് അവൾ വിളിക്കപ്പെടുന്നു. അതു ചന്ദ്രിക പരന്നൊഴുകുന്ന കടപ്പുറത്തിന്റെ

വിളിയാണ്! അവളുടെ ജീവിതാനന്ദം വിളിക്കുകയാണ്. അവൾ പിരിഞ്ഞുപോകുന്ന കടപ്പുറത്തിന്റെ സംഗീതം! ആ കടപ്പുറത്തെ ക്കുറിച്ച് എന്തെന്തു പ്രിയതരമായ സ്മരണകളാണുള്ളത്!

ആ ഗാനവീചികൾ അവളുടെ ഉള്ളിൽ കടന്നു. കറുത്തമ്മ എഴുന്നേറ്റിരുന്നു. പരീക്കുട്ടിയുടെ രൂപം അവളുടെ മുമ്പിൽ പ്രത്യക്ഷമാകുന്നു! സത്യത്തിൽ അയാൾ അവളെ വിളിക്കുക യാണോ? ആ പാട്ടല്ലാതെ എന്താണ്, മറ്റെന്താണ് ആശ്വാസം നൽകാനുള്ളത്? ഇന്നല്ല, എന്നെന്നും അയാൾ പാടും. അവൾ പോയിക്കഴിഞ്ഞും പാടും. ആരും കേൾക്കുവാനായല്ല.

അമ്മ ഉറക്കമാണ്. അച്ഛനില്ലവിടെ. ആ കടപ്പുറം വിജന മാണെന്നവൾക്കറിയാം. കതകു തുറന്നു പുറത്തിറങ്ങുവാൻ ഒരാവേശം അവളറിയാതെതന്നെ അവൾക്കുണ്ടായി.

ആ ഗായകന്റെ ഹൃദയം പൊട്ടുന്നില്ല. അതു പൊട്ടിത്തകരു വാനായി അയാൾ പാടുന്നു. ആ പിഴച്ചുപോയ മുക്കുവത്തിയുടെ ജീവിതകഥയിലെ ചില ശീലുകൾ! ആ വരികൾ നല്ലപെണ്ണു കറുത്തമ്മയെ പാടി കേൾപ്പിച്ചതാണ്. അവൾക്കാവരികൾ ഓർമ്മയില്ല. പക്ഷേ, ആ വരികളുടെ ഉള്ളടക്കത്തിന്റെ കാവ്യാ ത്മകത അവളുടെ ഹൃദയതന്ത്രികളെ ചലിപ്പിക്കുന്നു.

പിഴച്ച ആ മുക്കുവത്തി ഇതുപോലെ പാട്ടു കേട്ടു കടപ്പുറ ത്തേക്ക് അർദ്ധബോധവതിയായി പോയായിരിക്കാം. അവ ളേയും അന്നു ചന്ദ്രിക വിളിച്ചായിരിക്കാം.... അങ്ങനെ രണ്ടാമ തൊരുവൾ പോകുന്നു.

ഇനിയും കടലിൽ മലപോലെ തിരകൾ ഉയർന്നേക്കും. വൻ ജന്തുക്കൾ ജലപ്പരപ്പിൽ തല ഉയർത്തി ഗുഹപോലുള്ള വായ് പൊളിച്ചേക്കും. കരയിൽ വിഷമുള്ള കടൽപാമ്പുകൾ ഇഴ ഞ്ഞേക്കും.

മറ്റൊരു ചിന്തയിലേക്കു കറുത്തമ്മ ഒലിച്ചിറങ്ങി. അതെ, അതൊരു ചിന്തതന്നെ ആയിരുന്നു. അവൾ പോവുകയാണ്. പരിചിതമായ എല്ലാറ്റിനോടും യാത്രപറഞ്ഞുകഴിഞ്ഞു. അവൾ എല്ലാറ്റിനേയും വെടിയാൻ തയ്യാറായി. ആ കടപ്പുറത്തെ ചന്ദ്രിക യോടു യാത്രപറഞ്ഞില്ല. നിലാവിൽ മനോഹരമായിത്തീർന്ന കടലിനോടു വിടവാങ്ങിയില്ല. ചന്ദ്രികയുടെ മധുരഗാനത്തോടു യാത്രചോദിച്ചില്ല. ചന്ദ്രികയുടെ ദേവദൂതനോടു പോകുന്നെന്നു പറഞ്ഞില്ല.

ഒരുപക്ഷേ, നാളെയും മറ്റന്നാളും—അങ്ങനെ അവൾ പോകുന്ന നാൾവരെ ആ പാട്ട് ഇനി ഉണ്ടായില്ലെന്നുവരാം.

അന്നു പാടിപ്പാടി ആ ഗായകന്റെ തൊണ്ട പൊട്ടിയെന്നുമാവാം. അയാൾ പാട്ടു നിർത്തിയെന്നും വരരുതോ? അങ്ങനെ ആ കടൽക്കരയിലെ ചന്ദ്രിക ശോകമൂകമായിത്തീർന്നെന്നു വരാം.

മറ്റൊരാവേശം അത്യുൽക്കടമായി അവളെ കീഴടക്കി. ഇനിയും ഒരിക്കലും ആ ചന്ദ്രികയിൽ അതിന്റെ ഗാനത്തിൽ അവൾക്കു ലയിച്ചു കഴിയാൻ ഒക്കുകയില്ല. ഒരുപക്ഷേ, അവസാനമായി അവൾക്കു നൽകുന്ന അവസരമായിരിക്കാമത്. ആ അവസരത്തെ നിഷേധിക്കാൻ കറുത്തമ്മയ്ക്കു വയ്യ. ഒരിക്കൽകൂടി അവസാനമായി ആ കടൽക്കരയിൽ കയറ്റിവച്ചിരിക്കുന്ന വള്ളത്തിന്റെ മറവിലേക്ക് അവൾ പൊയ്ക്കൊള്ളട്ടെ! എന്നെന്നേക്കുമായി നിഷേധിക്കപ്പെടുന്ന ആനന്ദം അവസാനമായി അനുഭവിക്കാൻ!

കടപ്പുറത്ത് കൊച്ചുപെണ്ണായി അവൾ ഓടിനടന്നു. അവിടെ വച്ചു യുവതിയായി, അവൾ സ്നേഹിച്ചു. ഇനിയും കൊടുങ്കാറ്റും ചുഴിയും മലരിയുമുള്ള കടലിൽ ചെന്നു മീൻപിടിക്കുന്ന ഒരു അരയന്റെ പാതിവ്രത്യശുദ്ധിയുള്ള ഭാര്യയാകുവാൻ പോവുകയാണ്. പ്രധാനപ്പെട്ട ഒരു ഘട്ടത്തിലേക്കു കാലു കുത്തുന്നു. ഇനിയും ജീവിതത്തിനു കനമുണ്ട്; കഴമ്പുണ്ട്; അർത്ഥമുണ്ട്. ലാഘവമേറിയ ജീവിതത്തിന്റെ അവസാനദിവസം ഒന്ന് അനുഭവിച്ചുകൊള്ളട്ടെ!

പക്ഷേ, കറുത്തമ്മയ്ക്ക് ഒരു പേടി. അവൾക്ക് അവളെക്കുറിച്ചുതന്നെ നല്ല വിശ്വാസമില്ല. അവൾ തെറ്റു ചെയ്തുപോയേക്കും; അശുദ്ധപ്പെട്ടേക്കും. അന്നോളം അങ്ങനെ ഒരു പേടി അവൾക്കുണ്ടായിട്ടില്ല.

ഇനിയും പാടരുതെന്ന് അവൾക്കപേക്ഷിക്കണം. ഇനിയും കടപ്പുറത്തെ ചന്ദ്രികയെ അങ്ങനെ ചലിപ്പിക്കരുത്. അവൾക്ക് പരീക്കുട്ടിയോടു വളരെ പറയാനുണ്ട്; ക്ഷമായാചനം ചെയ്യാനുണ്ട്.

കറുത്തമ്മ എഴുന്നേറ്റു നിന്നു. അവൾ സാവധാനം കതകു തുറന്നു. പുറത്ത് എന്തൊരു തെളിവുള്ള നിലാവ്! അവൾ പുറത്തിറങ്ങി!

തെങ്ങുകളുടെ തണലിൽകൂടി അവൾ കടപ്പുറത്തേക്കു നടന്നു.

പെട്ടെന്ന് ആ പാട്ടു നിലച്ചു. പാടിപ്പാടി അയാൾ അയാളുടെ ദേവതയെ മുമ്പിൽ പ്രത്യക്ഷപ്പെടുത്തിക്കഴിഞ്ഞു. ഒരു നിമിഷ

നേരത്തേക്ക് അയാൾക്ക് അയാളുടെ കണ്ണുകളെ വിശ്വസിക്കാൻ കഴിഞ്ഞില്ല.

അയാൾ ചോദിച്ചു:

"കറത്തമ്മ പോവ്വാണോ?"

അതല്ലാതെ മറ്റെന്തു കുശലമാണ് അയാൾക്കു ചോദിക്കാനുള്ളത്?

"കറത്തമ്മ പോയാല്—പിന്നെ കറത്തമ്മ എന്നെ ഓർക്കുമോ?"

പരീക്കുട്ടിയുടെ ആത്മാർത്ഥമായ സംശയമായിരുന്നത്.

"ഓർത്തില്ലേലും ഈ കടപ്പുറത്തിരുന്നു ഞാമ്പാടും. വല്യ വയസ്സനായി വായിലെ പല്ലു പോയിക്കഴിഞ്ഞും പാടും."

കറുത്തമ്മയ്ക്കു പറയുവാനുണ്ടായിരുന്നു:

"കൊച്ചുമൊതലാളി ഒരു നല്ല പെണ്ണിനേം കെട്ടി കൊച്ചുങ്ങളുമായി, നല്ല കച്ചോടക്കാരനായി കഴീയണം."

പരീക്കുട്ടി മിണ്ടിയില്ല.

കറുത്തമ്മ തുടർന്നു:

"മൊതലാളി എന്നേം, നമ്മാ തമ്മി കളീച്ചുനടന്നതും അങ്ങു മറാക്കണം."

പരീക്കുട്ടി മിണ്ടിയില്ല. കറുത്തമ്മ പിന്നെയും തുടർന്നു:

"അതാ എനീക്കും കൊച്ചുമൊതലാളീക്കും നല്ലാത്."

കറുത്തമ്മ നിർത്തിയില്ല:

"ഞങ്ങളു മേടീച്ച കാശ് ഞാൻ പോകുംമുമ്പു തന്നു തീർക്കാം. മൊതലാളീ നന്നാവാനായിട്ട്—"

ബാക്കി പറയാൻ കറുത്തമ്മയ്ക്കു വയ്യാതായി. പ്രാർത്ഥിക്കാമെന്നാണ് അവൾക്കു പറയുവാനുള്ളത്. പക്ഷേ, അതു പറയാവുന്നതാണോ എന്നു സംശയമായി. ഒരരയത്തി ഒരു പുരുഷന്റെ ഗുണത്തിനുവേണ്ടി മാത്രമേ പ്രാർത്ഥിക്കാൻ പാടുള്ളു. ഏതൊരുവനെയാണോ അവളെ ഏല്പിച്ചുവിടുന്നത് അതാണ് ആ പുരുഷൻ. താൻ മറ്റൊരു പുരുഷന്റെ നന്മയ്ക്കുവേണ്ടി പ്രാർത്ഥിക്കാൻ കുലധർമ്മം അനുവദിക്കുന്നില്ല. അപ്പോൾ അതു പറയത്തക്കതല്ല. പക്ഷേ, കറുത്തമ്മ അറിയതെതന്നെ ഒരു വാചകം അവളുടെ നാവിൽനിന്നും ഉതിർന്നുവീണു പോയി.

"ഞാനേന്നും കൊച്ചുമൊതലാളീനെ ഓർക്കും."

"ഓ, എന്തിനാ കറത്തമ്മേ അത്? അതു വേണ്ട."

സ്വല്പസമയം നിശ്ശബ്ദമായിപ്പോയി. എങ്കിലും ആ നിമിഷങ്ങൾ യഥാർത്ഥത്തിൽ വാചാലമായിരുന്നു.

ഒരു രാപ്പറവ ഒരു തെങ്ങിൽനിന്നുയർന്ന് നിലാവിൽകൂടി പറന്നുപോയി. ആ രംഗം കണ്ടു എന്നറിയിക്കാനായിരിക്കാം. അല്പം അകലെ കടപ്പുറത്തെ ഒരു പട്ടി അവരെ നോക്കിനിന്നു. അങ്ങനെ രണ്ടു സാക്ഷികളുണ്ടായി.

പരീക്കുട്ടി ചോദിച്ചു:

"ഈ കടാപ്പുറത്ത് നമ്മള് ഓടിനടന്നു കളിച്ചതും കക്കാ പെറുക്കിയതും എല്ലാം തീർന്നു."

ഒരു ദീർഘനിശ്വാസത്തോടെ തുടർന്നു:

"അങ്ങനെ ഒരു കാലം തീർന്നു!"

അതെ എന്നു കറുത്തമ്മ പ്രതിവചിച്ചു. പരീക്കുട്ടി പറഞ്ഞു:

"ഇനീം ഈ കടാപ്പുറത്തു ഞാൻ മാത്രമായി."

അതു കറുത്തമ്മയുടെ കരളിൽ തറയ്ക്കുകതന്നെ ചെയ്തു. അയാൾ തുടർന്നു പറഞ്ഞു:

"കറത്തമ്മ യാത്രപറയുകേം ഒന്നും ചെയ്യത്തില്ലെന്നാ ഞാൻ വിചാരിച്ചെ."

പെട്ടെന്നുതന്നെ അയാൾ പൂരിപ്പിച്ചു:

"എനിക്കു പരാതീം ഒന്നുമില്ല. കറത്തമ്മ പറയാതെ പോയാല് എനിക്കു സങ്കടം തോന്നും. പക്ഷേല്, പരാതി പറയത്തില്ല. എനിക്കു കറത്തമ്മേക്കുറിച്ചു പരാതിയേയില്ല."

കൈവള്ളകൊണ്ട് മുഖംപൊത്തി കുനിഞ്ഞുനിന്ന് അവൾ കരയുകയാണ്. അത് പരീക്കുട്ടിക്കു മനസ്സിലായി.

"എന്തിനാ കറത്തമ്മ കരയുന്നെ? പളനി നല്ലവനാ. നല്ല മിടുക്കനാ."

തൊണ്ടയിടർച്ചയോടെ അയാൾ തുടർന്നു:

"കറത്തമ്മയ്ക്കു നല്ലതുവരും."

ഇതിൽകൂടുതൽ കറുത്തമ്മയ്ക്കു താങ്ങാൻ വയ്യായിരുന്നു. അവൾ പറഞ്ഞു:

"കൊച്ചുമൊതലാളി ശവത്തേ കുത്താതിരുന്നേ."

പരീക്കുട്ടിക്ക് അതിന്റെ അർത്ഥം മനസ്സിലായില്ല. അവളെ വേദനിപ്പിക്കുംവിധം എന്തോ അപാകമായി പറഞ്ഞുപോയി എന്നയാൾ അമ്പരന്നു. പക്ഷേ, അങ്ങനെ ഒന്നും പറഞ്ഞതായി അയാൾക്കു തോന്നുന്നില്ല. ഉൽക്കടമായ ദുഃഖത്തോടെ അവൾ പറഞ്ഞു:

"അല്ലേലും കൊച്ചുമൊതലാളിക്ക് ഇഷ്ടമില്ല."

"അതെന്താ കറത്തമ്മാ?"

അയാൾ ആണയിട്ടു പറഞ്ഞു, അയാളുടെ ഏറ്റവും വലിയ ആശ അവളുടെ സുഖമാണെന്ന്. അയാൾ പറഞ്ഞു:

"ഞാനിവിടിരുന്നു പാടും, ഒറച്ചുപാടും."

അവൾ പ്രതിവചിച്ചു:

"ഞാനീപ്പാട്ട് അങ്ങു തൃക്കുന്നപ്പുഴ കടാപ്പുറത്തിരുന്നു കേക്കും."

"അങ്ങനെ പാടിപ്പാടി തൊണ്ടപൊട്ടി ഞാനങ്ങു ചാകും."

"നെഞ്ചുപൊട്ടി ഞാനും ചാകും."

"അപ്പം ഈ കടാപ്പറത്ത് രണ്ടാത്മാക്കള് ഈ നിലാവത്തു പറന്നു നടക്കും."

"അതെ," എന്ന് പരീക്കുട്ടി പറഞ്ഞു.

പിന്നെ ആരുമാരും ഒന്നും മിണ്ടിയില്ല.

അവൾ ഒന്നും മിണ്ടാതെ സാവധാനം കിഴക്കോട്ടു നടന്നു. അതായിരുന്നു അവളുടെ യാത്രപറച്ചിൽ. അവളെത്തന്നെ അയാൾ നോക്കിക്കൊണ്ടിരുന്നു. അതായിരുന്നു അയാളുടെ വിടനൽകൽ.

അങ്ങനെ അവർ അകന്നു.

പത്ത്

അടിയന്തിരം സ്വല്പം ഭേദമായി നടത്തണമെന്നാണ് ചക്കിയുടെ അഭിപ്രായം. ഒരു നല്ല അടിയന്തിരമായിരിക്കും അതെന്ന് അയൽക്കാരും വിചാരിച്ചു. ചെമ്പൻകുഞ്ഞിനു പണമുണ്ട്; കറുത്തമ്മ മൂത്തമകളുമാണ്. അപ്പോൾ അടിയന്തിരം മോശമായി നടത്താൻ ഇടയില്ല.

പക്ഷേ, ചെമ്പൻകുഞ്ഞ് അതിനൊന്നും തയ്യാറില്ല. കറുത്തമ്മയ്ക്കു കുറെ പൊന്നുണ്ടാക്കിക്കൊടുക്കുന്നതിനുതന്നെ കുറച്ചു പണം ചെലവായി. അടിയന്തിരം മോടിയായി നടത്താൻ കൈയിൽ കാശില്ലെന്നാണു പറയുന്നത്. എന്നാലും കുറെ ചെലവാകാതെ തരമില്ല.

ഇക്കാര്യത്തെ ചൊല്ലി ചക്കിയും ചെമ്പൻകുഞ്ഞും തമ്മിൽ വഴക്കാണ്. ആ വഴക്കിൽ ഇടപെട്ടു സമാധാനപ്പെടുത്തുന്നത് കറുത്തമ്മയാണ്. അവൾക്ക് അതൊരു വലിയ മനോവേദന ആയിരുന്നു. അവളെപ്രതി എന്നും ശണ്ഠയുണ്ടാകുന്നു!

വല്ലവിധവും ആ ദിവസം കഴിഞ്ഞുകൂടിയാൽ മതി. അവൾ മൂലം ആർക്കെല്ലാമാണ് സൈ്വരക്കേട്! ജീവിതത്തിൽ ബന്ധപ്പെട്ടവർക്കെല്ലാം മനോവേദനയാണ്. ഇനിയും ആർക്കെല്ലാം സൈ്വരക്കേടുണ്ടാകുന്നോ എന്തോ!

തുറയിലരയനെ ക്ഷണിക്കണം. എന്നിട്ടു വേണം ഔപചാരികമായ ചടങ്ങുകൾ തുടങ്ങാൻ. വെറ്റിലയും പുകയിലയും പണവും കാഴ്ചവച്ച് ചെമ്പൻകുഞ്ഞു തുറയിലരയന്റെ അനുവാദം വാങ്ങി. അരയൻ അതീവ സന്തുഷ്ടനായി. കല്യാണത്തിനു നേരത്തേ എത്താമെന്ന് അരയൻ സമ്മതിച്ചു.

വിവാഹദിവസം. അത്ര വലിയ അടിയന്തിരമൊന്നുമല്ല. എന്നാലും എങ്ങനെയോ എന്തോ, ചെമ്പൻകുഞ്ഞ് നിശ്ചയിച്ചതിൽ കൂടുതൽ ഒരുക്കങ്ങൾ കൂടുതലായിരുന്നു.

തുറയിലരയൻ നേരത്തേ വന്നു. തൃക്കുന്നപ്പുഴനിന്നു പത്തുപതിനഞ്ചു പേർ എത്തിയിട്ടുണ്ട്. അവരുടെ കൂട്ടത്തിൽ പെണ്ണുങ്ങളാരുമില്ല. കൊണ്ടുപോരുന്നതിന് പളനിക്കു സ്ത്രീകളില്ല. അതു പെണ്ണുങ്ങളുടെ ഇടയിൽ സംസാരവിഷയമായി. പളനിക്കു വേണ്ടപ്പെട്ടവരായി ആരുമില്ലെന്ന് എല്ലാവർക്കുമറിയാം. എങ്കിലും വരന്റെ കൂട്ടത്തിൽ ഒരു പെണ്ണില്ല എന്ന കുറവ് എല്ലാവർക്കും ബോദ്ധ്യപ്പെട്ടത്, പത്തുപതിനഞ്ച് ആണുങ്ങൾ മാത്രമായി വന്നപ്പോഴാണ്. അതൊരു വലിയ കുറവായിരുന്നു. ചക്കിക്കും അതൊരു കുറവായി തോന്നി.

നല്ലപെണ്ണു മനസ്സറിയാതെ പറഞ്ഞു:

"ഇവാമ്മാർക്ക് ഒരു പെങ്കൊച്ചീനെ അയലൂക്കത്തുന്നേങ്ങാനും കൊണ്ടരുതാരുന്നോ?"

കാളിക്കുഞ്ഞ് അതേറ്റു പറഞ്ഞു. കുഞ്ഞിപ്പെണ്ണു ചോദിച്ചു:

"ഈ ആണുങ്ങായുടെ കൂടെ പെണ്ണീനെ എങ്ങനയയ്ക്കും?"

ലക്ഷ്മി ചോദിച്ചു:

"പിന്നല്ലാതെന്നാ ചെയ്യും?"

നല്ലപെണ്ണു പറഞ്ഞു:

"അതു നല്ല മൊറയാ. പെണ്ണിനെ കൂട്ടിച്ചോണ്ടുപാന് പെണ്ണുങ്ങാ ചെറുക്കാന്റെ കൂടെ വരണം. അതാ നടപ്പ്."

പെണ്ണുങ്ങളുടെ ഇടയിലെ ഈ സംസാരത്തിന്റെ തുമ്പും അരികും എല്ലാം ചക്കിക്കു കിട്ടി. ചക്കിക്കും അതു തോന്നിയതാണ്.

പണം കെട്ടേണ്ട ചടങ്ങായി. സംഖ്യ നിശ്ചയിക്കാനുള്ള അധികാരം തുറയിലരയനാണ്. അതിനുശേഷമേ വിവാഹച്ചടങ്ങ് ആരംഭിക്കൂ.

അരയൻ പളനിയേയും കൂട്ടരേയും വിളിച്ചു. എല്ലാവരും ശ്രദ്ധയോടെ നില്ക്കുകയാണ്.

അരയൻ പറഞ്ഞു:

"എഴുപത്തഞ്ചു രൂഭ കെട്ട്."

വരന്റെ ആളുകൾ സ്തംഭിച്ചുപോയി. അത്രയും വലിയ ഒരു സംഖ്യ അവർ പ്രതീക്ഷിച്ചില്ല. എന്നല്ല, അതു വളരെ കൂടുതലാണെന്നാണഭിപ്രായം. ഒരു വലക്കാരന്റെ കല്യാണത്തിനേ അത്രയും സംഖ്യ കെട്ടാൻ പറയുകയുള്ളു.

സ്വല്പനേരത്തേക്ക് ആരും ഒന്നും മിണ്ടിയില്ല. വരന്റെ കൂട്ടത്തിലെ പ്രധാനി വിനയത്തോടെങ്കിലും തന്റേടത്തോടെ ചോദിച്ചു:

"അച്ചന് ഒന്നും തോന്നരുത്. ഞങ്ങളും അരയനും തൊറേമൊള്ളടത്തൂന്നു വന്നവരാ. അവിടുന്നു കെട്ടേണ്ട പണം നിശ്ചയിച്ചു; എതിർക്കുവേല്ല. പക്ഷേല്—"

തുറയിലരയൻ പറഞ്ഞു:

"പറ—പറ—എന്താണ്?"

അച്യുതൻ—അതാണ് അയാളുടെ പേർ—പറഞ്ഞു:

"പണം കെട്ടാൻ പറേണത് അച്ചന്റെ അതികാരമാ. പക്ഷേല് ചെറുക്കന്റാളുകളോട് ഒന്നു ചോതീക്കേണ്ടതാരൂന്നു."

തുറയിലരയന്റെ പക്ഷത്തുനിന്നുണ്ടായ ഒരു നടപടിപ്പിശകാണത്. അതു ചൂണ്ടിക്കാണിച്ചപ്പോൾ അരയന് അല്പം നീരസംവന്നു. അദ്ദേഹം ചോദിച്ചു:

"എന്താണെടാ ഇക്കാര്യത്തില് ഇത്ര ചോദിക്കാനിരിക്കുന്നെ?"

അച്യുതനും വിട്ടില്ല. അയാളുടെ തുറയിലും പ്രതാപവാനായ ഒരു അരയൻ ഉണ്ട്. അച്യുതൻ പറഞ്ഞു:

"അതു ചോതിക്കാനുണ്ട്."

"എന്താണെന്നാ ഞാൻ ചോദിക്കുന്നത്?"

അച്യുതൻ തീർത്ത് അഭിപ്രായപ്പെട്ടു.

"ഈ കല്യാണം നടത്തരുതെന്നാ അവിടുത്തെ വിചാരം."

അത് അല്പം കൂടിപ്പോയി. അരയൻ ഒരാട്ടാട്ടി. അദ്ദേഹത്തിന്റെ മേൽ ആരോപണം ഉന്നയിക്കുന്നു.

അച്യുതൻ അയാളുടെ ന്യായങ്ങൾ ഉന്നയിച്ചു. ചെറുക്കന്റെ പക്കൽ എന്തു സംഖ്യയുണ്ടെന്നറിയാതെ കെട്ടേണ്ട തുക നിശ്ചയിച്ചാൽ കല്യാണം നടക്കാതെ വരും. അതുകൊണ്ടാണ് അങ്ങനെ അച്യുതൻ പറഞ്ഞത്. തുറയിലരയൻ ചോദിച്ചു:

"എടാ, നിങ്ങളിത്ര തെണ്ടികളാണോ?"

അവരുടെ തുറയിലെ അരയനല്ലെങ്കിലും, അദ്ദേഹവും ഒരു തുറയിലെ അരയനാണ്. തെണ്ടികളെന്ന് അവരെ വിളിച്ചതു സഹിച്ചു; സഹിക്കാൻ ബാദ്ധ്യസ്ഥരാണ്. അതിൽ കൂടുതൽ പറഞ്ഞാലും കേൾക്കും. എങ്കിലും അതിനെക്കുറിച്ചും സ്വല്പം അച്യുതനു പറയുവാനുണ്ട്. തുറയിലരയൻ ചെമ്പൻകുഞ്ഞിനോടായി ചോദിച്ചു:

"ചെമ്പൻകുഞ്ഞേ, തന്റെ മോളേ എഴുപത്തഞ്ചു രൂപ കെട്ടാൻ പോക്കില്ലാത്തോനാണോ കൊടുക്കുന്നെ?"

പെണ്ണുങ്ങൾക്കെല്ലാം അതു പിടിച്ചു. ഓരോരുത്തർക്കും അതു തോന്നിയിട്ടുള്ളതാണ്. ഒരു നല്ല പെൺകൊച്ചിനെ അങ്ങനെ വീടുംകൂടും ആൾക്കാരുമില്ലാത്ത ഒരുത്തനു പിടിച്ചു കൊടുക്കുന്നതിൽ ആ തുറയിലെ എല്ലാ പെണ്ണുങ്ങളും പരിതപിക്കുകയായിരുന്നു; ചെമ്പൻകുഞ്ഞിനെ കുറ്റപ്പെടുത്തുകയായിരുന്നു. ഇപ്പോൾ അരയൻ അങ്ങനെ മുഖത്തുനോക്കി ചോദിച്ചപ്പോൾ അതെല്ലാവർക്കും രസിച്ചു. മറ്റാരും അങ്ങനെ ചോദിച്ചിട്ടില്ല.

ചെമ്പൻകുഞ്ഞു മിണ്ടാതെനിന്നു. അച്യുതൻ പറഞ്ഞു:

"അതു ശരിയാ ഒടയതേ. അവന് ഒരു ഗതീമില്ല. ഞങ്ങളാരും അവനു വേണ്ടപ്പെട്ടോരല്ല. തൊറേക്കാരു മാത്രമാ. അതാ പറഞ്ഞത് കെട്ടേണ്ട പണത്തെക്കുറിച്ചു ചോതിക്കണമെന്നു പറഞ്ഞത്."

അച്യുതൻ പളനിയുടെ ചരിത്രം വിവരിച്ചു. കേട്ടുനിന്ന സ്ത്രീകൾക്കു കറുത്തമ്മയോടുള്ള സഹതാപം വർദ്ധിച്ചു. ഇതിൽ ഭേദം അവളെ പിടിച്ചു കടലിൽ താക്കുകയായിരുന്നു എന്നു പെണ്ണുങ്ങൾ പിറുപിറുത്തു.

എന്നിട്ടും തുറയിൽഅരയൻ വിട്ടില്ല. അദ്ദേഹം പറഞ്ഞു:

"ശരിയടാ ശരി. ഈ പണം കെട്ടുന്നതു ചെറുക്കന്റെ സ്ഥിതി നോക്കിയാണോ?"

അല്ല എന്ന് അച്യുതൻ പറഞ്ഞു. അരയൻ തുടർന്നു:

"നല്ല പൊങ്കൊച്ച്. അവളെ വേണോ, അതിനൊള്ള പണം കെട്ടണം."

വരന്റെ കൂട്ടത്തിൽപ്പെട്ട ഒരുവൻ എന്തോ പിറുപിറുത്തു. അരയന്റെ സംസാരം അശേഷം പിടിക്കാതെ നില്ക്കുകയായിരുന്നയാൾ. ഒട്ടും അടക്കാൻ കഴിയാതെ അയാൾ പിറുപിറുത്തുപോയതാണ്. ആ ധിക്കാരിയോടു യജമാനൻ കയർത്തു:

"എന്താണെടാ നീ പൊറുപൊറുക്കുന്നെ?"

അയാൾ അപ്പോൾ ഒന്നും മിണ്ടിയില്ല. അരയൻ പറയെടാ എന്നു പറഞ്ഞു കയർത്തു.

മനസ്സിൽ തങ്ങിനിന്നതു പറയുവാൻതന്നെ അയാൾ തീരുമാനിച്ചു. ഒരുപക്ഷേ, അതു പറയണമെന്നു നേരത്തേതന്നെ അയാൾക്കു ഉദ്ദേശ്യമുണ്ടായിരുന്നിരിക്കാം. അയാൾക്ക് ആ വിവാഹം നടക്കരുതെന്നുവരെ വിചാരമുണ്ടായിരുന്നിരിക്കാം. അയാൾ സ്ഫുടമായി ഒരു വെല്ലുവിളി എന്നപോലെ പറഞ്ഞു:

"നല്ല പെണ്ണിന്റെ കാര്യമൊന്നും പറയണ്ട."

"ഉം? എന്താണെടാ?"

അയാൾ പറഞ്ഞു:

"ഈ തൊറ മുടിയാതെ അയയ്ക്കാനെക്കൊണ്ടല്ല്യോ ഈ കല്യാണം നടത്തുന്നെ? ആ തൊറ മുടിഞ്ഞോട്ടെ. എന്നിട്ടും നാട്ടിനടപ്പില്ലാത്ത പണോം ചെറുക്കൻ കെട്ടണം. നല്ല കാര്യം!"

ഏവരും നടുങ്ങിപ്പോയി. എന്താണ് അയാൾ പറയുന്നത്? ചക്കി നിന്ന നില്പിൽനിന്നും ഉരുണ്ടു താഴെ വീണു. കറുത്തമ്മ അമ്മയെ താങ്ങി. അവളുടെ "എന്റമ്മച്ചിയേ" എന്ന നിലവിളി എല്ലാവരേയും അകത്തേക്കോടിച്ചു. ചക്കി ബോധമില്ലാതെ കിടക്കുകയാണ്.

ചെമ്പൻകുഞ്ഞു ഭ്രാന്തുപിടിച്ചവനെപ്പോലെ പരക്കം പായുന്നു. ഭാര്യ മരിക്കുകയാണെന്നാണു തോന്നുന്നത്. കല്യാണവും അലസിപ്പിരിയുന്നു.

ആ ധിക്കാരിയായ മനുഷ്യനോടു വന്നവരിൽ ചിലർ എന്താണ് അയാൾ പറഞ്ഞതിന്റെ ഉദ്ദേശ്യമെന്നു ചോദിച്ചു; അയാളെ കുറ്റപ്പെടുത്തി. അങ്ങനെ ഒരു സമയത്ത് ആവിധം സംസാരിച്ചതു തെറ്റാണെന്നു പറഞ്ഞു. അയാൾ തരിമ്പും പശ്ചാത്തപിച്ചില്ല. ഒരു വൈരാഗ്യമാണയാൾക്ക്.

"എടാ, ഞാനീ കടപ്പുറത്തു വന്നിട്ടുള്ളവനാ. എനിക്കറിയാം എല്ലാം."

ആ പെണ്ണിനെ സംബന്ധിക്കുന്ന എന്തോ ഒരു ഭയങ്കര രഹസ്യമുണ്ടെന്ന് ആർക്കും തോന്നിപ്പോവുകയില്ലേ? എങ്കിലും

ആർക്കും അതറിയണമെന്ന് അപ്പോൾ തോന്നിയില്ല. വല്ലവിധവും അയാളുടെ വായടച്ചാൽ മതി. അന്യ തുറയിൽ വന്നിരിക്കുകയാണ്.

പല്ലുകടിച്ചുകൊണ്ട് അച്യുതൻ 'എടാ മിണ്ടാതെടാ' എന്നു പറഞ്ഞു.

നല്ലപെണ്ണും കാളിക്കുഞ്ഞുംകൂടി ചക്കിയെ ശുശ്രൂഷിച്ചു. ചക്കി കണ്ണു തുറന്നു. അവൾ അടുത്തിരുന്ന മകളുടെ കഴുത്തിൽ കൈ ചുറ്റിപ്പിടിച്ചുകൊണ്ട് 'എന്റെ മൊകാളെ' എന്നു വിളിച്ചു. വീണ്ടും ബോധഹീനയായി.

സ്ത്രീകൾ കറുത്തമ്മയെ ആശ്വസിപ്പിക്കുകയും ചക്കിയെ ശുശ്രൂഷിക്കുകയും ചെയ്തു.

ചക്കിക്കു സ്വല്പം ആശ്വാസമായപ്പോൾ ചെമ്പൻകുഞ്ഞ് അച്യുതനേയും പളനിയേയും അടുത്തുവിളിച്ചു. അയാൾ എഴുപത്തഞ്ചു രൂപ കൊടുക്കാൻ തയ്യാറാണ്. അതു വാങ്ങി പണം കെട്ടണം. പളനിക്കതു സമ്മതമായി. അച്യുതനും സമ്മതിച്ചു.

അങ്ങനെ കെട്ടാനുള്ള പണവുമായി പളനി പന്തലിൽ പ്രവേശിച്ചു. അപ്പോഴവിടത്തെ അന്തരീക്ഷം ഒന്നു ശാന്തമായി. പപ്പു പറഞ്ഞ കാര്യം ആരും ഓർത്തില്ല.

പണം കെട്ടി. നടപ്പനുസരിച്ച് ഒരു പങ്ക് തുറയിലരയൻ എടുത്തു. ബാക്കി ചെമ്പൻകുഞ്ഞിനും കൊടുത്തു. അത്രയുമൊക്കെ കശപിശ ഉണ്ടായെങ്കിലും മുഹൂർത്തം തെറ്റിയില്ല. കല്യാണത്തിന്റെ ആദ്യത്തെ ചടങ്ങുകൾ അങ്ങനെ നടന്നു.

ചക്കിക്ക് എഴുന്നേറ്റിരിക്കാമെന്ന് ആയെങ്കിലും തലകറക്കം മാറിയിട്ടില്ല. അങ്ങനെയിരിക്കുമ്പോൾ കണ്ണിൽ ഇരുട്ടു കയറുകയും ചെവി കൊട്ടിയടയ്ക്കുകയും ചെയ്തിരുന്നു. അവർക്ക് എഴുന്നേറ്റ് അധികനേരം ഇരിക്കാൻ വയ്യ.

പെണ്ണിനെ പന്തലിൽ കൊണ്ടുവന്നു. മൂപ്പൻ ചടങ്ങുകൾ പറഞ്ഞു കൊടുത്തു. താലികെട്ടും വസ്ത്രം കൊടുക്കലും നടന്നു. പളനിയുടെ കൈ പിടിച്ചു കറുത്തമ്മയുടെ കയ്യിൽ വച്ചു കൊടുത്തു. അതിനായി അവളുടെ കയ്യിൽ പിടിച്ചപ്പോൾ അവൾ കൈ അല്പം ഒന്നു ബലവിച്ചതായി ചെമ്പൻകുഞ്ഞിനു തോന്നി. അവൾ കൈ പിന്നിലേക്ക് ഒന്നു വലിച്ചോ? അവൾ പളനിയുടെ കയ്യിൽ പിടിച്ചില്ലെന്നു തോന്നുന്നു. അവളുടെ കയ്യിൽ അയാളുടെ കൈ ഇരിക്കുക മാത്രം ചെയ്തു.

എന്തായിരിക്കും അപ്പോൾ കറുത്തമ്മയുടെ മനസ്സിൽ പ്രവർത്തിച്ചുകൊണ്ടിരുന്നത്? അവൾ എന്തായിരിക്കും ഓർത്തത്?

എന്തോ! ഒരു യന്ത്രത്തെപ്പോലെ പറഞ്ഞതെല്ലാം അവൾ ചെയ്തു.

പെണ്ണുങ്ങൾ താങ്ങിപ്പിടിച്ചു ചക്കിയെ കൊണ്ടുനിർത്തി. ആ മുഹൂർത്തസമയത്ത് ചക്കിക്കു വീണ്ടും ബോധംകെട്ടു.

അതൊക്കെ അശുഭമാണെന്നു ചില പെണ്ണുങ്ങൾ പറഞ്ഞു. അങ്ങനെ അവർക്കു തോന്നാൻ കാര്യമില്ലേ? വീണ്ടും ചക്കി ഉണർന്നു. പൂർണമായി വിശ്രമംകൊടുത്താൽ എല്ലാം നേരെ യാകുമെന്ന് ചിലർ പറഞ്ഞു.

സദ്യനേരമായി. അപ്പോഴും ഒരു കുഴപ്പമുണ്ടായി. ചില പെണ്ണുങ്ങൾ ഉണ്ണാതെപോയി. അത് പളനിയുടെ ജാതിയെച്ചൊല്ലിയാണ്. വരന്റെകൂടെ വന്ന് ഈ വഴക്കെല്ലാമുണ്ടാക്കിയ പപ്പുവും പോയി.

അതൊന്നും ചെമ്പൻകുഞ്ഞിനെ അലട്ടിയില്ല. പക്ഷേ, അയാൾ തുറയിലരയന്റെ കാൽക്കൽ വീണ് അയാളെ രക്ഷിക്കണമെന്ന് അപേക്ഷിച്ചു. ചക്കി തീരെ അവശതയിൽ വീണുപോയി. കറുത്തമ്മ ഇന്നോളം വീടുവിട്ടു പോയിട്ടില്ല. ഇപ്പോൾ തനിച്ച് അന്യനാട്ടിൽ പോകണം. വരന്റെകൂടെ പെണ്ണുങ്ങൾ വന്നിട്ടില്ല. ആ നിലയ്ക്ക് അന്നു പെണ്ണിനെ അയയ്ക്കാതെ കഴിഞ്ഞാൽ കൊള്ളാമെന്നുണ്ട്. പളനിയും പോകാതിരുന്നു കൊള്ളട്ടെ. അവനും അവിടെത്തന്നെ താമസിക്കട്ടെ. കറുത്തമ്മ പോയാൽ ചെമ്പൻകുഞ്ഞിന്റെ വീടു മുഴുവൻ തകരാറാകും. ദീനക്കാരിക്കു നാഴി വെള്ളംകൂടി അനത്തിക്കൊടുക്കാൻ ആളില്ല.

ചെമ്പൻകുഞ്ഞ് ഭ്രാന്തനെപ്പോലെയായി. എല്ലാം കണ്ട് അരയൻ സഹതാപത്തോടെ പറഞ്ഞു:

“അതൊക്കെ ശരി ചെമ്പാൻകുഞ്ഞേ. പക്ഷേ, അവരു കല്യാണം കഴിച്ച പെണ്ണിനെ കൊണ്ടുപോകണമെന്നു പറ ഞ്ഞാല്—പാടില്ലെന്നു പറയാമോ?”

ചെമ്പൻകുഞ്ഞു പറഞ്ഞു:

“അച്ചൻ പറഞ്ഞാല് അവരും കേൾക്കും.”

അരയൻ ഒന്നു ചിരിച്ചു.

“തൃക്കുന്നപ്പൊഴ തൊറക്കാരാ. അവരു ധിക്കാരികളാ. ചെമ്പൻകുഞ്ഞുതന്നെ കണ്ടതല്ല്യോ അത്.”

ചെമ്പൻകുഞ്ഞിന് അരയനല്ലാതെ മറ്റാശ്രയമില്ല. അവൾ പോയാൽ എന്തുചെയ്യും? അരയൻ ബലമായിനിന്നാൽ അവർ അനുസരിക്കുമെന്നാണ് ചെമ്പൻകുഞ്ഞു പറയുന്നത്.

ഊണും മുറുക്കും കഴിഞ്ഞു. അച്യുതൻ അവരെ യാത്ര യാക്കണമെന്നു പറഞ്ഞു. കറുത്തമ്മ അമ്മയുടെ അടുത്തുതന്നെ ഇരിക്കുകയാണ്. അവൾ കണ്ണു തോരാതെ കരയുന്നു. വലിയ ജോലിത്തിരക്കു നടിച്ച് ചെമ്പൻകുഞ്ഞ് ഓടിനടക്കുന്നു. തങ്ങളെ പിരിച്ചയയ്ക്കണമെന്ന് വീണ്ടും അച്യുതൻ പറഞ്ഞു. മൂന്നാമതും പറഞ്ഞപ്പോൾ ചെമ്പൻകുഞ്ഞിന് ഒഴിയാമായിരുന്നില്ല. അപ്പോൾ അരയൻ അച്യുതനോടു ചോദിച്ചു:

"എടോ, ഇന്നുതന്നെ പെണ്ണിനെ കൊണ്ടുപോകണ മെന്നുണ്ടോ?"

അങ്ങനെ ഒരു ചോദ്യം കേവലം അപ്രതീക്ഷിതമായിരുന്നു. പെട്ടെന്ന് എന്തുത്തരം പറയണമെന്ന് അച്യുതന് അറിഞ്ഞു കൂടാതായി. അരയൻ ഉത്തരം പ്രതീക്ഷിച്ചിരുന്നു. അച്യുതൻ ചോദിച്ചു:

"അവിടന്നെന്താ ഇങ്ങനെ പറേണത്?"

"എന്താണെടോ?"

"കല്യാണം കഴിച്ചാല് പെണ്ണിനേം നിർത്തിയേച്ചു പോണോ?"

തന്റെ നിലപാട് അത്ര ശരിയല്ലെന്ന് അരയനറിയാം. അധി കാരത്തോടെ പറയാവുന്ന ഒന്നല്ല അത്. അരയൻ ആ വീട്ടിന്റെ സ്ഥിതി വിവരിച്ചു. അത് അവർക്കറിയാവുന്നതുമാണ്. അദ്ദേഹം പറഞ്ഞു:

"തള്ള ഒന്നെഴുനേറ്റിട്ടു പോയാപോരെയോന്നാ ഞാൻ ചോദിച്ചത്."

ആ കാര്യം നിശ്ചയിക്കേണ്ടതു ചെറുക്കനാണെന്ന് അച്യു തൻ പറഞ്ഞു. തന്റെ വാദത്തിനു ബലംകൊടുക്കുവാനായി അരയൻ ഒരു കാര്യംകൂടി പറഞ്ഞു:

"പെണ്ണിനെ കൈയോടെ കൊണ്ടുപോണമെന്ന് അത്ര പിടിവാദത്തിനും നിങ്ങൾക്കു മര്യാദയില്ല."

അപ്പോൾ അച്യുതൻ ചോദിച്ചു:

"അതെന്താണോ?"

"അല്ല, പെണ്ണിനെ കൂട്ടിക്കൊണ്ടുപോകാൻ ഒരു പെണ്ണുകൂടി വേണമെന്നല്ല്യോ ഞായം?"

ഉരുളയ്ക്കുപ്പേരിപോലെ അച്യുതൻ ചോദിച്ചു:

"അങ്ങനെ വരാൻ പെണ്ണില്ലാത്തോന് എന്തിനാണോ പെണ്ണിനെ കൊടുത്തത്?"

സ്വല്പം ദേഷ്യംവന്നതായി അരയൻ ഭാവിച്ചു.

"താൻ വാദിക്കയാണോ?"

അച്യുതൻ നിശ്ശബ്ദനായി. ഇനി കാര്യം തീരുമാനിക്കേണ്ടതു ചെറുക്കനാണ്. അവൻ തീരുമാനിക്കട്ടെ എന്ന് അച്യുതനും നിശ്ചയിച്ചു. ആ കാര്യത്തിൽ ഒരു വിട്ടുവീഴ്ച പളനി ചെയ്യുമെന്ന് അരയൻ വിചാരിച്ചു.

നേരം പിന്നീടും കഴിഞ്ഞു. ആരുമാരും ഒന്നും പറയുന്നില്ല. നേരം വൈകുന്നു എന്ന് അച്യുതൻ പറഞ്ഞു. പളനിയുംകൂടി അവിടെ താമസിച്ചുകൊള്ളട്ടെ എന്ന് അരയൻ നിർദ്ദേശിച്ചു. അതിനൊന്നും ആരും ഉത്തരം പറഞ്ഞില്ല. ഉത്തരം പറയേണ്ടത് പളനിയാണ്.

അച്യുതൻ പളനിയോടു പറഞ്ഞു:

"എടാ കൊച്ചേ, എന്തു പറയണു? ഞങ്ങാക്കു പോകണം."

പളനി പരുങ്ങി. എന്താണു പറയേണ്ടതെന്ന് അയാൾക്കറിഞ്ഞുകൂടാ. ഇത്രയുമൊക്കെ സംസാരം നടന്നു; അതു മുഴുവൻ അയാൾ കേട്ടുകൊണ്ടിരിക്കുകയുമായിരുന്നു. ഒരു തീരുമാനത്തിലും അയാൾ എത്തിച്ചേർന്നില്ല. അതിനു കഴിവില്ലാത്തതുകൊണ്ടോ, എന്തോ! ഏതായാലും അതൊരു വലിയ പ്രശ്നമായി പളനി കരുതുന്നതായി തോന്നുന്നില്ല. അയാൾ നിസ്തോഭനായിരുന്നു.

അച്യുതൻ വെറുപ്പോടെ പറഞ്ഞു:

"ഏന്തെങ്കിലും പറയരുതോടാ? ഏന്തിനാ മനുഷ്യരെ മെനക്കെടുത്തുന്നെ?"

എന്നിട്ടയാൾ പളനിയെ കുറ്റപ്പെടുത്തി. ഇങ്ങനെയുള്ളവന്റെ കാര്യത്തിനു വന്നിട്ട് വേണ്ടപ്പെട്ടവരോടു പിണങ്ങേണ്ടിവന്നു. അതാണ് അച്യുതന്റെ പരാതി.

പളനിയുടെ നാവിൽനിന്നും വീഴുന്നതെന്താണെന്ന് ചെമ്പൻകുഞ്ഞ് ഉൽക്കണ്ഠയോടെ കാത്തുനിന്നു. പളനി പാവമാണ്. അവൻ അങ്ങനെ ഒഴിയുകയില്ല. തന്നെയുമല്ല, അങ്ങോട്ടു കൈയോടെ അവളെ കൊണ്ടുപോകേണ്ട കാര്യമാണ്. ഈ ലോകത്ത് എല്ലായിടവും അയാളുടെ വീടാണ്. കൂടെവന്നവരെ പറഞ്ഞയച്ചിട്ട് പളനി അവിടെ നില്ക്കുമെന്ന് ചെമ്പൻകുഞ്ഞു വിചാരിച്ചു.

അച്യുതൻ വീണ്ടും പറഞ്ഞു:

"എന്തെങ്കിലും പറയെടാ."

പളനി അച്യുതന്റെ മുഖത്തു നോക്കി. മറ്റുള്ളവരുടേയും മുഖത്തുനോക്കി. ഒരു സൂചന എങ്ങുനിന്നും ലഭിച്ചില്ല. എന്നാലും ഒരു വാചകം അവന്റെ നാവിൽനിന്നു വീണു:

"എനിക്കു പെണ്ണിനെ ഇപ്പം കൊണ്ടുപോണം."

ചെമ്പൻകുഞ്ഞു നടുങ്ങിപ്പോയി. അതു തീരെ അപ്രതീക്ഷിതമായിരുന്നു. അങ്ങനെ പളനി മുറിഞ്ഞുപറയുമെന്നു തോന്നിയിരുന്നില്ല. ചെമ്പൻകുഞ്ഞു നെഞ്ചത്തടിച്ചുകൊണ്ടു പറഞ്ഞു:

"മോനേ, ആ തള്ളേടെ കെടപ്പു നീ കാണ്. എന്നിട്ടു പറ."

നീയും ഒരു തള്ളയുടെ വയറ്റിൽ പിറന്നവനല്ലേ എന്നുകൂടി പറഞ്ഞാലേ അതു പൂർത്തിയാവുകയുള്ളു. പക്ഷേ, അത് ചെമ്പൻകുഞ്ഞു പറഞ്ഞില്ല.

പളനിയുടെ ഹൃദയത്തെ ആ അപേക്ഷ സ്പർശിച്ചോ എന്തോ, അറിഞ്ഞുകൂടാ. ഒരു സൂചനയ്ക്കുവേണ്ടി അപ്പോഴും അയാൾ അച്യുതന്റെ മുഖത്തേക്കു നോക്കി. ഒരു നിർദ്ദേശവും കിട്ടിയില്ല. എന്നാലും പെണ്ണിനെ കൊണ്ടുപോകണമെന്നാണ് അച്യുതൻ ഉദ്ദേശിക്കുന്നതെന്നു പളനിക്കു തോന്നുന്നുണ്ടായിരുന്നു.

പളനി വീണ്ടും പറഞ്ഞു:

"എനിക്കു പെണ്ണിനെ കൊണ്ടുപോകണം."

സ്വല്പം കഴിഞ്ഞപ്പോൾ അയാളുടെ ബുദ്ധി പ്രവർത്തിക്കാൻ തുടങ്ങി. അയാൾ ചില ന്യായങ്ങളെല്ലാം പറഞ്ഞു. അയാൾ വീടും കൂടും ഉള്ളവനല്ല. പക്ഷേ, ഒരു വീടുണ്ടാകാൻ വേണ്ടിയാണു കല്യാണം കഴിച്ചത്. അയാൾക്കു ജീവിതം ആരംഭിക്കണം. കല്യാണം കഴിച്ചിട്ടു പെണ്ണിനെ അവിടെ വിട്ടിട്ടു പോകാൻ അയാൾക്കു തൃപ്തിയില്ല. അയാൾക്കു പലതും ആരംഭിക്കുവാനുണ്ട്. ഒന്നും താമസിക്കുവാൻ പാടുള്ളതല്ല.

"അതുകൊണ്ട് എനിക്കു പെണ്ണിനെ കൈയോടെ കൊണ്ടുപോകണം."

അത്രയുമൊക്കെ പറയുവാൻ പളനിക്കു കഴിഞ്ഞു. അതൊരു അത്ഭുതമായിരുന്നു. അതൊരു ദൃഢനിശ്ചയവുമായിരുന്നു. തന്റെ തീരുമാനം തന്റെ കൂട്ടർക്കു നന്നേ പിടിച്ചു എന്ന് പളനിക്കു തോന്നി. പക്ഷേ, അത് ചെമ്പൻകുഞ്ഞിനെ എങ്ങനെ ഏശി എന്ന് ആരും ശ്രദ്ധിച്ചില്ല. ചെമ്പൻകുഞ്ഞ് ആരുടേയും കരളലിയിക്കുംമട്ടിൽ കരഞ്ഞപേക്ഷിച്ചു:

"മോനേ, ഒരു കൊച്ചിനെ വളർത്തിക്കൊണ്ടു വന്നവനാ ഈ പറേന്നെ. എന്റെ മോനും ഒരു തന്തയാകും."

പളനി അചഞ്ചലനായിരുന്നു. ഒരുപക്ഷേ, അച്യുതനും മറ്റുള്ളവരും സമ്മതിച്ചിരുന്നെങ്കിൽ പളനിക്കു വിരോധമില്ലായിരുന്നിരിക്കാം.

അരയന്റെ മനസ്സലിഞ്ഞു. ആരുടേയും മനസ്സലിയും. അച്യുതന്റേയും മനസ്സലിഞ്ഞിരിക്കാം. അതയാൾ ഭാവിക്കാത്തതായിരിക്കാം. അരയന് അല്പം ദേഷ്യം വന്നു. അരയൻ പറഞ്ഞു:

"അതെങ്ങനെയാണ്! ഒരു വീട്ടിൽ വളർന്നോനല്ല അവൻ. അച്ഛനെന്നും അമ്മയെന്നും പറഞ്ഞാല് എന്താണെന്ന് അവനറിഞ്ഞുകൂടാ. സ്നേഹമെന്നും മായ എന്നും പറയുന്നതു വീട്ടീന്നു പഠിക്കേണ്ടതാ. കടപ്പുറത്തു വളന്നോന് അതൊണ്ടാകുമോ?"

അല്പസമയം കഴിഞ്ഞ് അരയൻ ചെമ്പൻകുഞ്ഞിനോടായി പറഞ്ഞു:

"ഇങ്ങനെയൊള്ളോനു പെണ്ണിനെ പിടിച്ചുകൊടുത്ത തന്നെ വേണമെടോ പറയാൻ."

ചെമ്പൻകുഞ്ഞ് 'അതെ' എന്നു പറഞ്ഞു സമ്മതിച്ചില്ല. പക്ഷേ, അങ്ങനെ സമ്മതിക്കേണ്ടതാണെന്ന് അയാൾക്കു തോന്നി. അന്നു കണ്ട പളനിക്ക് ഇങ്ങനെ ഒരു സ്വഭാവമുണ്ടായിരിക്കുമെന്ന് ചെമ്പൻകുഞ്ഞു വിചാരിച്ചില്ല. ഒരു വീട്ടിൽ വളരാത്തവനായതുകൊണ്ടാണ് ഇങ്ങനെ പറയുന്നതെന്ന അരയന്റെ അഭിപ്രായം ശരിയാണെന്നു ചെമ്പൻകുഞ്ഞിനും തോന്നി. ഭാവിയിൽ ഇനി എങ്ങനെ ഇരിക്കുമോ എന്തോ! മകളെ അവനു കല്യാണം കഴിച്ചു കൊടുത്തതു തെറ്റായിപ്പോയി എന്ന് ചെമ്പൻകുഞ്ഞിനു തോന്നിയിരിക്കാം. അതും കല്യാണം നടന്ന അന്നു തന്നെ. അവൻ സ്നേഹമില്ലാത്തോനാണ്. വളരെ നേരത്തേ തന്നെ ആ കാര്യം വെളിവായി.

അച്യുതൻ എല്ലാം മനസ്സിലാക്കിയതുപോലെ ഒരു പോംവഴി നിർദ്ദേശിച്ചു.

"നീ എന്തിനാടാ പളനി ഈ ശാപം കേക്കണെ? വരണ്ടത് ആ പെണ്ണാ. അവളോടു ചോതിക്ക്. അവളു പറയട്ടെ."

ചെമ്പൻകുഞ്ഞിന് ആ നിർദ്ദേശം ആശ്വാസമായിരുന്നു. പളനിക്കും ഒരു ആശ്വാസം തോന്നിക്കാണും. അരയനും ആ നിർദ്ദേശം സ്വീകാര്യമായിരുന്നു. അദ്ദേഹം പറഞ്ഞു:

"അതു ശരി. അവളു പറയട്ടെ. അവളെ ഇങ്ങുവിളി."

ചെമ്പൻകുഞ്ഞ് കറുത്തമ്മയെ വിളിച്ചു. അവൾ അമ്മയുടെ അടുത്തുതന്നെ ഇരിക്കുകയായിരുന്നു. കരഞ്ഞുകരഞ്ഞു നനഞ്ഞ മുഖത്തോടെ അവൾ വാതില്ക്കൽ വന്നു. അരയൻ തന്നെ അവളോടു ചോദിച്ചു:

"പെണ്ണേ, നിന്റെ തള്ളേ ഈ നിലേലിട്ടേച്ചു നീ പോണോ അതോ പോണില്ല്യോ? നിന്റെ തന്തയ്ക്കും നാഴി വെള്ളമനത്തി ക്കൊടുക്കാൻ ആളില്ല."

സ്വല്പം കഴിഞ്ഞ് അദ്ദേഹം തുടർന്നു:

"കല്യാണം കഴിഞ്ഞാല് ചെറുക്കന്റെ കൂടെ പോകണ്ടതാ മൊറ. എന്നാലും നീ നിചരയിക്കണം."

കറുത്തമ്മ എന്തു പറയും? ഒരു നിശ്ചയത്തിലെത്താൻ അവൾക്കു ശക്തിയില്ല. ഈ നാടിനോട് അവൾ യാത്ര പറഞ്ഞു കഴിഞ്ഞു. പേടികൊണ്ട്, ഭാവിയെ ഓർത്ത്! എത്രയുംവേഗം നാടുവിടാൻ അവൾ ഒരുങ്ങിയിരിക്കുകയായിരുന്നു. ആ ദിവസം വന്നു. പക്ഷേ, അന്ന് അമ്മ വീഴ്ചയായിപ്പോയി; അച്ഛനെ ശുശ്രൂഷിക്കാനും ആളില്ല. എല്ലാം ശരിയാണ്. അവൾ കരഞ്ഞു. മിണ്ടാൻപോലും അവൾക്കു കരുത്തില്ല.

അവൾ എന്തുത്തരമായിരിക്കും പറയുന്നതെന്നറിയാൻ എല്ലാവരും കാത്തിരുന്നു. അരയൻ തുടർന്നു:

"പാവം പെണ്ണ്! അവളെങ്ങനെ പറയും? എന്നാലും പറയണം. അവളല്ല്യോ പറയേണ്ടത്?"

അമ്മയുടെ അടുത്തുചെന്ന് അവൾ അമ്മയുടെ മുഖത്തോടു മുഖം ചേർത്ത് ഏങ്ങലടിച്ചു കരഞ്ഞു. ചക്കിയും കരയുകയാണ്. അവൾ എന്തൊക്കെയോ അമ്മയോടു ചോദിച്ചു:

"എന്നതാ ചോതിച്ചതു മൊകാളേ?"

അവൾക്കു പെട്ടെന്ന് ഒന്നും പറവാൻ വയ്യായിരുന്നു. സ്വല്പനേരം കഴിഞ്ഞ് ഏങ്ങലടിച്ചുകൊണ്ടവൾ പറഞ്ഞു:

"ഞാൻ—ഞാൻ—പോണില്ലമ്മാച്ചീ!"

പെട്ടെന്നു ചക്കി പറഞ്ഞു:

"എന്റെ മൊകാള് അങ്ങനെ പറാതെ. എന്റെ മൊകാളു പോണം. പോകാതിരുന്നാല്— "

അതു പൂരിപ്പിക്കാൻ ആ തള്ളയ്ക്കു വയ്യ. പോകാതിരുന്നാൽ എന്തു സംഭവിക്കുമെന്നു ചക്കിക്കറിയാം. കറുത്തമ്മയും അതു പേടിക്കുന്നതാണ്. ആ ഭീകരമായ ചിത്രം ആ തള്ള അവരുടെ കൺമുമ്പിൽ കാണുന്നു. ആരും ഒരു തുള്ളി വെള്ളംപോലും കൊടുക്കാനില്ലാതെ, ആ കിടപ്പിൽ കിടന്നു കൊള്ളട്ടെ, അതു ചക്കിക്കു സഹിക്കാം. എന്നാലും മകൾ അങ്ങനെ നശിക്കുന്നത് — അതു വേണ്ട. എത്രയും പെട്ടെന്ന് അവളെ അയയ്ക്കുന്നതിന് ചക്കിയും തീരുമാനപ്പെടുത്തിവച്ചിരിക്കയാണ്. അവൾ പോയേ മതിയാകൂ. പോകുകതന്നെ വേണം.

"എന്റെ മോളു ചെന്നു പറ, പോണെന്ന്."

ചക്കി അവളെ തന്റെ ശരീരത്തിൽനിന്നും പിടിച്ചുമാറ്റി. അവളെ നിർബന്ധിച്ചു; ശാസിച്ചു; പല്ലു കടിച്ചുകൊണ്ടു ചോദിച്ചു:

"നിനക്ക് ആ നാലാംവേതക്കാരനെ പിരിയാൻ വയ്യ അല്യോടീ?"

എങ്ങനെയോ കറുത്തമ്മയ്ക്ക് ഒരു കരുത്തു വന്നു. അവൾ വാതില്ക്കൽ ചെന്നു പറഞ്ഞു:

"ഞാൻ പോവ്വാണൂ."

വീണ്ടും അമ്മയും മകളും ഒരാലിംഗനത്തിൽ ചേർന്നു. രണ്ടു പേരുടേയും കരൾ പൊട്ടുകയാണ്.

കറുത്തമ്മ ചെമ്പൻകുഞ്ഞിന്റെ മുമ്പിൽ സാഷ്ടാംഗം വീണു കാലിൽ കെട്ടിപ്പിടിച്ചു. അയാൾ കാലു കുടഞ്ഞുവലിച്ച് തിരിഞ്ഞുനിന്നു. കുറെനേരം അങ്ങനെ കിടന്നിട്ട് അവൾ എഴുന്നേറ്റു. അമ്മ അവളെ അനുഗ്രഹിച്ചു. എല്ലാം ഓർത്തുകൊള്ളണമെന്ന് ഉപദേശിച്ചു.

പളനി യാത്ര ചോദിച്ചിട്ട് ചെമ്പൻകുഞ്ഞു മിണ്ടിയില്ല. ചെമ്പൻകുഞ്ഞു പരവശനായ ചെമ്പൻകുഞ്ഞല്ല. അയാൾ കരയുന്നില്ല. ആൾ മാറിക്കഴിഞ്ഞു. അയാളുടെ മുഖം ചുവന്നു വീർത്തു. അയാൾ രൗദ്രമൂർത്തിയായി മാറി.

പത്തുപതിനഞ്ചു പേർ മുമ്പേയും അവൾ പിമ്പേയുമായി നടന്നു. മകൾ പോകുന്നതു കാണാനായി ചക്കി കൈ കുത്തി തല ഉയർത്തിനോക്കി. പെട്ടെന്നു തല താഴെ വീണു. നല്ലപെണ്ണു കണ്ണീരോടെ തല താങ്ങി.

പല്ലു കടിച്ചുകൊണ്ടു ചെമ്പൻകുഞ്ഞമറി:

"അവളെന്റെ മോളല്ല."

കണ്ണീരോടെ പഞ്ചമി വിളിച്ചു.

"ചാച്ചീ!"

ചക്കിയുടെ അടുത്തു നല്ലപെണ്ണും കാളിക്കുഞ്ഞുമുണ്ട്.

കറുത്തമ്മ അവളുടെ ഭാവിയിലേക്കു പോവുകയാണ്. അതെങ്ങനെയിരിക്കും? അപകടത്തിൽനിന്നും രക്ഷപ്പെട്ടു തന്നെയോ അവൾ പോകുന്നത്?

ആരുമാരും അവളെക്കുറിച്ചു പ്രാർത്ഥിച്ചില്ല. അവളും പ്രാർത്ഥിച്ചില്ല. ഒരുപക്ഷേ, പരീക്കുട്ടി പ്രാർത്ഥിക്കുന്നുണ്ടാവാം.

അങ്ങനെ ആ കടപ്പുറത്തിനു സുപരിചിതയായിരുന്ന കറുത്തമ്മ പോയി.

ഇനിയും ആ ഗാനം അവിടെ പരന്നൊഴുകുമോ? പരന്നൊഴുകുമായിരിക്കാം. പക്ഷേ, കേൾക്കാൻ ആളില്ല.

ഭാഗം രണ്ട്

പതിനൊന്ന്

ആ നാട്ടിലെ കടലിനുതന്നെയും ഒരു പ്രത്യേകതയുള്ളതായി കറുത്തമ്മയ്ക്കു തോന്നി. വെള്ളത്തിനുതന്നെയും വ്യത്യാസമുണ്ട്. കടൽ അവിടെ ശാന്തപ്രകൃതിയല്ല. ഏതു നിമിഷവും തിളച്ചു മുകളിൽ വരുന്ന ചുഴിയെയും മലരിയെയും കാപട്യത്തോടെ അങ്ങടിയിൽ കടൽ ഒളിച്ചുവച്ചിട്ടുണ്ട്. മണലിനുതന്നെയും ഒരു നിറവ്യത്യാസമുണ്ട്.

പലരും പുതിയ പെണ്ണിനെ കാണാൻവന്നു. എങ്ങനെയാണു പരിചയപ്പെടേണ്ടതെന്നും അവരോടു പെരുമാറേണ്ടതെന്നും കറുത്തമ്മയ്ക്കറിഞ്ഞുകൂട. വരുന്നവരെല്ലാം അവളെ ചുഴിഞ്ഞുനോക്കുന്നു. കറുത്തമ്മ ചൂളിപ്പോയി.

എന്നാലും എല്ലാവരിലും ഒരു നല്ല അഭിപ്രായമുണ്ടാക്കണമെന്ന് കറുത്തമ്മയ്ക്കറിയാം. എങ്ങനെയാണ് അതു സാധിക്കുന്നത്?

വെളുപ്പിനെ പളനി കടലിൽ പോയി. അതു നല്ല മത്തി പെയ്ത്തുള്ള സമയമായിരുന്നു. കറുത്തമ്മ ഒരു വീടിന്റെ നായികയാണ്. അവൾക്കു ജോലിയുണ്ട്.

ആ വീട്ടിൽ ഒരു കലവും ഒരു ചട്ടിയും ഒരു തവിയുമാണുള്ളത്. അത്രമാത്രം! ഇനിയും ഒരു വീടായി തീരാൻ എന്തെല്ലാം അവിടെ ഉണ്ടാകേണ്ടിയിരിക്കുന്നു! കുറച്ച് അരിയും ഉപ്പും മുളകും ഒരു കുട്ടയിൽ വാങ്ങി വച്ചിട്ടുണ്ട്. കല്യാണത്തിനുമുമ്പ് ഒരു വീടുള്ളവനല്ല പളനി. ഒരു വീട്ടിൽ എന്തെല്ലാം ഉണ്ടായിരിക്കണമെന്ന് പറഞ്ഞുകൊടുക്കാൻ ആളുണ്ടായിരുന്നില്ല. എല്ലാം അവൾതന്നെ ഇനിയും ഉണ്ടാക്കണം.

കറുത്തമ്മ അരിവച്ചു വാർത്തു. ഉള്ളികൊണ്ട് ഒരു തീയലുമുണ്ടാക്കി. അതിനുവേണ്ടിവന്ന പാത്രങ്ങളെല്ലാം അടുത്ത വീട്ടിൽനിന്നും ഉണ്ടാക്കി. അരപ്പും അങ്ങനെതന്നെ സാധിച്ചു. വടക്കേതിലെ വൃദ്ധ അവളോടു പറഞ്ഞു:

"ഒരു കൊച്ചാനെ നീന്നെ ഏപ്പിച്ചിരിക്കുവാ മോളേ, ഏല്ലാം നീതാന്നെ ഓണ്ടാക്കണം."

അങ്ങു നീർക്കുന്നത്തു കടപ്പുറത്തുവച്ച് കേട്ടത് അവൾ ഇവിടെയും കേൾക്കുന്നു. എവിടെയും ഏതൊരു പുതിയപെണ്ണും ഇതുതന്നെ കേൾക്കും. അതോ, അവളോടുമാത്രം പറയുകയാണോ? എല്ലാവരും തന്നെ സംശയദൃഷ്ടിയോടെ നോക്കുന്നതായാണ് അവൾക്കു തോന്നിയത്. അവളുടെ രഹസ്യം കണ്ടുപിടിക്കപ്പെട്ടോ?

പുതിയ പെണ്ണിനെക്കുറിച്ചു നാട്ടിലുള്ള പെണ്ണുങ്ങൾ കൂടിയിരുന്നു സംസാരിച്ചു. തീർച്ചയായും അവർക്കു സംസാരിക്കാൻ വിഷയമുണ്ട്. രണ്ടു വള്ളങ്ങളുള്ള ഒരു വലക്കാരന്റെ മകളാണത്രെ അവൾ! അങ്ങനെയുള്ള ഒരുവളെ സാധാരണഗതിയിൽ ആരുമോരും കുടുംബവുമില്ലാത്ത ഒരുവന്റെ കൂടെ പറഞ്ഞയയ്ക്കുമോ?

ഒരുവൾ പറഞ്ഞു:

"പെണ്ണീന്റെ തന്താക്കു വള്ളോം വലേം ഇല്ലാരിക്കും."

കൊച്ചക്കി അതിനെ എതിർത്തു. അവളുടെ കൊച്ചുങ്ങളുടെ തന്ത ചാകരയ്ക്കു നീർക്കുന്നത്തു പോയിട്ടുണ്ട്. അപ്പോൾ അറിഞ്ഞിട്ടുണ്ട്.

"അയ്യാക്കു വള്ളോം വലേം ഒണ്ട്, ചക്രോമോണ്ട്: ഒരു പാടു ചക്രം!"

വാവക്കുഞ്ഞു ചോദിച്ചു:

"എന്നാലേക്കൊണ്ടു പെണ്ണീനെ ഇവാനു പിടിച്ചു കൊടുത്തതെന്താ?"

കൊച്ചക്കി ചോദിച്ചു:

"അവാനു എന്നാ കുറ്റം?"

കോതയ്ക്കു വേറൊരു സംശയമാണ്:

"എനിക്കു തോന്നണത് പെണ്ണീനു ഏന്തോ കുറ്റമൊണ്ടേന്നാ."

കോത എന്തോ കാര്യം അറിഞ്ഞു പറയുന്നതുപോലെ തോന്നി. എല്ലാവർക്കും ജിജ്ഞാസയായി. എന്താണവൾ പറയുന്നതെന്നു ചോദിച്ചു. കോത ഒന്നു പറഞ്ഞുവച്ചു:

"പെണ്ണു പെഴയാരിക്കും. വല്ലവിധോം കടപ്പറത്തൂന്നു പറഞ്ഞയച്ചാ മതിന്നാരിക്കും."

വൃദ്ധ നടുങ്ങിപ്പോയി.

"അപ്പം നമ്മടെ കടപ്പറം മുടിക്കാനെക്കൊണ്ടു വന്നതാണോ?"

വൃദ്ധ നെഞ്ചത്തു കൈവച്ചുപോയി. എല്ലാവരും കോത
യോടു ചുഴിഞ്ഞു ചോദ്യമായി. അവൾ ബാക്കി പറഞ്ഞില്ല.

ഒരു കറിയും അരിയും വച്ചു കഴിഞ്ഞപ്പോൾ കറുത്തമ്മയുടെ
ജോലി തീർന്നു. എന്നാലും അവടെനിന്നും ആൾ ഒഴിഞ്ഞില്ല.
താൻ വിചിത്രജീവി എന്നപോലെ എല്ലാവരും പെരുമാറുന്നതായി
കറുത്തമ്മയ്ക്കു തോന്നി.

ചക്കിയുടെ ദീനക്കാര്യവും എല്ലാവരുമറിഞ്ഞു. അങ്ങനെ
തള്ള കിടക്കുമ്പോൾ ഒരു മകൾ പോരുമോ? മരയ്ക്കാൻ ഇല്ലെ
ങ്കിൽ വേണ്ട. തള്ളയല്ലേ വലുത്? അത് കറുത്തമ്മയെക്കുറിച്ചു
കൂടുതൽ ജിജ്ഞാസയ്ക്കു കാരണമായി.

ഉച്ച തിരിഞ്ഞപ്പോൾ കറുത്തമ്മ പെരും രഹസ്യങ്ങളുടെ
കൂടായി മാറി. എല്ലാ വീടുകളിലും സംസാരവിഷയമവളാണ്.

അവൾ ഒരു പിഴച്ച പെണ്ണായിരിക്കും. വല്ലവിധവും പറഞ്ഞ
യച്ചാൽ മതിയെന്നുവച്ച് ഇങ്ങോട്ടു പറഞ്ഞയച്ചതായിരിക്കും.
അങ്ങനെ ആണെങ്കിൽ? അതൊരു പ്രശ്നമായിരുന്നു.

കറുത്തമ്മ അമ്മയെക്കുറിച്ചോർത്തു. അമ്മ എങ്ങനെ
യിരിക്കുന്നു എന്നറിഞ്ഞുകൂടാ. ആ കിടപ്പിൽ അമ്മയെ ഇട്ടിട്ടു
പോന്നതു ശരിയായോ? എന്നെന്നേക്കുമായി അച്ഛൻ ഉപേക്ഷി
ച്ചുകഴിഞ്ഞു. അച്ഛന്റെ ആ വാചകം അവളുടെ ചെവിക്കു
ള്ളിൽ മുഴങ്ങി:

"അവൾ എന്റെ മകളല്ല."

കറുത്തമ്മയ്ക്കു ചെമ്പൻകുഞ്ഞിനെ നന്നായറിയാം.
ഇനിയും മകളായി അംഗീകരിച്ചില്ലെന്നു വരാം. തന്റെ നടപടി
സാഹസമായിപ്പോയെന്ന് കറുത്തമ്മയ്ക്കു തോന്നി. ഏതെങ്കിലും
ഒരു മകൾ അങ്ങനെ ചെയ്തിട്ടുണ്ടോ? ഇല്ല. ഉണ്ടായിരിക്കുകയില്ല.
അവളുടെ തുറയിൽ എല്ലാവരും അവളെ ഇപ്പോൾ കുറ്റപ്പെടു
ത്തുകയായിരിക്കും; ശപിക്കുകയായിരിക്കും. പക്ഷേ, അമ്മ
അവളെ അനുഗ്രഹിച്ചു; അവരുടെ അനുമതി അവൾക്കുണ്ട്.

അവളുടെ പാവപ്പെട്ട അമ്മ എന്തുമാത്രം സഹിക്കുന്നുണ്ട്!
അതാണ് ഒരമ്മയുടെ അനുഭവം. നാഴി വെള്ളം തിളപ്പിച്ചു
കൊടുക്കുന്നതിന് ആളില്ലെന്നോ പോകട്ടെ, അച്ഛൻ അമ്മയേയും
കുറ്റപ്പെടുത്തും. അതെല്ലാം സഹിക്കണം. അവൾക്കുവേണ്ടി
ഇനിയും അമ്മ സഹിക്കണം. അച്ഛൻ ഒരിക്കലും ഇനി അവൾക്കു
മാപ്പു കൊടുക്കുകയില്ല.

കറുത്തമ്മ അവളുടെ ഭാവിയെക്കുറിച്ചും ഓർത്തു. അവൾക്ക്
ഒരച്ഛനുണ്ടായിരുന്നു; ഒരമ്മയുണ്ടായിരുന്നു. അച്ഛൻ പാടുപെട്ടു

പണമുണ്ടാക്കുന്ന ആളുമായിരുന്നു. അങ്ങനെ അവൾക്കു ജീവിതത്തിൽ സുരക്ഷിതത്വമുണ്ടായിരുന്നു. അവളുടെ ആശകളും ആവശ്യങ്ങളും പരിമിതങ്ങളായിരുന്നെങ്കിലും എല്ലാം നടന്നുപോയിരുന്നു. അവൾ ഇല്ലായ്മ അറിഞ്ഞിട്ടില്ല. എല്ലാറ്റിനേയും ധിക്കരിച്ച് സുരക്ഷിതത്വത്തിൽനിന്നും അവൾ ഇറങ്ങി തിരിച്ചിരിക്കുകയാണ്. ഒരു പുതിയ ജീവിതത്തിലേക്ക്; ഒരു പുതിയ ലോകത്തിലേക്ക്. അതെങ്ങനെയിരിക്കും?

അവൾക്ക് ആഹാരം കിട്ടുമോ? അവൾക്ക് ഉടുക്കാനും തേക്കാനും ഉണ്ടായിരിക്കുമോ? വിശപ്പെന്താണെന്ന് അറിഞ്ഞിട്ടില്ലാത്തവളാണവൾ. എന്തോ! തീർച്ചയില്ല. ഇനിയും അവൾക്കു ഹൃദയം തുറന്നു ചിരിക്കാനൊക്കുമോ? നേരെ ശ്വാസം വിടാൻ സാധിക്കുമോ? എല്ലാം അനിശ്ചിതമാണ്; അരക്ഷിതമാണ്.

അവൾ സ്നേഹിക്കപ്പെട്ടവളായിരുന്നു.

ആരുടെ കൂടെ അവൾ ഇറങ്ങിപ്പോന്നോ ആ പുരുഷൻ അവളെ സ്നേഹിക്കുമോ? ഒരു വലിയ ചോദ്യമായിരുന്നത്. അയാളെക്കുറിച്ച് അവൾക്ക് ഒന്നുമറിഞ്ഞുകൂട.

അമ്മ അവശതയായി കിടക്കുമ്പോൾ, അതു കണ്ടിട്ട് ഒരു മനുഷ്യത്വമില്ലാതെ മുട്ടാപ്പോക്കു പിടിച്ച ആൾ—ആ മനുഷ്യൻ എങ്ങനെയുള്ളവനായിരിക്കും? അയാൾ പെണ്ണിനെ ഇപ്പോൾ കൊണ്ടുപോകുന്നില്ല എന്നു പറഞ്ഞിരുന്നെങ്കിൽ എല്ലാ കുഴപ്പവും തീരുമായിരുന്നു. രണ്ടുനാൾ അവിടെ താമസിച്ചിരുന്നെങ്കിൽ മതിയായിരുന്നു... അപ്പോൾ ഈ പുരുഷന്റെ സ്നേഹവും പ്രീതിയും സമ്പാദിച്ച് അതു നിലനിർത്തിക്കഴിയാൻ എങ്ങനെ പെരുമാറണം? അത്തരം നിർദ്ദാക്ഷിണ്യമായ പെരുമാറ്റം ഇനിയും ആ പുരുഷനിൽനിന്നും ഉണ്ടായെന്നു വരരുതോ? ഇഷ്ടത്തിനു കോട്ടം തട്ടാതെ എങ്ങനെ കഴിയും?

അയാളല്ലാതെ അവൾക്കാരുണ്ട്? ആരുമില്ല. ആ ഒരൊറ്റ പുരുഷൻ മാത്രം! അയാളുടെ ഇഷ്ടാനിഷ്ടങ്ങളാണു ജീവിതത്തിനാധാരം. ആ ഇഷ്ടാനിഷ്ടങ്ങളെക്കുറിച്ച് അവൾക്കറിവുമില്ല.

കറുത്തമ്മ എന്തും സഹിച്ചുകൊള്ളാം. അങ്ങനെ എന്തും സഹിച്ചു ജീവിതമവസാനിപ്പിച്ച അനന്തശതം അരയത്തികളിൽ ഒരുവൾ മാത്രമായാൽ മതി അവൾക്ക്. അവളുടെ ജീവിതത്തിൽ ഒരു പ്രത്യേകതയും സംഭവിക്കാതിരുന്നാൽ മതി. ഒരു സാധാരണ അരയത്തിയായി ജീവിതം അവസാനിപ്പിക്കണം. പക്ഷേ, അതു സാധിക്കുമോ? അതാണ് കറുത്തമ്മയുടെ പേടി. അതു സാധിക്കുകയില്ലെന്ന് ആരോ അകത്തിരുന്നു പറയുന്നു. ആ

വിചാരം ഇന്നു തുടങ്ങിയതല്ല. അതു വളരെനാളായി ആരംഭിച്ചു. മറ്റൊരുവൾക്കുണ്ടാകാത്ത സംഭവങ്ങൾ അവളുടെ ജീവിതത്തിൽ കടന്നുകൂടിക്കഴിഞ്ഞു. ഇനിയും കൂടുതൽ സംഭവിച്ചെന്നും വരാം. അതു ജീവിതത്തെ വല്ലാത്ത നിലകളിലേക്കു വക്രിപ്പിച്ചേക്കും. അങ്ങനെ ഒരു തോന്നലുണ്ടവൾക്ക്. ആ തോന്നലിന്നു രൂപം കൈവന്നുകഴിഞ്ഞു.

പളനി അവളെ സ്നേഹിച്ചാൽ മതി. അത് അവൾ ആഗ്രഹിക്കുന്നുണ്ട്. പക്ഷേ, അവളുടെ ആഗ്രഹം ന്യായമാണോ? അതാണു സംശയം.

എല്ലാ യുവതികളും ഭർത്താക്കന്മാർ സ്നേഹിക്കണമെന്ന് ആഗ്രഹിക്കും. പക്ഷേ, ഒരുവൾക്കെങ്കിലും സ്നേഹത്തെക്കുറിച്ചു സമഗ്രമായെങ്കിലും ബോധമുണ്ടോ? കറുത്തമ്മ സ്നേഹമെന്തെന്ന് അറിഞ്ഞവളാണ്. സ്നേഹത്തിന്റെ വേദന അറിഞ്ഞവളാണ്. അതുകൊണ്ടായിരിക്കാം സ്നേഹം ലഭിക്കുമോ എന്നു സംശയമുള്ളത്.

പളനി സ്നേഹിക്കാൻ കഴിയാത്തവനാണെന്ന് അവളിൽ ഒരു തോന്നൽ കടന്നുകൂടി. എങ്കിൽ എന്തിനു വീടുപേക്ഷിച്ച് അവൾ പോന്നു? അത് അപകടകരമായ ഒരു പരീക്ഷണമല്ലേ? പക്ഷേ, അവിടെത്തന്നെ കഴിയുകയാണെങ്കിലോ? അത് ഇതിലും അപകടകരമായ ഒരു പരീക്ഷണമായിരിക്കും.

ഉച്ച തിരിഞ്ഞപ്പോൾ പളനി കടലിൽ പോയിട്ടു മടങ്ങിവന്നു. ശ്രദ്ധാപൂർവ്വം അവൾ ചോറും കറിയും വിളമ്പിക്കൊടുത്തു. ആദ്യമായി അവൾ ചോറു വിളമ്പി കൊടുക്കുകയാണ്. കറി അയാൾക്ക് ഇഷ്ടപ്പെടുമോ എന്തോ! ഊണ് സുഖപ്പെടുമോ എന്തോ! ഒരു നിശ്ചയവുമില്ല. പളനി ഉണ്ണാൻ തുടങ്ങി. തൃപ്തിയോടാണ് ഊണ് ആരംഭിച്ചത്. അതൊരു ആശ്വാസമായിരുന്നു. അടുക്കളയിൽ അവൾ വാതിൽ മറഞ്ഞുനിന്നു. അവിടെ നിന്നുകൊണ്ട് അവൾ അവൾക്കു പറയാനുള്ള ചില കാര്യങ്ങൾ പറഞ്ഞു. അവളെ സ്നേഹിക്കണമെന്നല്ല, അവൾ സ്നേഹിക്കാമെന്നല്ല പറഞ്ഞത്. ഒരു കറികൂടെ വയ്ക്കാൻ ചട്ടിയില്ലായിരുന്നെന്ന്; ചോറിൽ കല്ലു കടിച്ചേക്കും. അരി അരിക്കാൻ പാത്രമില്ലായിരുന്നു. തവി ഒന്നേയുള്ളു. തീയലു നന്നായിട്ടില്ല. വറുക്കാൻ ചീനച്ചട്ടി വടക്കേതിൽനിന്നാണു വാങ്ങിയത്. അരച്ചതും അവിടെ ചെന്നാണ്. അവൾ പറഞ്ഞവസാനിപ്പിച്ചു.

"നമക്കു ചട്ടീം കലോം പാത്രോം എല്ലാം മേടിക്കണം."

"മേടിക്കാം. പക്ഷേല് എല്ലാംകൂടെ ഒരുമിച്ചൊക്കത്തില്ല."

"അതു വേണ്ട. കൊറേശ്ശെ മതി."

ആദ്യം വിളമ്പിയ ചോർ അയാൾ ഉണ്ടു കഴിഞ്ഞു. അവൾ കുറെ ചോറുകൂടെ വിളമ്പി. മതിയെന്നു പളനി പറഞ്ഞിട്ടും ഒരു തവികൂടി വിളമ്പി. അതാണു മുറ. അവൾക്കറിയാം. അയാൾ പറഞ്ഞു:

"ചോറു കൂടുതലാ."

"അതിനെന്താ? പാത്രത്തിലിരിക്കത്തില്യോ?"

അല്പം കഴിഞ്ഞ് ഒരു ധൈര്യത്തോടെ അവൾ ചോദിച്ചു:

"തീയലു ചീത്തയാ. അല്യോ? ഊണു സൊഖപ്പെട്ടീലാരിക്കും."

"നല്ല തീയലാ. ഞാനൊരുപാടു ചോറുണ്ടു."

"ഇത്രേമാണോ ഒരുപാട്? കൊള്ളാം."

"ഞാനിത്രേം ചോറ് ഉണ്ണാറില്ല."

ഒരു ഭാര്യയുടെ പുഞ്ചിരിയോടെ കറുത്തമ്മ പറഞ്ഞു:

"ഇനീം കൂടുതലു കൂടുതല് ഉണ്ണും; ഇല്ലേ ഞാനൂട്ടും."

പളനിയും ചിരിച്ചു. അതൊരു ആവേശമുള്ള ചിരി ആയിരുന്നു.

പലവിധത്തിലും നൊമ്പരമനുഭവിച്ചിരുന്ന ഹൃദയത്തിന് ഒരു ആശ്വാസം ഉണ്ടായി. അയാൾ സൗമ്യശീലനായിരുന്നു; അവളെ അനുസരിക്കുന്നു. സർവ്വോപരി ആ നോട്ടത്തിൽ അവാച്യമായി എന്തോ ഒന്നുണ്ടായിരുന്നു. ആരംഭമായി അതു പോരേ?

ആ പാത്രത്തിൽതന്നെ ചോറു വിളമ്പി അവളും ഉണ്ണാൻ തുടങ്ങി. കൈകഴുകി. ഒരു ബീഡി കത്തിച്ചിട്ടു പളനിയും അടുക്കളയ്ക്കുള്ളിലേക്കു കടന്ന് അവളുടെ അടുത്തു ചെന്നിരുന്നു:

"ഞാൻ നിനക്കു വിളമ്പിത്തരാം."

അവൾ മിണ്ടിയില്ല. ആനന്ദത്തിന്റെ ലോകത്തിലേക്ക് വികസ്വരമാകുവാൻ അവളുടെ ഹൃദയദലങ്ങൾ വെമ്പുകയാണ്. മന്ദോഷ്ണമുള്ള സ്നേഹരശ്മികൾ ആ പൂമൊട്ടിനെ തലോടുന്നു.

"അയ്യോ! ഇതൊക്കെ പറഞ്ഞാലും നീ ചോറുണ്ടില്ലല്ലോ?"

"എനിക്കു നറഞ്ഞു."

അയാൾ കലത്തിൽ നോക്കി.

"ചോറുമില്യോ?"

"ചോറൊണ്ട്. എനിക്കു മതി."

"പോര."

ഒരു തവിച്ചോറുകൂടി പളനി പാത്രത്തിലേക്കു വിളമ്പി. മതി മതി എന്നു കറുത്തമ്മ വിലക്കി. എന്നാലും അവൾ ആ ചോറു കൂടി ഉണ്ടു.

കറുത്തമ്മ ഒരു ഗൃഹിണിയായി ജീവിതം ആരംഭിക്കുകയാണ്. കാമുകിയല്ല, വീട്ടുകാരിയായി.

അയാളും ഒരു ഗൃഹനാഥനായിക്കഴിഞ്ഞു. ഊണ് കഴിഞ്ഞ് പാത്രം കഴുകിയിട്ട് അവൾ വന്നപ്പോൾ അയാൾ ചോദിച്ചു:

"എന്നതെല്ലാം മേടിക്കണം? പറ?"

"എല്ലാം മേടീക്കാനെക്കൊണ്ടു കാശോണ്ടോ?"

അയാൾ മടിയിലിരുന്ന പൊതി എടുത്തഴിച്ച് എണ്ണി. നാലു രൂപയേയുള്ളു. അന്നത്തെ വരവുചെലവിന്റെ കണക്ക് അയാൾ പറഞ്ഞു. കോരു മോശമായിരുന്നു. കല്യാണത്തിനു വാങ്ങിയ കടത്തിൽ കുറെ വീട്ടി. ബാക്കിയാണത്.

കറുത്തമ്മ ചോദിച്ചു:

"അപ്പം ഇവിടെ എത്ര വീതമാ പങ്ക്?"

"അമ്പത്."

"ഞങ്ങാടവടെ അറുപതാ."

കറുത്തമ്മ തുടർന്നു ചോദിച്ചു:

"അടുത്ത തൊറേല് ഉള്ള കണക്കനുസരിച്ച് പങ്കു കണാക്കു പറാഞ്ഞു മേടീക്കണം."

അശ്രദ്ധനായി പളനി പറഞ്ഞു:

"ഇവിടിങ്ങനാ."

ചെമ്പൻകുഞ്ഞ് പണ്ട് എല്ലാവരേയും യോജിപ്പിച്ച് അറുപ താക്കിയ കഥ വിവരിച്ചു.

പളനി പറഞ്ഞു:

"ഇവാടെ അങ്ങനോന്നും നടന്നില്ല."

ആവശ്യമുള്ള സാധനങ്ങൾ എന്തെല്ലാമെന്ന് വീണ്ടും അയാൾ ചോദിച്ചു. കറുത്തമ്മ ചോദിച്ചു:

"ഇപ്പം പോയി മേടീക്കുന്നോ?"

"ങാ."

കറുത്തമ്മ പറഞ്ഞു:

"ഒന്നു നടു നിവർക്ക്. കടലി പോയേച്ചുവന്ന ഒടനെ പോവണ്ട. ഞാൻ കലോം ചട്ടീം മേടിക്കാനോടിച്ചൂന്ന് ആളുകളു പറയും. ഒന്നു നടു നിവർത്തിട്ടു പോകാം. ഉമ്മിണി പകാലാ യീട്ടു പോകാം."

ആ നിർദ്ദേശം പളനിക്കു സ്വീകാര്യമായിരുന്നു. ഒരു പായ് വിരിച്ച് അയാൾ കിടന്നു. എന്നിട്ടയാൾ വിളിച്ചു:

"കറത്തമ്മേ!"

ഒരുപക്ഷേ, ആ വിളിക്കുവേണ്ടി അവളും കാത്തിരിക്കുകയായിരുന്നിരിക്കാം. അവൾ വിളികേട്ടു. പളനി പറഞ്ഞു:

"ഇങ്ങാ വാ."

അവൾ അകത്തേക്കു നാണത്തോടെ കയറിച്ചെന്നു.

ഒരുപക്ഷേ, സുരക്ഷിതത്വത്തിന്റെ ബോധം അവളിൽ ദൃഢപ്പെട്ടിരിക്കാം. തീർച്ചയായും ഒരു നല്ല ഭാര്യയായിരിക്കാൻ അവൾ പരമാവധി ശ്രമിക്കും.

അവളെ സ്വശരീരത്തിലേക്കു ചേർത്ത്, അയാളുടെ ബലിഷ്ഠങ്ങളായ കൈകൊണ്ടു മുറുകെ കെട്ടിവരിഞ്ഞു. നിർവൃതികരമായ ഒരു ശ്വാസംമുട്ടലിൽ കണ്ണുകൾ പകുതി അടഞ്ഞ് അർദ്ധബോധവതിയായി അവൾ കിടന്നുപോയി... അവൾ ഒരു പുരുഷനെ സ്നേഹിച്ചവളാണ്. ഒരു പുരുഷനാൽ അവളും സ്നേഹിക്കപ്പെട്ടിരുന്നു. എങ്കിലും പുരുഷന്റെ സ്പർശം അവൾ അറിഞ്ഞിരുന്നില്ല. ഒരുപക്ഷേ, അതിനുവേണ്ടിയുള്ള ആവേശം തീക്ഷ്ണതരമായി ഉണ്ടായിരുന്നിരിക്കാം. എന്നാലും കറുത്തമ്മ നിയമം ലംഘിച്ചിരുന്നില്ല. അവൾ വിവാഹിതയായി. അധികാരത്തോടെ ഒരു പുരുഷൻ അവളെ സ്വന്തശരീരത്തോടു പിടിച്ചു ചേർത്തു. വിധേയത്വത്തോടെ അവൾ അതിനു വഴങ്ങിക്കൊടുത്തു. അവൾ മറ്റൊരു പുരുഷനെ സ്നേഹിച്ചു എങ്കിലും, പുരുഷസ്പർശത്തിന്റെ, പുരുഷനു വിധേയയാകുന്നതിന്റെ, ആ ശ്വാസംമുട്ടലിന്റെ അനുഭൂതി മറ്റൊരുവനിൽനിന്നാണു ലഭിക്കുന്നത്. ഇനിയും അവൾ അയാളുടെ വകയാണ്. അവളുടെ ശരീരം ആ പുരുഷനു മാത്രം വേണ്ടിയുള്ളതാണ്. അയാൾക്കു വേണ്ടി അവൾ അന്നോളം പരിശുദ്ധമായിവച്ചിരുന്നു. ഇനിയും പരിശുദ്ധമായി സൂക്ഷിക്കുകയും ചെയ്യും.

ആ നിർവൃതിയിൽ എത്രനേരം ലയിച്ചിരുന്നു എന്നവൾക്കറിഞ്ഞുകൂടാ. യുവത്വത്തിന്റെ ചൂട് അതിതീക്ഷ്ണമായിരുന്നു. ആവേശഭരിതമായിരുന്നു: അണമുറിഞ്ഞുള്ള അതിശക്തമായ ഒരു പ്രവാഹമായിരുന്നു; അനിയന്ത്രിതമായിരുന്നു.

വീണ്ടും യുക്തിയും ബോധവുമുള്ള ലോകത്തിലെത്തിയപ്പോൾ കറുത്തമ്മ ലജ്ജാവതിയായി. നാണം മാത്രമല്ല, ഒരു പേടികൂടി. അവളെ കൂഞ്ഞിച്ച ഒരു പേടി. എന്തെല്ലാമോ അവൾ പറഞ്ഞു; എന്തെല്ലാമോ പേടിച്ചു. അവൾക്കു നന്നെ വ്യക്തമായ

രൂപമില്ല. അതൊരു ഭ്രാന്തായിരുന്നു. നെറിയും മുറയും കെട്ട
വൃത്തികേട്! അതൊക്കെ ഒരു പെണ്ണിനു നിരക്കുന്നതാണോ?
എന്തായിരിക്കും അവളുടെ ഭർത്താവു വിചാരിക്കുന്നത്?

എല്ലാം തെറ്റായിരുന്നു എന്നു കറുത്തമ്മ പേടിച്ചു. അവ
ളുടെ രഹസ്യങ്ങൾ എല്ലാം പുറത്തായിപ്പോയി. അയാൾ
അറിഞ്ഞു. പളനി അപരിചിതനായ ഒരു പുരുഷനാണ്. അയാൾ
അവളെ അയാളുടെ സ്വന്തമാക്കി എന്നതു ശരിതന്നെ. എന്നാലും
അപരിചിതനായ പുരുഷനോട് അയാൾ ഭർത്താവാണെങ്കിൽ
തന്നെയും ആദ്യദിവസംതന്നെ അങ്ങനെ വിട്ടുപെരുമാറിയതു
ശരിയാണോ? അയാൾക്ക് എന്തു തോന്നിക്കാണും?

എങ്ങനെ ആ നെറിയും മുറയും വിട്ടു? അവൾ അടക്കവും
ഒതുക്കവുമുള്ളവളായിരുന്നു. ജീവിതത്തെ തകർക്കുന്ന ഒരു
ചോദ്യം ഉണ്ടാകുമെന്ന് ഓരോ നിമിഷവും അവൾ പേടിച്ചു. ആ
ചോദ്യം ഇങ്ങനെ ആയെന്നു വരാം.

"അപ്പോൾ നീ പഴമപരിചയമുള്ളവളാണ്. അല്ലേ?"

'അല്ല' എന്നു സത്യസന്ധതയോടെ മറുപടി പറയാം.
പക്ഷേ, അതു വിശ്വസിക്കുമോ? എങ്ങനെ അയാളെ വിശ്വ
സിക്കും? വിശ്വസിച്ചില്ലെങ്കിൽ ജീവിതത്തിനേല്ക്കുന്ന ഏറ്റവും
വലിയ അടിയാണത്.

ഇങ്ങോട്ട് ആ ചോദ്യം വരുംമുമ്പ് അങ്ങോട്ടു ക്ഷമാ
പണമായി പറയണമെന്ന് അവൾക്കുണ്ട്. പക്ഷേ, എന്താണു
പറയേണ്ടത്? അതു രൂപപ്പെടുന്നില്ല.

എല്ലാ പെൺപിള്ളരും ഇങ്ങനെതന്നെ ആണോ? അപ
രിചിതനാണെങ്കിലും ഭർത്താവായാൽ നാണവും മാനവും
ഇല്ലാതാകുമോ? അവൾക്കറിഞ്ഞുകൂട. ഈ ആവേശം എങ്ങനെ
ഉണ്ടായി എന്നവൾ സ്വയം സംശയിച്ചുകൊണ്ടു ചിന്തിച്ചു. താൻ
ഒരു സാധാരണ പെണ്ണാണെന്ന് അവൾക്കു വിചാരിക്കാൻ വയ്യ.
പണ്ടുപണ്ട് അവളുടെ തുറയിൽ കടപ്പുറത്ത് അസാധാരണ
ത്വമുള്ള ചുരുക്കം ചില മുത്തശ്ശിമാർ ജീവിച്ചിരുന്നു.

കറുത്തമ്മയുടെ ഉള്ളിലിരുന്ന് ആരോ അവളോടു പറഞ്ഞു:
'നീ ഒരു പുരുഷനെ സ്നേഹിച്ചവളാണ്' എന്ന്. എന്നു വച്ചാൽ,
ആ പുരുഷനെക്കുറിച്ച് ഓർക്കുമ്പോൾ ഒരു വല്ലാത്ത അനുഭൂതി
ഉണ്ടാകുമായിരുന്നു. അവളിൽ പുരുഷത്വത്തോട് ഒരു അഭിനി
വേശം വളർന്നിരുന്നു എന്നു ചുരുക്കം.

അങ്ങനെയുള്ള അവൾക്ക് ഒരു പുരുഷനെ കിട്ടിയപ്പോൾ
അവളുടെ നെറിയും മുറയും വിട്ടുപോയി. അവൾ ഭ്രാന്തയായി,

മറ്റു പെണ്ണുങ്ങൾക്ക് അങ്ങനെ ഒരു അനുഭവമുണ്ടായില്ലെന്നു വരാം.

ആ പ്രേമബന്ധം അവളെ അകാലത്ത് ഇളക്കിയിരുന്നുവെന്നോ!

കറുത്തമ്മ പേടിച്ച ആ ചോദ്യം ഉണ്ടായില്ല.

അയാൾക്കു പുറത്തേക്ക് ഒന്നു പോകണം. എന്തെല്ലാം വാങ്ങണമെന്ന് പളനി ചോദിച്ചു. അവൾ പറഞ്ഞു:

"കൈയിലുള്ള കാശിനു മേടിക്കാവുന്നതു മേടിക്കണം."

എന്നിട്ട് അവൾ അത്യാവശ്യപ്പെട്ടതെന്തെല്ലാമെന്നു പറഞ്ഞു. അതുതന്നെയും ഒരു നീണ്ട ലിസ്റ്റായിരുന്നു.

വീട്ടിൽ തനിച്ചായിരുന്നപ്പോൾ കറുത്തമ്മ പരീക്കുട്ടിയെക്കുറിച്ചു വീണ്ടും ഓർത്തുപോയി. അയാൾ ഇപ്പോൾ എങ്ങനെയായിരിക്കും ഇരിക്കുന്നത്? വളരെയേറെ അയാൾ ദുഃഖിക്കുന്നുണ്ടായിരിക്കും. ആ പണം അയാൾക്കു കൊടുത്തുതീർത്തിട്ടില്ല. അമ്മ കിടപ്പാണ്. അതിനി കൊടുത്തില്ലെന്നു വരാം. അങ്ങനെയും അയാൾ നശിച്ചു.

പരീക്കുട്ടിയെക്കുറിച്ചുള്ള ചിന്ത തുടച്ചുമാറ്റാൻ കഴിയുന്നില്ല. അതൊരു പാപമല്ലേ? ഭാര്യയായ അവൾ മറ്റൊരു പുരുഷനെ ചിന്തിക്കുന്നു. എന്നാലും ഉള്ളിലിരുന്ന് ആരോ പറയുന്നു, പരീക്കുട്ടിയെ മറക്കാൻ ഒക്കുകയില്ല... എന്ന്. ജീവിതകാലമത്രയും നീണ്ടുനില്ക്കുന്ന ഒരു പേസ്വപ്നമാണത്!

ആ കടപ്പുറത്ത് അയാളുടെ പാട്ട് ഇപ്പോഴും കേൾക്കാമായിരിക്കും. കറുത്തമ്മയുടെ മനസ്സ് അത്യധികം അസ്വസ്ഥമായിരുന്നു. എന്നാണ് എങ്ങനെയാണ് അവൾക്ക് ഒരു സ്വാസ്ഥ്യം കിട്ടുന്നത്. ഒരുപക്ഷേ, മനസ്സുഖം അവൾക്കു വിധിച്ചിട്ടില്ലായിരിക്കും.

പളനി കലവും ചട്ടിയും തവിയുമെല്ലാം വാങ്ങിക്കൊണ്ടുവന്നു. വഴിക്കുവച്ചു കൂട്ടുകാർ അയാളെ കളിയാക്കി. വീട്ടിൽ വന്നപ്പോൾ കറുത്തമ്മ കുറ്റപ്പെടുത്തുന്നു. കലം നല്ലതല്ല. കല്ലള ഉണ്ടത്രെ. ചട്ടി അങ്ങനെയുള്ളതല്ലായിരുന്നു വാങ്ങേണ്ടിയിരുന്നത്.

ഭാര്യ അവളുടെ മേന്മ പ്രകടിപ്പിക്കുന്നു. അയാളേക്കാൾ അവൾക്കുള്ള കഴിവു കാട്ടുന്നു. അതു പളനി അംഗീകരിച്ചു. അയാൾ പറഞ്ഞു:

"എനിക്കറിയാമോ കലോം ചട്ടീം മേടിക്കാന്?"

അവൾ ചിരിച്ചു. അതൊരു നേരമ്പോക്കായിരുന്നു.

അന്നു രാത്രിയിൽ അവർ ഉറങ്ങിയതേയില്ല. രണ്ടുപേർക്കും എന്തെന്തു കാര്യങ്ങളാണു പറഞ്ഞുതീർക്കാനുണ്ടായിരുന്നത്! പറഞ്ഞിട്ടും പറഞ്ഞിട്ടും തീരുന്നില്ല. ജീവിതത്തിന്റെ അടിസ്ഥാന മായ കാര്യങ്ങളാണു സംസാരിക്കാനുള്ള വിഷയം. അങ്ങനെ പറഞ്ഞുപറഞ്ഞു വന്നപ്പോൾ അവൾ ചോദിച്ചു:

"അമ്മാച്ചി അങ്ങനെ മോഹാലസ്യക്കേടു വന്നുകിടന്നപ്പം എന്താ എന്നെ കൊണ്ടുപോന്നെ?"

അങ്ങനെ ഒന്നു ചോദിക്കാമെന്ന സ്വാതന്ത്ര്യം കറുത്തമ്മ യ്ക്കുണ്ടായിക്കഴിഞ്ഞു. അതയാളെ തെല്ലു വിഷമിപ്പിച്ച ചോദ്യ മാണ്. എന്നാലും പളനി പറഞ്ഞു:

"കല്യാണം കഴിച്ചാല് പെണ്ണിനെ വീട്ടില് നിർത്തിയേച്ചും പോണത് ആണത്തമാണോ? അതു ശരിയല്ല."

അങ്ങനെ അവളെ നിർത്തിയിട്ടു പോരുന്നതിൽ അപാകത യുള്ളതായി അയാൾ വിചാരിക്കുന്നെന്ന് അവൾ ധരിച്ചു. പക്ഷേ, പളനി ആ സന്ദർഭം വിവരിച്ചു. അയാളുടെ തുറയിൽ നിന്നു വന്നവർ അങ്ങനെ അവളെ അവിടെ നിർത്തിയിട്ട് പോരുന്നതിന് അനുകൂലികളായിരുന്നില്ല. ആർക്കും അതിഷ്ടമാ യിരുന്നില്ല. അപ്പോൾ അയാളും അങ്ങനെ പറഞ്ഞു. സ്വല്പം സങ്കോചത്തോടെ പളനി ചോദിച്ചു:

"നിനിക്കു പോരാനെക്കൊണ്ടു മനസ്സാരുന്നോ?"

അവൾ പെട്ടെന്നു മറുപടി പറഞ്ഞു:

"ആരുന്നു."

ആ മനസ്സിന്റെ പിന്നിലെ വലിയ കഥ ഒളിച്ചുതന്നെയിരുന്നു.

ആ അവസരത്തിൽ കറുത്തമ്മയ്ക്ക് ഒരു വലിയ കാര്യം പറയാനുണ്ടായിരുന്നു. അവളുടെ അച്ഛനെക്കുറിച്ച്:

"ഇനീം അച്ചൻ നമ്മാക്ക് ഊല്ലാതായി. അച്ചാന്റെ പ്രകൃത മതാ. ഇനീം ഞാനോന്നൊരു മൊകാളൊണ്ടെന്നു വിചാരീ ക്കത്തില്ല."

അതുകൊണ്ടു യാതൊരു വിഷമവുമില്ലാത്തതുപോലെ അയാൾ പറഞ്ഞു:

"വേണ്ട. മൊകാളില്ലെന്നു അയ്യാളു വിചാരിച്ചാ അച്ചാനി ല്ലെന്നു നീയും വിചാരിച്ചോ."

ജീവിതത്തിന്റെ സുരക്ഷിതത്വത്തെക്കുറിച്ചു പരോക്ഷമായി അവൾക്കു കിട്ടിയ വാഗ്ദാനമാണത്. അതിന്റെ അർത്ഥം നിനക്ക് അച്ഛനില്ലെങ്കിലും ഞാനുണ്ടെന്നല്ലേ? പളനി തുടർന്നുപറഞ്ഞു:

“നിന്റെ അച്ചാൻ ഒരു കൊതിയനും വല്ലാത്തോനുമാ. അതു പോലെ തന്നെ നിന്റെ തൊറേലരയനും. അയ്യാളു ഞങ്ങളെ ആക്ഷേപിച്ചു.”

പളനിയുടെ ആത്മാഭിമാനം ഒന്നു വിജൃംഭിച്ചു:

“ആരുമോരും വീടും കുടിയുമില്ലാത്തോനാണേങ്കിലും ഞാനും കടലീന്റെ മൊകാനാ. ഈ പരാന്നു കിടക്കുന്നത് എന്റേം സൊത്താ. എനീക്കെന്താ കൊറവ്? കടപ്പുറത്തെ എല്ലാ മുക്കോനെപോലാ ഞാനും. പിന്നെ, എനീക്കോരു വലീപ്പമൊണ്ട്. എനീക്കെന്റെ പണി അറിയാം. ഏതു വലിവിലും ഞാൻ വള്ളം വിടാം. ഏതു ചുഴിയും ഒഴീഞ്ഞു പോരാം. എന്നെ ആരും ഒന്നും കൊറായ്ക്കണ്ട.”

കറുത്തമ്മ മിണ്ടിയില്ല. ആ വിഷയത്തിലേക്കു കടക്കേണ്ടായിരുന്നു എന്നവൾക്കു തോന്നി. പളനി ക്ഷോഭിക്കുന്നു. അവളുടെ അച്ഛനെക്കുറിച്ച് അയാൾക്ക് ഒരു മതിപ്പുമില്ല. ആ തുറയിലരയനെ എന്നല്ല, ഈ തുറയിലെ അരയനെത്തന്നെയും അയാൾ വേണ്ടിവന്നാൽ ധിക്കരിക്കും. അയാൾ ചോദിച്ചു:

“ഞാനേന്തിനാടീ കൂഞ്ഞൂന്നെ? ഒരു കാര്യോമില്ല.”

എങ്കിലും കറുത്തമ്മയ്ക്ക് ഒരു കാര്യം അറിയിക്കാനുണ്ടായിരുന്നു:

“എന്റെ അമ്മാച്ചി പാവമാ.”

അയാൾ അതിനു മറുപടി പറഞ്ഞില്ല. പക്ഷേ, അയാളുടെ ചിന്ത വേറൊരു രീതിയിലേക്കു തിരിഞ്ഞു:

“ഒന്നു പറേഞ്ഞേക്കാം. അയ്യാള്, നീന്റെ തന്തതന്നെ വരാതെ ഞാൻ അങ്ങോട്ടീല്ല.”

അച്ഛനെപ്പോലെ ഭർത്താവും ഒരു ദൃഢമായ നിശ്ചയം ചെയ്തിരിക്കുകയാണ്. ആ നിശ്ചയവും ഇളകുന്ന മട്ടില്ല.

കറുത്തമ്മ അവളുടെ കാര്യം പറഞ്ഞു: അവൾക്ക് അമ്മയും അച്ഛനുമില്ലാതായി. ഇനിയും ഭർത്താവു മാത്രമേയുള്ളു. അവളെ സ്നേഹിക്കണം. അവൾ ചുമതലാബോധമുള്ള, അനുസരണയുള്ള ഒരു ഭാര്യയായിരിക്കും. അതെല്ലാം അയാൾ കേട്ടു. അയാളല്ലാതെ അവൾക്കാരുമില്ല. അവൾ എന്തും സഹിച്ചുകൊള്ളാം; അനുസരിച്ചുകൊള്ളാം. അവളെ സ്നേഹിച്ചാൽ മതി.

തിരിച്ചു സ്നേഹിക്കണമെന്ന് അയാൾ പറഞ്ഞില്ല. ഒരു പക്ഷേ, അതയാൾക്ക് ആവശ്യമില്ലായിരിക്കാം. അവൾക്കും

അങ്ങനെ വാഗ്ദത്തം നൽകേണ്ടതിന്റെ ആവശ്യകത തോന്നി യില്ലായിരിക്കാം.

അങ്ങനെ ഒരു കുറവുണ്ടായിരുന്നു. ഒരു വശത്തുനിന്നും സ്നേഹിക്കണമെന്ന് ആവശ്യപ്പെട്ടു. മറുവശത്തുനിന്നും അങ്ങനെ ആവശ്യപ്പെട്ടില്ല. എങ്ങനെയെല്ലാമാണോ ഒരു നല്ല ഭാര്യയായിരിക്കേണ്ടത് അങ്ങനെ ആയിരിക്കാമെന്ന് അവൾ പറഞ്ഞു. അയാളെ സ്നേഹിക്കണമെന്ന് പളനി പറഞ്ഞില്ലെ ങ്കിലും അവൾ അതു പറയേണ്ടതല്ലേ? അവൾ പറഞ്ഞില്ല. അതുകൊണ്ട് അവൾ സ്നേഹിക്കാതിരിക്കുമോ? ഒരുപക്ഷേ, പളനി ആവശ്യപ്പെട്ടിരുന്നെങ്കിൽ അവൾ നിരുപാധികമായി സ്നേഹിക്കുന്നു എന്നു പറയുമായിരുന്നു.

ആദ്യരാത്രിയിലെ വാഗ്ദത്തങ്ങളിൽ അങ്ങനെ ഏറ്റുമുട്ടാതെ വിടവുകളോടുകൂടി ആ സംഭാഷണം പോയി. പക്ഷേ, പൊതു വായ ഒരു ധാരണയിൽ അവർ എത്തിച്ചേർന്നു.

അങ്ങനെ ഒരു വീടുണ്ടാക്കുന്ന കാര്യത്തിൽ അവർ എത്തി ച്ചേർന്നു. ഒരു ചിരിയോടെ കറുത്തമ്മ പറഞ്ഞു:

“എനിക്കും ബന്ധുക്കാരും കൂറ്റുകാരുമില്ല. എനിക്കും വീടും കൂടുമില്ല.”

ഏഴര വെളുപ്പായപ്പോൾ കടപ്പുറത്തു കൂവും കുറുക്കുവിളിയു മായി. പളനിക്കു പോകാൻ നേരമായി.

കറുത്തമ്മ നിത്യജീവിതത്തിലെ ചില നടപടിക്രമങ്ങൾ പഠിച്ചിട്ടുണ്ട്. അയൽപക്കത്തെ പ്രായമായ പെണ്ണുങ്ങൾ വിവാഹ ത്തിനു മുമ്പു പറഞ്ഞു കൊടുത്തിട്ടുണ്ട്. അതിലൊരു പാഠം അവളുടെ ഓർമ്മയിലെത്തി.

അയാൾ പുറത്തിറങ്ങിയപ്പോൾ അവൾ ഉത്ക്കണ്ഠയോടെ ചോദിച്ചു: “നേരെ വള്ളാത്താലേക്കു പോവ്വാണോ?”

അവൾ ഉദ്ദേശിക്കുന്നതു പളനിക്കു മനസ്സിലായില്ല.

“ഉം, ഏന്താ?”

എങ്ങനെ അതു പറയണമെന്നു കറുത്തമ്മയ്ക്കറിഞ്ഞുകൂടാ. അവൾ പറഞ്ഞു:

“വീട്ടീന്നെഴുന്നേറ്റു പോണോര് അങ്ങനെ പൊയ്ക്കൂട.”

“പിന്നെങ്ങനെ പോണം?”

“കടലി പോണോർക്കു ശുദ്ധോം വൃത്തീം വേണം.”

പളനി മനസ്സിലാകാതെ നിന്നു. അയാൾ ചോദിച്ചു:

“എന്നതാ നീ പറേണെ?”

ലജ്ജയോടെ അവൾ പറഞ്ഞു:

"ഒന്നു കുളിച്ചേച്ചു പോകരുതോ?"

അവൾ അയാളെ കുളിപ്പിച്ചു. അവളും കുളിച്ചു.

പളനി കടപ്പുറത്തു ചെന്നപ്പോൾ മൂപ്പൻ ആ ചോദ്യം ചോദിച്ചു:

"നീ കുളിച്ചോടാ ചെറുക്കാ?"

പന്ത്രണ്ട്

കറുത്തമ്മ വീട്ടിൽവച്ചു ചില പാഠങ്ങൾ പഠിച്ചിട്ടുള്ളതാണ്. ഒരു വീട് എങ്ങനെ അഭിവൃദ്ധിപ്പെടുത്തണമെന്ന് അവൾക്കറിയാം. അമ്മയും അച്ഛനുംകൂടി അതിനു പാടുപെടുന്നത് അവൾ കണ്ടിട്ടുണ്ട്. അക്കാര്യത്തിൽ ഒരൊന്നാംതരം മാതൃകയായി അവളുടെ അച്ഛൻ മുമ്പിൽ നിൽക്കുന്നു. പണം കണ്ടമാനം ചെലവു ചെയ്യാതെ എല്ലാറ്റിനും ഒരു ചിട്ടയും ചടങ്ങുമുണ്ടായി, പണം സ്വരൂപിച്ചുവച്ചു വള്ളവും വലയും വാങ്ങിയത് അവൾ കണ്ടതാണ്.

തനിച്ചിരിക്കുമ്പോൾ കറുത്തമ്മ അവളുടെ വീടിനെക്കുറിച്ചു ചിന്തിക്കും. പിടിച്ചു മുന്നോട്ടു പോകാൻ ഒരു മാതൃക കറുത്തമ്മയ്ക്കുണ്ട്.

കുളിച്ചു ശുദ്ധമാക്കി അവൾ പളനിയെ വിട്ടു. എന്നാലും വള്ളങ്ങൾ മടങ്ങിവരുംവരെ അവൾക്ക് ഉത്കണ്ഠയായിരുന്നു. അന്ന് അവൾ ഒന്നല്ല, രണ്ടുകൂട്ടം കറികളുണ്ടാക്കി. തലേന്നാളത്തേക്കാൾ ഒരടുപ്പം അവൾക്ക് ഇന്നു പളനിയോടുണ്ട്. അങ്ങനെ അവൾ കാത്തിരുന്നു. അടുത്തകാലത്തെങ്ങും ഉണ്ടാകാത്തമട്ടിൽ അന്നു ചാളപെയ്ത്തുണ്ടായിരുന്നു. പത്തുമുപ്പതുരൂപ പങ്കു കിട്ടി. വല ഉലച്ച് ഉണക്കാനിട്ടിട്ട് കുളിച്ചുകൊണ്ടിരിക്കുമ്പോൾ അയ്യപ്പൻ കൂട്ടരോടായിട്ടു ചോദിച്ചു:

"നമാക്കിന്നു അരിപ്പാട്ടുപോയി ഉണ്ടാലെന്താ?"

ആർക്കും അഭിപ്രായവ്യത്യാസമില്ല. ഇഷ്ടംപോലെ കാശുണ്ട്. കടലമ്മ പ്രസാദിച്ചു. പിന്നെ ഒന്നു സുഖിക്കുന്നതിൽ എന്താണു തെറ്റ്? പളനിമാത്രം മിണ്ടിയില്ല. വെളുത്തകുഞ്ഞ് ചോദിച്ചു:

"എന്താടാ പളനീ നീ ഒന്നും മിണ്ടാത്തത്?"

ആണ്ടിക്കുഞ്ഞ് കളിയാക്കി:

"നിങ്ങാ എന്താണു പറേണത്? പുതീയ പെണ്ണു ചോറും കറീം വച്ചോണ്ടിരീക്കുമ്പം അവാടെ ചെന്നു അവാടടുത്തീരുന്നു ചോറു തിന്നുന്നതാരിക്കും അവാനു രസം."

അതിലെന്താണു തെറ്റുള്ളതെന്ന് കൊച്ചയ്യപ്പൻ ചോദിച്ചു. ചെറുവാല്യക്കാർക്ക് അങ്ങനെ തോന്നാവുന്നതല്ലേ? അക്കൂട്ടത്തിൽ എല്ലാവരും വിവാഹിതരും കുട്ടികളുള്ളവരുമാണ്. വേലായുധൻ വിവാഹിതരുടെ പൊതുവേയുള്ള അനുഭവത്തെ ആസ്പദമാക്കി പറഞ്ഞു:

"അതീപ്പം നാലു ദെവസത്തേക്കു രസമാ. പിന്നെ വീട്ടീ ചോറും കാണത്തീല, ഒണ്ടേലും അതിനല്ല രുശിയും."

എല്ലാവരും കുളികഴിഞ്ഞപ്പോൾ വെളുത്തകുഞ്ഞു ചോദിച്ചു:

"നീ വരൂന്നോടാ പളനീ?"

പളനി പറഞ്ഞു:

"ഞാനും വരേണു."

എന്നാലും എന്തോ ഒരു മനസ്സില്ലാമനസ്സുണ്ട്. എല്ലാവരും കൂട്ടായി റോഡിൽച്ചെന്നു വണ്ടികയറി അരിപ്പാട്ടിനുപോയി.

കറുത്തമ്മ വളരെനേരം കാത്തിരുന്നു. പളനിയെ കാണാതായപ്പോൾ അവൾ കടപ്പുറത്തിറങ്ങി നോക്കി. എല്ലാ വള്ളങ്ങളും കരയ്ക്കു കയറ്റിവച്ചിരിക്കുകയാണ്. ഒരു വള്ളവും കടലിലില്ല. കടപ്പുറത്തും ആളുകളാരുമില്ല.

അപ്പോൾ ആണ്ടിയുടെ അരയത്തി പാറു അവിടെ വന്നു. അവൾ കുശലം ചോദിച്ചു:

"എന്താണു പുതീയപെണ്ണേ, കടാലു നോക്കീ നീക്കണെ?"

കറുത്തമ്മ ലജ്ജയോടെ പറഞ്ഞു:

"ഒന്നുമില്ല. ചുമ്മാ നോക്കീനിന്നു."

പാറുവിനു കാര്യം മനസ്സിലായി.

"മരക്കാനെ നോക്കുവാരിക്കും. അവാരെല്ലാംകൂടെ അരിപ്പാട്ടിനു പോയി. ഇന്നു കൈയി കാശോണ്ടുകോച്ചേ!"

കറുത്തമ്മയുടെ കടപ്പുറത്തും അങ്ങനെ നടക്കാറുണ്ട്. അവിടുള്ളവർ ആലപ്പുഴയ്ക്കു പോകുന്നു. അതേയുള്ളു വ്യത്യാസം. പക്ഷേ, അന്നു പളനി പോകുമെന്ന് കറുത്തമ്മ വിചാരിച്ചിരുന്നില്ല.

സ്വല്പനേരം കറുത്തമ്മയും പാറുവും സംസാരിച്ചു. കറുത്തമ്മയുടെ മനസ്സ് അസ്വസ്ഥമായിരുന്നു. ആ നടപടികളെല്ലാം ഒന്നു മാറ്റേണ്ടതാണ്. അന്ന് അരിപ്പാട്ടുചെന്നു ചെലവു ചെയ്യുന്ന

പണമുണ്ടെങ്കിൽ വീട്ടിൽപെട്ട എന്തെല്ലാം കാര്യങ്ങൾ അടുപ്പിക്കാം! അങ്ങനെയുള്ള ചിന്ത കറുത്തമ്മയെ അലട്ടി.

പാറു പറഞ്ഞു:

"എന്നാലും ഈപ്പം അരീപ്പാട്ടീന്നു വരുമ്പം പുതിയ പെണ്ണിനു മരക്കാൻ നേര്യതോ പട്ടോ ഓക്കെ കൊണ്ടരും."

കറുത്തമ്മ പ്രതിവചിച്ചു.

"പക്ഷേല് ഇച്ചേച്ചി, വെള്ളം കുടിക്കാന് പാത്രമീല്ല. ആകെ രണ്ടാ ചട്ടി."

പ്രായമുള്ള പാറു പറഞ്ഞു:

"പിന്നേത് വീട്ടിലാ ഒള്ളത്? അതോക്കെ ചാകരകാലേത്തു നോക്കു കുഞ്ഞേ! പിന്നെ കടാലു കരീയുമ്പം വിറ്റു തിന്നാം."

ഒരു പട്ടി കറുത്തമ്മയുടെ പുരയുടെ ചുറ്റും നടക്കുന്നു. അത് അകത്ത് കയറാൻ തക്കം നോക്കുകയാണ്. കറുത്തമ്മ വീട്ടിലേക്കു പോയി.

അവൾ കാത്തിരുന്നു. നാലഞ്ചു നാഴിക ഇരുട്ടിയപ്പോൾ പളനി വന്നു. ഒരു ചെറിയ പൊതി അയാളുടെ കൈയിലുണ്ട്.

പിണങ്ങി മിണ്ടാതിരുന്നാലെന്തെന്ന് കറുത്തമ്മയ്ക്കു തോന്നി. അങ്ങനെ ഭാവിക്കാനല്ല, ഇരിക്കാനാണു തോന്നൽ. അതു പളനിക്ക് ഇഷ്ടപ്പെടുമോ എന്ന സംശയമേയുള്ളു. ഒരു പുതിയ പുഞ്ചിരി അവളണിഞ്ഞു. അവൾ ചോദിച്ചു:

"ഇപ്പഴാണോ വള്ളേമടുത്തത്?"

അതിന്റെ വ്യംഗ്യം മനസ്സിലാക്കാതെ പളനി പറഞ്ഞു:

"അല്ല. തേ നോക്ക്!"

പൊതി അവളുടെ കൈയിലേക്കു കൊടുത്തു. അതു പൊട്ടിച്ചുകൊണ്ടിരിക്കെ അവൾ ചോദിച്ചു:

"ഇവടെ കടാലി കോരിയാല് നേര്യതാണോ വലേ കിട്ടൂന്നെ?"

അയാൾ ചിരിച്ചു. അവളും ചിരിച്ചു.

ഒരു നല്ല കസവുനേര്യതായിരുന്നു അയാൾ കൊണ്ടുവന്നത്. കറുത്തമ്മ നേര്യതു നിവർത്തുനോക്കി. നല്ല വലിയ നേര്യത്! പളനി അതിന്റെ വില പറഞ്ഞു. അങ്ങനെ അഞ്ചു നേര്യത് അവർ വാങ്ങി. വെളുത്തകുഞ്ഞും വേലായുധനും കൊച്ചു രാമനും അയാളും അയ്യപ്പനും ഓരോന്നെടുത്തു. വേലായുധന്റെ കുഞ്ഞിനു സുഖമില്ലാതിരിക്കുന്നു: മരുന്നിനു കാശില്ലാതെ വേലായുധന്റെ ഭാര്യ പാറുവിന്റെ വീട്ടിൽ ചെന്നതായി പാറു

പറഞ്ഞതേയുള്ളു. അതുപോലെ അയ്യപ്പന്റെ വീട്ടിലും അന്നു പരുങ്ങലാണ്. ആ വീടുകളിലെല്ലാം കോടിനേര്യതുണ്ട്!

ഏറ്റവും ഹൃദ്യമായ ഒരു ചിരിയോടെ കറുത്തമ്മ ചോദിച്ചു:

"വെള്ളം കുടിക്കാനെക്കൊണ്ടു പാത്രമില്ലാതെ കോടിനേര്യതെന്തിനാ?"

ആ ചിരിയുടെ ഹൃദയഹാരിത്വത്തിൽ ചോദ്യത്തിന്റെ അർത്ഥം മനസ്സിലാകാതെ പോയിട്ടാവാം അയാൾ പൊട്ടിച്ചിരിച്ചു. എന്നിട്ടയാൾ പറഞ്ഞു:

"എന്തിനാണീ നേര്യതു മേടീച്ചതെന്നറിഞ്ഞാ?"

അവൾ ചോദിച്ചു:

"ഏന്തിനാ?"

"മണ്ണാർശാലി ആയില്യത്തിനു പോവാനാ. നീ അതോന്നിപ്പം ചുറ്റിക്കേ. ഒന്നു കാണേട്ടെ."

പളനി വികാരം ജ്വലിക്കുന്ന കണ്ണുകളോടെ അവളെ നോക്കി. ആ നോട്ടം അവളുടെ ഉന്നതമായ വക്ഷസ്സിലാണു തറച്ചത്. അവൾ തിരിഞ്ഞുനിന്നു. അപ്പോൾ ഒറ്റമുണ്ടു മാത്രം ഉടുത്ത അവളുടെ നിതംബത്തിലാണ് ആ നോട്ടം തറയ്ക്കുന്നത്!

പളനി ഒന്നുരണ്ടു ചുവടു മുന്നോട്ടുവച്ചു. അപ്പോൾ അവൾ പറഞ്ഞു:

"മേലത്രേം വെശർപ്പും ചെളീമാ."

കുടിക്കാൻ പാത്രമില്ലെങ്കിലും ആ നേര്യതു വാങ്ങിയതു തെറ്റാണോ? അയാളുടെ ആഗ്രഹമാണ്. ഭാര്യയെ ഉടുത്തൊരുങ്ങിക്കാണുക! ജീവിതം കാര്യമാത്രപ്രസക്തം മാത്രമാണോ? വീട്ടിൽപ്പെട്ട സാധനങ്ങൾ ഉണ്ടാക്കുകയും പണം സമ്പാദിക്കുകയും മാത്രമാണോ ജീവിതം? അതിനു വൈകാരികമായ ഭാവംകൂടിയില്ലേ? ഉണ്ട് തീർച്ചയായുമുണ്ട്.

കറുത്തമ്മ അവളുടെ വീട്ടിൽ അങ്ങനെ ഒന്നു കണ്ടിട്ടില്ല. അതുകൊണ്ട്, ഒരുപക്ഷേ, അവൾക്കത് അനാവശ്യമെന്നു തോന്നിയിരിക്കാം. എന്നാലും അവൾ ഉടുത്തൊരുങ്ങി കാണുന്നതിൽ അവളുടെ ഭർത്താവിനു കൗതുകമുണ്ടെന്ന കാര്യം അവൾക്കും ഒരു സന്തോഷമായിരിക്കും.

ആ നേര്യതു വാങ്ങിയതിന് അയാളെ കൂടുതൽ കുറ്റപ്പെടുത്താൻ അവൾ മറന്നുപോയതുപോലെ തോന്നി. ഗാഢമായ ഒരാലിംഗനത്തിൽ ആ ശരീരങ്ങൾ ഒന്നായി. അധരങ്ങൾ യോജിച്ചു. അവർ ഒന്നായി. അർദ്ധനിമീലിതാക്ഷരായി നിർ

വൃതിയിൽ ലയിച്ചു നിന്നുപോയി. കൈകൾ അയയുന്നില്ല. പിരിയാൻ തോന്നുന്നില്ല.

ഒരു കസവുനേര്യതും ജീവിതത്തിൽ ആവശ്യമാണെന്നു കറുത്തമ്മയ്ക്കു തോന്നിക്കാണും. ജീവിതം കിണ്ണനും കിണ്ടിയും വള്ളവും വലയും മാത്രമല്ല, കസവുനേര്യതുംകൂടി കൂടിയതാണ്.

ഒരു പാത്രത്തിൽനിന്നും രണ്ടുപേരും അത്താഴം ഉണ്ടുകൊണ്ടിരുന്നപ്പോഴും കറുത്തമ്മയുടെ കണ്ണുകൾ പകുതി അടഞ്ഞിരുന്നു. മുഖത്തിന് ഒരു പ്രത്യേക ചൈതന്യമുണ്ടായിരുന്നു. അയാൾ ഒരുരുള ഉരുട്ടി അവളുടെ വായിലേക്കു വച്ചുകൊടുത്തു.

“അയ്യോ, ഇത്രേം വല്യ ഉരുള ഏന്റെ വായി കൊള്ളാത്തീല്ല.”

അതു ശരിയായിരുന്നു. കടലിൽ പ്രകൃതിയുടെ ശക്തികളോടു മല്ലടിക്കുന്ന ബലിഷ്ഠകായന്റെ കൈകൊണ്ടുരുട്ടിയ ഉരുളയാണ്. അയാൾ ഉരുള ചെറുതാക്കി. അവൾ ഒരുരുള ഉരുട്ടി അയാളുടെ വായിൽ വച്ചു കൊടുത്തു. അപ്പോൾ അയാൾ പറഞ്ഞു:

“ഓ, ഈ ഉരുള വായീ പറ്റാനില്ല.”

ആ നേരംപോക്കിൽ അവർ വളരെ നേരം ചിരിച്ചുപോയി. നേര്യതു വാങ്ങിയതിനു കുറ്റപ്പെടുത്താനിരുന്ന കറുത്തമ്മ പറഞ്ഞു:

“ഇനീം ഒരു പട്ടു ജമ്പേറും ഒരു നല്ല പൊടാകേം വേണം.”

യുവത്വത്തിന്റെ തിളപ്പും ആവേശവും ഒന്നടങ്ങിക്കഴിഞ്ഞപ്പോൾ കറുത്തമ്മ വീണ്ടും ലോകത്തിലേക്കിറങ്ങി. ജീവിതം ചിട്ടപ്പെടുത്തുവാനുള്ള അവളുടെ പദ്ധതി നടപ്പിലായേ പറ്റൂ. അന്ന് എത്ര രൂപ പങ്കുകിട്ടി എന്നറിയുക അവളുടെ അവകാശമാണ്. അതെങ്ങനെയെല്ലാം ചെലവായി എന്നും ചോദിക്കണം.

കറുത്തമ്മ ചോദിച്ചു:

“ഇന്നെന്നാ പങ്കു കിട്ടി.”

“പത്തുമുപ്പാതു കിട്ടി?”

“എന്നിട്ടെന്നാ ഇപ്പം മിച്ചമോണ്ട്?”

അശ്രദ്ധനായി അയാൾ പറഞ്ഞു:

“ആ മേച്ചീലൊരു പൊതിയൊണ്ട്. എടുത്തെണ്ണി നോക്ക്.”

കറുത്തമ്മ പൊതി അഴിച്ച് എണ്ണിനോക്കി. രണ്ടു രൂപായുണ്ട്. ഇരുപത്തി എട്ടു രൂപാ ചെലവായി. അതുകൊണ്ട് എന്തെല്ലാം കാര്യങ്ങൾ സാധിക്കാമായിരുന്നു! പക്ഷേ, അതു പറയാൻ അവൾക്കു സങ്കോചമുണ്ട്.

ഭർത്താവിന്റെ ചുമലിൽ കൈ മടക്കിവച്ച് ചാരി ഇരുന്നുകൊണ്ട് അവൾ ചോദിച്ചു:

"അടുക്കളേം കെടക്കമുറീം എല്ലാം ഒന്നായ ഒരു പെര മതിയോ നമാക്ക്?"

"പോര." എന്നു യാന്ത്രികമായി പളനി പറഞ്ഞു.

"നമക്കെനീം എന്തെല്ലാം വേണം!"

അതിന്റെ പെരുമ കറുത്തമ്മയ്ക്കു ബോദ്ധ്യമുണ്ട്. അവൾ ഹൃദ്യമായി ചിരിച്ചുകൊണ്ടു പറഞ്ഞു. വീടും കൂടും ഇല്ലാത്ത, ആരുമോരുമില്ലാത്ത പളനിയെ അവൾ ഒരു പളനി അരയനാക്കുമെന്ന്! അയാളെ ഒന്നു നന്നാക്കാൻ അവൾ നിശ്ചയിച്ചിട്ടുണ്ട്.

അത്രയ്ക്കു പറയാനുള്ള സ്വാതന്ത്ര്യം അവൾ കരസ്ഥമാക്കി. അയാൾക്ക് അവളോടുള്ള ആവേശത്തെക്കുറിച്ച് അവൾക്കു വിശ്വാസം വന്നുകഴിഞ്ഞു.

അവൾ തന്നെ നന്നാക്കുന്നതിനു പളനിക്കും സമ്മതമാണ്. പക്ഷേ, അതിന് അയാൾ ചില നിർദ്ദേശങ്ങളെല്ലാം അംഗീകരിക്കണം. ആ മനംകവരുന്ന ചിരിയോടെ അവൾ പറഞ്ഞു:

"കിട്ടുന്ന കാശോണ്ടല്ലോ, ഇങ്ങാനോന്നും ചെലവാക്കല്ല്."

എന്നിട്ട് അയാളുടെ കവിൾ രണ്ടിലും അവളുടെ പാണിതലങ്ങൾ വെച്ചമർത്തിക്കൊണ്ടു തുടർന്നു:

"അതീനു ഞാൻ സമ്മതീക്കത്തില്ല."

"പിന്നെ ഞാൻ ചായ കുടിക്കേം ചോറു തിന്നുകേം വേണ്ടേ?"

അത് അവൾ ശരിയാക്കിക്കൊടുക്കും. വളരെ കാര്യമായ ഒരു ചോദ്യം അവൾ ചോദിച്ചു:

"കൊച്ചുങ്ങാ ഒണ്ടായാലെക്കൊണ്ട് എന്നാ ചെയ്യും?"

അതിന്റെ അർത്ഥം അയാൾക്കു മനസ്സിലായില്ല. കുഞ്ഞുങ്ങളുണ്ടായാൽ എന്തു ചെയ്യാനാണ്?

"അതുങ്ങാ അങ്ങാ വളരും."

ഒന്നും അറിഞ്ഞുകൂടാത്ത ഒന്നിനെക്കുറിച്ചും ഒരു സങ്കല്പമില്ലാത്ത ഒരു കൊച്ചുകുഞ്ഞിനോടെന്നപോലെ ചിട്ടപ്പെട്ട ഒരു ജീവിതത്തിന്റെ പദ്ധതി അവൾ വിവരിച്ചു. ഒരു വള്ളവും വലയും ഉണ്ടായിരിക്കുക—ഏതൊരരയന്റെയും ജീവിതത്തിലെ അഭിലാഷമാണല്ലേ അത്? അതു പളനിയുടേയും അഭിലാഷമാണ്; അതെ, എന്നവൾ സ്ഥാപിച്ചു. അപ്പോൾ പളനി ചോദിച്ചു:

"ഈ കടാപ്പുറത്തൊണ്ടായ എല്ലാ അരയമ്മാരും അങ്ങാനെ വിചാരിക്കാനാണേങ്കി—ഈ കടാപ്പുറത്തെല്ലാരും കോടീശ്വരമ്മാരായേന. എന്താ എല്ലാരും വിചാരിക്കാത്തെ?"

ഒരു മറുചോദ്യമായിരുന്നു അതിനുത്തരം.

"നമക്കങ്ങനോന്നു വിചാരിച്ചാലെക്കൊണ്ടേന്താ?"

ഒരു സാധാരണ അരയന്റെ തത്ത്വശാസ്ത്രം അയാളും പറഞ്ഞു. അരയനു കിട്ടുന്ന പണം സമ്പാദിക്കാനൊക്കുകയില്ല. എന്തെന്നാൽ ലക്ഷോപലക്ഷത്തിന്റെ ജീവഹാനി വരുത്തിയാണ് ആ കാശുണ്ടാക്കുന്നത്. വെള്ളത്തിൽ സർവ്വസ്വാതന്ത്ര്യമായി പാഞ്ഞുനടക്കുന്ന പരശ്ശതത്തെ ചതിച്ചു പിടിച്ചു കാശുണ്ടാക്കുന്നു! ആ കോടാനുകോടികൾ കണ്ണുമിഴിച്ചു ശ്വാസംമുട്ടി പിടയ്ക്കുന്നതു കാണുമ്പോൾ—നിത്യം കാണുന്നവന് അതൊരു കാര്യമല്ല. അങ്ങനെ ജീവനാശം ചെയ്തുണ്ടാക്കുന്ന പണം സമ്പാദിക്കാനൊക്കുകയില്ല; പറ്റുകയില്ല.

"അല്ലേലെന്താ കടപ്പുറത്തുകാരിങ്ങനെ പട്ണി കെടക്കുന്നെ?"

പളനിയുടെ തനതു തത്ത്വശാസ്ത്രമല്ലാ അത്. നീണ്ടു നീണ്ടു കിടക്കുന്ന ഈ കടപ്പുറത്ത് തലമുറകളായി, നൂറ്റാണ്ടുകളായി പഠിച്ചു വരുന്നതാണ്. അതുതന്നെ കറുത്തമ്മയും കേട്ടിട്ടുണ്ട്. പക്ഷേ, അതിനെ എതിർത്തു സംസാരിച്ച ഒരാളുണ്ട്. അതവളുടെ അച്ഛനാണ്. അച്ഛന്റെ വാദങ്ങൾ അന്ന് അവൾക്കു ബോദ്ധ്യപ്പെട്ടിട്ടില്ല. ഇന്നതു ബോദ്ധ്യപ്പെടുന്നു എന്നല്ല, ആ വാദങ്ങൾക്ക് അർത്ഥവും കനവുമുണ്ട്. എന്നാലും അവൾ ആ വാദങ്ങൾ ഉന്ന യിച്ചില്ല. ഒരു വാദപ്രതിവാദത്തിന് കറുത്തമ്മയ്ക്കു ധൈര്യം പോരാ.

വീണ്ടും പളനി പറഞ്ഞു:

"മരക്കാനെന്തിനാടീ സമ്പാദിക്കുന്നെ? ഈ പരാന്നു കെടാക്കുന്നത് അവാന്റെ സൊത്താ. അവാടില്ലാത്തതെന്താ? കരുതിവക്കാതിരൂന്നാല് കടലാമ്മ കനീയും. അതാ മൊറ."

അവൾ ചോദിച്ചു:

എന്നാലേക്കോണ്ടു പെയ്ത്തില്ലാത്തപ്പം പട്ണി കെടാക്കുന്നതെന്താ?"

"അതനുഭവിക്കണ്ടതാ."

കറുത്തമ്മ അവളുടെ അച്ഛന്റെയും അമ്മയുടെയും കഥ ഓർത്തു. എങ്ങനെ അവർ വള്ളവും വലയും ഉണ്ടാക്കി എന്ന കഥ! പെട്ടെന്നു തീക്കനൽ വീണതുപോലെ കരളിൽ ഒരു നീറ്റൽ അവൾക്കനുഭവപ്പെട്ടു. ആ നീറ്റൽ സിരാചക്രത്തിലെങ്ങും സഞ്ചരിച്ചു. എങ്ങനെയാണു വള്ളവും വലയും ഉണ്ടായത്? പാവം, പരീക്കുട്ടി നശിച്ചു.

പളനി ചോദിച്ചു:

"നിന്റെ അച്ഛന്റേം അമ്മേടേം വിശേഷം വച്ചാണോ നീ പറേണത്?"

അയാളുടെ ഭാവം ഒന്നു മാറിയതായി തോന്നി. അയാൾ തുടർന്നു:

"അവിടാന്നാ കൊതിയത്തരം നീ പടിച്ചത്. എല്ലാരും ചോതിക്കുന്നു എന്നാ വിരുന്നിനു പോണതെന്ന്."

എന്നു വിരുന്നിനു പോകുന്നെന്ന് എല്ലാ പെണ്ണുങ്ങളും അവളോടും ചോദിക്കുന്നുണ്ട്. അവൾക്കും അതിനുത്തരമില്ല. കല്യാണം കഴിഞ്ഞിട്ടു വിരുന്നിനു വിളിച്ചുകൊണ്ടു പോകാതിരിക്കുക ഒരു കുറവാണ്. പക്ഷേ, അതു നടക്കുമോ എന്ന് അവൾക്കു സംശയമാണ്. അവൾ പറഞ്ഞു:

"അമ്മാച്ചി ചാകാങ്കെടാക്കുന്നതു കണ്ടേച്ചും പോന്നതാ. ആരാ അവടന്നു വരാനിരിക്കുന്നെ?"

അല്പസമയം കഴിഞ്ഞ് സ്വല്പം ഒരു വീറോടെ എന്നാൽ ചിരിച്ചുംകൊണ്ട് അവൾ ചോദിച്ചു:

"കല്യാണം കഴിച്ച് ഇവ്വാടെവന്നീട്ട് ആരാ ചെറുക്കന്റാളുകള് വിരുന്നിനു വിളീച്ചൊ. അതും മൊറയല്യോ?"

കറുത്തമ്മ കളിയായി പറഞ്ഞതാണെങ്കിലും അതിൽ അല്പം വിഷമമുണ്ടായിരുന്നു. അതു പളനിക്ക് ഏറ്റ ഒരടിയായിരുന്നു.

പളനിക്കും സ്വല്പം നൊമ്പരപ്പെട്ടു. കളിയായി പറഞ്ഞതാണെന്ന് അയാൾക്കു തോന്നിയില്ല. ആ നിലയിലല്ല അതയാൾ എടുത്തത്. അയാളുടെ ഭാവം മാറി.

"അതു നേരത്തെ അറിയാമ്മേലാരുന്നോ? ആരും വിരുന്നിനു വിളിക്കാനില്ലാന്ന്. പിന്നെന്തിനയച്ചു?"

കറുത്തമ്മയുടെ മുഖം വാടി. പളനിക്കു ദേഷ്യം വരുന്നു. അത് അവൾ പ്രതീക്ഷിച്ചതല്ല. അയാൾ എന്നിട്ടും നിർത്തിയില്ല.

"അപ്പം, അതല്ല. ആരുമോരുമില്ലാത്ത ഒരുത്തൻ. അവനെ ചൊല്ലി സങ്കടപ്പെടാൻ ആരുമില്ല, സന്തോഷിക്കാനുമില്ല. കടപ്പുറത്തിനു കൊള്ളാത്ത ഒരു പെണ്ണു നിക്കുന്നു. അവന്റെ തലേക്കേട്ടിവച്ചു. കടലി പോയി അവാഞ്ചത്താലും ആരും കരയാനില്ല. അതാ നടന്നത്."

അതു ഭയങ്കരമായ ഒരു തിരിച്ചടിയായിരുന്നു. കടപ്പുറത്തിനു കൊള്ളാത്ത പെണ്ണ്! എങ്ങനെ അതവൾ സഹിക്കും? എന്നാലും അത് സത്യമല്ലേ? ഉള്ളിൽ കിടന്നിരുന്ന അപരാധബോധത്തിനു

രൂപം കൈവന്നതുപോലെ തോന്നി. അവളുടെ ഭർത്താവു മുഖത്തു നോക്കി, വിവാഹത്തിന് അടുത്ത നാളുകളിൽ പറയുന്നു!

കറുത്തമ്മ കൈകൊണ്ടു മുഖം പൊത്തി ഏങ്ങലടിച്ചു കരഞ്ഞു. അവളുടെ ശരീരമാകെ ആ ഏങ്ങലടിപ്പിൽ കോച്ചി വിറയ്ക്കുന്നതു കാണാമായിരുന്നു. അയാൾ അതു നോക്കിയിരുന്നു. ഒട്ടു നേരത്തേക്ക് അവളുടെ ഏങ്ങലടിപ്പുമാത്രം അവിടെ കേൾക്കാമായിരുന്നു. അയാൾക്ക് അവളോടു സഹതാപം തോന്നിക്കാണുമോ?

അശരീരിപോലെ ഒരു ശബ്ദം അവളുടെ ചെവിക്കുള്ളിൽ പതിച്ചു:

"ഇതു ഞാമ്പറേന്നതല്ല. എല്ലാരും പറേണു."

തീർച്ചയായും പളനിയുടെ മനസ്സ് ഒന്ന് അലിഞ്ഞിട്ടുണ്ട്. ഞാൻ പറയുന്നതല്ല എന്നു പറഞ്ഞല്ലോ. സ്വല്പം കഴിഞ്ഞ് അയാൾ പറഞ്ഞു:

"ആ പപ്പുവാ എല്ലാം പറേണത്."

അങ്ങനെ വിവാഹത്തിനു ശേഷം ആദ്യമായി ആ കുടുംബത്തിൽ കണ്ണീർ വീണു; സമാധാനപ്പെടുത്താൻ ശ്രമവും നടന്നു. ആവേശഭരിതമായിരുന്ന ആ അന്തരീക്ഷത്തിൽ ഒരു കറുത്ത കാറുവന്നു മൂടി. ആ അപ്രസന്നത രാത്രി മുഴുവൻ നീണ്ടുനിന്നു. ഏങ്ങലടിപ്പിനിടയിൽക്കൂടി അവൾ പറയുന്നതു കേൾക്കാമായിരുന്നു:

"ഞാന്—ഞാന്—കടപ്പറത്തിനു കൊള്ളാത്തവളാകത്തീല്ല."

അവളെ വിശ്വസിക്കണമെന്ന് അവൾ അപേക്ഷിച്ചു. ഭർത്താവു കടലിൽ പോയാൽ തിരിച്ചു വരാതിരിക്കത്തക്കവിധം അവൾ പെരുമാറുകയില്ല. പുരയ്ക്കു മുകളിൽക്കൂടി തിര മറിഞ്ഞൊഴുകാൻ അവൾമൂലം ഇടവരികയില്ല; വിഷമുള്ള പാമ്പുകൾ കരയിൽ ഇഴഞ്ഞു നടക്കുകയില്ല; പേരറിഞ്ഞുകൂടാത്ത കടൽജന്തുക്കൾ കടലിൻമീതേ തലപൊക്കി കൊടുങ്കാറ്റു ചീറ്റി വായ് പൊളിക്കുകയില്ല. അവൾ ഒരു മരയ്ക്കാത്തിയായി ജീവിക്കും. അവൾ ആയിരം തവണ ചോദിച്ചു, അയാൾ അവളെ വിശ്വസിക്കുന്നില്ലേ എന്ന്. വിശ്വസിക്കുന്നുണ്ടെന്നോ ഇല്ലെന്നോ അയാൾ പറഞ്ഞില്ല. അയാളുടെ വിശാലമായ വക്ഷസ്സിൽ ശിരസ്സു ചേർത്ത് അവിടം കണ്ണീർകൊണ്ട് അലിയിക്കുവാനല്ലാതെ മറ്റെന്താണ് അവൾക്കു കഴിയുക?

പളനി ചോദിച്ചു:

"നീയേന്താ വിശ്വസീക്കുന്നോ വിശ്വസീക്കുന്നോ എന്നു ചോതിക്കുന്നെ? ഇതു കേട്ടീട്ടു നെനക്കുതന്നെ തമിശയം പോലെ തോന്നുന്നു."

വീണ്ടും ഒരു തീക്കനൽകൂടി അവളുടെ കരളിനുള്ളിൽ വീണു. അവളുടെ രഹസ്യത്തെക്കുറിച്ചു ലേശലേശമായ സംശയമെങ്കിലും ഉണ്ടായോ? ഏതോ ദ്രോഹികൾ എന്തെല്ലാമോ പറഞ്ഞുകാണുമായിരിക്കാം!

അതിനുശേഷം ആ രാത്രിയിൽ അവൾ മിണ്ടിയില്ല. ആ രഹസ്യം ഭർത്താവ് അറിഞ്ഞിട്ടുണ്ടെങ്കിലും ഇല്ലെങ്കിലും സത്യം മുഴുവൻ പറയുന്നതല്ലേ നല്ലത്? സത്യം പറഞ്ഞാൽ ഭർത്താവ് മാപ്പു തരികയില്ലേ? പക്ഷേ, അതെങ്ങനെ അവൾ പറയും? വല്ലവരും അതിനു ചുറ്റുമായി കള്ളക്കഥകൾ മിനഞ്ഞുകെട്ടി പറയുന്നതിൽ ഭേദം സത്യം നേരെ പറയുന്നതാണ്.

അതൊരു പ്രതിസന്ധിഘട്ടമായിരുന്നു. ഒരു തീരുമാനത്തിലെത്തണം. പല പ്രാവശ്യം പറയുവാൻ അവൾ ആഞ്ഞു. പക്ഷേ, എങ്ങനെയാണു പറയേണ്ടത്? 'ഞാൻ ഒരാളെ സ്നേഹിച്ചിരുന്നു' എന്നു പറയണോ? അത്രയും കേൾക്കാനുള്ള ക്ഷമ ഒരു ഭർത്താവിനു കാണുമോ? 'എനിക്കു ചെറുപ്പത്തിൽ ഒരു കൂട്ടുകാരനുണ്ടായിരുന്നു' എന്നു തുടങ്ങണോ? അതും വയ്യ. അങ്ങനെ ആ കഥ തുടങ്ങിയാൽ ആ മധുരസ്മരണകളുടെ ആവേഗത്തിൽ പലതും പറഞ്ഞുപോകും; പരീക്കുട്ടിയെ സ്തുതിച്ചു പോകും. പരീക്കുട്ടിയോടു മമത നിലനില്ക്കുന്നു എന്നു ധരിച്ചുപോകും. അതു വേണ്ട. കടപ്പുറത്ത് ഒരു നാലാം വേദക്കാരൻ എന്നെ കൂടോത്രംകൊണ്ടു ചതിച്ചു എന്നു പറയണോ? അയ്യോ! അതു വയ്യ! അപ്പോൾ പരീക്കുട്ടിയെ ഒരു ചീത്ത മനുഷ്യനായി വിവരിക്കണം. ഒരു പരമനീചൻ! അതു കറുത്തമ്മയ്ക്കു വയ്യ. പരീക്കുട്ടി നീചനല്ല; കൂടോത്രം ചെയ്തിട്ടില്ല; ചതിച്ചിട്ടില്ല. നനഞ്ഞ കണ്ണുകളോടെ വിവശനായി, നിരാശനായി നില്ക്കുന്ന ആ യുവാവിന്റെ രൂപം കറുത്തമ്മ മുമ്പിൽ കണ്ടു. ഇരുട്ടിലും അവൾക്കു കാണാം. അയാളുടെ കരളിനെ ചവിട്ടി മെതിച്ചാണ് ഇവിടെ അവൾ എത്തിയതെന്നു തോന്നി. എല്ലാ വിധത്തിലും അയാളെ നശിപ്പിച്ചു. ഇനി ജീവിതത്തിൽ ഒന്നും അയാൾക്കു വേണ്ടാതായി. എഴുപത്തഞ്ചു വയസ്സായാലും കടപ്പുറത്തിരുന്ന് അയാൾ ആ പാട്ടു പാടും. അങ്ങനെ പാടിപ്പാടി അയാൾ മരിക്കും... അവൾ അയാളെ കാണുന്നു. എന്തോ

പറയാനായി അവളുടെ ചുണ്ടനങ്ങി. പരിസരം അവൾ വിസ്മ
രിച്ചു. ഭർത്താവ് അടുത്തുകിടക്കുന്നതവൾ അറിയുന്നില്ല. അവ
ളുടെ സ്ത്രീത്വം ഒരു ശബ്ദം ഉതിർത്തു:

"ഞാൻ സ്നേഹിക്കുണു."

അവൾ പരീക്കുട്ടിയോടാണു പറഞ്ഞത്. ആ ശബ്ദംതന്നെ
അവളെ നടുക്കി.

പളനി ചോദിച്ചു:

"എന്താണു പറേണത്? സ്നേഹിക്കുന്നെന്നോ?"

കറുത്തമ്മ ഉണർന്നു.

വല്ല അബദ്ധങ്ങളും പറഞ്ഞുപോയോ? ഏതായാലും
അവൾ പറഞ്ഞു:

"അതെ."

അയാൾ ചോദിച്ചു:

"ആരേ?"

അവൾ ഒരു പച്ചക്കള്ളം പറഞ്ഞു:

"എന്റെ മരക്കാനെ."

ഏഴരക്കോഴി കൂവി. കടപ്പുറത്ത് ഒരു വിളി കേൾക്കായി.
വള്ളത്തിൽ പോകാൻ നേരമായി. പളനി എഴുന്നേറ്റു. കുളിച്ചിട്ടേ
പോകാവൂ എന്നവൾ നിർബന്ധിച്ചു. അവൾതന്നെ അയാളെ
കുളിപ്പിച്ചു.

പളനി അന്നു സ്വല്പം താമസിച്ചാണു ചെന്നത്. അങ്ങനെ
ഒരു സംഭവമുണ്ടായിട്ടില്ല. അന്നു വള്ളക്കാർ അയാൾക്കുവേണ്ടി
സ്വല്പനേരം കാത്തിരുന്നു. വേലായുധൻ ഒരു ഫലിതം
പറഞ്ഞു:

"അതാങ്ങനാ. കല്യാണം കഴിയേണ മൊറയ്ക്ക് ഉണരാൻ
ഉമ്മിണി സാമതം വരും."

നിർദ്ദോഷമായ ഫലിതം! കാര്യവും ശരിയാണ്. പക്ഷേ,
അതു പളനിക്കു പിടിച്ചില്ല.

"ചുമ്മാതിരി വേലായുതച്ചേട്ടാ."

വേലായുധൻ ചോദിച്ചു:

"നീയേന്തിനാ കൊച്ചേ, എന്നോട് കലാമ്പാൻ വരുന്നെ?"

മറ്റെന്തോകൂടി വേലായുധനു പറയുവാനുണ്ടെന്ന ഒരു
പേടി പളനിക്കുണ്ടായി. അതും അയാൾ പറയുമോ? അതു
കറുത്തമ്മയെക്കുറിച്ചായിരിക്കും. ഒരു തോന്നലാണത്.

വള്ളം കടലിലിറക്കി പടിഞ്ഞാറേക്കു വിട്ടു. അമരത്തു
പളനിയാണ്. എങ്ങും പെയ്ത്തിന്റെ ലക്ഷണമില്ല. അവിടെ

154

യുമിവിടെയുമെല്ലാം വല നിരത്താതെ വള്ളങ്ങൾ അലയുകയാണ്. പക്ഷേ, പളനി പടിഞ്ഞാറേക്കുതന്നെ കുത്തിയെറിഞ്ഞു വള്ളം ചാടിച്ചു. എന്തോ ഒരു അനിയതമായ ഉദ്ദേശം അയാൾക്കുള്ളതുപോലെ തോന്നി. അയാളുടെ ഉരുക്കുപോലുള്ള മാംസപേശികൾ കരുകരുക്കുന്നു. പോരാ, ആ കടലിനു വിസ്താരം പോരാ. നയ്മ്പിനു ഭാരമില്ല. അയാൾ കുതിക്കുമ്പോൾ അമരം താണു കുതിക്കുന്നു. ചക്രവാളരേഖ പിളർന്നപ്പുറം പോകാൻ നോക്കുകയാണ്. അയാളുടെ കരുത്തു മുഴുവൻ ഉണർന്നു.

വള്ളം അങ്ങങ്ങു കരകാണാത്ത ദൂരത്തായി. ആണ്ടി ചോദിച്ചു:

"നീയെങ്ങോട്ടാടാ വള്ളം കൊണ്ടോണത്?"

എല്ലാവരും തണ്ടുമടക്കി. എന്നിട്ടും കുത്തിയെറിച്ചിൽ കൊണ്ടു വള്ളം കുതിക്കുകയാണ്. പളനി ഒരു പിശാചായി മാറിയതുപോലെ തോന്നി. ചക്രവാളരേഖയാണു ലക്ഷ്യം.

കുമാരു പേടിയോടെ പറഞ്ഞു:

"എടാ, നായീന്റെ മോനേ, നിനിക്കാരുമില്ലാന്നു വച്ച്—"

കുമാരു പളനിയുടെ നേരെ ചാടി.

"എടാ, നീ പോയി ചാക്. പെഴാച്ചവളെ കൊണ്ടന്നിട്ട് നീ കടലി മുങ്ങി ചാക്. അതാ നിന്റെ വിധി. ഞങ്ങാക്കു കുഞ്ഞുകുട്ടികളൊണ്ട്."

വേലായുധൻ നയ്മ്പു പിടിച്ചു വാങ്ങി. ആണ്ടിയുടെ അടുത്തു പളനിയെ പിടിച്ചുകൊണ്ടിരുത്തി വേലായുധൻ വള്ളം തിരിച്ചു വിട്ടു.

ആ വലിയ ആയാസത്തിനു ശേഷമുള്ള ക്ഷീണംപോലെ പളനി മിണ്ടാതിരുന്നു. കുറെ കഴിഞ്ഞ് അയാൾ തണ്ടു വലിച്ചു. മറ്റു വള്ളങ്ങൾ കിടക്കുന്ന കടലിൽവന്ന് അവരും വലയിട്ടു.

അന്നൊന്നും കിട്ടിയില്ല. ആർക്കുതന്നെയും കോരുണ്ടായിരുന്നില്ല. കുറെ അറഞ്ഞിലോ പൊടിമീനോ മാത്രം പളനിയുടെ വള്ളത്തിൽ കിട്ടി. ഓരോരുത്തർക്കും ഒന്നരരൂപായ്ക്കുണ്ടായിരുന്നു.

കുളിച്ചുകൊണ്ടിരുന്നപ്പോൾ വേലായുധൻ ചോദിച്ചു:

"എന്താരുന്നെടാ പളനീ നിനിക്ക്?"

എല്ലാവർക്കും അതറിയാൻ കൗതുകമായിരുന്നു. അവന്റെ മനുഷ്യത്വം പോയിരുന്നു. വീറോടും ആവേശത്തോടും പളനി വള്ളം വിടും. പക്ഷേ, ഇങ്ങനെ കലികൊള്ളുകയില്ല.

പളനി പറഞ്ഞു:

"എന്തോ, ഞാനാങ്ങു മറാന്നുപോയി."

ആണ്ടി പറഞ്ഞു:

"ഞങ്ങളെല്ലാം കുഞ്ഞുകുട്ടികളൊള്ളോരാ കൊച്ചേ!"

കുമാരു അഭിപ്രായപ്പെട്ടു:

"ഇനീം അമരം പളനിക്കു കൊടുക്കല്ല്. നടുക്കടലില് അവൻ മുക്കിക്കൊല്ലും."

എല്ലാവരും അത് ഏറ്റു സമ്മതിച്ചു. അവനെ ഏതോ പിശാചു ബാധിച്ചിട്ടുണ്ട്. തീർച്ച.

പതിമ്മൂന്ന്

കല്യാണം കഴിഞ്ഞു നാലാംദിവസം പെണ്ണിനെയും ചെറുക്കനെയും വിരുന്നിനു കൊണ്ടുപോരേണ്ടതാണ്. അതിനു പോകാൻ ആളില്ല.

ചക്കി കല്യാണദിവസം കിടപ്പിലായതാണ്. പിന്നെ എഴുന്നേറ്റിട്ടില്ല. ആ നല്ല അയൽക്കാരിയായ നല്ലപെണ്ണ് കൂടെക്കൂടെ വരും; ശുശ്രൂഷിക്കും. പഞ്ചമിയാണ് വീട്ടുകാര്യങ്ങൾ നോക്കുന്നത്. അത്ര അവശതയായി കിടക്കുന്ന ഭാര്യയെക്കുറിച്ചു ചെമ്പൻകുഞ്ഞ് ഒരന്വേഷണവും നടത്തുന്നില്ല. ഏതെങ്കിലും വൈദ്യനെ വിളിച്ചു കാണിക്കണമെന്ന് നല്ലപെണ്ണു രണ്ടുമൂന്നു പ്രാവശ്യം ചെമ്പൻകുഞ്ഞിനോടു പറഞ്ഞു. അയാൾ ഒന്നും മറുപടി പറഞ്ഞില്ല.

കല്യാണം കഴിഞ്ഞുള്ള ജോലിത്തിരക്കാണയാൾക്ക്. ചക്കി കിടക്കുന്ന മുറിയുടെ വാതില്ക്കൽ ചെന്ന് അയാൾ നോക്കും. അങ്ങനെ ഒരു ദിവസം അവിടെ ചെന്നു നിന്നപ്പോൾ, തൃക്കുന്നപ്പുഴയ്ക്കു പോയി കറുത്തമ്മയെയും പളനിയെയും കൂട്ടിച്ചു കൊണ്ടു വരണമെന്ന് ചക്കി പറഞ്ഞു. ചെമ്പൻകുഞ്ഞ് ദേഷ്യം കൊണ്ടു തന്നത്താൻ മറന്നുപോയി. അയാൾ അട്ടഹസിച്ചു:

"ഞാൻ പോകാത്തില്ല. അവാളോട്ടു ഏന്റെ വീട്ടി വരികേം വേണ്ട."

ചക്കിയും സ്വല്പം ക്ഷോഭിച്ചു. അതിന്റെ ഫലം അവൾ മോഹാലസ്യപ്പെടുകയായിരുന്നു.

അന്ന് ചെമ്പൻകുഞ്ഞ് ഒരു വൈദ്യനെ വിളിച്ചുകൊണ്ടു വന്നു.

കല്യാണം കഴിച്ചുകൊണ്ടുപോയ പെണ്ണിനെ വിരുന്നിനു വിളിച്ചുകൊണ്ടുവന്നില്ല. എന്താണു കൊണ്ടുവരാത്തതെന്ന് എല്ലാവരും ചോദിച്ചു. അവരോടെല്ലാം അയാൾ കയർത്തു. അവരും വിട്ടില്ല. അങ്ങനെ ആയിട ചെമ്പൻകുഞ്ഞ് എല്ലാവരോടും വഴക്കാണ്.

എന്നാലും ചെമ്പൻകുഞ്ഞു വീടുവിട്ടു ദൂരെ പോകാറില്ല. വള്ളങ്ങൾ രണ്ടും കടലിൽ പോകുന്നുണ്ട്. പക്ഷേ, കോരു മോശമാണ്. വള്ളത്തിലെ ജോലിക്കാരുമായും അയാൾ വഴക്കുകൂടി.

തൃക്കുന്നപ്പുഴ കടപ്പുറത്തും കറുത്തമ്മയെ വിരുന്നിനു കൊണ്ടുപോകാത്തത് ഒരു സംസാരവിഷയമായി. നടപ്പനുസരിച്ച് അവളെ ആൾ വന്നു കൊണ്ടുപോകേണ്ടതാണ്. ആരുമോരുമില്ലാത്ത പെണ്ണല്ലെന്നാണു കേൾവി. ആ സ്ഥിതിക്ക് അവിടെനിന്നും അടിച്ചിറക്കിയതായിരിക്കും. എത്ര ഗതികെട്ടവരാണെങ്കിലും കല്യാണം കഴിച്ചയച്ച പെണ്ണിനെ വിരുന്നിനു കൊണ്ടുപോകും.

കറുത്തമ്മയും ഓരോ നിമിഷവും പ്രതീക്ഷിച്ചു. അച്ഛൻ അങ്ങനെ ഉപേക്ഷിക്കുമെന്ന് അവൾ വിചാരിച്ചില്ല. അമ്മയെക്കുറിച്ചും അവൾ ഉല്ക്കണ്ഠപ്പെട്ടു. പക്ഷേ, ഭർത്താവിനോടു പറയാൻ പേടിയായിരുന്നു. എങ്ങനെ ആയിരിക്കും അയാൾ അതു സ്വീകരിക്കുക. എന്നാലും പറയാൻ അവൾ തീരുമാനിച്ചു.

ഒരു ദിവസം ഊണും കഴിഞ്ഞിരിക്കുമ്പോൾ അത് ഒരു നല്ല സമയമാണെന്നവൾക്കു തോന്നി. അവൾ സ്വഗതമായി പറഞ്ഞു:

"ഏന്റെ അമ്മയിപ്പം ഒണ്ടോ എന്തോ!"

അയാൾ മിണ്ടിയില്ല. അവൾ അയാളുടെ മുഖത്ത് ഒന്നു സൂക്ഷിച്ചു നോക്കി. അങ്ങനെ നോക്കിക്കൊണ്ട് സംശയത്തോടെ പറഞ്ഞു:

"നമാക്കൊന്നു പോകാം."

മുഖത്തടിച്ചപോലെ തീർത്ത് ഒരുത്തരമായിരുന്നു മറുപടി.

"അതിനീപ്പം പണിയേണ്ട."

അത്ര കർശനമായി കർക്കശമായി പറയുമെന്ന് അവൾ പ്രതീക്ഷിച്ചില്ല. സത്യത്തിൽ പളനിയുടെ ഭാവമാറ്റം കറുത്തമ്മയെ പേടിപ്പെടുത്തി. അതു പുത്തരിയിൽ കല്ലു കടിപ്പിക്കുകയായിരുന്നു.

കറുത്തമ്മ ഒരു മന്ദഹാസം അണിഞ്ഞു.

"അങ്ങാനങ്ങു പറഞ്ഞാലോ?"

അയാൾ ഗൗരവത്തോടെ ചോദിച്ചു:

"ഉം? എന്താണ്?"

"നമാക്കും പെങ്കോച്ചുങ്ങയും അവാരക്ക് മരക്കാമ്മാരും ഒണ്ടാകും. ഇതീനു പകാരം ചോതീക്കും."

അതിനും പളനിക്ക് ചൂടുള്ള മറുപടി ഉണ്ടായിരുന്നു.

"അതപ്പം അനുപവിച്ചോളാം."

എന്തുത്തരം പറയാനാണ്? അപ്പോൾ ആ കാര്യം അവൾ വിട്ടു. പിന്നീടൊരവസരം വന്നപ്പോൾ അവൾ ചോദിച്ചു:

"എന്നാലേക്കൊണ്ട് ഞാൻ മാത്രം അമ്മേടെ അടുത്ത് ഒന്നു പോട്ട്?"

അക്കാര്യത്തിൽ അയാൾക്ക് എതിരില്ല. പക്ഷേ, ഒന്നുണ്ട്.

"പോയാല്—പിന്നെ തിരിച്ചു വരേണ്ട."

സ്വല്പമായ ഒരു ദേഷ്യം കറുത്തമ്മയുടെ മനസ്സിലിളകി. അത് ഇങ്ങനെ പ്രകടമായി:

"അമ്മേ, ഈ ആണുങ്ങാടെ മനസ്ത് എന്തോരു മനസ്താ?"

എന്നിട്ടവൾ ഒരു ചിരി വരുത്തി.

നീർക്കുന്നത്തെ വീട്ടിൽ ചക്കിയുടെയും തൃക്കുന്നപ്പുഴയിൽ കറുത്തമ്മയുടെയും വികാരങ്ങൾക്കു യാതൊരു സ്ഥാനവു മില്ലാതെ ദിവസങ്ങൾ നീങ്ങി. ആ ആത്മാക്കൾ തേങ്ങിക്കൊണ്ടി രുന്നു. ഏകാന്തതയിൽ കറുത്തമ്മ ഇരുന്നു കരഞ്ഞു. ചക്കിയു ടെയും കരൾ നീറിക്കൊണ്ടിരുന്നു. പക്ഷേ, ആരുമാരും അതറി ഞ്ഞില്ല.

ചക്കിയുടെ രോഗം കൂടുതലാണെന്നറിഞ്ഞ് ഒരു ദിവസം പരീക്കുട്ടി അവിടെ ചെന്നു. ചെമ്പൻകുഞ്ഞ് അവിടെ ഉണ്ടായിരു ന്നില്ല. കടവിൽ പോകാറില്ലെങ്കിലും പുറത്തെവിടെയോ പോയിരുന്നു. പരീക്കുട്ടിയെ കണ്ടപ്പോൾ ചക്കി പൊട്ടിക്കരഞ്ഞു പോയി. തേങ്ങിത്തേങ്ങിയുള്ള ആ കരച്ചിൽ കണ്ടു പരീക്കുട്ടി വിഷമിച്ചുപോയി.

പരീക്കുട്ടിയും വളരെയേറെ മാറിക്കഴിഞ്ഞിരുന്നു. അതു പഴയ ഉത്സാഹപ്രകൃതിയായ പരീക്കുട്ടി അല്ല. ആ കരച്ചിലി നിടയിൽ ചക്കി പറഞ്ഞു:

"ഞാൻ—ഞാൻ—പോവ്വാ മൊതലാളീ!"

ചക്കി വളരെയേറെ അവശയാണെന്നു പരീക്കുട്ടി കണ്ടു. എന്നാലും അയാൾ പറഞ്ഞു:

"എന്താണു ചക്കിമരക്കാത്തി പറേണെ? അത്രക്കൊന്നും സൊഖക്കേടൊന്നുമില്ല."

ആ കട്ടിലിനരികിൽ ഇരിക്കാൻ ചക്കി ആംഗ്യം കാണിച്ചു. അയാൾ ഇരുന്നു. പരീക്കുട്ടിയെ നോക്കിനോക്കി ചക്കി കരയുകയാണ്. എന്തു പറയണമെന്ന് പരീക്കുട്ടിക്കു നിശ്ചയമില്ല. അങ്ങനെ നോക്കിയിരിക്കെ ചക്കി പറഞ്ഞു:

"കൊച്ചുമൊതലാളീനോടെ എനീക്കു ഒരുപാടു പറയാനോണ്ട്."

എല്ലാം പറയാൻ പരീക്കുട്ടി പറഞ്ഞു.

ആ പണത്തിന്റെ കാര്യമാണ് ആദ്യമായി പറയുവാനുള്ളത്. അതിനെക്കുറിച്ചു വ്യാകുലപ്പെടേണ്ടെന്നു പരീക്കുട്ടി പറഞ്ഞു. ചക്കി ഭർത്താവിനെ ശപിച്ചു. അയാൾ ദുഷ്ടനും കൊതിയനുമാണെന്നു പറഞ്ഞു.

"പാവപ്പെട്ട ഞങ്ങാ വിചാരിച്ചാല് എന്നാ ചെയ്യാങ്കഴീയും? അയ്യാള് അതു തരാത്തില്ല."

"അതു വിചാരിച്ച് ചക്കിമരക്കാത്തി വെഷമിക്കണ്ട."

"അതല്ല മൊതലാളി!"

പിന്നെ എന്താണെന്നു പറയാൻ വിഷമമായിരുന്നു. സ്വല്പനേരം കഴിഞ്ഞു ചക്കി തുടർന്നു:

"എന്റെ കുഞ്ഞിനേം നല്ലടത്തേക്കല്ല പറഞ്ഞയച്ചത്. അവാക്കും വേതന ഒഴീഞ്ഞു നേരം കാണാത്തില്ല."

ആ കാര്യത്തെക്കുറിച്ച് പരീക്കുട്ടിക്ക് ഒരഭിപ്രായവും പറയുവാനുണ്ടായിരുന്നില്ല. അത് കറുത്തമ്മയെ സംബന്ധിക്കുന്ന കാര്യമാണ്. ചക്കി തുടർന്നു പറഞ്ഞു:

"ഞാനീങ്ങനെ ചാകാൻ കെടാക്കൂന്നു. എന്നീട്ട് ഏന്റെ കുഞ്ഞിനെ ഒന്നു കൊണ്ടുവന്നീല്ല."

ഒരു തള്ളയുടെ ഉല്ക്കണ്ഠകൾ മുഴുവൻ തല ഉയർത്തി. അവർക്കു വളരെ വേദനപ്പെടാനുള്ള കാര്യങ്ങളുമില്ലേ?

അവരുടെ മകൾക്ക് ഒരു പ്രേമകഥയുണ്ട്. അവളെ മറ്റൊരുവനു കല്യാണം കഴിച്ചയച്ചു. അവളുടെ ജീവിതത്തിൽ ആ പ്രേമം നിഴലിക്കുകയില്ലെന്ന് എങ്ങനെ തീർത്തു പറയാം? ഒരു പുതിയ അദ്ധ്യായം ആരംഭിക്കുകയാണ്. എന്നാലും കഴിഞ്ഞ കാലത്തിനു യാതൊരു സ്വാധീനവുമില്ല എന്നു പറയാനൊക്കുമോ. അതിലുമപ്പുറം, ജീവിതത്തിൽ ഒന്നുംതന്നെ ഇല്ലാത്ത ഒരുവന്റെ കൂടെയാണ് അവളെ അയച്ചിരിക്കുന്നത്. പളനി അവളെ സ്നേഹിക്കുമെന്ന് എന്താണു നിശ്ചയം? ചക്കി പറഞ്ഞു:

"കടലിലേക്ക് ഒരു കൊതുമ്പേക്കേറ്റി എന്റെ കൊച്ചീനെ തള്ളിവിട്ടപോലെ തോന്നുന്നു."

പരീക്കുട്ടി ചക്കിയെ ആശ്വസിപ്പിച്ചു:

"അങ്ങനോന്നും വിചാരിക്കല്ല്. പളനി നല്ല ജോലിക്കാരനാ. അയ്യാള് അവളെ രക്ഷിക്കും."

അവിശ്വാസത്തോടെ ചക്കി തലയുരുട്ടി. ചക്കി വികാരാധീനയായി തുടർന്നു:

"നിങ്ങാ രണ്ടുപേരും ഈ കടാപ്പുറത്തു കളിച്ചു നടാന്നോരാ."

പരീക്കുട്ടിയുടെ ഹൃദയത്തിലെ ഏറ്റവും മൃദുലമായ ഒരു തന്തു സ്പർശിക്കപ്പെട്ടു. ആ കഴിഞ്ഞകാലങ്ങൾ ഉണർന്നു. അതു ചക്കി മനസ്സിലാക്കി. ആ പ്രേമകഥ ചക്കിക്കും അറിവുള്ളതല്ലേ? ഒരുപക്ഷേ, അതെത്ര ശക്തിയുള്ളതാണെന്നുമറിയാം. രണ്ടു ജീവിതങ്ങളെ സാരമായി സ്പർശിക്കുന്ന ഒന്നാണത്. രോഗിണിയായ ചക്കി ഒരമ്മയെപ്പോലെ പറഞ്ഞു:

"എന്റെ വയാറ്റീല് ആണു കാച്ചീല്ല മൊകാനേ."

ഉൽക്കടമായ ദുഃഖത്തോടെ ചക്കി തുടർന്നു:

"എനിക്കൊരു മോനൊണ്ട്."

അതാരെന്നു ചോദിക്കുംപോലെ പരീക്കുട്ടി ചക്കിയുടെ മുഖത്തും, അതാരെന്ന് അറിയണ്ടേ എന്നപോലെ ചക്കി പരീക്കുട്ടിയുടെ മുഖത്തും നോക്കി. ചക്കി പരീക്കുട്ടിയുടെ കൈ പിടിച്ചു മുറുക്കിക്കൊണ്ടു ചോദിച്ചു:

"അതെന്റെ മോനാ—പരീക്കുട്ടി."

പരീക്കുട്ടിയടെ തപ്തമായ ഹൃദയത്തിന്റെ ഏതോ ചില കോണുകളിൽ ഒരാശ്വാസം വീശുന്നതുപോലെ തോന്നി. അയാൾ സ്നേഹിച്ചവൾ—അയാൾക്കുള്ളതല്ലാതായി. അല്ല, ഇപ്പോഴും അവൾ അയാളുടെ ആരോ ആണ്. അയാൾ അവളുടെ ആരോ ആണ്.

കറുത്തമ്മയുടെ വിവാഹബന്ധത്തെക്കുറിച്ച് ചക്കിക്കു പ്രതീക്ഷകളില്ല. പരീക്കുട്ടിയും കറുത്തമ്മയും ഈ കടപ്പുറത്തു കളിച്ചുനടന്നതും ചക്കി അനുസ്മരിക്കുന്നു. അയാളെ ചക്കി മകനായും അംഗീകരിക്കുന്നു. അപ്പോൾ—അപ്പോൾ—പരീക്കുട്ടിയുടെ കരിഞ്ഞ പ്രതീക്ഷകൾ നാമ്പിട്ടു. ഇനിയും കറുത്തമ്മ പരീക്കുട്ടിയുടെയാകുമോ? ഇല്ലെങ്കിലും അമ്മ അങ്ങനെ ആഗ്രഹിക്കുന്നുണ്ടായിരിക്കുമോ? ഒരു നിമിഷംകൊണ്ട്, കുഴഞ്ഞുമറിഞ്ഞ് അവ്യക്തങ്ങളും അയഥാർത്ഥങ്ങളുമായ നിഗമനങ്ങളിൽ പരീക്കുട്ടി എത്തിച്ചേർന്നു. ആ അമ്മ പരീക്കുട്ടിയോടു പറഞ്ഞു:

"എന്റെ മോൻ പെണ്ണുംകെട്ടി കച്ചോടോം ചെയ്തു നന്നായി വാ."

അതേ വാചകംതന്നെ ഒരിക്കലും മായാത്തവിധം പരീക്കുട്ടി യുടെ ചെവിക്കുള്ളിൽ മാറ്റൊലിക്കൊള്ളുന്നുണ്ടായിരുന്നു. അന്ന് ആ രാത്രിയിൽ കറുത്തമ്മയും അങ്ങനെതന്നെ പറഞ്ഞു. പക്ഷേ, കറുത്തമ്മയോടു പറഞ്ഞതുപോലെ ഒരു മറുപടി ചക്കി യോടു പരീക്കുട്ടി പറഞ്ഞില്ല.

"ഏന്റെ മൊകാൻ ഇനീം കറത്തമ്മേ വെഷമിപ്പിക്കല്ല്. അവാക്കു മരക്കാനായി. ഇനീം അവാളെ ശല്യപ്പെടുത്തരുത്."

പരീക്കുട്ടി നടുങ്ങിപ്പോയി. അത് ഒരു അശരീരിപോലെ ചെവിക്കുള്ളിൽ പതിക്കുകയായിരുന്നു. ഇനിയും നീ അവളുടെ ജീവിതത്തിൽ ഇടപെടരുതെന്നു നിയതി ആജ്ഞാപിക്കുന്നു! അതോ ഒരു തോന്നൽ മാത്രമാണോ? അല്ല. പരീക്കുട്ടി കേട്ട താണ്:

"പരീക്കുട്ടി കറത്തമ്മേന്റെ ആങ്ങള. അവാക്കു കൂടപ്പറന്ന ആങ്ങളയില്ല. എന്റെ മൊകാൻ അവാടെ ആങ്ങളയായിരീക്കണം."

ചക്കിതന്നെയാണ് അതു പറഞ്ഞത്. അയാൾക്കു യാതൊരു സംശയവുമില്ല. ചക്കി പിന്നീടും പലതും പറഞ്ഞു. ചെമ്പൻ കുഞ്ഞ് അവളെ ഉപേക്ഷിച്ചു; താൻ മരിക്കുകയാണ്; വീടും കൂടും ഊടും ഉടയവരുമില്ലാത്ത ഒരുവന്റെ ദയയ്ക്ക് അവളെ വിട്ടിരിക്കുകയാണ്. ആരുണ്ട് അവളോടു ബന്ധപ്പെട്ടവരായി ഈ ലോകത്തിൽ? പരീക്കുട്ടി മാത്രം! ആ ബന്ധത്തെ ചക്കി നിർവ്വ ചിച്ചു. സഹോദരബന്ധം!

ചക്കി ചോദിച്ചു:

"എന്റെ മൊകാൻ എന്നും കറത്തമ്മേടെ ആങ്ങളയായിരി ക്കുമോ? ആങ്ങളമാത്രം!"

പരീക്കുട്ടിയുടെ കണ്ണുകൾ നിറഞ്ഞൊഴുകി. ആ ബാഷ്പ മണികൾ ഇറ്റിറ്റു വീഴുന്നത് ചക്കി കണ്ടു. അതിന്റെ അർത്ഥം ചക്കിക്കറിയാം. അതെന്തിന്റെ കണ്ണീർക്കണങ്ങളാണെന്നും ചക്കി മനസ്സിലാക്കിയിട്ടുണ്ട്.

ആ പ്രേമകഥയുടെ പൊരുൾ ചക്കി വിശദമാക്കി.

"എന്റെ മൊകാനു കറത്തമ്മയോടിഷ്ടമാരുന്നു. ഇനി ആങ്ങളയായി വിചാരിച്ചാ മതി. അതാ ഇഷ്ടത്തിന്റെ ലക്ഷണം. അല്ല്യോ?"

പരീക്കുട്ടിക്ക് ഉത്തരം പറയാൻ വയ്യ. അയാളുടെ കണ്ഠം കണ്ണീർകൊണ്ട് അടഞ്ഞുപോയി. അവളെ സ്നേഹിക്കുന്നു എങ്കിൽ അവളുടെ ആങ്ങളയായിരിക്കുക — അതു ശരിയാണ്.

നിശ്ശബ്ദങ്ങളായ നിമിഷങ്ങൾ പോയി. ചക്കി ചോദിച്ചു:

"അങ്ങാനെ അല്യോ മൊകാനേ?"

യാന്ത്രികമായി പരീക്കുട്ടി മറുപടി പറഞ്ഞു:

"അതെ."

"എന്നാലു ഏന്റെ മക്കാള് ആങ്ങളേം പെങ്ങളുമായിരീ!"

ഒരു ക്ഷണം കഴിഞ്ഞു ചക്കി തുടർന്നു:

"അവാളിവാടെ ഒണ്ടാരുന്നേങ്കി ഈ ചാകാന്നേരത്തു ഞാമ്പറേമാരൂന്നു."

ചക്കി വികാരാധീനയായി വീണ്ടും ആങ്ങളയായിരിക്കണമെന്നപേക്ഷിച്ചു. ആങ്ങളമാത്രമായിരിക്കണമെന്ന്! ആരുമില്ലാതായാലും അവളെ നോക്കിക്കൊള്ളണമെന്ന്! ചക്കി മരിക്കും മുമ്പ് വന്നില്ലെങ്കിൽ ഒരാങ്ങളയുണ്ടെന്ന് അവളെ അറിയിക്കണമെന്ന്! പരീക്കുട്ടി സമ്മതിച്ചു. അങ്ങനെയല്ല സമ്മതിക്കേണ്ടത് എന്ന ഒരു തോന്നൽ ചക്കിക്കുണ്ടായി. വീണ്ടും അവൾ അപേക്ഷിച്ചു.

അന്നു രാത്രിയിൽ കടപ്പുറത്തിരുന്നു പരീക്കുട്ടി പാടുന്നതു ചക്കി കേട്ടു.

ആയിടെ ഒരു കഷ്ടകാലംതന്നെ ആയിരുന്നു ചെമ്പൻകുഞ്ഞിന്. കടലിൽ വള്ളത്തിൽ പോകാനൊക്കുന്നില്ല. അതുകൊണ്ടാണ് കോരു മോശമാകുന്നതെന്നാണ് ചെമ്പൻകുഞ്ഞിന്റെ വിചാരം. അതിനും പുറമെ മറ്റൊരു നഷ്ടംകൂടി സംഭവിച്ചു. ഖാദർമുതലാളിക്ക് ചരക്കുകൊടുത്ത വകയിൽ കുറെ പണം നീക്കിബാക്കി കിട്ടാനുണ്ടായിരുന്നു. ഒരു ദിവസം രാത്രി കൂടത്തിലുണ്ടായിരുന്നതെല്ലാം പെറുക്കിയെടുത്തുകൊണ്ട് ഖാദർ കടന്നുകളഞ്ഞു. ആ നഷ്ടവും ചെമ്പൻകുഞ്ഞിന് ഒരു വലിയ അടിയായിരുന്നു.

കടലിലേക്കു പഴയതുപോലെ ഒന്നു പോകാമെന്നുതന്നെ അയാൾ നിശ്ചയിച്ചു. എത്ര നാളാണ് കരയിലിരിക്കുന്നത്! അന്ന് കുറച്ചു ദിവസങ്ങൾകൂടി ചെമ്പൻകുഞ്ഞിനെ അയാളുടെ വള്ളത്തിന്റെ അമരത്തു കണ്ടു. പക്ഷേ, അയാൾ അവിടെ ഇരിക്കുകയാണ്; നിൽക്കുകയല്ല. വള്ളത്തിനു പഴയ ഉശിർപ്പില്ല. അതു കുതിക്കുന്നില്ല. തണ്ടുകാർ തണ്ടുവലിക്കുന്നുണ്ട്. ആ വേഗതയിൽ വാട്ടം പിടിച്ച് അമരത്തു നില്ക്കാൻ ചെമ്പൻകുഞ്ഞിനു കഴിയുന്നില്ല. അയാളുടെ കാലുകൾ വിറയ്ക്കുന്നായിരിക്കാം. വീതികുറഞ്ഞ വങ്കത്തു പെരുവിരൽമാത്രം അമർത്തിനില്ക്കാൻ പേടിവന്നായിരിക്കാം... എങ്കിൽ ആ മുന്നോട്ടുള്ള ഗതി നിലച്ചോ?

ഇനി മറ്റെല്ലാ വള്ളങ്ങളേയും പിന്നിലാക്കി പക്ഷിവേഗത്തിൽ പായാനും മറ്റെല്ലാ വള്ളങ്ങളേയുംകാൾ കൂടുതൽ ചരക്കുമായി കരയ്ക്കുവരാനും ചെമ്പൻകുഞ്ഞിനു കഴിഞ്ഞില്ലെന്നുവരാം. ആ വള്ളം മറ്റു വള്ളങ്ങളെപ്പോലെ ഒഴുകുന്നു. ആ കുതിച്ചു പായുന്ന കാഴ്ച കടപ്പുറത്തുകാർ ഇനി കാണുകയില്ലേ?

സമയത്തിനുമുമ്പുതന്നെ കരയിലേക്കു വള്ളം തിരിച്ചു. തണ്ടുകാർ അതെന്താണെന്നു ചോദിച്ചു:

"ആ പോകാമെടാ. ഇന്നിതു മതി."

മതിയെന്ന് ഒരു തോന്നൽ ചെമ്പൻകുഞ്ഞിനുണ്ടായിട്ടുള്ള തല്ല.

കരയിലേക്കു വള്ളം വരുംവഴി പങ്കായം പാളി ചെമ്പൻ കുഞ്ഞ് കടലിൽ വീണു. തണ്ടുകാർ അയാളെ വള്ളത്തിലേക്കു പിടിച്ചുകയറ്റി. പിന്നീടു ചെമ്പൻകുഞ്ഞ് അമരത്തിരുന്നില്ല.

അന്ന് ചെമ്പൻകുഞ്ഞ് വില പേശിയില്ല. പെട്ടവിലയ്ക്കു ചരക്കു കൊടുത്തു. പരിക്ഷീണനായി അയാൾ വീട്ടിലേക്കു പോയി. അതു തകർന്ന ഒരു മനുഷ്യന്റെ പോക്കായിരുന്നു.

ചെമ്പൻകുഞ്ഞിന്റെ പരിപാടികൾ തകർന്നോ? അച്ഛനെ കാത്ത് പഞ്ചമി നില്ക്കുന്നുണ്ടായിരുന്നു. അവൾ അരി വച്ചുവച്ചി ട്ടുണ്ട്. അച്ഛനിഷ്ടമുള്ള കറിയും ഉണ്ടാക്കി. അകത്തുനിന്നും പരിക്ഷീണമായ ഒരു ശബ്ദം കേട്ടു:

"മൊകാളേ, ചോറു വെളമ്പ്. അച്ചൻ വരേണു."

പഞ്ചമി ചോറും കറിയും കൊണ്ടുവച്ചു. അയാൾ കുറെ വാരിത്തിന്നു. സ്വാദോടും തൃപ്തിയോടുമല്ല. ഉണ്ടു എന്ന ക്രിയ പോക്കുകയായിരുന്നു. എഴുന്നേറ്റപ്പോൾ പഞ്ചമി അമ്പരപ്പോടെ പറഞ്ഞു:

"അമ്മാച്ചീ, അച്ചാൻ ചോറുതിന്നില്ല."

കൈകഴുകിയിട്ട് ചെമ്പൻകുഞ്ഞ് ചക്കിയുടെ അടുത്തേക്കു ചെന്നു. ചക്കി ചെമ്പൻകുഞ്ഞിനെ സൂക്ഷിച്ചുനോക്കി. ഇരുവരു ടേയും കണ്ണുകൾ നിറഞ്ഞു.

ജീവിതത്തിൽ ഇദംപ്രഥമമായി ചെമ്പൻകുഞ്ഞിന്റെ കണ്ണു കൾ നിറയുകയാണ്. ചക്കി ചോദിച്ചു:

"എന്നാ ചെയ്യാനാ, വിതിയാ."

ചെമ്പൻകുഞ്ഞ് ആ കണ്ണീർ വിഴുങ്ങി. ഒരു കണികപോലും താഴെ വീഴാൻ അനുവദിച്ചില്ല. അത്രയ്ക്ക് ഇച്ഛാശക്തി ശേഷിച്ചി ട്ടുണ്ട്. അയാൾ ചോദിച്ചു:

"നിനിക്കു എഴുന്നേക്കാന് മേലേ?"

"ഞാന്നോക്കി. എന്നാ ചെയ്യാനാ?"

അയാൾ അല്പനേരം മിണ്ടാതെ നിന്നിട്ടു ചോദിച്ചു:

"പിന്നെ, ഞാനെന്നാ ചെയ്യും?"

അവൾ ഇല്ലാതെയായിട്ടുള്ള ഒരു ജീവിതത്തെക്കുറിച്ച് അല്ലെങ്കിൽ അവൾ അടിപെട്ടുകഴിഞ്ഞിട്ടുള്ള ഒരു ജീവിതത്തെക്കുറിച്ച് ചെമ്പൻകുഞ്ഞ് ആലോചിക്കാൻ തുടങ്ങിയോ? ആ വിധമുള്ള ഒരു ജീവിതം അപൂർണ്ണമാണ്; മുന്നോട്ടുപോകാൻ കഴിയാത്തതാണ്. ചക്കി എന്തുത്തരം പറയും?

ചക്കിയുടെ അടുത്ത് കട്ടിലിൽ അയാൾ ഇരുന്നു. ഭർത്താവിന്റെ ഉശിർപ്പും കരുത്തും വാർന്നുപോയത് ചക്കിയുടെ ദൃഷ്ടിയിൽപെട്ടു. ചെമ്പൻകുഞ്ഞ് അന്നു കടലിൽവച്ചു പറ്റിയ അപകടം വിവരിച്ചു:

"ഏന്റെ കാലു തളാർന്നുപോയി."

അവളുടെ ഭർത്താവിന് കടലിൽവച്ച് അപകടം സംഭവിക്കുമെന്ന് ചക്കിക്കു വിചാരമുണ്ടായിരുന്നില്ല. അതിനെക്കുറിച്ച് അവൾ ഓർത്തിട്ടില്ല. ഇന്നതു സംഭവിച്ചു. ഇനിയും സംഭവിക്കാം.

"ഞാനെന്നാ ചെയ്യും ചക്കീ?"

നിസ്സഹായനായി ചെമ്പൻകുഞ്ഞു ചോദിക്കുകയാണ്. മറ്റാരോടാണ് ആ ചോദ്യം ചോദിക്കേണ്ടത്? ഉത്തരം പറയാനധികാരം മറ്റാർക്ക്? ആ ജീവിതത്തിന്റെ ചിട്ടയ്ക്കും ക്രമത്തിനും അവൾ അവിഭാജ്യമായ ഘടകമായിരുന്നു. അവൾ കിടപ്പിലായി. അതോടെ ആ ചിട്ടയും ക്രമവും തെറ്റി. എന്നല്ല, ഓജസ്സു തന്നെയും പോയി. ആ കട്ടിലിൽ കൂനിക്കൂടിയിരിക്കുന്നത് പരാജയപ്പെട്ട ഒരുവനാണ്.

ചെമ്പൻകുഞ്ഞിന്റെ കൈ പിടിച്ചു തന്റെ മാറിൽ ചേർത്ത് അമർത്തിക്കൊണ്ടവൾ ചോദിച്ചു:

"ഞാനാങ്ങു പോയാല് എന്നാ ചെയ്യും?"

ചെമ്പൻകുഞ്ഞു കരഞ്ഞുപോയി.

"നീയാങ്ങനെ പറാതെ. പിന്നെ ഞാനെന്നാ ചെയ്യും?"

അയാളുടെ കയ്യിലെ പിടി മുറുകി. അവളുടെ മാറോടു ചേർന്നമർന്നപ്പോൾ അതിവേഗത്തിലും ശക്തവുമായ തുടിപ്പുകൊണ്ടു കൈ തെറിക്കുന്നു. അയാളുടെ മുഖത്തുതന്നെ ദൃഷ്ടി ഉറപ്പിച്ചിരിക്കവേ, അശരീരിപോലെ ഒരു ശബ്ദമുണ്ടായി.

"വേറൊരുത്തിയെ കെട്ട്!"

അതവൾ പറഞ്ഞതാണ്! ഒരു കോച്ചലും അതിനുശേഷമുള്ള ഒരു വിറയലുംകൊണ്ട് ചക്കിയുടെ ശരീരമാകെ ചലിച്ചു. നെഞ്ചിലെ തുടിപ്പു മന്ദഗതിയിലാകുന്നതായി തോന്നി.

ചക്കി അയാളുടെ മുഖത്തുതന്നെ സൂക്ഷിച്ചു നോക്കി കിടക്കുന്നു. ചെമ്പൻകുഞ്ഞു ചോദിച്ചു:

"എന്നാ നീ പറേഞ്ഞെ? വേറൊരുത്തിയെ കെട്ടാനോ?"

അതിനുത്തരമില്ല.

ജീവിതത്തിൽ ഒരു പങ്കാളി അത്യാവശ്യമാണെന്ന് അവൾക്കറിയാം. അതിനൊരു മാർഗ്ഗം നിർദ്ദേശിക്കുകയായിരുന്നു. അന്നോളം അങ്ങനെ ഒരു കാര്യം ചെമ്പൻകുഞ്ഞ് ഓർത്തിട്ടില്ല.

"നീ ഏന്താ മുണ്ടാത്തെ?"

ചക്കിയുടെ കണ്ണിൽ ഒരു പാട വന്നു മൂടി. ചെമ്പൻകുഞ്ഞിനു പേടിയായി. അയാൾ അവളെ കുലുക്കി വിളിച്ചു.

"ചക്കീ!"

എല്ലാം നിശ്ചലം!

"നീ പോയോടീ?"

ചെമ്പൻകുഞ്ഞു ചക്കിയുടെ മാറത്തേക്കു വീണു. അപ്പോഴും കയ്യിലെ പിടി അവൾ വിട്ടിട്ടില്ല.

പതിന്നാല്

എനിക്കാരുമില്ലേ എന്നു പറഞ്ഞു കരയുന്ന പഞ്ചമിയെ നല്ലപെണ്ണ് ആശ്വസിപ്പിച്ചു. ചക്കി പഞ്ചമിയെ നല്ലപെണ്ണിനെ ഏല്പിച്ചിട്ടുണ്ട്. നാലിനു പകരം അഞ്ചു മക്കൾ എന്നു നല്ലപെണ്ണു കണക്കാക്കിയിരിക്കുകയാണ്. പക്ഷേ, അത് ആശ്വാസത്തിനു പോരുന്നതാണോ?

ചെമ്പൻകുഞ്ഞിനെ അച്ചകുഞ്ഞും കൂട്ടുകാരും ചക്കിയുടെ മേൽനിന്നും പിടിച്ചു പൊക്കി മാറ്റി. അടുത്തു ചെയ്യേണ്ടും കാര്യങ്ങൾ നടത്തണം. തുറയിലരയനെ വിവരം അറിയിച്ചു. അദ്ദേഹം വന്നു. കറുത്തമ്മയെ വിവരം അറിയിക്കാൻ ആൾ പോകുക എന്ന പ്രശ്നം അവിടെ ഉന്നയിക്കപ്പെട്ടു. ആരോ ചോദിച്ചു:

"പെണ്ണിന് ആളു പോകണ്ടേ?"

ദുഃഖാർത്തനായിരിക്കുന്ന ചെമ്പൻകുഞ്ഞിന്റെ ചെവിക്കുള്ളിൽ ആ ചോദ്യം പെട്ടു.

"വേണ്ട."

അതൊരലർച്ചയായിരുന്നു.

ചെമ്പൻകുഞ്ഞു പറയുന്നത് ചക്കിയെ കൊന്നത് കറുത്തമ്മ യാണെന്നാണ്.

കൂടിയിരുന്നവരെല്ലാം സ്വല്പനേരത്തേക്കു നിശ്ശബ്ദരായി പ്പോയി. ആ തീരുമാനത്തിന്റെ ന്യായാന്യായത്തെക്കുറിച്ച് എല്ലാ വരും ഓർക്കുകയായിരുന്നിരിക്കാം. അല്ലെങ്കിൽ തീരുമാനം തുറയിലരയനിൽനിന്നും പ്രതീക്ഷിക്കുകയായിരിക്കാം.

തുറയിലരയൻ തന്റെ അഭിപ്രായം പ്രകടിപ്പിച്ചു.

"തള്ള തടിപോലെ കെടക്കുന്നതു കണ്ടിട്ട് അവളുപോയി. ഒന്നും വേണ്ടാന്നു വച്ചല്ലേ അവളു പോയത്. പോകട്ടെ."

കൂടിയിരുന്നവരെല്ലാം ആ കല്യാണദിവസത്തെ സംഭവം ഓർത്തു. അതു കേവലം ഹൃദയശൂന്യമായിരുന്നു.

പഞ്ചമി മാത്രം അപ്പോഴും അവളുടെ ചാച്ചിയെ വിളിക്കു ന്നുണ്ട്. ചാച്ചിയല്ലാതെ ആരാണ് അവൾക്കുള്ളത്? പക്ഷേ, അതാരു ഗൗനിക്കാനാണ്?

ശവദാഹത്തിനുള്ള ഒരുക്കങ്ങളെല്ലാം ചെയ്തു.

ഒരു വിമതസ്ഥനായ പരീക്കുട്ടി ഒഴിഞ്ഞുമാറി അവിടെ നില്ക്കുന്നുണ്ട്. കറുത്തമ്മയെക്കൂടാതെ ആ ശവദാഹം നടത്തു ന്നതിനെക്കുറിച്ച് അയാൾ ദുഃഖിക്കുന്നുണ്ടായിരുന്നു. പക്ഷേ, അയാൾക്ക് അവരുടെ കാര്യത്തിൽ ഇടപെടാൻ കാര്യമെന്താണ്?

അവൾ എത്രയധികം ദുഃഖിച്ചേക്കും! ഇനി ഒരു കാലത്തു കാണുകയാണെങ്കിൽ, അവൾ അയാളോടു ചോദിച്ചേക്കും:

"എങ്കിലും മൊതലാളി ഒന്നറിയിച്ചില്ലല്ലോ!" തന്നെയുമല്ല, മരിച്ചു കിടക്കുന്ന സ്ത്രീയും അയാൾക്കു മാപ്പുകൊടുക്കുമോ.

എന്തൊക്കെയോ ഈ കാര്യത്തിൽ താൻ ചെയ്യേണ്ടതായു ണ്ടെന്നു പരീക്കുട്ടിക്കു തോന്നി. എന്താണെന്ന് അയാൾക്കു വ്യക്തമല്ല. അയാൾ കറുത്തമ്മയുടെ ആങ്ങളയാണ്; അവളെ പെങ്ങളാക്കിക്കഴിഞ്ഞു; അയാൾ ആങ്ങളയായി കഴിയും.

അന്നു രാത്രിയിൽ അയാൾക്ക് ഉറക്കം വന്നില്ല. ഒട്ടിരുട്ടിയ പ്പോൾ അയാൾ എഴുന്നേറ്റിരുന്നു. കുറെനേരം കഴിഞ്ഞ് അയാൾ പുറത്തിറങ്ങി കൂടം അടച്ചു പൂട്ടി.

അയാൾ നടന്നു. കടൽക്കരയിലെ കാറ്റ് എന്തോ ഒരു കഥ മൂളിക്കൊണ്ടിരുന്നു. അലകൾക്കും എന്തോ പറയുവാനുണ്ട്... എങ്ങോട്ടാണു പോകുന്നത്? തൃക്കുന്നപ്പുഴയ്ക്കോ?എന്തിനായി? കറുത്തമ്മയെ ചക്കിയുടെ മരണമറിയിക്കാനോ? അതിനയാൾ ക്കുള്ള അധികാരമെന്ത്? അതാരെങ്കിലും ചോദിച്ചാൽ എന്തു ത്തരം പറയും?

കറുത്തമ്മയെ കണ്ടുകഴിയുമ്പോൾ എന്താണു പറയേണ്ടത്? ഈ ചോദ്യങ്ങളെല്ലാം പരീക്കുട്ടിയെ തടഞ്ഞു പിടിച്ചു നിർത്തുന്ന ചോദ്യങ്ങളാണ്. പക്ഷേ, അയാൾ നടന്നു. അയാൾക്ക് ഒരു ബലമുണ്ട്. അയാൾ അവളുടെ ആങ്ങളയാണ്. അവളുടെ അമ്മ അയാളെ അവളുടെ ആങ്ങളയാക്കി. പക്ഷേ, അവൾ അയാളുടെ പെങ്ങളാകുമോ?

പരീക്കുട്ടി കറുത്തമ്മയെ കണ്ടുപിടിച്ചു കഴിഞ്ഞ്—ആ സമാഗമത്തിന്റെ ഭവിഷ്യത്ത് എന്തായിരിക്കും? അതിനെക്കുറിച്ച് പരീക്കുട്ടി ആലോചിച്ചിട്ടുണ്ടോ?

ഒട്ടു വെളുപ്പായപ്പോൾ പരീക്കുട്ടി തൃക്കുന്നപ്പുഴ കടപ്പുറത്തെത്തി. വള്ളത്തിൽ പോകാൻ ഇറങ്ങിയ ഒരു അരയനെ അയാൾ കണ്ടു. പളനിയുടെ വീടെവിടെ എന്ന് പരീക്കുട്ടി അയാളോടു ചോദിച്ചു: ചാകരകാലത്ത് ആ അരയൻ നീർക്കുന്നത്തു കടപ്പുറത്തു ചെന്നിട്ടുള്ള ആളാണ്. അയാൾക്കു പരീക്കുട്ടിയെ മനസ്സിലായി.

"ഏന്തിനാണു കൊച്ചുമൊതലാളി ഇപ്പം പളനിയെ തെരാക്കുന്നെ?"

ആ ചോദ്യം പരീക്കുട്ടിയെ സ്വല്പം വിഷമിപ്പിച്ചു. പരീക്കുട്ടി പറഞ്ഞു:

"പളനിയുടെ മരക്കാത്തിയുടെ തള്ള ചത്തുപോയി."

കൊച്ചുനാഥനും അതൊരു വാർത്തയായിരുന്നു. അയാൾക്കു ചെമ്പൻകുഞ്ഞിനെയും ചക്കിയെയും അറിയാം. കൊച്ചുനാഥൻ ചക്കിയെ കുറച്ചു സ്തുതിച്ചു. പക്ഷേ, അപകടകരമായ മറ്റൊരു ചോദ്യം കൊച്ചുനാഥൻ എറിഞ്ഞു:

"ചാക്കാല അറിയിക്കാനെക്കൊണ്ടു മൊതലാളി വരാൻ കാര്യം, അവടെ മരക്കാമ്മാരില്ല്യോ?"

ആ ചോദ്യം പരീക്കുട്ടിയുടെ മുമ്പാകെ ഉയർന്നിട്ടുള്ളതാണ്. സ്വന്തം സമാധാനത്തിനുവേണ്ടി ഉത്തരം കണ്ടുപിടിച്ചിട്ടുള്ളതുമാണ്. എന്നാൽ അന്യനായ ഒരാൾ അതു ചോദിക്കുമെന്നോ ഉത്തരം പറയേണ്ടിവരുമെന്നോ ആലോചിച്ചിരുന്നില്ല. എന്നാലും അയാൾ പറഞ്ഞു:

"പളനിയേം മരയ്ക്കാത്തിയേം മരണമറിയിക്കണ്ടെന്ന് അവരു നിശ്ചയിച്ചു. അതുകൊണ്ടു ഞാൻ വന്നതാ."

മരണം കഴിഞ്ഞ് അവിടെ നടന്ന കാര്യങ്ങൾ പരീക്കുട്ടി വിവരിച്ചു. എന്നിട്ടും കൊച്ചുനാഥന്റെ ചോദ്യം അവശേഷിച്ചു.

“അതിന് ഈ നടുക്കണ്ടാം പാതിരായ്ക്ക് കൊച്ചുമൊതലാളി വരണ്ട കാര്യം?”

തന്നെ ആങ്ങളയാക്കിയ കാര്യം മാത്രമേ അതിനു മറുപടിയായി പറയുവാനുള്ളു. ആ കഥ പറയാൻ തുടങ്ങിയാൽ, അതിനപ്പുറമുള്ള കഥകളും പറയണം. ഒരു നാലാംവേദക്കാരൻ എങ്ങനെ അരയത്തിപ്പെണ്ണിന്റെ ആങ്ങളയായി? അമ്മ അയാളെ ആങ്ങളയായി അവരോധിക്കാൻ കാരണമെന്ത്? ഉത്തരമില്ലാതെ പരീക്കുട്ടി കുഴഞ്ഞു. അവസാനം ആ ഹൃദയശൂന്യത കണ്ടു മനസ്സലിഞ്ഞു വന്നതാണെന്ന് അയാൾ പരത്തിപ്പറഞ്ഞു. കൊച്ചുനാഥൻ അതു വിശ്വസിച്ചോ എന്തോ! അയാൾ പളനിയുടെ വീടെവിടെ എന്നു പറഞ്ഞുകൊടുത്തു.

എന്താണ് കറുത്തമ്മയോടു പറഞ്ഞുതുടങ്ങേണ്ടത്? വാർത്ത നേരെ അങ്ങു പറയാനോ? എങ്ങനെ അവളെ അതു മനസ്സിലാക്കും?

വള്ളങ്ങളെല്ലാം കടലിൽ ഇറങ്ങിക്കഴിഞ്ഞു. പരീക്കുട്ടി പളനിയുടെ വീടിനു മുമ്പിൽ ചെന്നു നിന്നു. ആ കൊച്ചുവീടു നിശ്ശബ്ദമായിരുന്നു.

പരീക്കുട്ടിയുടെ നാവുണങ്ങി. തൊണ്ട വരണ്ടുപോയി. ഒട്ടുനേരം അയാൾ അങ്ങനെ നിന്നു. അയാളറിയാതെതന്നെ ‘കറത്തമ്മേ,’ എന്നൊരു ശബ്ദം അയാളുടെ തൊണ്ടയിൽ നിന്നും പുറത്തു വന്നു.

ആരും വിളികേട്ടില്ല. രണ്ടാമതും അയാൾ വിളിച്ചു.

“ആരാണാത്?”

അകത്തുനിന്നും ചോദിക്കുന്നു. പരീക്കുട്ടി കറുത്തമ്മയുടെ ശബ്ദം തിരിച്ചറിഞ്ഞു.

“ഞാനാണു കറത്തമ്മാ!”

“ഞാനേന്നു വച്ചാല്?”

“എന്നെ മനസ്സിലായില്ലേ?”

“ആര്?”

“ഞാൻ—ഞാൻ—പരീക്കുട്ടി.”

നിശ്ശബ്ദത!

അതു സ്വല്പം നീണ്ടതായിരുന്നു, കനം കൂടിയതായിരുന്നു.

“ഒരു വലിയ കാര്യം പറയാനൊണ്ടു കറത്തമ്മാ!”

പൊട്ടിക്കരഞ്ഞെന്നപോലെ ഒരു ചോദ്യം അകത്തുനിന്നുണ്ടായി.

"അവടാന്നു പോന്നാലും എനീക്കു സ്വൈര്യം തരാത്തില്യോ?"

ഒരു ക്ഷണം കഴിഞ്ഞവൾ തുടർന്നു:

"ഈല്ല. ഈല്ല. ഞാൻ കതാകു തൊറാക്കത്തില്ല. എനീക്കു കാണാണ്ട."

അവൾ കരയുകയാണ്. ആ വാചകങ്ങൾ പരീക്കുട്ടിയുടെ കരളിൽ ചെന്നു തറച്ചു. അതു ശരിയാണ്. അവൾ രക്ഷതേടി പോന്നു. ഇവിടെ വന്നിട്ടും അവൾക്കു സ്വൈര്യം കൊടുക്കുന്നില്ല. ഒന്നും മിണ്ടാതെ തിരിച്ചു പോകാൻ അയാൾ ആലോചിച്ചു. വേണ്ട, അവൾ അകത്തായിരിക്കെതന്നെ വിവരം പറഞ്ഞിട്ടു പോയാൽ എന്ത്? പക്ഷേ, പെട്ടെന്നു വെട്ടി മുറിച്ച് എങ്ങനെ പറയും? പരീക്കുട്ടി വീണ്ടും അപേക്ഷിച്ചു. കതകു തുറക്കാൻ.

"കറത്തമ്മാക്ക് എന്നെ അറിഞ്ഞൂടെ?"

ഉൽക്കടമായ വികാരക്ഷോഭത്തെ പല്ലുകടിച്ച് അമർത്തിക്കൊണ്ട് അവൾ പറയുന്നതു കേൾക്കായി.

"അറിയാം."

"പിന്നെന്താ പൊറത്തെറങ്ങിയാല്?"

അതിനുത്തരമുണ്ടായില്ല. അയാൾ പറഞ്ഞു:

"ഞാനിന്നും പഴേ പരീക്കുട്ടിതന്നയാ. കറത്തമ്മയ്ക്കു മറയ്ക്കാനൊണ്ടന്നും എനിക്കറിയാം."

നിസ്സഹായിനിയായി അവൾ പറഞ്ഞു.

"എനിക്കു കാണാൻ മേല."

എങ്ങനെയെന്നറിഞ്ഞുകൂട, ഒരു തന്റേടം പരീക്കുട്ടിക്കുണ്ടായി.

"അങ്ങനെ പറയരുത്. നമ്മള് ഇനീം കാണേണ്ടോരാ കറുത്തമ്മാ! നേർക്കുനേരെ കാണണം. മൊഖത്തോടു മൊഖം നോക്കിനിന്നു വർത്തമാനം പറയണം."

"അയ്യോ, വേണ്ട, വേണ്ട! കടലി പോയിരിക്കുവാ. കാറ്റും കോളുമൊള്ള കടലില്!"

വീണ്ടും നീണ്ട നിശ്ശബ്ദത!

"കറുത്തമ്മാ!"

ഗതികെട്ടവളെപ്പോലെ അവൾ വിളികേട്ടു:

"എന്തോ!"

"ഞാൻ നിന്റെ ആങ്ങളയാ."

"ആങ്ങളയോ?"

ആ ആഴമുള്ള ബന്ധത്തെ വിച്ഛേദിച്ചുകളയാതെ അതിന് ഒരു പുതിയ രൂപം നൽകി പേരിടാൻ കഴിഞ്ഞിരിക്കുന്നു. മരിക്കാൻ പോകുന്നവന് ഒരു പിടികിട്ടിയ ആശ്വാസം അവൾക്കുണ്ടായതുപോലെ തോന്നി. പരീക്കുട്ടി പറഞ്ഞു:

"അതെ, പെങ്ങളേ, ആങ്ങള. നിനിക്ക് ആങ്ങളയുണ്ടോ?"

"ഹില്ല."

"എന്നാൽ നിന്റെ ആങ്ങളയാ വിളിക്കുന്നത്. നിന്റെ അമ്മ പറഞ്ഞു നിന്നെ പെങ്ങളായിട്ടു ഞാൻ നോക്കണമെന്ന്."

"എന്റമ്മച്ചിയോ?"

"അതെ. കതകു തുറന്നേ. പറയട്ടെ."

കറുത്തമ്മ വിളക്കു കത്തിച്ച് കതകു തുറന്നു പുറത്തിറങ്ങി.

എങ്ങനെയാണ് ആ വലിയ വാർത്ത അറിയിക്കുന്നത്? പക്ഷേ, അത് അതിന്റെ ഏറ്റവും രൂക്ഷമായ രൂപത്തിൽ പുറത്തു വന്നു.

"കറുത്തമ്മാ, ചക്കിമരക്കാത്തി ചത്തുപോയി."

കറുത്തമ്മ അത്യുച്ചത്തിൽ നിലവിളിച്ചു. അയൽക്കാർ വന്നപ്പോഴേക്കും പരീക്കുട്ടി പൊയ്ക്കഴിഞ്ഞു.

അയൽക്കാരി പെണ്ണുങ്ങൾ ആശ്വസിപ്പിക്കാൻ ശ്രമിച്ചു. പക്ഷേ, അവർക്കുതന്നെയും ആ വാർത്ത വിശ്വാസ്യമായില്ല. ആ ഉത്ക്കടമായ ദുഃഖത്തിനിടയിലും ആരു പറഞ്ഞ് ആ വാർത്ത അറിഞ്ഞു എന്നവൾ പറയുന്നില്ല. അവൾ സ്വപ്നം കണ്ടതായിരിക്കുമെന്ന് പെണ്ണുങ്ങൾ വിധിച്ചു.

നേരം കുറച്ചധികം പുലർന്നപ്പോൾ, കണ്ണീർ കുറെയേറെ പോയിക്കഴിഞ്ഞപ്പോൾ ചില യുക്തികൾ അവളുടെ ഉള്ളിൽ കടന്നുകൂടി. അവൾതന്നെയും ആ വാർത്തയെ അവിശ്വസിച്ചു തുടങ്ങി. അതു നിരാശനായ കാമുകന്റെ ദ്രോഹബുദ്ധി ആകരുതോ? അമ്മ മരിച്ചെങ്കിൽ വാർത്ത അറിയിക്കാൻ ആൾ വരാതിരിക്കുമോ?

ഭർത്താവു കടലിൽ പോയിരിക്കുകയാണ്. തിരിച്ചു വരുമ്പോൾ ചോറു കൊടുക്കണം. ഒരു ഭാര്യയുടെ കർത്തവ്യബോധം അവളെ വീട്ടുജോലികളിലേക്കു തള്ളിവിട്ടു. ഒരു കണക്കിൽ അരിയും കറിയും അവൾ പതിവുപോലെ വച്ചു.

ഓരോ നിമിഷവും ആൾ വരുമെന്നു കറുത്തമ്മ പ്രതീക്ഷിച്ചു.

പതിവിൽ നേരത്തെ പളനി കരയ്ക്കിറങ്ങി. വാവിട്ടു കരഞ്ഞുകൊണ്ട് കറുത്തമ്മ പറഞ്ഞു:

"എന്റെ അമ്മ ചത്തുപോയി."

അത് അയാൾ കേട്ടതായി തോന്നിയില്ല. അന്നോളം കണ്ടിട്ടില്ലാത്ത ഒരു ഗൗരവം ആ മുഖത്തു കറുത്തമ്മ കണ്ടു. അവൾ കരയുകയാണ്:

"ഞാനാ എന്റമ്മാച്ചിയെ കൊന്നെ."

അശേഷം അനുകമ്പയില്ലാതെ അയാൾ ചോദിച്ചു:

"ആരു വന്നു പറഞ്ഞു?"

പെട്ടെന്ന് ഉത്തരമില്ലാതെ അവൾ കുഴഞ്ഞു. അയാൾ അവളെ സൂക്ഷിച്ചു നോക്കുന്നു.

"ആ കൊച്ചുമൊതലാളി."

"എന്നിട്ടയാളേന്ത്യേ?"

"പറഞ്ഞിട്ടു പിന്നെ കണ്ടില്ല."

എന്താണ് ആ ഗൗരവത്തിനു കാരണം? പരീക്കുട്ടി വന്നതാണോ? അതോ മരണം മുറപ്രകാരം അറിയിക്കാത്തതാണോ? പളനി ചോദിച്ചു:

" ആ മേത്തനെ നിന്റെ അച്ചൻ പറഞ്ഞയച്ചതാണോ?"

അതിനുത്തരം പറയാൻ കറുത്തമ്മയ്ക്കു കഴിയുമായിരുന്നില്ല. പളനി ചോദിച്ചു:

"ഇതറിയിക്കാന് മരക്കാപിള്ളാരെ ആ തൊറേല് കിട്ടത്തില്ലായിരുന്നോ?"

എങ്ങനെ അവൾ ഉത്തരം പറയും? തന്നെയുമല്ല, ആ അവസരത്തിലാണോ കീറിമുറിച്ചു മുറ പറയുന്നത്? പളനിയുടെ മനസ്സിൽ എന്തോ കടന്നുകൂടിയിട്ടുണ്ട്. എന്താണെന്ന് അവൾക്കറിഞ്ഞുകൂട. ഒന്നു മാത്രമേ അവൾക്കപ്പോൾ പറയുവാനുള്ളൂ.

"നമാക്കു പോകാം."

"എങ്ങാട്ട്?"

"നീർക്കുന്നാത്തിന്."

ചുണ്ടുകോട്ടി പളനി ഒന്നു മന്ദഹസിച്ചു. അതിന്റെ അർത്ഥം, പോകാൻ അയാൾ നിശ്ചയിച്ചിട്ടില്ല എന്നാണ്.

"എന്റെ പെറ്റമ്മയാണു ചത്തത്."

അതും പളനിയെ ഇളക്കിയില്ല. ഒരു മകനെപ്പോലെ പളനിയെ അമ്മ സ്നേഹിച്ചിരുന്നു എന്ന് കറുത്തമ്മ പറഞ്ഞു. അമ്മ ഒരു തെറ്റും ചെയ്തിട്ടില്ല. അവളാണു തെറ്റു ചെയ്തത്. എന്നു മാത്രമല്ല, അമ്മ പറഞ്ഞിട്ടാണ് അവൾ ഇറങ്ങിപ്പോന്നത്. അവൾ പറഞ്ഞു:

"കടലമ്മയാണെ, ഞാൻ പോരാനെക്കൊണ്ടു മടിച്ചപ്പം ഏന്റെ അമ്മാച്ചിയാ പോന്ന് പറഞ്ഞയച്ചെ. നമാക്കൊന്നു പാം."

അവൾ അയാളുടെ കാൽക്കൽ കെട്ടിപ്പിടിച്ചു കരഞ്ഞു. അയാൾ ഒരു ശിലാപ്രതിമപോലെ നിന്നു.

അമ്മെയന്നാൽ എങ്ങനെയിരിക്കുമെന്ന് പളനിയെ അറിയിച്ചതു ചക്കിയാണ്. ആ സ്ത്രീയാണു മരിച്ചത്. ആ മരണം പളനിയേയും സ്പർശിക്കാതിരിക്കുമോ? സ്പർശിച്ചായിരിക്കാം. അയാളുടെ ഉള്ളിന്റെ അടിത്തട്ടിൽനിന്നെന്നപോലെ അയാൾ പറഞ്ഞു:

"എന്നെ എല്ലാരുംകൂടെ കരക്കെറക്കുവാരുന്നു."

കറുത്തമ്മ ചോദിച്ചു:

"നീർക്കുന്നത്തിനു പോകാനേക്കൊണ്ടല്ല്യോ?"

"ഏന്നാ പറേഞ്ഞത്. പക്ഷേല് കാര്യമതല്ല."

"പിന്നെ?"

ഒരു ക്ഷണം കഴിഞ്ഞ് പളനി പറഞ്ഞു:

"അയ്യാളു വന്നതു കൊച്ചുനാഥൻചേട്ടൻ കണ്ടു. ആ പപ്പു കടപ്പറമെല്ലാം അവഖ്യാതി പറഞ്ഞുനടക്കുവാരുന്നു. അപ്പം —അപ്പം — "

അയാൾ തൊണ്ട അടഞ്ഞുനിർത്തി. ഒന്നു കനച്ചിറക്കിയിട്ട് അയാൾ തുടർന്നു:

"അവാരു കൊച്ചുങ്ങളൊള്ളോരാ. അതാ ഏന്നെ എറക്കിയെ."

കറുത്തമ്മയ്ക്ക് എല്ലാം മനസ്സിലായി. ആ അവസരത്തിൽ അതും സംഭവിച്ചു. ഒരു കാര്യമേ അവൾക്കു ചോദിക്കുവാനുള്ളൂ. ആ ചോദ്യം അവൾ ചോദിച്ചു:

"എന്നെ സംശയമൊണ്ടോ?"

ഉണ്ടെന്നോ ഇല്ലെന്നോ അയാൾക്കു പറയാൻ സാധിക്കുന്നില്ല.

"വന്നു പറഞ്ഞിട്ട് — പിന്നെ ആ മേത്തൻ കഴുവേറാനെക്കൊണ്ട് എങ്ങാ പോയി?"

"അയ്യാളെ കണ്ടില്ല."

"അയ്യാളെന്തിനാ ഇങ്ങാ കെട്ടി എടുത്തെ?"

എല്ലാം എല്ലാം പറയാനുള്ള അവസരമാണത്. ഒന്നും ഒളിക്കാതെ മുഴുവൻതന്നെയും പറയാമോ? പറയാം. പക്ഷേ, അതിനു വാക്കുകൾ കിട്ടുന്നില്ല. പളനി ചോദിച്ചു:

"അയ്യാളെന്നാ വന്നു പറഞ്ഞെ?"

"അമ്മ ചത്തുപോയെന്ന്."

ആ കൊച്ചുകുടുംബത്തിന്റെ ഭാവിയെ നിർണയിക്കുന്ന വേളയായിരുന്നത്.

ആ അവസരത്തിൽ കടലിൽ ആ കഥ പരത്തിപ്പറയുകയാണ്. കിഴവി ചത്തതു ശരിയായിരിക്കും. ചക്കി കിടപ്പിലായ വിവരം എല്ലാവർക്കുമറിയാം. അവൾ പിന്നീടെഴുന്നേല്ക്കുന്ന കാര്യം സംശയമാണെന്നുമറിയാമായിരുന്നു. പക്ഷേ, ആ മേത്തൻ മരണം പറയാൻ വരണമായിരുന്നോ?

കൊച്ചുനാഥൻ പറഞ്ഞു:

"അയ്യാക്ക് ഒരു പരിഭ്രമം. അതു ഞാൻ കണ്ടതാ."

പപ്പുവിനു കുറെക്കൂടി പറയുവാനുണ്ട്. നീർക്കുന്നത്തുകടപ്പുറത്ത് ആ മേത്തനും അവളുംകൂടി രാപകൽ ഓടിനടക്കുകയായിരുന്നത്രേ! പപ്പു പറഞ്ഞു:

"രാത്രീല് അയ്യാളു പാടും. അപ്പം അവളെറങ്ങിച്ചെല്ലും. അതല്യോ ഞാൻ കല്യാണത്തിനു വഴക്കൊണ്ടാക്കിയത്."

പപ്പു ഒന്നു ജയിച്ചുനില്ക്കുകയാണ്.

എല്ലാവർക്കും ഒരു കാര്യത്തിൽ ദുഃഖമുണ്ട്. പളനി പാവമാണ്. അവന് ഇങ്ങനെ ഒരുവളെയാണല്ലോ കിട്ടിയത്!

അപ്പോൾ വേറൊരാൾ ചോദിച്ചു:

"അപ്പഴ്, അവനെ എങ്ങനാ വള്ളത്തിക്കൊണ്ടുപോണെ?"

ആ ചോദ്യത്തിന്റെ പൊരുൾ എല്ലാവർക്കുമറിയാം. പളനിയുടെ വീടു ശുദ്ധമല്ല; ആ സ്ഥിതിക്ക് അവൻ വള്ളത്തിലുണ്ടെങ്കിൽ ഏതു സമയവും എന്തപകടവും സംഭവിക്കാം.

വേലായുധൻ ചൊടിച്ചു:

"അവാന്റെ വീടു ശുത്തമല്ലെന്നാരു പറഞ്ഞു?"

ആണ്ടിയും വേലായുധന്റെ വശം ചേർന്നു. അയാൾ ആ വിഷയം എടുത്തിട്ട കുമാരുവിനോടു ചോദിച്ചു:

"നിനക്കു തിട്ടമായിട്ടു പറയാമോ? ആർക്കാടാ വീടു ശുത്തമാണെന്നു തിട്ടം പറയാവുന്നെ?"

അത്രത്തോളം പോകാൻ ആരും തയ്യാറില്ല. വീടു ശുദ്ധമാണെന്നു വിശ്വസിക്കാം. എന്തെന്നാൽ ആർക്കും അപകടം സംഭവിക്കുന്നില്ല. പക്ഷേ, ഒരു പൊതുവായ സംശയമുണ്ട്. അന്ന്, പളനി നടുക്കടലിലേക്കു വള്ളം കൊണ്ടുപോയത് — അവന്റെ ബുദ്ധിക്കെന്തോ വികല്പമുള്ളതുകൊണ്ടല്ലേ? പപ്പു പറഞ്ഞുകൊണ്ടു നടക്കുന്ന കഥ മറ്റൊരു മനഃശല്യമാണ്. എന്തായാലും പെണ്ണു നല്ലവളാണെന്ന് ഒരഭിപ്രായവുമുണ്ട്.

കുമാരു ഒഴിച്ച് മറ്റെല്ലാവരും പളനിയുടെ വീടു ശുദ്ധമുള്ള താണെന്നു വിശ്വസിക്കാൻ ശ്രമിച്ചു. കുമാരുവിന് ഒരു ചോദ്യ മുണ്ട്; അതിനു വ്യക്തമായ ഉത്തരം പറയാൻ ആർക്കു കഴിയും?

"മരക്കാമ്മാരു മരണം പറയാൻ മേത്തമ്മാരെയാണോ അഴക്കുന്നെ? അതും വെളുപ്പാങ്കാലത്ത് അയ്യാളെന്തിനു വന്നു?"

ആകെക്കൂടി സംശയം. എല്ലാവർക്കും പളനിയോടു സഹ താപമാണ്.

പളനിയുടെ വീട്ടിൽ അനിശ്ചിതത്വം തുടരുന്നു. അമ്മയുടെ ശവശരീരം എങ്കിലും കാണാൻവേണ്ടി, അവസാനമായി ക്ഷമാ യാചനമെങ്കിലും ചെയ്യാൻവേണ്ടി പോകാമെന്ന് കറുത്തമ്മ അപേക്ഷിച്ചു. ഒരു ഭാര്യയുടെ അവകാശത്തോടെയല്ല! ദണ്ഡ പ്പെടുന്ന ഒരുവളുടെ ദുഃഖത്തിന്റെ പേരിൽ! അയാൾ മിണ്ടുന്നില്ല.

അവൾ ചോദിച്ചു.

"ഏന്നെ വിശ്വസീക്കൂന്നോണ്ടോ?"

അയാൾ പറഞ്ഞു:

"വിശ്വസീക്കാം പെണ്ണേ!"

പക്ഷേ, കുറെ കാര്യങ്ങൾ അയാൾക്കറിയുവാനുണ്ട്. അത് വിശ്വസിക്കാമെന്ന വാഗ്ദാനത്തിൽനിന്നും സ്പഷ്ടമായിരുന്നു. എന്തെല്ലാം പറയുവാനുണ്ടോ എല്ലാം പറയാൻ അവൾ തയ്യാറാ യിരുന്നു. ഒന്നുംതന്നെ അവൾ ഒളിക്കുകയില്ല. എന്നാൽ പറയു വാൻ അവൾക്ക് അപ്പോൾ കരുത്തില്ല; കഴിവില്ല. ആ അവസരം കറുത്തമ്മയ്ക്കു വലുതാണ്. പക്ഷേ, പളനിക്കതിന്റെ ഗൗരവം മനസ്സിലാവുകയില്ല. അവളുടെ അമ്മയുടെ മരണത്തിന്റെ എന്നല്ല, ഒരമ്മയുടെ മരണത്തിന്റേയും വലിപ്പം മനസ്സിലാക്കാൻ ഒരുപക്ഷേ അയാൾക്കു കഴിവില്ലായിരിക്കാം.

കറുത്തമ്മ നിസ്സഹായിനിയായി കരഞ്ഞു. ഒരു പോംവഴി അവളുടെ മനസ്സിലുദിച്ചു. തന്നത്താൻ പോകാൻ അവളെ അനു വദിക്കുക: അന്നു തന്നെ അവൾ തിരിച്ചുവരും. ആ നിർദ്ദേശ ത്തിനും വ്യക്തമായ ഒരു മറുപടി അയാൾ നൽകിയില്ല. ഭർത്താ വിനെ ധിക്കരിച്ചിട്ടുപോയാലെന്തെന്ന് അവൾ ഓർത്തു. ഇനി ഒരിക്കലും തിരിച്ചുവരണ്ട എന്നാണതിന്റെ അർത്ഥം.

ഇല്ല, അതിനവൾ തയ്യാറില്ല. അവൾ ഒരു മരയ്ക്കാത്തിയായി പിറന്നു; അങ്ങനെതന്നെ മരിക്കും. അതായിരുന്നു അന്തരിച്ചു പോയ അവളുടെ അമ്മയുടെ ആഗ്രഹം. ഈ കാലിൽ കെട്ടിപ്പി ടിച്ചുകിടന്ന് അവൾ മരിച്ചുകൊള്ളാം. ഒരാളിനെ അയച്ച് അമ്മ യുടെ മരണവാർത്ത അറിയിക്കാൻപോലും കരുണയില്ലാത്ത

അച്ഛൻ അവളെ സ്വീകരിക്കുമെന്നു വിചാരിക്കാൻ ന്യായമില്ല. അത് അവകാശപ്പെടാനും അധികാരമില്ല. അച്ഛനെ ധിക്കരിച്ച് എന്നെന്നേക്കുമായി വീടുപേക്ഷിച്ച് ഒരു പുരുഷന്റെ പിന്നാലെ അവൾ പോന്നതാണ്. ഈ കൊച്ചുകുടിലിൽതന്നെ കിടന്നു ജീവിതമവസാനിപ്പിച്ചുകൊള്ളാം.

പഞ്ചമിയെക്കുറിച്ച് കറുത്തമ്മ ഓർത്തു. അവളുടെ 'ഇച്ചേച്ചിയേ' എന്ന ദീനദീനമായ വിളി കേൾക്കുന്നതായി കറുത്തമ്മയ്ക്കു തോന്നി. കടപ്പുറത്തെ ഉപ്പുരസം കലർന്ന മണ്ണുതുരന്ന് അതിനുള്ളിലേക്ക് അമ്മയെ വയ്ക്കുമ്പോൾ അവൾ മറ്റൊരു ആശ്രയമില്ലാതെ കരയുകയാണ്. അവൾ ഇനി തനിച്ച് ആ വീട്ടിൽ കഴിയണം!

ആ കടപ്പുറത്ത് ഇനിയും പരീക്കുട്ടിമാർ കാണും!

ദൂരെയെങ്ങോ നോക്കി നിശ്ശബ്ദനായി ഇരിക്കുന്ന പളനിയുടെ മനസ്സമാധാനവും തകർന്നുകഴിഞ്ഞു. ക്ലേശമേതുമില്ലാതെ കഴിഞ്ഞവനാണ് അയാൾ. അയാൾക്കു വീണിടം വിഷ്ണുലോകമായിരുന്നു.

കറുത്തമ്മ അയാളുടെ അടുത്തുചെന്നു ചോദിച്ചു:

"ചോറു തിന്നണ്ടയോ?"

അവൾ പറഞ്ഞു:

"എനിക്കു വെശപ്പില്ല."

"അതെന്താ?"

അയാൾ ചോദിച്ചു:

"ആ മേത്തനെന്തിനാ വന്നെ?"

കറുത്തമ്മ അവളുടെ സത്യം പറഞ്ഞു:

"എന്തിനാന്നു ചോതീച്ചാല് — ഏന്നെ നശീപ്പീക്കാന്, അല്ലാതേന്തിനാ?"

ആ പ്രശ്നത്തെ നേരിടുകയാണവൾ. അതിനുള്ള കരുത്തു കറുത്തമ്മയ്ക്കുണ്ട്. പളനിക്കും തന്റേടമുണ്ട്. അയാൾ ചോദിച്ചു:

"അയ്യാളാരാ കറത്തമ്മാ?"

മുഴുവൻ അർത്ഥവും ഗ്രഹിച്ചുകൊണ്ട്, എല്ലാം പറയുവാനൊരുക്കമായിട്ട് അവളിരുന്നു. ഏതുവിധം ആ കഥ പറയണമെന്നേ സംശയമുള്ളു. എങ്ങനെ ആരംഭിച്ചാലും അവൾക്കൊന്നുമില്ല. എല്ലാം പറയാമെങ്കിൽ എങ്ങനെ ആരംഭിച്ചാലെന്ത്?

"ഞങ്ങാ കൊച്ചുംനാളുമുതല് കടാപ്പറത്തു കളീച്ചു നടന്നതാ."

എന്നിട്ട് ആ കഥ അവൾ പറയാൻ തുടങ്ങി. യാതൊരു ക്ഷോഭവും സ്തോഭവും കൂടാതെ പളനി കേട്ടുകൊണ്ടിരുന്നു. അത് അത്രമാത്രം ഗൗരവമുള്ള കഥയൊന്നുമല്ലേ? ആ ഇരുപ്പ് അവളെ നന്നേ പേടിപ്പിച്ചു. കുറെ പറഞ്ഞുതീർന്നപ്പോൾ അവൾ ചോദിച്ചു:

"ഞാമ്പറേന്നതു വീശാസമല്ല്യോ?"

വിശ്വസിക്കുന്നു എന്ന് പളനി പറഞ്ഞു. ഒരുവൾ അവളുടെ പ്രേമകഥ ഭർത്താവിനോടു പറയുകയാണ്. അതിൽ അവിശ്വസിക്കാവുന്ന ഒരു ഘട്ടവും ഇല്ല. അവൾ അവളെത്തന്നെ കറുത്ത ചായത്തിൽ ചിത്രീകരിക്കുകയല്ലേ?

പിന്നീട് അവൾക്ക് ആ നിലയിൽ കഥ തുടരാൻ വയ്യ. കഥാകഥനത്തിന് ആ ഒഴുക്കില്ല. അവളുടെ ജീവിതം പതിനെട്ടാം വയസ്സിൽ കടന്നിരിക്കുകയാണ്.

കറുത്തമ്മ ആ പണത്തിന്റെ കഥ പറഞ്ഞില്ല. പാട്ടിന്റെ കഥ പറഞ്ഞില്ല. അവസാനമായി യാത്ര പറഞ്ഞ കഥ പറഞ്ഞില്ല. മറ്റെല്ലാം പറഞ്ഞു. അവൾ കുറെ ഒളിച്ചു എന്ന് പളനിക്കു തോന്നിക്കാണുമോ എന്തോ! അതറിഞ്ഞുകൂടാ.

അവൾ പറഞ്ഞു:

"എനിക്കൊരാങ്ങളയില്ല. എന്റെ ആങ്ങളയാ അയാള്."

അത് ഏശിയെന്നു തോന്നിയില്ല.

എല്ലാം കേട്ടുകഴിഞ്ഞ് പളനി ചോദിച്ചു:

"അപ്പം നീർക്കുന്നത്തുകടപ്പറത്തുനിന്നു പറഞ്ഞയച്ചതാണെന്ന് എല്ലാരും പറേന്നത് ഒള്ളതാ, അല്ല്യോ!"

അതിന് ആ ഭാര്യയ്ക്ക് ഒരുത്തരമേ പറയാനുണ്ടായിരുന്നുള്ളൂ. എന്നെന്നും ആ കടപ്പുറത്തിനു ചേർന്ന ഒരു മരയ്ക്കാത്തിയായി അവൾ കഴിച്ചുകൊള്ളാം.

പതിനഞ്ച്

കറുത്തമ്മ പറഞ്ഞിട്ടുള്ളതെല്ലാം അവളുടെ സത്യമായിരുന്നു. അതെല്ലാം അയാൾ വിശ്വസിച്ചെങ്കിൽതന്നെയും അയാളുടെ ആവേശത്തിൽ ഏറ്റ വലിയ ഒരു ആഘാതമായിരുന്നത്. പളനി ചിന്താശീലനായിരുന്നു. അയാൾ നിരുന്മേഷനായി. പപ്പുവിനോടു നേരിട്ടെതിർക്കുവാൻ കഴിയുമോ? അവൾ സുചരിതയാണ്; അയാൾ വിശ്വസിക്കുന്നുതാനും. എങ്കിൽതന്നെയും

കടപ്പുറത്തിനു കൊള്ളാത്തവളെന്നു പപ്പു മുഖത്തു നോക്കി പറഞ്ഞാൽ—അതിനെ എങ്ങനെ എതിർക്കും? അയാൾ അവളെ അച്ഛന്റെ കാല്ക്കൽനിന്നും ബലമായി പിടിച്ചുകൊണ്ടു വന്ന താണ്. അവളെ കൈവെടിയാനും അരയന്റെ ധർമ്മബുദ്ധി അനുവദിക്കുന്നില്ല. അവളെ ഉപേക്ഷിച്ചാൽപിന്നെ അവൾ എവിടെ പോകും?

അവൾ എല്ലാം തുറന്നുപറഞ്ഞു. അത് അവൾ വിശ്വസി ക്കുന്നു. തെറ്റുകാരിയായ അവൾ എന്നെന്നും കണ്ണീരോടെ പ്രതിജ്ഞ ചെയ്യുന്നുണ്ട്. കഴിഞ്ഞ കഥകൾ മറക്കുക. തീർച്ച യായും അവൾ മേലിൽ സുചരിതയായിരിക്കും. ആ കാര്യത്തിൽ പളനിക്കു സംശയമില്ല.

ആവേശത്തോടെ അവൾക്ക് ഒരുമ്മകൊടുക്കാൻ അയാൾ ക്കു വയ്യ. അയാളുടെ ആലിംഗനം മുറുകുന്നില്ല. കണ്ണീരോടുകൂടി ഇരട്ടിച്ച ആവേശത്തോടെ അവൾ എന്തൊക്കെയോ പുലമ്പും. അവൾ അയാളെ അള്ളിപ്പിടിക്കുകയാണ്. പിടിവിട്ടുപോയി എന്ന ഭീതിയോടെ, വീണ്ടുമെങ്ങനെ കരസ്ഥമാക്കണമെന്നറി യാതെ പിടിക്കുകയാണ്. പക്ഷേ, എപ്പോഴും പിടി വഴുതിപ്പോകു മെന്നാണു തോന്നൽ. എന്നെ വിശ്വസിക്കുന്നില്ലേ എന്നല്ലാതെ എന്നെ സ്നേഹിക്കുന്നില്ലേ എന്ന് അവൾക്കു ചോദിക്കാൻ വയ്യ. അതിനുള്ള അവകാശം നഷ്ടപ്പെട്ടതായിരിക്കാം.

ആരോടുമൊരിക്കലും വഴക്കുകൂടിയിട്ടില്ലാത്ത പളനി ചില വഴക്കുകളെല്ലാമുണ്ടാക്കി. ഒരിക്കൽ പപ്പു അയാളുടെ മുഖത്തു നോക്കി ചില കഥകൾ പറഞ്ഞു. ആ കഥകളെല്ലാം പളനി കറു ത്തമ്മ പറഞ്ഞുതന്നെ കേട്ടിട്ടുള്ളതാണ്. എന്നാലും അതു വേറൊരാൾ പറഞ്ഞുകേൾക്കുമ്പോൾ സഹിക്കാനൊക്കുമോ? അവർ തമ്മിൽ ഉന്തും തള്ളുമായി. പളനി പപ്പുവിനെ അടിച്ചു.

പക്ഷേ, ആ വഴക്കങ്ങനെ അവസാനിച്ചില്ല. ആ തുറയിലെ ഒരു വലിയ കുടുംബത്തിൽ പെട്ടതാണ് പപ്പു. അയാളുടെ കുടുംബക്കാരായി വളരെപ്പേരുണ്ട്. അതു പപ്പുവിനോടു ചെയ്ത തെറ്റായല്ല വന്നത്. തെങ്ങുംകൂട്ടത്തിലെ അരയനെ തല്ലാൻ പളനി ആളായോ എന്നാണു ചോദ്യം.

കറുത്തമ്മയുടെ വീടിനെ ചൊല്ലിയുള്ള പരിപാടിയും അങ്ങനെ അലസി. അന്നെങ്ങും കടലിൽ പെയ്ത്തുമില്ല. ജോലി ക്കു പോകുന്ന കാര്യത്തിൽ പളനിക്ക് ഉത്സാഹവുമില്ല. സർവ്വോ പരി ഓരോ ദിവസവും എന്തു പങ്കുകിട്ടി എന്നു ചോദിക്കാൻ കറുത്തമ്മയ്ക്കു ധൈര്യമില്ല.

അവളെ ഉടുത്തൊരുക്കി മണ്ണാർശാലയ്ക്കു കൊണ്ടുപോകേണ്ടേ? ആ വീട് ഒരു മുറിയും ഒരടുക്കളയുമുള്ള ഒന്നാകണ്ടേ? ഒരരകല്ലുണ്ടായി. പക്ഷേ, ഇനിയും എന്തെല്ലാംകൂടി ഉണ്ടാകേണ്ടിയിരിക്കുന്നു! വള്ളത്തിന്റെയും വലയുടെയും കാര്യം പോകട്ടെ; അതൊരു നീണ്ട പരിപാടിയാണ്. നടന്നെന്നും വരാം ഇല്ലെന്നും വരാം. അന്നന്നത്തെ കാര്യങ്ങൾതന്നെ പരുങ്ങലിലാണ്. അന്നന്നത്തെ അരിതന്നെ കുഴയുന്നു. അവൾക്ക് ഒരു തുണിയും ജമ്പറുംകൂടി വേണം. പളനിക്ക് ഒരു കൈലിയേയുള്ളൂ. ഒരു ദിവസം കറുത്തമ്മ ചോദിച്ചു:

"ഞാന് നാളെമൊതലു കെഴക്കോട്ടു കച്ചോടത്തിനു പോട്ടെ."

പെട്ടെന്ന് പളനി ഉത്തരം പറഞ്ഞില്ല. അതിനെക്കുറിച്ച് ആലോചിക്കാനുണ്ടോ? എന്നാലും പറഞ്ഞില്ല. അതുകൊണ്ടുള്ള പ്രയോജനത്തെക്കുറിച്ച് അവൾ പറഞ്ഞു. അനുവദിക്കുന്നെങ്കിൽ മാത്രമേ അവൾ പോകുന്നുള്ളു. അയാൾ പറഞ്ഞു:

"എന്നാല് പോ."

രണ്ടു ദിവസങ്ങൾകൊണ്ട് അവൾ ഒരു കുട്ട വാങ്ങിച്ചു. അടുത്ത നാളിൽ വള്ളം കടപ്പുറത്തടുത്തപ്പോൾ കറുത്തമ്മ കിഴക്കോട്ടു കച്ചവടത്തിനു തയ്യാറായി കടപ്പുറത്തെത്തി.

കല്യാണത്തിന്റെ പുതുമ കഴിഞ്ഞിട്ടില്ല; അതിനു മുമ്പു കടപ്പുറത്തു ചെന്നിരിക്കുന്നു. കൊച്ചുപെണ്ണു ചോദിച്ചു:

"ഏന്തു കാര്യത്തിനാ പേണ്ണേ! നീയീ തൊഴിലീനു വന്നത്?"

"ഞാനും ഈ കടാപ്പറത്തെ ഒരു മരക്കാത്തിയാ."

എന്നാലും അന്ന് അതൊരു സംസാരവിഷയമായി. അതിനെക്കുറിച്ചും രണ്ടഭിപ്രായമുണ്ടായിരുന്നു.

കറുത്തമ്മയ്ക്കു പരിചയമുള്ള ഒരു ജോലിയല്ല അത്. അങ്ങനെ ഒന്നിനു പോകേണ്ടിവരുമെന്ന് അവൾ വിചാരിച്ചിരുന്നോ? എന്തോ! അവളുടെ അമ്മ അതു ചെയ്തു. പക്ഷേ, ചക്കി തന്റെ മകളും ഭാരമുള്ള ആ കുട്ടയും തലയിൽ വച്ചു മീൻ വെള്ളവും ഒലിപ്പിച്ചു പോകേണ്ടിവരുമെന്ന് ഓർത്തിരിക്കുമോ? കറുത്തമ്മയുടെ പരിപാടിയിലും അങ്ങനെ പത്തു ചക്രം ഉണ്ടാക്കാനുള്ള വ്യവസ്ഥയുണ്ടായിരുന്നോ? എന്തോ! വള്ളമടുത്തപ്പോൾ മറ്റു പെണ്ണുങ്ങളുടെ കൂടെ അവളും കൂടി. ഒരു കച്ചവടക്കാരൻ ഒരു വള്ളത്തിലെ ചരക്കു മൊത്തമെടുത്തു. കറുത്തമ്മയും നാലഞ്ചു പെണ്ണുങ്ങളുംകൂടി അതു മൊത്തമായി വാങ്ങിച്ചു.

മറ്റു പെണ്ണുങ്ങളെല്ലാം അവളേക്കാൾ മുമ്പേ ഓടി. അവർ ക്കതു നിത്യപരിചയമാണ്. ആ വൻഭാരവും തലയിൽ കയറ്റി ഓടാൻ അവൾക്കു വയ്യ. ഏറ്റവും പിന്നാലെ പോയത് അവ ളാണ്. ചിലപ്പോൾ മൂന്നുനാലു മൈൽ ദൂരം കിഴക്കോട്ടു പോകേണ്ടിവരും. സ്ഥലങ്ങളെയോ ആളുകളെയോ അവൾക്കു പരിചയവുമില്ല.

കുടിയിടകളിൽ മറ്റു പെണ്ണുങ്ങൾ കയറിയിറങ്ങിക്കഴിഞ്ഞു. പുതിയ വഴി കയറാൻ അവൾക്കറിഞ്ഞുകൂട. എല്ലാ വീട്ടുവാതി ല്ക്കലുംനിന്ന് അവൾ വിളിച്ചു ചോദിച്ചു. ചിലടത്തെല്ലാം വാങ്ങി ക്കഴിഞ്ഞു. അവർക്കു വേണ്ട. മറ്റു ചിലടത്തുനിന്നും എന്തു മീനാണെന്നു ചോദിച്ചു. പൊടിമീനോട് ആർക്കും കൗതുകമില്ല. വേറെ ചിലടത്തു വില ചേർന്നില്ല. വളരെദൂരം ചുമന്നു നട ന്നിട്ടും ഒറ്റക്കാശു വിറ്റില്ല. നഷ്ടം വിറ്റഴിച്ചാൽ മതിയെന്നായി. ചുമന്നു തിരിച്ചു കൊണ്ടുപോകുന്നതെങ്ങനെ? അങ്ങനെ നഷ്ട പ്പെട്ടു കച്ചവടം ചെയ്തിട്ട് അവൾ ക്ഷീണിച്ചു വിവശയായി തിരിച്ചു വന്നു. അന്ന് ഒരു ജയം കിട്ടി. കുറെ വീടുകളിൽ സ്ഥിര മായ കച്ചവടത്തിന് ഏർപ്പാടായി.

പളനി ഒരു ബീഡിയും വലിച്ചുകൊണ്ട് ഇരിക്കുകയാണ്. അവൾ തളർന്നു ക്ഷീണിച്ചിരുന്നു; മുഖം വാടി വരണ്ടും. സത്യ ത്തിൽ അവൾക്കു നടക്കാൻ വയ്യായിരുന്നു. ആ ക്ഷീണം കണ്ടു മനസ്സലിഞ്ഞ് അയാൾ എന്തെങ്കിലും ചോദിക്കുമെന്ന് അവൾ വിചാരിച്ചു. അങ്ങനെ ഒരു ചോദ്യം അവളുടെ അവകാശമല്ലേ? വേണ്ട, അതില്ലെങ്കിൽ പോകട്ടെ. ഒരു പുതിയ സംരംഭത്തിൽ അവൾ ഇറങ്ങിയിരിക്കുകയാണ്. അന്ന് എന്തുകിട്ടി എന്നെങ്കിലും അയാൾ ഒന്നു ചോദിക്കണ്ടേ? അയാൾക്കുവേണ്ടിക്കൂടിയല്ലേ അവൾ പോയത്? പളനി ഒന്നും ചോദിച്ചില്ല. അവൾ അവിടെ ത്തന്നെ ഉണ്ടായിരുന്നതുപോലെ അയാൾ ഇരുന്നു. ആ പെരു മാറ്റത്തിൽ എതിർക്കുവാൻ, വേണ്ട, പരിഭവിക്കുവാൻ അവൾക്ക വകാശമുണ്ടോ? ഇല്ല. എന്തവകാശമാണ് അവൾക്കുള്ളത്? യാതൊന്നുമില്ല.

എന്നാലും അവൾ ഭാര്യയാണ്. അവകാശങ്ങളില്ലെങ്കിലും കർത്തവ്യങ്ങൾ ഉള്ളവളാണ്.

അവൾ ചോദിച്ചു:

"ചോറു തിന്നാ?"

അയാൾ പറഞ്ഞു:

"തിന്നു."

കുളി കഴിഞ്ഞപ്പോൾ അവൾക്ക് ഈറൻമാറാൻ മുണ്ടില്ല. അവൾ നനഞ്ഞതുതന്നെ ഉടുത്തു.

അയാൾ ചോദിക്കാതെതന്നെ അന്നു കച്ചവടത്തിനു പോയ വിശേഷങ്ങൾ അവൾ വിവരിച്ചു. നഷ്ടമായിരുന്നെങ്കിലും അടുത്തനാൾ കച്ചവടത്തിനുള്ള സൗകര്യങ്ങൾ കിട്ടിയിട്ടുണ്ട്. ഒരു കാര്യത്തിനുകൂടി അവൾക്കനുവാദം വേണം. കമ്പാവല വലിക്കാൻ പോകാൻ. ഏതെങ്കിലും ഒരു കമ്പാവലക്കാരനുമായി അവളെ കൂട്ടി ഏർപ്പെടുത്തണം. അയാൾ പറഞ്ഞു:

"എന്നെക്കൊണ്ടതൊന്നും വയ്യ."

പിറ്റേന്ന് അയില ഉണ്ടായി. കറുത്തമ്മ ഉള്ള കാശിന് അയിലയും വാങ്ങി. തലേന്നാളത്തെപ്പോലെ എല്ലാ പെണ്ണുങ്ങളുടേയും പിന്നാലെയാണു പോയത്. ഏർപ്പാടു ചെയ്തിരുന്ന വീട്ടുകാർ കുറെ കാത്തിരുന്നു. അണയ്ക്കു രണ്ടു വിലവച്ചു വിറ്റാണു മറ്റു പെണ്ണുങ്ങൾ പോയത്. കറുത്തമ്മ രണ്ടണയ്ക്ക് അഞ്ചുവച്ചു വിറ്റു. ലാഭം കുറഞ്ഞെങ്കിലും കുറെ വീടുകളിൽ സ്ഥിരം കച്ചവടം കിട്ടി. പിറ്റേന്നും ചെല്ലണമെന്നവർ പറഞ്ഞു. ആ പുതിയ മരയ്ക്കാത്തി നല്ലവളാണ്.

രണ്ടുനാലു ദിവസങ്ങൾ കഴിഞ്ഞപ്പോൾ കടപ്പുറത്ത് ഒരു വലിയ വഴക്ക്. കിഴക്കോട്ടു കച്ചവടക്കാരികൾ എല്ലാവരും ഒറ്റക്കെട്ടായിനിന്ന് കറുത്തമ്മയെ ചീത്ത പറയുകയാണ്. ഒരുവളോടുപോലും നേരിടാൻ അപ്പോൾ കറുത്തമ്മയുടെ നാക്കിനു നീളം പോര. പിന്നല്ലേ, അഞ്ചാറു പേരോട്! അവൾ നിന്നു കരഞ്ഞുപോയി. ഒരുവൾ അരിശംമൂത്തു പറഞ്ഞു:

"ആങ്ങേങ്ങാണ്ടോ കടപ്പറത്തു കണ്ട മേത്തനേം പിടിച്ചു കേടന്നോള്. അവാളു കടപ്പറം മുടിക്കാനേക്കോണ്ടുവന്നിരിക്കുവാ."

അപ്പോൾ മറ്റൊരുവൾ പറഞ്ഞു:

"അവാക്കു കച്ചോടം കീട്ടും. എല്ലാം വീട്ടിലേം ആണുങ്ങാ പറയും അവാളോടു മേടീക്കാൻ. അവാളങ്ങനൊരൂ ശിങ്കാരിയാ."

അങ്ങനെ കറുത്തമ്മയുടെ മുഖത്തു നോക്കിയും ആളുകൾ പറഞ്ഞു.

അവളുടെ കണ്ണിൽ ഇരുട്ടു കയറി. ചെവി കൊട്ടിയടച്ചു. അവൾ കരഞ്ഞുകൊണ്ട് വീട്ടിലേക്കു പോയി. അവൾക്കനുകൂലമായി പറയാൻ ഒരു ജീവി ഈ ലോകത്തിലില്ല. അവളുടെ സത്യം അറിയപ്പെട്ടിട്ടില്ല. അപ്പോൾ മറ്റു മരയ്ക്കാത്തികളെപ്പോലെ ജോലിചെയ്തു ജീവിക്കാനും അവൾക്കവകാശമില്ല.

കടലിൽനിന്നും മടങ്ങിവന്ന പളനി അന്നവൾ കച്ചവടത്തിനു പോയില്ലേ എന്നു ചോദിച്ചില്ല. അവളെ ഒന്നു സൂക്ഷിച്ചു നോക്കുക മാത്രം ചെയ്തു. കരഞ്ഞ മുഖം അയാൾക്കു പുത്തരിയല്ല. ആ നിലയിൽ മാത്രമാണ് അയാൾ മുഖം കാണുന്നത്. പക്ഷേ, അന്ന് ഒന്നുകൂടി വാടിയിട്ടുണ്ട്. അതിനു കാരണം അയാൾ ആരാഞ്ഞു. ഒന്നുമില്ലെന്ന് ഒഴുക്കൻ മറുപടി അവൾ പറഞ്ഞു. അങ്ങനെയല്ലേ അവൾക്കു പറയുവാനൊക്കൂ. ആ കഥ മുഴുവൻ വിവരിക്കാവുന്നതാണോ?

അപ്പോൾ തൃക്കുന്നപ്പുഴ കടപ്പുറത്തുള്ള പെണ്ണുങ്ങൾക്കാർക്കും ഇന്നോളം ഒരു തെറ്റുമുണ്ടായിട്ടില്ലേ? നീർക്കുന്നത്തു പരസ്പരം വഴക്കു പറയുമ്പോൾ ഓരോരുത്തരും മറ്റുള്ളവരെക്കുറിച്ച് ഓരോ കഥ പറയും. എല്ലാവർക്കും എന്തൊക്കെയോ കഥകളുണ്ട്. അങ്ങനെ തോന്നിപ്പോകും. ഇവിടെ ആരെക്കുറിച്ചും ഒന്നും അറിഞ്ഞുകൂട. അറിയാമായിരുന്നെങ്കിൽ അവളും കുറെ കഥകൾ വിളമ്പുമായിരുന്നു. എന്തുകൊണ്ട് അവൾക്കും വയ്യ? കറുത്തമ്മ എന്തപരാധം ചെയ്തു?

ആൺപിള്ളരും പെൺപിള്ളരും ഒരുമിച്ച് ഈ കടപ്പുറത്തും കളിച്ചുനടക്കുന്നില്ലേ? കക്കാ പെറുക്കിയും മണൽക്കൂനയിൽ തുരങ്കം വച്ചും ഊപ്പ പെറുക്കിയും ആൺപിള്ളരും പെൺപിള്ളരും കളിച്ചുനടക്കുന്നതു കണ്ടിട്ടുണ്ട്. ഈ പെണ്ണുങ്ങളും പിള്ളരായി കടപ്പുറത്തു വളർന്നവരാണ്. എങ്ങനെ അവരുടെ കഥകൾ സംഭരിക്കാം എന്ന ഒരു ദുർബുദ്ധി കറുത്തമ്മയ്ക്കു തോന്നി.

ഈ കടപ്പുറത്തെ കാറ്റിൽ വല്ല പഴയ സ്ത്രീയുടേയും പ്രേമകഥ അടങ്ങിയിട്ടുണ്ടോ? അപരാധിനിയായ മുക്കുവത്തിയുടെ ആത്മാവു ചന്ദ്രികയുള്ള രാത്രിയിൽ പറന്നു നടക്കുന്നുണ്ടോ? അങ്ങനെ ഒരു പാട്ട് ആരും പാടി കേൾക്കുന്നില്ല.

കറുത്തമ്മ കിഴക്കോട്ടു കച്ചവടം നിറുത്തി. എന്നാൽ മറ്റൊരു വ്യവസായം ആരംഭിച്ചു. കടപ്പുറത്തുനിന്നും മീൻ വാങ്ങിച്ച് ഉപ്പിട്ട് ഉണക്കി ശേഖരിക്കുക. മീനില്ലാത്ത കാലത്ത് അതിനു നല്ല വില കിട്ടിയേക്കും. അല്ലെങ്കിൽ കൂടക്കാർക്കു വില്ക്കാം.

അങ്ങനെ കറുത്തമ്മ അവിടെ സ്വന്തമായ ഒരു ജീവിതം കരുപ്പിടിക്കാൻ തുടങ്ങി. യഥാർത്ഥത്തിൽ അങ്ങനെ ഒന്ന് എന്നും അവൾക്ക് ഉണ്ടായിരുന്നതല്ലേ? ആരോടും പറയാൻ പാടില്ലാത്ത ഒരു ആന്തരികജീവിതം! തന്നത്താൻ അവൾ അത

നുഭവിച്ചു. അവൾ അവിടെയും ഒരു കൂട്ടുകാരിയെ സമ്പാദിച്ചില്ല. മറ്റൊരാളോടു മിണ്ടാതെതന്നെയും അവളുടെ ദിവസങ്ങൾ കഴിഞ്ഞിട്ടുണ്ട്.

അങ്ങനെതന്നെ പളനിക്കും. അയാൾ എന്നും ജോലിക്കു പോകും. അയാളുടെ പ്രസരിപ്പും ഉത്സാഹവും പോയി. അയാൾക്കു കൂട്ടുകാരുണ്ടായിരുന്നതാണ്. അതെല്ലാം അയാൾ വർജ്ജിച്ചതുപോലെ തോന്നി.

കറുത്തമ്മയുടെയും പളനിയുടെയും ജീവിതം ആവിധം ഒരു നിരപ്പിലിറങ്ങി. ആദ്യകാലത്തെ ആവേശം പോയി. സ്വാഭാവികമായി അതു തണുത്തു. ജീവിതം നിരപ്പിലെത്തിയതായിരുന്നെങ്കിൽ ഒരുപക്ഷേ, അതു ജീവിതത്തെ സാരമായി സ്പർശിക്കുമായിരുന്നില്ല. ഇതങ്ങനെയാണോ? ആളിക്കത്തിയ ആവേശം പെട്ടെന്ന് ഒരുനിമിഷംകൊണ്ടു തണുത്തതാണ്. മുഴുവൻ കരുത്തുമെടുത്തു ചെയ്ത ആലിംഗനത്തിന്റെ മദ്ധ്യത്തിൽ ഒരു നിമിഷംകൊണ്ട് ഉറങ്ങിപ്പോയതാണ്. ജീവിതത്തെ ഉടനീളം ആസ്പദമാക്കി രൂപംകൊടുത്തുവന്ന പദ്ധതികൾ പെട്ടെന്നു തകർന്നുപോയി. പിന്നീടും അവർ എങ്ങനെ ഭാര്യാഭർത്താക്കന്മാരായി കഴിയുന്നു എന്നു ചോദിച്ചാൽ —ചൂടില്ലാത്ത ഭാര്യാഭർത്തൃബന്ധം ലോകത്തിലില്ലേ?

കറുത്തമ്മ സംതൃപ്തയാണോ? ആയിരിക്കാം. പളനിയോ? അയാളും സംതൃപ്തനായിരിക്കാം. കടപ്പുറത്ത് കറുത്തമ്മ സംസാരവിഷയമായപ്പോൾ പളനിയും സംസാരവിഷയമായി. അയാൾ നടന്നുപോകുമ്പോൾ, പിന്നിൽനിന്ന് ആളുകൾ എന്തോ കുശുകുശുക്കും. അങ്ങനെ നടന്നില്ലെങ്കിലും അയാൾക്കു സംശയമാണ്.

നാലഞ്ചു മാസങ്ങൾക്കുമുമ്പ്, സാമൂഹ്യജീവിതത്തോട് ദൃഢതരമായ യാതൊരു ബന്ധവുമില്ലാതെ ആ കടപ്പുറത്തു കഴിഞ്ഞ കാലത്ത് അയാളെ കാണുമ്പോൾ ആരും പ്രകാശമുള്ള ഒരു ചിരിയോടെ എന്തെങ്കിലും കുശലം ചോദിക്കുമായിരുന്നു. നല്ലവനെന്ന പേരും അയാൾ സമ്പാദിച്ചിരുന്നു. ഇന്ന് അയാൾ നടന്നടുക്കുമ്പോൾ, ഏവർക്കും എന്തോ അടക്കംപറയാനുണ്ട്. എന്തൊരു മാറ്റമാണ്! ആരോടും പളനി ഒരു തെറ്റും ചെയ്തിട്ടില്ല. ആ വിദഗ്ദ്ധനായ അമരക്കാരന്റെ കൈയിലേക്ക്, അന്നു പേപിടിച്ചപോലെ പുറങ്കടലിലേക്കു വള്ളം ഓടിച്ചതിനുശേഷം നയ്മ്പു കൊടുത്തിട്ടില്ല.

എല്ലാവർക്കും പേടിയാണ്. അയാളുടെ വള്ളക്കാർക്കു മാത്രമല്ല, എല്ലാവർക്കും. അയാൾക്കു പിശാചിന്റെ ആവേശമുണ്ടെന്നായിരിക്കാം വിശ്വാസം; അല്ലെങ്കിൽ, കറുത്തമ്മ കടപ്പുറം നശിപ്പിക്കുന്നവളാണ്, അവളുടെ മരയ്ക്കാന്റെകൂടെ വള്ളത്തിൽ പോകരുതെന്ന് എല്ലാ അരയത്തികളും പേടിപ്പിച്ചിരിക്കാം. പരമ്പരയാ കിട്ടിവന്ന വിശ്വാസങ്ങൾ അതാണ്.

പാവപ്പെട്ട കറുത്തമ്മയ്ക്കുവേണ്ടി ഒരു വാചകം പറയാൻ ഒരൊറ്റ ജീവി ആ നാട്ടിലില്ല. അതുപോലെതന്നെ ആരുമോരുമില്ലാത്ത പളനിയെക്കുറിച്ചും. ആർക്കും എന്തും അവരെക്കുറിച്ചു ദോഷം പറയാം. മറുത്തു പറയാൻ ആളില്ല.

പളനി ജോലിക്കു പോകുന്ന വള്ളത്തിന്റെ ഉടമസ്ഥൻ കുഞ്ഞൻവലക്കാരനാണ്. പണ്ടുമുതലേ വള്ളവും വലയുമുള്ളവരാണ്. എന്നാലും ക്ഷയിച്ച്, ഇന്ന് അയാൾക്കുള്ള ആകെ സ്വത്ത് ആ വള്ളവും വലയുമാണ്. താമസിക്കുന്ന പറമ്പും പുരയും അന്യാധീനപ്പെട്ടു. ആ വള്ളവും വലയുമില്ലാതായാൽ അയാൾ പട്ടിണിയാകും. മറ്റു വള്ളത്തിൽ ജോലിക്കാരനായി പോകാൻ കുടുംബസ്ഥിതി അനുവദിക്കുകയില്ല. എന്നല്ല, പാവം വൃദ്ധനുമാണ്.

അയാളുടെ ചെവിക്കുള്ളിലും കറുത്തമ്മയെക്കുറിച്ചുള്ള കഥകളെത്തി. എന്തൊരു ഗ്രഹപ്പിഴയാണ്! പിഴച്ച ഒരുവളുടെ മരയ്ക്കാൻ അയാളുടെ വള്ളത്തിൽ കടലിൽ പോകുന്നു. ഓരോ ദിവസവും വള്ളം കരയ്ക്കടുക്കുമ്പംവരെ അയാൾക്കു മനസ്സമാധാനമില്ല. പളനി വള്ളത്തിലുള്ളതുകൊണ്ടു വള്ളം തകർന്നു തരിപ്പണമായെന്നു വരാം. വള്ളം വലിവിൽ പെട്ടു നടുക്കടലിൽ പോയെന്നു വരാം. എന്തപകടവും സംഭവിക്കാം! എല്ലാം നഷ്ടപ്പെട്ടെന്നു വരാം!

കുഞ്ഞൻവലക്കാരൻ പളനിയെ ഒഴിച്ചു മറ്റു ജോലിക്കാരെ വരുത്തി രഹസ്യമായി ആലോചിച്ചു. എല്ലാവർക്കും ആ പേടിയുണ്ട്. ദിനംപ്രതി പെണ്ണുങ്ങൾ ആ പേടി വളർത്തിക്കൊണ്ടിരിക്കുകയുമാണ്. എന്നും പെണ്ണുങ്ങൾ കടലമ്മയെ വിളിക്കുകയാണ്. കുഞ്ഞൻവലക്കാരൻ ആലോചനയ്ക്കു വിളിച്ചപ്പോൾ എല്ലാവർക്കും തെല്ല് ആശ്വാസമായി.

കുമാരു പറഞ്ഞു:

“അവിടത്തേക്കു വള്ളം പോകുമെന്ന പേടിയാ. ഞങ്ങാക്കു ജീവനാ പേടി. പൊന്നൊാടേതേ പന്ത്രണ്ടു കുടുമ്മം തെണ്ടിപ്പോകും.”

ആ അഭിപ്രായത്തെ വേലായുധൻപോലും എതിർത്തില്ല. അയാൾക്കും ഉള്ളിൽ പേടിയാണ്. കുഞ്ഞൻവലക്കാരൻ പറഞ്ഞു:

"അതെയതെ, നീ പറാഞ്ഞതു ശരിയാ. കടലീന്റെ കാര്യം തിട്ടമാ."

ആ കാര്യത്തിൽ ആർക്കും ഒരു സംശയവുമില്ല. കാലം മാറുന്നുണ്ടെങ്കിലും കടലിന്റെ നിയമത്തിനു മാറ്റമില്ല. കടപ്പുറത്തെ മുക്കവന്റെ നിയമത്തിനും മാറ്റമില്ല. നിറഞ്ഞ പേടിയോടെ കുമാരു പറഞ്ഞു:

"ഞങ്ങാ കടലി പോയിരിക്കുമ്പം—ആ മേത്തൻ വന്നാലെക്കൊണ്ട്—പിന്നെന്നാ ഗതി?"

കുഞ്ഞൻവലക്കാരൻ പേടിച്ചു വിറച്ചുപോയി.

"അതെയതെ. പിന്നെന്നാ ഗതി?"

ആണ്ടിക്കുഞ്ഞു നിരാശതയോടെ പറഞ്ഞു:

"ആ മേത്തനിപ്പഴും വരാറൊണ്ടെന്നാ പറേന്നെ."

കുഞ്ഞൻവലക്കാരൻ ചോദിച്ചു:

"ഒണ്ടോ? അവനെ അങ്ങു തല്ലിക്കൊന്നാലേന്നാ?"

വേലായുധൻ പറഞ്ഞു:

"അതിതിലും കുന്തമല്ല്യോ ഒടേതേ."

വീടുകളിലെ പെണ്ണുങ്ങൾക്ക് ഒരു സ്വൈരവുമില്ല. വള്ളം കടലിൽ ഇറങ്ങുംമുതൽ കണ്ണീരും കയ്യുമാണ്. അവർക്കു പിന്നെ സമാധാനം വള്ളം കരയ്ക്കടുത്തുകഴിഞ്ഞേയുള്ളു. ആണ്ടിക്കുഞ്ഞു തുടർന്നു:

"പെണ്ണുങ്ങാ പറയുമ്പോലാണേങ്കി കടലമ്മ രക്ഷിക്കുവാ. പഴേ നേമത്തിലാണെങ്കി ഞങ്ങളാരും ഇപ്പം കാണത്തില്ല. എല്ലാരും കടലിനടിയിൽ എല്ലായി പോയേനെ."

നാലഞ്ചുനാൾക്കു മുമ്പ് നിറഞ്ഞ പാതിരായ്ക്കു പരീക്കുട്ടിയെ കടപ്പുറത്തു കണ്ടതായി പപ്പു പറഞ്ഞ് അറിഞ്ഞ വിവരം വെളുത്തകുഞ്ഞു പറഞ്ഞു: അയാൾ ഒരു പാട്ടുംപാടി പോകുന്നത്രേ! അങ്ങനെ അയാൾ എന്നും വരാറുണ്ട്.

ഇതൊക്കെയാണെങ്കിലും പളനിയെക്കുറിച്ച് എല്ലാവർക്കും നിറഞ്ഞ സഹതാപമാണ്. നല്ല കൊച്ചൻ! അവന്റെ വിധി ഇങ്ങനെ ആയല്ലോ. ആർക്ക് എന്തുചെയ്യാൻ കഴിയും?

കുഞ്ഞൻവലക്കാരൻ പരിഭ്രമത്തോടെ ചോദിച്ചു:

"എടാ അതിനിപ്പം എന്നതാടാ വഴി?"

കുമാരുവിന്റെ അഭിപ്രായത്തിൽ ഒരു വഴിയേയുള്ളു. പള നിയെ വള്ളത്തിൽനിന്നും കരയ്ക്കിറക്കണം.

ആ നിർദ്ദേശം ശരിയാണ്! അതൊന്നേ പോംവഴിയായുള്ളു. പളനി പിശാചു പിടിച്ചവനെപ്പോലെ വള്ളം നടുക്കടലിലേക്ക് ഓടിച്ച കഥ നൂറാമത്തെ പ്രാവശ്യം അന്നും വിവരിച്ചു കുമാരു പറഞ്ഞു:

"ഇനീം അവന് ഈമാതിരി വിഹൽപം വരാം. ഞാൻ എന്നും അവന്റെ മൊകത്തു നോക്കിയാ വള്ളത്തേലിരിക്കുന്നെ. എപ്പഴാ മൊകം മാറൂന്നതെന്ന് അറിയാനെക്കൊണ്ട്."

ആ വസ്തുതയും എല്ലാവരും സമ്മതിച്ചു. നയ്മ്പ് അവന്റെ കയ്യിലല്ലെങ്കിലും തണ്ടുതന്നെയും ഒരു വലിവിൽ തെറ്റിച്ചിട്ടാൽ പോരേ?

കുമാരുവിന്റെ നിർദ്ദേശം എല്ലാവരും ശരിയെന്നു സമ്മതിച്ചു. പക്ഷേ, അത് ഏവർക്കും ഹൃദയവേദന ഉളവാക്കുന്ന ഒരു കാര്യ മാണ്. ചെറുപ്പംമുതലേ കുഞ്ഞൻവലക്കാരന്റെ വള്ളത്തിലെ ജോലിക്കാരനാണ് പളനി. ആദ്യം വലനിരത്താൻ കടലിലിറങ്ങു കയായിരുന്നു. ആരുമോരുമില്ലാത്തവനെ നടുക്കടലിലിടാം. അതിൽനിന്നും അവൻ നയ്മ്പ്കാരൻ വരെയായി. അവൻ നയ്മ്പെടുത്ത് അമരത്തുനിന്നാൽ മറ്റുള്ളവർക്കു കിട്ടുന്നതിൽ രണ്ടു രൂപയെങ്കിലും കൂടുതലുണ്ട്. എല്ലാവരോടുമായി കുഞ്ഞൻ വലക്കാരൻ ചോദിച്ചു:

"എടാ കുമാരു, അവൻ നയ്മ്പു വച്ചതിനുശേഷം പങ്കു കൊറവല്ല്യോ?"

കുമാരുവും അതു സമ്മതിച്ചു. പക്ഷേ, ഈ വലിയ അപ കടത്തിൽനിന്നും രക്ഷപ്പെടാൻ മറ്റെന്തു മാർഗ്ഗമാണുള്ളത്? ഒന്നുമില്ല!

അവനോട് അത് ആര് എങ്ങനെ പറയും? കുഞ്ഞൻവല ക്കാരനു വയ്യ. അയാൾക്കതിനു മനക്കരുത്തില്ല. പറയാതെ സാദ്ധ്യമല്ലതാനും. അയാൾ കുമാരുവിനോടായി പറഞ്ഞു:

"നിങ്ങളാരെങ്കിലും പറ."

ആർക്കും വയ്യ. പിന്നെങ്ങനെ അതു നടപ്പിലാകും?

കറുത്ത ഒരു പദ്ധതി പറഞ്ഞു:

"അവൻ വരുംമുമ്പു വള്ളം വിടണം. അങ്ങനല്ല്യോ കട പ്പുറത്ത് ആളു മാറ്റുന്നെ."

കുഞ്ഞൻവലക്കാരന് ആ വഴി അറിയാം. പക്ഷേ, അതു കഴിഞ്ഞ് അങ്ങനെ മാറ്റപ്പെടുന്ന ജോലിക്കാരൻ വഴക്കിനു വരും.

പളനിയെ പിന്നീടു കാണുമ്പോൾ അവനെ എങ്ങനെ നേരിടുമെന്നാണ് കുഞ്ഞൻവലക്കാരനെ വിഷമിപ്പിക്കുന്ന പ്രശ്നം.

അതേ ഒരു വഴിയുള്ളു. അതുതന്നെ ഉറപ്പിച്ചിട്ടു വള്ളക്കാർ പോയി. കുഞ്ഞൻവലക്കാരൻ വേറൊരാളെ ഏർപ്പാടു ചെയ്യുകയും ചെയ്തു.

പളനി പതിവുപോലെ വെളുപ്പിനെ ഉണർന്നു കടപ്പുറത്തെത്തി. അപ്പോഴേക്കും വള്ളം അങ്ങു പൊയ്ക്കഴിഞ്ഞു. പളനി അത്യുച്ചത്തിൽ കൂവിവിളിച്ചു. അതൊരു അലർച്ചയായി മാറി. അത്രയുംവലിയ ഒരു ശബ്ദം കടപ്പുറത്ത് അന്നോളം കേട്ടിട്ടില്ല. കരയ്ക്കു നിർത്തിയിരിക്കുകയാണെന്നു തോന്നിയപ്പോൾ ആ കടലിന്റെ സന്താനത്തിന്റെ സർവ്വശക്തികളും ഉണർന്നുപോയി. അതിനെത്തുടർന്നുണ്ടാവുന്ന അലസതയിൽ മാംസപേശികൾ കോച്ചിവലിച്ചു പോയി. ആ കടലിന്റെ സന്താനത്തെ അവന്റെ ജോലിയിൽനിന്നും വിലക്കുകയാണ്! കാറ്റിനോടും കോളിനോടും മത്സരിക്കുവാൻ ഉണ്ടാക്കിയ തടിയാണത്. കൊല്ലങ്ങളായി പ്രകൃതിശക്തിയോടു മല്ലടിച്ചതാണ്. ഈ ദിവസം മുതൽ അതു നിഷേധിക്കപ്പെട്ടിരിക്കുന്നു. ആ നിഷേധത്തിൽ അവന്റെ കരുത്തുണർന്നു. പടിഞ്ഞാറുനിന്നടിച്ച ആ കാറ്റ് കുടിയിടകളിലേക്ക് ആ അലർച്ചയെ വഹിച്ചുകൊണ്ടുപോയി. വള്ളക്കാർതന്നെയും അതു കേട്ടിരുന്നെങ്കിൽ തിരിച്ചുവരുമായിരുന്നോ? ഇല്ലായിരിക്കാം. കടൽവേലയ്ക്കു കൊള്ളാത്തവനാണെന്ന നിശ്ചയത്തെ വിളംബരംചെയ്തുകൊണ്ട് അയാൾ സ്നേഹിച്ച വള്ളം പടിഞ്ഞാറേക്കു പായുന്നു.

ഉണർന്ന ശക്തികൾ അടങ്ങുന്നില്ല. ആ സംഭവത്തിന്റെ അർത്ഥം അയാൾക്കറിയാം. പളനി കടലിലേക്കു ചാടി. ആ വള്ളത്തെ പിടിക്കാൻ; അങ്ങനെ അവകാശം വീണ്ടും സ്ഥാപിക്കാൻ. നീർനായയെപ്പോലെ, കടൽപന്നിയെപ്പോലെ അവൻ പടിഞ്ഞാറേക്കു കുതിച്ചു പാഞ്ഞു.

അത് അരയനായി, കടലിന്റെ മകനായി ജീവിക്കാനുള്ള ആവേശമാണ്. ഒരു ഊക്കൻതിര—അന്നോളം അത്ര വലിപ്പമുള്ള ഒന്നുയർന്നിട്ടില്ല—അയാളുടെ തലയ്ക്കുമുകളിൽക്കൂടി ഉരുണ്ടുവന്നു. അടുത്ത നിമിഷം, സകല ശക്തികളേയും വാർന്നെടുത്തിട്ട് അവനെ ചുരുട്ടിക്കൂട്ടി കരയിലേക്കു കടൽ അടിച്ചുകയറ്റി.

പളനി തോറ്റു; തളർന്നു. അവൻ എഴുന്നേറ്റു കുഞ്ഞൻവലക്കാരന്റെ വീട്ടിലേക്കോടി. ഒരു ചോദ്യം ചോദിക്കാനുണ്ടായിരുന്നു.

"എന്നെ കടൽജോലിക്കു കൊള്ളത്തില്ലേ?"

കുഞ്ഞൻവലക്കാരൻ ഉത്തരമില്ലാതെ പരുങ്ങി.

"എടാ അത്—"

"അതു കള്ളമാ. പച്ചനൊണ. അവളു പെഴച്ചോളല്ല. എനിക്കറിയാം."

"എന്നാലും എല്ലാരും പറേണെല്ലോടാ."

നിറഞ്ഞ അമർഷത്തോടെ പളനി പറഞ്ഞു:

"പറേണു!"

അയാൾ തിരിച്ചുനടന്നു.

പതിനാറ്

പളനി മടങ്ങിവന്നപ്പോൾ കറുത്തമ്മ അമ്പരന്നു. എന്താണു കാര്യമെന്ന് അവൾക്കു മനസ്സിലായില്ല. അവൾ വിവരം ചോദിച്ചു. അയാൾ പറഞ്ഞു:

"നീ പെഴച്ചോളാണെന്ന്. അതുകൊണ്ടു കടലിപ്പോകാൻ എന്നെ കൊള്ളത്തില്ലെന്ന്."

കറുത്തമ്മ സ്തംഭിച്ചു നിന്നുപോയി. അവൾ പിഴച്ചവളാണെന്നു പലരും പറഞ്ഞുകേട്ടിട്ടുണ്ട്. പക്ഷേ, ഭർത്താവു നേരിട്ടു പറഞ്ഞിട്ടില്ല. അത് അന്ന് ആദ്യമാണ്. അയാൾ പറയുകയല്ലെങ്കിലും, മറ്റുള്ളവരുടെ വാചകം അയാൾ ഉദ്ധരിക്കുന്നു.

അങ്ങനെ അവൾമൂലം ഒരു നല്ല മരയ്ക്കാനു ഭ്രഷ്ടുവന്നു. പളനി അവളോടു ചോദിച്ചു:

"ഒരു മരക്കാത്തിപ്പെണ്ണാണെന്നറിയാതെ കൊച്ചിലേ നീ എന്തിനാടീ ആ മേത്തച്ചെറുക്കന്റെകൂടെ കളിക്കാനും ചിരീക്കാനും പോയാത്?"

അതു ശരിയാണ്. അങ്ങനെ ഒരു ചോദ്യം ആരും അവളോടു നേരിട്ടു ചോദിച്ചിട്ടില്ല. അമ്മ പണ്ടു ശാസിച്ചിട്ടുണ്ടെങ്കിലും ഇത്ര രൂക്ഷമായി, വ്യക്തമായി ഒരു ചോദ്യത്തെ നേരിടേണ്ടിവന്നിട്ടില്ല. അവൾ കുഴഞ്ഞു. ആ ചോദ്യത്തിന്റെ മുഴുവൻ അർത്ഥവും കറുത്തമ്മയ്ക്കു മനസ്സിലായി. സമാധാനം പറയാൻ അവൾ ബാദ്ധ്യസ്ഥയാണ്. പക്ഷേ, എന്തു സമാധാനം പറയും? കറുത്തമ്മ കുറ്റം സമ്മതിച്ചു. കണ്ണീരോടെ അവൾ പറഞ്ഞു:

"ആങ്ങാനോക്കെ വാന്നുപോയി. പൊറുക്കണം."

അയാളുടെ ദേഷ്യം അവളുടെ നേർക്കായിരുന്നില്ല. അയാൾ പറഞ്ഞു:

"അല്ലേല് നീന്നെ ഏന്തിനാ പറേന്നെ? അതോന്നും നീന്റെ കുറ്റമല്ല."

കറുത്തമ്മയ്ക്ക് ആശ്വാസമായി. അയാൾ അവൾക്കു മാപ്പു കൊടുത്തു. അവൾ പറഞ്ഞതെല്ലാം വിശ്വസിക്കുന്നു. അവളെ കുറ്റപ്പെടുത്തുന്നതു നോട്ടക്കുറവിനെ ആസ്പദമാക്കിയാണ്. അതൊരു വലിയ ആശ്വാസമായിരുന്നു.

പളനി തുടർന്നു:

"ആ മേത്തച്ചെറുക്കനുമായി കളിമേളാങ്കത്തിനു പെണ്ണിനെ വിട്ടിട്ട്—ഇപ്പം മോളനുഭവിക്കട്ടെ. തള്ളേം തന്തേമല്യോ കൊച്ചുങ്ങളെ നോക്കണ്ടത്?"

അവിടെയും പളനിയുടെ രോഷം അവസാനിച്ചില്ല.

അയാൾ അവളുടെ മുഖംനോക്കി ചോദിച്ചു:

"തന്ത വള്ളോം വലേമൊണ്ടാക്കിയത് പെണ്ണിനെ കാണിച്ച് മേത്തച്ചെറുക്കനെ പറ്റിച്ചാരിക്കും. നല്ല ഏർപ്പാട്!"

ന്യായമായി പളനിക്കു സംശയിക്കാവുന്ന ഒന്നാണ് അത്. ആ ഒരു രഹസ്യം അവൾ അയാളോടു പറഞ്ഞിട്ടില്ല. അതു പറയേണ്ടതാണെന്ന് കറുത്തമ്മയ്ക്കു തോന്നി. ഇനിയും ഒരിക്കൽ ആ കഥയും അയാളോടു പറയണം. പളനി ഭാര്യയ്ക്ക് ഒരു താക്കീതുനൽകി.

"നോക്ക്! നിന്നെ നിന്റെ തള്ളേം തന്തേം വളത്തിയപോലെ നീ വയറ്റിക്കെടക്കുന്നതിനേം വളത്തിയേക്കണം. പെണ്ണാണെങ്കി, വല്ല കടപ്പറത്തുകെടക്കുന്ന ചെറുക്കനു വെനവരുത്തിവെച്ചേക്കണം. കേട്ടോ."

"ഇല്ല," എന്ന് കറുത്തമ്മ പറഞ്ഞു. അവൾക്ക് അതു മനസ്സിലായി. ഒരിക്കലും അവളുടെ വയറ്റിൽ കിടക്കുന്ന കുഞ്ഞിന് അവൾക്കുണ്ടായതുപോലെ ഒരനുഭവം ഉണ്ടാകാൻ അവൾ സംഗതിയാക്കുകയില്ല: അവൾ അത്രയ്ക്ക് അനുഭവിച്ചു; പാഠങ്ങൾ പഠിച്ചു.

ജീവിതത്തിലെ ഏറ്റവും ഗൗരവമുള്ള ഒരു ഘട്ടമാണതെങ്കിലും കറുത്തമ്മയ്ക്ക് ഒരു വലിയ ആശ്വാസമുണ്ട്. അന്നാണ് വയറ്റിൽക്കിടക്കുന്ന കുഞ്ഞിനെക്കുറിച്ച് അയാൾ മിണ്ടുന്നത്. അതുപോലെ അവളുടെ തെറ്റിനെക്കുറിച്ചു തുറന്നു സംസാരിക്കുന്നത്. നാടാകെയുള്ള ആ അപഖ്യാതി പളനി വിശ്വസിക്കുന്നില്ല. ഹാവൂ, എന്താശ്വാസമാണ്?

ഇടക്കാലമായി അവർ ഒരു വീടിനുള്ളിൽ കഴിയുന്നു. അവൾ അവിടെ താമസിക്കുന്നതായി ഭാവിച്ചില്ല. പക്ഷേ, അവൾ നിസ്സഹായിനിയായി അടുത്തു ചെന്നിരുന്നു. അയാൾ അവളെ ചവിട്ടിമാറ്റിയില്ല എന്നുള്ളതാണ് വലിയകാര്യം. അതൊരു വലിയ കാര്യംതന്നെ ആയിരുന്നു.

അവൾ ചോദിച്ചു:

"ഇനീം നമ്മള് എങ്ങനെ കഴിയും?"

പളനി അതല്ല ആലോചിക്കുന്നത്.

അവൾ മറ്റുള്ളവരെ ശപിച്ചു.

"പരാമ ദ്രോഹീകള്, വല്ല കുടിയെടേലും കച്ചോടത്തിനു പോയി പെഴക്കാമെന്നു വച്ചാല് സമ്മതിക്കാത്തീല്ല. കടലി ജോലീക്കും വിടാത്തീല്ല."

പളനി ഒന്നു വിജൃംഭിച്ചു. അയാൾ ദൃഢമായി പറഞ്ഞു:

"ഞാൻ മരക്കാനാടി. മരക്കാനായി കഴിയും. മരക്കാനായി ചാകും."

പൗരുഷം നിറഞ്ഞ ഒരു പുരുഷനെ അവൾ കണ്ടു. വേല ചെയ്തു പുളി പോയ ആ മാംസപേശികൾ വിജൃംഭിക്കുന്നതു വ്യക്തമായിരുന്നു. അവൾ കരുത്തുള്ള ഒരു മരയ്ക്കാന്റെ സംരക്ഷണയിലാണ്.

പളനി പല്ലു കടിച്ചുകൊണ്ടു പറഞ്ഞു:

"എന്നെ കടലിപോകാങ്കൊള്ളാത്തീല്ലെന്നു പറയാനാർക്കാ അധീകാരം? ഞാൻ കടലിജോലീക്കു ജനിച്ചോനാ. കടലിലൊള്ളതെല്ലാം എന്റെ വകയാ. അല്ലെന്നു പറയാനാർക്കാ അധീകാരം?"

പളനിയുടെ ഉള്ള് അവകാശബോധംകൊണ്ടു തിങ്ങിവിങ്ങിക്കവിഞ്ഞു. അനന്തമായ രത്നാകരത്തിന്റെ അവകാശിയാണയാൾ!

"മരക്കാൻ കെളക്കാനും തൂമ്പാവെട്ടാനും പോത്തില്ല. പളനീം അതിനു പോകത്തില്ല. അതു തീർച്ചയാ."

എന്നിട്ടു പളനി ഭാര്യയെ ആശ്വസിപ്പിച്ചു:

"നീ ചുമ്മാതിരിയെടീ. കടലിവെളയണതുകൊണ്ടു പളനി കഴീയും."

കടലിൽ വല വലിക്കുന്ന സമയമാണത്. അഞ്ചുവയസ്സു മുതൽ കടലിൽ കഴിഞ്ഞവനാണവൻ. ആ അവസരത്തിൽ ജോലിയില്ലാതെ വീട്ടിലിരിക്കുന്നത് അന്നാണ്.

പടിഞ്ഞാറേക്കു നോക്കിയപ്പോൾ നടുക്കടലിൽ വള്ളങ്ങൾ കിടക്കുന്നതു പളനി കണ്ടു. അന്ന് അയിലയും കുറിച്ചിയുമുള്ള ദിവസമാണ്. പളനി അസ്വസ്ഥനായി. എന്തു ചെയ്യുവാനാണ്? നിറഞ്ഞ അമർഷത്തോടെ പളനി പൊറു പൊറുത്തുകൊണ്ടിരുന്നു. അയാളുടെ പൗരുഷം ഉണരുകയാണ്.

കറുത്തമ്മയുടെ ശക്തിയും ഒന്നുണർന്നു. അയാൾ മരയ്ക്കാനാണെങ്കിൽ അവൾ മരയ്ക്കാത്തിയാണ്. അവളും കടലിന്റെ സ്വത്തുകൊണ്ടു ജീവിക്കേണ്ടവളാണ്. ഒരു മരയ്ക്കാത്തിയും തൊണ്ടു തല്ലിയും കയറു പിരിച്ചും കഴിയുന്നില്ല. അതൊന്നും പറഞ്ഞിട്ടുള്ളതല്ല. അവൾ ചോദിച്ചു:

"ഞാൻ കെഴക്കോട്ടു കച്ചോടത്തിനു പോട്ടോ?"

പളനി വിലക്കി:

"വേണ്ട. നീ ഈ വീട്ടിലിരുന്നാ മതി. നീന്റെ വയറും വലിച്ചു ചുമടുംകൊണ്ട് ഏങ്ങും പോകണ്ട."

"എനീക്കു ഷീണമില്ല; ഷീണമായീല്ല."

പളനി തന്റേടത്തോടെ പറഞ്ഞു:

"ഞാൻ നിന്നെ കൊണ്ടുവന്നത്, നിന്നെ പൊറുപ്പിക്കാമെന്നു വച്ചാ. അതിനെനിക്കു കരുത്തോണ്ട്. നീ ചുമ്മാതിരുന്നാ മതി."

ആ നിർദ്ദേശം പൂർണ്ണമായി കറുത്തമ്മയ്ക്കു സ്വീകാര്യമായിരുന്നില്ല. എങ്കിലും ഒരു വലിയ കാര്യം അതിൽ അടങ്ങിക്കണ്ടു. തെറ്റുകാരിയായ അവൾ അവളുടെ ഭാവിയെക്കുറിച്ചു സംശയാലുവായിരുന്നു. അവൾ ജോലി ചെയ്യണ്ട എന്നയാൾ പറയുന്നു; അവളെ സംരക്ഷിച്ചുകൊള്ളാമെന്നു പറയുന്നു.

ആ ദിവസം ജീവിതത്തിലെ അവിസ്മരണീയമായ ഒന്നല്ലേ? യഥാർത്ഥത്തിൽ അവൾ ഭാര്യ ആയത് അന്നല്ലേ? അവൾക്ക് എന്താണു കുറവ്? അത്ര മേൽ കരുത്തുള്ള ഒരു ഭർത്താവുള്ള ഭാര്യ ആ കടപ്പുറത്തില്ല. ഭാര്യാഭർത്തൃബന്ധത്തിന്റെ എല്ലാ ഭാവങ്ങളെക്കുറിച്ചും വ്യക്തമായ ധാരണയിൽ അവർ എത്തിക്കഴിഞ്ഞു. ഇനി ഒന്നുമാത്രം അവശേഷിക്കുന്നുണ്ട്. ഒരൊറ്റ അംശം മാത്രം.

പളനി പറഞ്ഞു:

"കറുത്തമ്മാ, ഒന്നുമാത്രം. നീ നീന്റെ നെറീം മൊറേം നോക്കിക്കഴിഞ്ഞാലെക്കൊണ്ട് മാത്രം മതി. ഈ കടപ്പറത്തെ മരക്കാത്തിയായി നീ കഴീയും."

അങ്ങനെ വ്യക്തമായ ഭാഷയിൽ പളനി ആവശ്യപ്പെട്ടു. എന്നുമെന്നും കാലിൽ കെട്ടിപ്പിടിച്ചും, നെഞ്ചത്തു തല ചായ്ച്ചും

അവൾ അങ്ങോട്ടു പറഞ്ഞിരുന്നുവെന്നേയുള്ളൂ. ഒരിക്കലും ഇങ്ങോട്ടത് അയാൾ ആവശ്യപ്പെട്ടിട്ടില്ല.

യഥാർത്ഥത്തിൽ ഭർത്താവ് അങ്ങനെ ആവശ്യപ്പെടുക ഒരു ഭാര്യയുടെ ആവശ്യമല്ലെങ്കിലും അവകാശമാണ്. അതു കൂടാതെ അവളുടെ സംതൃപ്തി പൂർണ്ണമാകുകയില്ലായിരിക്കാം. അങ്ങനെ ഒരാവശ്യപ്പെടൽ വിവാഹകർമ്മത്തിൽ അടങ്ങിയിട്ടുണ്ടായിരിക്കാം. നീ നെറിയും മുറയുമായി ജീവിക്കണം. —ഈ ആവശ്യപ്പെടൽ ഭർത്തൃസ്നേഹത്തിന്റെ ഒരു അവിഭാജ്യ ഘടകമാണ്.

പരിപൂർണ്ണസംതൃപ്തയായ ആ ഭാര്യ അയാളുടെ വിശാലമായ മാർവ്വിടത്തിലേക്കു ലയിച്ചു. അവളുടെ നയനനദി ചിറപൊട്ടിയൊഴുകി. അവൾ ആ ഹൃദയത്തോടെന്നപോലെ ചോദിച്ചു:

"എന്താ ഈങ്ങനെ പറേന്നെ? ഞാൻ തെറ്റുകാരിയല്യോ. ഞാനിനീം ഏന്റെ നെറീം മൊറേം വിട്ടു കഴിക്കയോ?"

പളനി അവളുടെ പുറം തലോടിക്കൊണ്ടിരുന്നു. അയാൾ അവളെ ആശ്വസിപ്പിച്ചു:

"കരയാതെ, കരയാതെ."

വീണ്ടും തണുത്തുപോയ ആ ആവേശം ആളിക്കത്തി. അയാളുടെ കരുത്തേറിയ ഹസ്തങ്ങൾ അവളെ ആലിംഗനം കൊണ്ട് ശ്വാസംമുട്ടിച്ചു. ആ നിർവൃതികരമായ അനുഭൂതി വീണ്ടും കിട്ടി.

ആരുമോരുമില്ലാത്ത പളനിക്ക് ഓർക്കാൻ ഒരാളുണ്ട്. ആരുമോരുമില്ലാതായ അവൾക്ക് ആശ്രയമായി ഒരാളുണ്ട്. പളനി. അയാൾക്കവളും അവൾക്കയാളും മാത്രം. അവർ കൈകോർത്തു പിടിച്ചു മല്ലടിച്ചുകൊണ്ട് മുന്നോട്ടു പോകും.

വള്ളങ്ങൾ കരയ്ക്കടുത്തു. കച്ചവടത്തിന്റെ ബഹളം പളനി കണ്ടു. ഇനി താൻ എങ്ങനെ ജീവിക്കുമെന്ന് കൂട്ടുകാർ, പ്രതികാരം സാധിച്ചമട്ടിൽ പരസ്പരം ചോദിക്കുകയായിരിക്കുമെന്ന് പളനി പറഞ്ഞു. തന്നെ അവർ തോൽപിക്കാൻ നോക്കണ്ട. പളനി അങ്ങനെ തോൽക്കുന്നവനല്ല.

കറുത്തമ്മയ്ക്ക് ഒരു സംഗതി അറിയുവാനുണ്ട്.

"ഇവമ്മാരുടെ മരക്കാത്തിമാർക്കാർക്കും ഇങ്ങനൊരവത്തമൊണ്ടായിക്കാണത്തില്യോ?"

"പിന്നെ കാണത്തില്യോ. കള്ളികള്. അവളുമാരു ഒളിച്ചു വച്ചിരിക്കുവാ."

അതറിയണമെന്ന് അവൾക്കുണ്ട്. ഓരോരുത്തിയുടെയും ചരിത്രം അറിഞ്ഞിട്ട് എണ്ണി എണ്ണി അങ്ങോട്ടു ചോദിക്കണം. അതിനവൾക്കു നാക്കുണ്ട്.

അവൾ പറഞ്ഞു:

"ഇന്നല്ലെങ്കി നാളെ ഞാൻ എല്ലാ അവളുമാരോടും ചോതിക്കും."

എല്ലാ അടിസ്ഥാനങ്ങളും ഉറച്ചുകഴിഞ്ഞു. അവർ ഒന്നാവുകയും ചെയ്തു. എന്നാലും ഇനി എന്തു ചെയ്യും? ജീവിക്കണ്ടേ?

"എന്നാ ചെയ്യും? അതു പറയാത്തതെന്താ?"

അയാൾക്കും അതിനെക്കുറിച്ച് ഓർമ്മയില്ലാതിരിക്കാൻ ഇടയില്ല. അതൊരു വലിയ കാര്യംതന്നല്ലേ?

കറുത്തമ്മ തുടർന്നു:

"എന്റെ കൈയി പന്ത്രണ്ടു രൂപയോണ്ട്."

ആ സംഖ്യകൊണ്ട് ഒന്നുമാകുകയില്ല. ഒരു വീശുവല വാങ്ങാൻ തന്നെയും മുപ്പതുരൂപ വേണം.

കറുത്തമ്മയ്ക്ക് ഒരു ബുദ്ധി തോന്നി.

"ചൂണ്ട മേടിച്ചാലെന്താ?"

"ചൂണ്ട മേടിച്ചാലെക്കൊണ്ടു കൊച്ചുവള്ളം വേണ്ടേ?"

"അപ്പം ഒരാളൂടേം വേണം. ആരൊണ്ടു വരാനെക്കൊണ്ട്?"

അതു നിസ്സാരമാക്കിക്കൊണ്ടു പളനി പറഞ്ഞു:

"അതുകള. കൊച്ചുവള്ളമൊണ്ടെങ്കി ഞാൻ തന്നത്താൻ പോയി അന്നന്നത്തെ അരിക്കു കാശൊണ്ടാക്കും."

ആ കടപ്പുറത്തു ചൂണ്ടയ്ക്കുപോകുന്ന അഞ്ചാറു കൊച്ചുവള്ളങ്ങളുണ്ട്. അതിലൊന്നു കൂലിക്കു ചോദിച്ചാൽ എന്തെന്ന് കറുത്തമ്മയ്ക്ക് അഭിപ്രായമുണ്ട്.

"ആരും തരത്തില്ലെടീ. അപകടം വന്നാലെക്കൊണ്ടു വള്ളോം പോകത്തില്യോ."

"പിന്നെന്നാ വഴി?"

പളനി സ്വൽപനേരം ആലോചിച്ചിട്ടു പറഞ്ഞു:

"ആ കാശിങ്ങെട്. ഞാൻ ചൂണ്ടമേടിക്കട്ടെ."

കറുത്തമ്മ പണം എണ്ണി ഏൽപിച്ചു. പളനി ചൂണ്ട വാങ്ങാൻ പോയി.

ജീവിക്കാൻ നിശ്ചയിച്ചവന്റെ ഭാര്യ ഭാഗ്യവതിയാണ്. വീണ്ടും വീട്, വീട്ടിൽപെട്ട ഉപകരണങ്ങൾ, വള്ളം, വല ഇങ്ങനെ പലതും വിദൂരതയിൽ ദൃഷ്ടിപഥത്തിലെത്തി. ഒരു മണ്ണാർശാല ആയില്യം കഴിഞ്ഞു. ഇനിയുമുണ്ടാകും.

ആ വയറ്റിൽ കായ്ച്ച കുഞ്ഞ് ഒരു പെണ്ണാകരുതേ എന്ന വൾ പ്രാർത്ഥിച്ചു. ഒരു പെണ്ണായി പിറന്നതിന്റെ കഷ്ടതകൾ അവൾ അനുഭവിച്ചു. ഒരുപക്ഷേ, അങ്ങനെ ആണെങ്കിൽ ഈ ചരിത്രം ആവർത്തിച്ചെന്നു വരരുതോ? ഇല്ല, അങ്ങനെ സംഭവി ക്കുകയില്ല. ആ പെൺകുഞ്ഞിനെ ഒരാൺകുഞ്ഞുമായും കളി ച്ചുവളരാൻ സമ്മതിക്കുകയില്ല. അവൾ ഒരു പ്രേമബന്ധത്തിൽ ഏർപ്പെടരുത്. ആൺകുഞ്ഞാണെങ്കിലോ? അവൻമൂലം ഒരു പെണ്ണിനു കുഴപ്പംവരാൻ അനുവദിക്കുകയില്ല.

അവൾ അടുക്കളയിൽ അരിയും കറിയും വച്ചു. ഇന്ന്, അന്നൊരു ദിവസത്തെപ്പോലെ അയാളുടെ കൂടെ ഒരു പാത്ര ത്തിൽനിന്നുണ്ണാമെന്ന് അവൾക്കു തോന്നി. അവൾ ഉരുള ഉരുട്ടി വായിൽ കൊടുക്കും. ചെറിയ ഉരുളയല്ല, വലിയ ഉരുള! അങ്ങനെ യങ്ങനെ കറുത്തമ്മ പലതും സ്വപ്നംകണ്ടു.

പട്ടിണിയാണെങ്കിലും ഇനിയും എല്ലാം അവൾക്കു സഹി ക്കാം. ഭർത്താവ് അവളെ സ്നേഹിക്കുന്നുണ്ട്. അയാൾ അവൾ ക്കു മാപ്പു കൊടുത്തുകഴിഞ്ഞു. ഇനിയും എന്തുവേണം? അവ ളുടെ ഈശ്വരൻ അവളെ രക്ഷിച്ചു.

സന്ധ്യകഴിഞ്ഞ് പളനി ചൂണ്ടയുംകൊണ്ടു വന്നു. വലുതും ചെറുതുമായ ചൂണ്ടകൾ! തരംതിരിച്ച് അയാൾ അതു ചരടിൽ കോർത്തുകെട്ടി. അങ്ങനെ എല്ലാം ഏനപ്പെടുത്തി.

കടപ്പുറം ഉറങ്ങിയപ്പോൾ പളനി ചൂണ്ടയുംകൊണ്ടു പുറ ത്തിറങ്ങി. എന്താണുദ്ദേശ്യമെന്നു പറഞ്ഞേ അവൾ വിടുക യുള്ളു. ആരുടെ എങ്കിലും ഒരു ചെറുവള്ളം തള്ളി കടലിലിറക്കും. കടപ്പുറം ഉണരുംമുമ്പ് അയാൾ ചൂണ്ടയിട്ടിട്ടു മടങ്ങിവരും.

"ഏനിക്കും കടാലുകൊണ്ടു കഴിയേണം."

കറുത്തമ്മയ്ക്കു പേടിയായി. രാത്രിയിൽ തനിച്ചു കടലിൽ പോകുക? എന്തെല്ലാം അപകടം സംഭവിക്കാം!

അവൾ പറഞ്ഞു:

"അയ്യോ, അത്—"

"ഉം. എന്നാടീ?"

"തനിച്ചാ."

"ഞാൻ കടാലിന്റെ മോനാ."

അയാൾ നടന്നപ്പോൾ അവൾ പറഞ്ഞു:

"മീന്റെ പൊറകെ പൊറക്കടാലി പോകല്ലേ!"

അയാൾ ഇല്ല എന്നു പറഞ്ഞില്ല.

കറുത്തമ്മയ്ക്കും ഉറക്കം വന്നില്ല. പടിഞ്ഞാറെ പുറത്തു തെങ്ങിൻചുവട്ടിൽ അവൾ ഇരുന്നു. അൽപം തെക്കുമാറി വള്ളം കടലിലേക്കിറങ്ങുന്നത് അവൾ കണ്ടു.

കറുത്തമ്മയുടെ കരൾ നിറഞ്ഞ പ്രാർത്ഥന തീർച്ചയായും അയാൾക്ക് ഒരു രക്ഷാകവചമായിരുന്നു.

എല്ലാവരും ഉണരുംമുമ്പു പളനി മടങ്ങിവന്നു. കുറച്ചു മീൻ കിട്ടി. രാവിലെതന്നെ പളനി കാർത്തികപ്പള്ളി കമ്പോളത്തിൽ എത്തിക്കഴിഞ്ഞു. എട്ടു രൂപയ്ക്കു മീനുണ്ടായിരുന്നു.

ഒരു ചെറുവള്ളം വേണം. മിച്ചം വച്ചു വാങ്ങാനാണെങ്കിൽ നാൾ കുറെയാകും. നൂറ്റമ്പതു രൂപയുണ്ടെങ്കിൽ ഒരു പഴയ വള്ളം വാങ്ങാം. അതിനു വഴിയുണ്ട്. അവളുടെ സ്വർണ്ണമുണ്ട്. എന്നാൽ പളനിക്ക് ആ സ്വർണ്ണം വിറ്റു പണമുണ്ടാക്കി വള്ളം വാങ്ങുന്നതിന് ഒരഭിപ്രായവ്യത്യാസമുണ്ട്.

"അതു നീന്റെ കൊതിയൻ തന്തേടെ വകയല്യോ?"

അവൾ പറഞ്ഞു:

"അല്ല. അതെന്റേയല്യോ. അമ്മാച്ചിയാ ഒണ്ടാക്കി തന്നെ."

"ഏന്നാലും പെണ്ണിന്റെ വക വിറ്റ് —"

"അപ്പം ഞാൻ വേറെയാണോ?"

ആണെന്നു പറയാൻ അയാൾ തയ്യാറില്ല. മരയ്ക്കാത്തിയുടെ പൊന്നു വിറ്റു വള്ളമുണ്ടാക്കുന്നത് ഒരു കുറവാണ്.

എന്നാലും അയാൾ പൊന്നു വാങ്ങിക്കൊണ്ടുപോയി വിറ്റു. ഒരു ചെറു വള്ളവും വാങ്ങി. അതു മതിയാവുകയില്ലെങ്കിലും ആ സംഖ്യയ്ക്കതേ കിട്ടുകയുള്ളു.

പളനി വള്ളം വാങ്ങിയ കഥ നാടാകെ അറിഞ്ഞു. അതിനെക്കുറിച്ചും കഥകളുണ്ടായിരുന്നിരിക്കാം. വള്ളത്തിനുള്ള പണം മേത്തൻ കൊടുത്തതാണെന്നു പറയരുതോ?

പളനിയുടെ പുതിയ സംരംഭം മോശമായിരുന്നില്ല. ചിലപ്പോൾ അഞ്ചും പത്തും കിട്ടും. മറ്റു ചിലപ്പോൾ ഒന്നുമില്ലായിരിക്കും. ആ കരുത്തും ഊർജ്ജിതവുമുള്ള മാംസപേശികൾ തൃപ്തി വരുന്നില്ല. ആ വള്ളം തീരെ ചെറുതായിപ്പോയി. ഒരു ജോലി ചെയ്തതായി തോന്നുന്നില്ല; കരുത്തു സംതൃപ്തമാകുന്നില്ല; അയാൾ ക്ഷീണിക്കുന്നില്ല. പോര, വള്ളവും നയ്മ്പും കൈക്ക് ഇരയില്ല. തനതായി ഒരു വലിയ വള്ളംവേണം. ആ വള്ളത്തിന്റെ അറ്റത്തു വലിയ നയ്മ്പും എടുത്തു നിൽക്കണം. ചാകര ഒഴിഞ്ഞു വലോട്ടത്തിനു പോകണം.

അപ്പോൾ കറുത്തമ്മ ചോദിച്ചു:

“വല്യ വള്ളമാണേ തന്നത്താൻ പോകുമോ? കൂടെ വരാൻ ആളു കാണാത്തില്ല.”

“വള്ളമൊണ്ടാകുമ്പം പട്ടിയെപ്പോലെ ഇവാമ്മാരുവരും.”

പളനി ഒന്നു നിശ്ചയിച്ചുറച്ചു.

“ഇനീം മറ്റൊരുത്തന്റെ വള്ളത്തീ പളനി കടലി പോക ത്തീല്ല.”

കറുത്തമ്മയ്ക്കു ഗർഭക്ഷീണമുണ്ട്. അവളുടെ വയറും ക്രമേണ വീർക്കുന്നു. കടലിൽ പോകുമ്പോൾ അയാൾക്കു വീടി നെക്കുറിച്ചു വിചാരമുണ്ട്. അധികനേരം കടലിൽ കഴിയാൻ വയ്യ. ഒരുനാൾ കടലിൽനിന്നു വന്നപ്പോൾ വീട്ടിൽ നാലഞ്ചു പെണ്ണുങ്ങൾ നിൽക്കുന്നു. അവർ ഒരു പ്രസന്നമായ ചിരിയോടെ പളനിയോട് പറഞ്ഞു:

“പെണ്ണാണ്.”

ഒരു കുഞ്ഞിനെ പാളയിലിട്ടു കുളിപ്പിക്കുന്നു. അതു മാക്കം മാക്കം കരയുന്നുണ്ട്. കുളിപ്പിച്ച കുഞ്ഞിനെ വയറ്റാട്ടി പളനി യുടെ കയ്യിലേക്കു നീട്ടി. എങ്ങനെ അതിനെ കയ്യിലേക്കു വാങ്ങ ണമെന്നറിഞ്ഞുകൂട. അയാൾ ഒരു കുഞ്ഞിനെ എടുത്തിട്ടുള്ള വനല്ല.

ഭാര്യയും ഭർത്താവും തനിച്ചായപ്പോൾ അയാൾ അവ ളോടു ചോദിച്ചു.

“ഏന്താണു നിനാക്ക് ഒരു വല്ലായ്മ?”

അവൾക്ക് ഒരു വല്ലായ്മയുണ്ടായിരുന്നു.

“കുഞ്ഞു പെണ്ണായതാണോ?”

അവൾ പറഞ്ഞു:

“ഒരാണാരുന്നേങ്കി—”

അവൾ തുടർന്നു ചോദിച്ചു:

“അച്ഛനും അങ്ങനെ തോന്നീണീല്യോ?”

“ഓ, എനീക്കു തോന്നിണീല്യാ.”

“അതു വെറുതെ പറായുവാ.”

“അല്ല, ആണായാലേന്നാ, പെണ്ണായാലേന്നാ.”

അവൾ അവളുടെ നിശ്ചയം അയാളെ ഒരു വാചകംകൊണ്ടു മനസ്സിലാക്കി.

“ഏതായാലും ഈ കൊച്ച് ഒരു കറുത്തമ്മയായി ഞാൻ വളത്തത്തീല്ല.”

ഒരു ചിരിയോടെ പളനി പറഞ്ഞു:

"എന്നാലെക്കൊണ്ട് പളനി ഒരു ചെമ്പൻകുഞ്ഞും ആകാത്തില്ല."

ആ കൊച്ചു കുഞ്ഞിന്റെ വരവ് അവരുടെ ജീവിതത്തിന് ഒരു പുതിയ അർത്ഥവും കനവും കൊടുത്തു. അവരിരുവരും വേറൊരു ജീവിക്കുവേണ്ടിക്കൂടി ജീവിക്കുന്നു. അവരെ ആശ്രയിക്കുന്ന മറ്റൊരു ജീവികൂടി ഉണ്ട്. പളനിയെ സംബന്ധിച്ചിടത്തോളം ആ കുഞ്ഞ് ആനന്ദത്തിനുമാത്രം നിദാനമാണ്. കടലിൽ മീൻ കൊത്തി ചൂണ്ട താഴുന്നതുനോക്കി വള്ളം ഒഴുക്കുമ്പോൾ ആ ദേവദൂതിയുടെ തെളിഞ്ഞ കൊച്ചുകണ്ണുകൾ അയാൾ ഓർക്കും. അപ്പോൾ തിരിച്ചുപോരണം. കുഞ്ഞിനെ എങ്ങനെ എടുക്കണമെന്ന് കറുത്തമ്മ പളനിയെ പഠിപ്പിച്ചു. അവൾ അയാളെ കുറ്റപ്പെടുത്താറുണ്ട്.

"എപ്പഴുമിങ്ങനെ കൊച്ചിനെ എടുത്തു നടന്നാലെക്കൊണ്ട് അതു ചീത്തയായിപ്പോകും."

പേടിപ്പെട്ടു പളനി കുഞ്ഞിനെ താഴെ കിടത്തും.

കറുത്തമ്മയെ സംബന്ധിച്ചിടത്തോളം ആ കുഞ്ഞു ചില വേദനകളെ ജനിപ്പിച്ചു. അവളുടെ അമ്മ ആ കുഞ്ഞിനെ കണ്ടിട്ടില്ല. അതിന്റെ മുഖത്തു നോക്കുമ്പോൾ അവൾ പഞ്ചമിയെ ഓർത്തുപോകും. ഇങ്ങനെ കാലും കൈയും കുടഞ്ഞുകളിക്കുന്ന പഞ്ചമി അവളുടെ ജീവനായിരുന്നു. പഞ്ചമി ഒരു തെറ്റും ചെയ്തവളല്ല. അവളുമായുള്ള ബന്ധവും വിച്ഛേദിക്കപ്പെട്ടു. അവൾ ഇപ്പോൾ എങ്ങനെ കഴിയുന്നൊ എന്തോ!

ആ ചിന്ത ഒരു തീയായിരുന്നു.

ഒരുദിവസം പളനി ഒരു പുതിയ വാർത്തയുംകൊണ്ടു വന്നു. ചെമ്പൻകുഞ്ഞു ചേർത്തലയിൽനിന്നോ മറ്റോ ഒരുത്തിയെ കൊണ്ടുവന്നു പാർപ്പിച്ചിരിക്കുന്നു. നീർക്കുന്നത്തുകാർ ആരോ പറഞ്ഞ് ആ നാട്ടു കാരറിഞ്ഞു പളനി കേട്ടതാണ്. അങ്ങനെ കറുത്തമ്മ ജനിച്ചുവളർന്ന വീട്ടിൽ, അവളുടെ അമ്മ ഭരിച്ചുവന്ന വീട്ടിൽ അറിയാത്തതും കേൾക്കാത്തതുമായ ഒരുവൾ ഗൃഹനായികയായിരിക്കുന്നു. ആ വീടു കെട്ടിപ്പടുത്തിയത് അമ്മയാണ്; എല്ലാം അമ്മയുടെ വകയാണ്. അപരിചിതയായ ആ സ്ത്രീ പഞ്ചമിയെ എന്തു ചെയ്യും?

കൊച്ചുകുഞ്ഞിനെ പളനി കൈയിലെടുത്തുകൊണ്ടു നടക്കുമ്പോൾ, തന്നേയും അച്ഛൻ ഇങ്ങനെ എടുത്തുകൊണ്ടു നടന്നതല്ലേ എന്നു കറുത്തമ്മ ഓർക്കും. തീർച്ചയായും അച്ഛൻ തന്നെ സ്നേഹിച്ചിരുന്നു.

പളനിയിൽ അൽപസ്വൽപം സ്വാധീനമുണ്ടെന്നു ബോദ്ധ്യമായപ്പോൾ, അയാളെ വേണമെങ്കിൽ കുറ്റപ്പെടുത്താമെന്നുവരെ തോന്നലായപ്പോൾ, സമയം കണ്ടു വീട്ടിലെ കാര്യങ്ങൾ അവൾ സൂചിപ്പിച്ചു.

"എന്നെ കെട്ടി വീട്ടിതന്നെ താമസിച്ചിരുന്നെങ്കി—അതാരുന്നു അച്ഛന്റെ ആശ."

അയാൾ ചോദിച്ചു:

"കരുത്തുള്ള മരക്കാമ്മാര് അങ്ങനെ താമസിക്കുമോടീ മരക്കാത്തീന്റെ വീട്ടില്?"

പിന്നീടൊരിക്കൽ കുഞ്ഞിനെ എടുത്തു കളിപ്പിച്ചുകൊണ്ടിരിക്കുമ്പോൾ അവൾ പറഞ്ഞു:

"ഇതിന്റെ മൊഖം കാണുമ്പം എന്റെ പഞ്ചമി കൊച്ചാരിക്കുമ്പോഴത്തെ ഓർമ്മ വരുന്നു. ഞാനവാളെ നെലാത്തു വച്ചീട്ടില്ല."

കൺകോണുകളിൽ നനവോടെ കറുത്തമ്മ തുടർന്നു പറഞ്ഞു:

"പാവം ഇപ്പം അവാളു ചിറ്റമ്മാടെ അടീം ഇടീം കൊള്ളുവാരിക്കും."

പളനി ചോദിച്ചു:

"അതേന്താ?"

"ചിറ്റമ്മമാരങ്ങനാ."

"എന്തു ചെയ്യാനാ?"

സൂക്ഷിച്ച് അവൾ പറഞ്ഞു:

"എനീക്കവാളെ ഒന്നു കണ്ടാ കൊള്ളാരുന്നു."

പളനി ഒന്നും മിണ്ടിയില്ല.

പിന്നീടൊരിക്കൽ കളിയും ചിരിയുമായിരിക്കുമ്പോൾ കറുത്തമ്മ ചോദിച്ചു:

"ഞാനൊന്നു നീർക്കുന്നത്തു പോകാട്ടെ. എന്റെ പഞ്ചമിയെ കാണാൻ."

അയാൾക്കത് ഇഷ്ടപ്പെട്ടില്ല. ഹൃദയം കവരാനുള്ള ഒരു ചിരിയോടെ അവൾ പറഞ്ഞു:

"തേ, ഒരു പെങ്കോച്ചാള്ളെത്. അവാളു തന്നേക്കാണാൻ വരാത്തീല്ല."

അതികർശനമായ സ്വരത്തിൽ അയാൾ ചോദിച്ചു:

"എന്നാ വേണം നെനക്ക്? പഞ്ചമിയെ കാണാനേന്നും പറഞ്ഞ്—നിനക്ക് ആ മേത്തനെ ഇനീം കാണണോ?"

കറുത്തമ്മ നടുങ്ങിപ്പോയി. ആ പുരുഷനിലെ മനുഷ്യൻ ഒട്ടും മാറിയിട്ടില്ല. ആ മേത്തനെന്ന കരിനിഴൽ മാഞ്ഞില്ലെ? അതൊരിക്കലും മായുകയില്ലേ?

കറുത്തമ്മയ്ക്കു തന്റെ കാൽവയ്പു തെറ്റിപ്പോയി എന്നു ബോദ്ധ്യമായി. അവൾ പറഞ്ഞു:

"ഇല്ല. ഇനീം ഞാൻ ഒരിക്കലും നീർക്കുന്നത്തു പോകാത്തില്ല. പോകാണമെന്നു പറയാത്തീല്ല."

അവൾക്കു സമാധാനമായില്ല. വീണ്ടും ജീവിതം കലുഷമാകുമോ എന്നവൾ പേടിച്ചു കണ്ണീരോടെ അവൾ ചോദിച്ചു:

"എന്നെ വിശ്വാസമീല്ലേ?"

ജീവിതകാലം മുഴുവൻ നീണ്ടുനിൽക്കുന്ന ഒരു കരിനിഴൽ! അതിൽനിന്നും ഒഴിഞ്ഞുമാറുവാൻ എന്താണു വഴിയുള്ളത്? ഒന്നുമില്ല; ഒന്നുമില്ല. ഇനിയും പഴയ നിലയിലെത്താൻ ഒരു പ്രയത്നമാവശ്യമാണ്.

പതിനേഴ്

ഒരു ഭാര്യ മരിച്ചാൽ, അവളുടെ ആത്മാവ് ഭർത്താവിന്റെ ശയ്യാഗാരത്തിലേക്ക് രാത്രിയിൽ എത്തിനോക്കും. അയാളെ ചൂഴുന്ന വായുവിൽ അവൾ ലയിച്ചിരിക്കും. അതാണു ഭാര്യയുടെ മരണാനന്തരജീവിതം.

"മറ്റൊരുവളെ കെട്ട്."

ഇങ്ങനെ ചക്കി പറഞ്ഞതെന്ത്? ഒരുപക്ഷേ, എല്ലാ ചുറ്റുപാടുകളും വച്ച് ആലോചിച്ചിട്ടു തോന്നിയ ഏറ്റവും പറ്റിയ ഉപദേശമായിരുന്നിരിക്കാം. അല്ലെങ്കിൽ, അയാൾക്കു സുഖിക്കാൻ ആശയുണ്ട്; അതിനൊരുവൾ വേണം. ഭർത്താവു സുഖിച്ചുകൊള്ളട്ടെ എന്നുവച്ചു പറഞ്ഞതായിരിക്കാം.

ചക്കിയുടെ കണ്ണുകളടഞ്ഞപ്പോൾ അവളുടെ ചെവിക്കുള്ളിൽ പല പ്രാവശ്യം ഞാനെന്തു ചെയ്യണം എന്നു ചെമ്പൻകുഞ്ഞു ചോദിച്ചു. അവളുടെ അടഞ്ഞ കൺപോളകൾ പൊക്കി അയാൾ ചോദിച്ചു:

"നമാക്കു സുഹിക്കേണ്ടയോ ചക്കീ!"

ചെമ്പൻകുഞ്ഞിന്റെ വലംകൈ പോയെന്ന് എല്ലാവരും പറഞ്ഞു. അതു നേരായിരുന്നു. ആ ഐശ്വര്യത്തിനെല്ലാം

കാരണം ചക്കിയാണ്. അവളെപ്പോലെ പിടിപ്പുള്ള ഒരരയത്തി കടപ്പുറത്തില്ല.

ഇനിയും ചെമ്പൻകുഞ്ഞ് എന്തുചെയ്യും? ഒരു കൊച്ചു പെണ്ണിനെക്കൊണ്ടു വീടു ഭരിക്കാൻ കഴിയുമോ? കറുത്തമ്മ വരികയില്ല. അവളെ അയാൾ വിളിക്കുകയുമില്ല. പുകഞ്ഞ കൊള്ളി പുറത്ത്!

“വേറൊരുത്തിയെ കെട്ട്!”

ആ അവസാനമൊഴി ചെമ്പൻകുഞ്ഞിന്റെ ചെവിക്കുള്ളിൽ മുഴങ്ങിക്കൊണ്ടിരുന്നു. അയാൾ അച്ചകുഞ്ഞിനോടാലോചിച്ചു:

“ഏന്താടോ കൂവേ ഓന്നിനെ കൊണ്ടുവന്നാല്.”

അച്ചകുഞ്ഞു പറഞ്ഞു:

“ഏന്നാലേ പറ്റാത്തോള്ളു. പെണ്ണീനും ഒരു തള്ള വേണ്ടേ?”

“പഷ്‌ഷേല് ഏന്റെ ചക്കിയോളം പറ്റാത്തീല്ല.”

“അതിനീം ആരുവന്നാലുമില്ല.”

പഞ്ചമിയെ നല്ലപെണ്ണിനെ ഏൽപിച്ചിട്ട് അച്ചകുഞ്ഞും ചെമ്പൻകുഞ്ഞുംകൂടി പെണ്ണന്വേഷിച്ചു പോയി.

അച്ചകുഞ്ഞു കുറെ കാര്യങ്ങൾ ആ കാര്യത്തിൽ ഉപദേശിച്ചു കൊടുത്തു. ചെമ്പൻകുഞ്ഞ് ഇപ്പോൾ പഴയ ചെമ്പൻ കുഞ്ഞല്ല. അയാൾക്കു സ്വൽപം സ്ഥിതിയുണ്ട്; വിലയുമുണ്ട്. അപ്പോൾ സ്ഥിതിയും നിലയുമുള്ള ഒരു യോജിച്ച പെണ്ണും പിള്ളയെ വേണം ഇനിയും കൊണ്ടുവരാൻ.

ചെമ്പൻകുഞ്ഞും അതു സമ്മതിച്ചു. തന്നെയുമല്ല, ഇപ്പോൾ ചെമ്പൻകുഞ്ഞിന്റെ മനസ്സും ശരീരവും ക്ഷീണിച്ചിരിക്കയാണ്. പഴയപോലെ ജോലി ചെയ്യാൻ വയ്യ. ഒന്നു വിശ്രമിക്കേണ്ട കാലമാണിനിയും.

ആ ഒന്നു സുഖിക്കണമെന്ന ആശ തലയുയർത്തി. കഷ്ടം! ചക്കിയും കഷ്ടപ്പെട്ടവളാണ്. അവൾ സുഖിച്ചിട്ടേയില്ല.

അങ്ങനെ ചെമ്പൻകുഞ്ഞിന്റെയും അച്ചകുഞ്ഞിന്റെയും അന്വേഷണത്തിൽ ഒരു പെണ്ണുണ്ടെന്നറിഞ്ഞു. പള്ളിക്കുന്നത്തു കണ്ടങ്കോരൻവലക്കാരന്റെ വലക്കാരത്തി. കണ്ടങ്കോരൻ വലക്കാരൻ മരിച്ചു. സ്വൽപം വിഷമിച്ചു കഴിയുകയാണു പാപ്പിക്കുഞ്ഞ്.

ഒരു വീണ്ടുവിചാരവും കൂടാതെ ചെമ്പൻകുഞ്ഞു സമ്മതിച്ചു. അയാളുടെ സുഖത്തെക്കുറിച്ചുള്ള സങ്കല്പം പാപ്പിക്കുഞ്ഞിന്റെ വീട്ടിൽനിന്നാണുണ്ടായത്.

അവൾക്കും സമ്മതമാണ്. തുറയിലരയനേയും ഒന്നും അറിയിക്കേണ്ടന്ന് അവളും പറഞ്ഞു. ചെമ്പൻകുഞ്ഞു ചെന്ന് അവളെ വിളിച്ചുകൊണ്ടു പോന്നു. കൂടെ പ്രായമായ ഒരു മകനുമുണ്ട്.

പാപ്പിക്കുഞ്ഞ്, കണ്ടങ്കോരന്റെ മരണശേഷം കുറെ വിഷമിച്ചെങ്കിലും ഇന്നും സുന്ദരിയാണ്; ചൈതന്യമുള്ളവളാണ്. പക്ഷേ, പഞ്ചമിക്കു തന്റെ വീട്ടിലേക്കു കയറിവരുന്ന ആ സ്ത്രീയെ പിടിച്ചില്ല. അവൾ ഓടി നല്ലപെണ്ണിന്റെ അടുത്തുചെന്ന് എന്തോ പറഞ്ഞു.

നല്ലപെണ്ണു ഗുണദോഷിച്ചു:

"ഏന്റെ മൊകാളോന്നും പറയല്ലേ!"

"ഏന്താ പറാഞ്ഞാല്?"

"അച്ചേൻ ദേഷ്യപ്പെടും."

പഞ്ചമി കരഞ്ഞു. എന്തിനായി അവൾ കരഞ്ഞോ എന്തോ!

ആ പഴയ ചെറ്റപ്പുരയെക്കുറിച്ച് അന്നാദ്യമായി ചെമ്പൻകുഞ്ഞിന് ഒരു കുറവു തോന്നി. ആ ചെറ്റപ്പുരയ്ക്ക് ഒരു ചന്തമില്ല. അവിടേക്കാണ് പാപ്പിക്കുഞ്ഞിനെ കൊണ്ടുചെല്ലേണ്ടത്. അയാൾ ഒരു വല്ലാത്ത ചിരിയോടെ പറഞ്ഞു:

"പണ്ടു പണ്ടു വള്ളോം വലേം ഇല്ലാത്തേപ്പം വച്ചതാ. ഏന്റെ ചക്കീക്കും ഇതീലോന്നും നോട്ടമില്ലാരുന്നു. അതുകോണ്ടു പിന്നെ പെരവച്ചീല."

പാപ്പിക്കുഞ്ഞിന്റെ ആ വലിയ വീട്ടിൽ അയാൾ പോയിട്ടുള്ളതാണ്. അത് അന്യാധീനപ്പെട്ടെങ്കിലും അവിടെ കഴിഞ്ഞവളാണവൾ!

ഒരു പറമ്പു മേടിച്ചു വീടു വയ്ക്കണമെന്ന് ചെമ്പൻകുഞ്ഞു തീരുമാനിച്ചു. അതു പുതിയ ഭാര്യയോടു പറയുകയും ചെയ്തു.

'മറ്റൊരുവളെ കെട്ട്' എന്നു പറഞ്ഞ തന്റെ സ്നേഹവതിയായ ചക്കി പുതിയവളെ ഇഷ്ടപ്പെട്ടിരിക്കുമോ എന്നറിയാൻ ചെമ്പൻകുഞ്ഞ് ആഗ്രഹിച്ചു. അയാൾ നാലുപാടും നോക്കി. തീർച്ചയായും അയാളുടെ ചക്കി ആ പരിസരത്തിലുണ്ട്.

വടക്കേതിൽനിന്നു കരയുന്ന പഞ്ചമിയെ ചെമ്പൻകുഞ്ഞു വിളിച്ചു. ചിറ്റമ്മയെ അവൾക്കു പരിചയപ്പെടേണ്ടേ? നല്ലപെണ്ണു പഞ്ചമിയോടു പറഞ്ഞു.

"ചെല്ലു മൊകാളേ!"

കണ്ണീരോടെ പഞ്ചമി പറഞ്ഞു:

"ഞാമ്പോണീല്ല."

"കോച്ചമ്മേം വാരാം."

പഞ്ചമിയുടെ മുഖം പുടവത്തുമ്പുകൊണ്ടു നല്ലപെണ്ണു തുടച്ചു. കരയരുതെന്നു പ്രത്യേകം പറഞ്ഞു. അവളുടെ കൈക്കു പിടിച്ചുകൊണ്ടു നല്ലപെണ്ണ് അവിടേക്കു ചെന്നു. പാപ്പിക്കുഞ്ഞ് അവളെ ഒന്നു സൂക്ഷിച്ചു നോക്കിയിട്ടു ചോദിച്ചു:

"ഏന്താ പെണ്ണേ, കരേണേ?"

ചെമ്പൻകുഞ്ഞു പറഞ്ഞു:

"കൊച്ചല്ല്യോ. അമ്മാച്ചിയെ ഓർത്തു കരേയുവാ."

മകളെ ചേർത്തുപിടിച്ചുകൊണ്ടു ചെമ്പൻകുഞ്ഞു പറഞ്ഞു:

"നല്ലാ ചിറ്റമ്മായാ മൊകാളേ, കരയാതെ."

അവളെ ആശ്വസിപ്പിക്കാനായി കുറെയൊക്കെ വേണ മെങ്കിൽ പറയുവാനുണ്ട്. അമ്മ പറഞ്ഞിട്ടാണു ചിറ്റമ്മയെ കൊണ്ടുവന്നത്; അതവൾക്കുവേണ്ടിക്കൂടിയാണ് എന്നെല്ലാം. ചിറ്റമ്മയെ അമ്മയെപ്പോലെ വിചാരിക്കണമെന്ന് ഒരു ഗുണ ദോഷവും വേണ്ടതല്ലേ?

പാപ്പിക്കുഞ്ഞിന്റെ മകൻ ഗംഗാദത്തൻ ആ വീട്ടിൽ ഒരധിക പ്പറ്റെന്നപോലെ അങ്ങനെ കഴിയുന്നു. അവനു ചിറ്റപ്പനുമായോ, പഞ്ചമിയുമായോ ഒന്ന് അലിഞ്ഞുചേരാൻ വയ്യ. പ്രായമായ ഒരുവനാണ് ഗംഗാദത്തൻ. അവൻ പാപ്പിക്കുഞ്ഞിന് ഒരു ഭാര മാണ്. അവനെന്തിനിവിടെ വന്നു എന്ന് പഞ്ചമിക്കു തോന്നും പോലെതന്നെ താനെന്തിനിവിടെ വന്നു എന്ന് അവനും തോന്നു ന്നതുപോലെ തോന്നി. അമ്മതന്നെയും മറ്റൊരുവന്റെ സംരക്ഷ ണയിൽ വന്നുകൂടായിരുന്നു എന്ന് അവനു മനസ്സിലിരുപ്പു ണ്ടെന്നു തോന്നുന്നു. ഒരുപക്ഷേ, അവനെ അട്ടക്കാലുപിടിപ്പി ക്കാനായിട്ട് ഈ വേഷം കെട്ടിയതാവാം. ജീവിക്കാൻവേണ്ടി മാത്രമല്ലായിരിക്കാം.

പള്ളിക്കുന്നത്തുവച്ച് വള്ളം വാങ്ങാൻ പോയപ്പോൾ ഉണ്ട ഊണിന്റെ സ്വാദ് ഇന്നും ചെമ്പൻകുഞ്ഞിന്റെ നാവിൽ തങ്ങി നിൽക്കുകയാണ്. അയാളുടെ സുഖത്തിന്റെ പ്രധാനഘടക മാണ് ആ ഊണ്. ഇനിയും മൂന്നുനേരവും ആ ഊണ് ഉണ്ണാം.

പക്ഷേ, കറികൾ പള്ളിക്കുന്നത്തെപ്പോലെ പറ്റിയില്ല; പറ്റു ന്നില്ല. ഊണിന് ആ വെടിപ്പും സ്വച്ഛതയും കിട്ടുന്നില്ല.

ചക്കി വിലയ്ക്കുവാങ്ങിയ ആ കട്ടിലിൽ ചക്കി കിടന്നില്ല. മെത്തയും തയ്പിച്ചിരുന്നില്ല. അതിന് അവളെ സംബന്ധിച്ചിട ത്തോളം കാലമായില്ലായിരുന്നു. കുറെയേറെ കാര്യങ്ങൾകൂടി നടന്നിട്ടേ അതിനു കാലമാകൂ. അവളെ വണ്ണം വയ്പിക്കാനും അവൾക്കു നിറംവരുത്താനും സാധിച്ചില്ല.

ചെമ്പൻകുഞ്ഞു മെത്ത തയ്പിച്ചു. പള്ളിക്കുന്നത്തെ മെത്തയുടെ ശീലതന്നെ. പക്ഷേ, പാപ്പിക്കുഞ്ഞു ശോഷിക്കുന്നതുപോലെ തോന്നി. ആ കടപ്പുറത്തെ കാറ്റുകൊണ്ടാൽ നല്ല നിറമുള്ളവരുടെയും നിറം പോകുമോ? പാപ്പിക്കുഞ്ഞിനു പണ്ടത്തെ ചൈതന്യമില്ലെന്നു തോന്നി.

പണ്ട്, ചെമ്പൻകുഞ്ഞ് അങ്ങു നാണിച്ചുപോയതായി അയാൾ ചക്കിയോട് വിവരിച്ച രംഗം—അതയാൾ മനഃപൂർവ്വം ഒന്നാടി. അയാളുടെ സുഖത്തിന്റെ സങ്കല്പത്തെ എന്നും വർണ്ണശബളമാക്കി ഊതി വീർപ്പിച്ചിരുന്നത് അതാണ്. പാപ്പിക്കുഞ്ഞ് മുറിക്കകത്തേക്കു കയറിയപ്പോൾ അയാളും കൂടെക്കയറി.

ആ മൊത്തത്തിനു ചൂടില്ല. അയാൾക്കും അങ്ങ് ആഞ്ഞു മൊത്താൻ കഴിയുന്നില്ല. കൈകൾ ഇരുവരുടേയും മുറുകുന്നില്ല. അതത്ര സുദീർഘവുമായിരുന്നില്ല. 'ഏന്റെ ചക്' എന്ന ഒരു ശബ്ദമാണ് അയാളുടെ നാവിൽനിന്നും ആ വരുത്തിക്കൂട്ടിയ ആവേശത്തിൽ പുറത്തുവന്നത്. അതുപോലെതന്നെ മറ്റെന്തോ ഒരു പേരും അവളും ഉദ്ധരിച്ചു. അവൾ കണ്ടങ്കോരൻ വലക്കാരനെ വിളിച്ചിരുന്ന പേർ ആയിരിക്കാം.

അവർക്ക് ഒന്നായി, ഒന്നായി, അങ്ങ് ഒന്നായിത്തീരാൻ കഴിഞ്ഞില്ല. അവരുടെ ഇടയ്ക്ക് രണ്ടുപേരുണ്ട്. ചക്കിയും കണ്ടങ്കോരൻവലക്കാരനും. ചക്കിയുടെയും കണ്ടങ്കോരന്റെയും വഴികൾ രണ്ടായിരുന്നു. ഒരുപക്ഷേ, കൊച്ചിലേമുതൽ പാപ്പിക്കുഞ്ഞും ചെമ്പൻകുഞ്ഞും തമ്മിൽ ചേർന്നിരുന്നെങ്കിലോ?

ചിരിക്കും കളിക്കും ആ വീട്ടിൽ ശ്രമമുണ്ട്. ചിരിക്കാറുണ്ട്; പ്രകാശമില്ലാത്ത, വരുത്തിയുള്ള ചിരി. മനഃപൂർവ്വമുണ്ടാകുന്ന കളിയും.

ആ പുതിയ ജീവിതത്തിന് ഒരു മേനിയുണ്ട്. അതോടൊപ്പം ഒരു നീറ്റലും ചെമ്പൻകുഞ്ഞിന് അനുഭവപ്പെടുന്നുണ്ടായിരുന്നു. അജ്ഞാതമായ അനിർവചനീയമായ ഒരുൽക്കണ്ഠ എപ്പോഴും അയാളെ നീറ്റിക്കൊണ്ടിരുന്നു. അയാൾക്കു വേലചെയ്യാതെ അടങ്ങിയിരിക്കാൻ വയ്യ. അങ്ങനെ ഇരുന്നിട്ടുള്ളവനല്ല.

മന്മൽമുണ്ടുമുടുത്ത് കരയൻനേര്യതും തോൾവഴിയിട്ടു വള്ളമടുക്കുമ്പോൾ കടപ്പുറത്തു ചെല്ലും. ചരക്കുകച്ചവടം ചെയ്യും. അങ്ങനെയായിരുന്നു കണ്ടങ്കോരൻവലക്കാരൻ. പക്ഷേ, പഴയ ചെമ്പൻകുഞ്ഞ് അതായിരുന്നോ? ചക്കി പോയതോടെ പിന്നെയും പിന്നെയും വലുതാകുവാനുള്ള ആശയും

പോയായിരിക്കാം. ഇപ്പോൾ പള്ളിക്കുന്നത്തു കണ്ടങ്കോരനാകുവാണ്.

അലച്ചിലിലില്ലെങ്കിലും ചെമ്പൻകുഞ്ഞു നന്നായില്ല. ഒന്നു വെളുത്തു. അതൊരു നേർത്ത വിളർച്ചയായിരുന്നു. ഒരുദിവസം ചെമ്പൻകുഞ്ഞു പാപ്പിക്കുഞ്ഞിനോടു പറഞ്ഞു:

"ഈയെട പങ്കെല്ലാം കൊറാവാ."

അതിനെക്കുറിച്ച് പാപ്പിക്കുഞ്ഞിന് ഒന്നും പറയുവാനില്ലായിരുന്നു. പണ്ടും അവൾ പറഞ്ഞിട്ടില്ലായിരിക്കാം. അങ്ങനെ ഒരു ശീലമില്ലായിരിക്കാം. അയാൾ തുടർന്നു.

"ഇങ്ങാനോന്നുമല്ല ഞാൻ പങ്കുകൊണ്ടാന്നീട്ടോള്ളത്. വള്ളോം വലേടേം പിന്നെ അമരാത്തിന്റെ പങ്കും. അതും ഏന്റെ വള്ളാത്തീനു മറ്റു വള്ളാത്തിന്റെ എരാട്ടിയാ കോര്."

ആ വെറും സത്യം പറയുമ്പോഴും ചെമ്പൻകുഞ്ഞിന് ഒരു ജാള്യത മുഖത്തുണ്ട്. അയാൾ വീണ്ടും തുടർന്നു:

"അതേന്റെ ചക്കീന ഏൽപിച്ചാല് പൊലീച്ചു പൊലീച്ചു വരും."

എന്നിട്ടു ചക്കി എങ്ങനെയെല്ലാം വേലചെയ്തു പണമുണ്ടാക്കി എന്ന് അയാൾ വിവരിച്ചു. കിഴക്കോട്ട് കച്ചവടം ചെയ്തതും, കമ്പാവലവലിക്കാൻ പോയതും മീനുണങ്ങിയതും എല്ലാം പറഞ്ഞു. അങ്ങനെ പറഞ്ഞു പോകുമ്പോൾ അയാൾ പാപ്പിക്കുഞ്ഞിന്റെ മുഖത്തു നോക്കി. ആ മുഖം മ്ലാനമാകുന്നതു കണ്ടു. പെട്ടെന്നയാൾ പറഞ്ഞു:

"അങ്ങനോന്നും ചെയ്യാനല്ല പറേന്നത്. ചക്കി ചെറൂപ്പം മൊതാലേ ശീലിച്ചതാ. നിങ്ങാ അങ്ങനെ കഴിഞ്ഞോളാണോ."

എന്നാലും അതൊന്നും കഴിയാതെ പോയതിൽ പാപ്പിക്കുഞ്ഞിനു വിഷമമുണ്ടെന്ന് ചെമ്പൻകുഞ്ഞിനു തോന്നി. അവിടെയുള്ളതെല്ലാം, കിടക്കുന്ന കട്ടിൽകൂടി ചക്കിയുടെ പ്രയത്നഫലമാണ്.

മറുപുറത്തു ഗംഗാദത്തൻ അമ്മയെ അലട്ടിത്തുടങ്ങി. എന്തെങ്കിലും ഒരു വഴി ഉണ്ടാക്കിക്കൊടുക്കാമെന്ന് അമ്മ ഏറ്റിരുന്നു. എന്നാൽ ഒന്നും ആയില്ല. എത്രയും വേഗം അയാളെ പിരിച്ചയയ്ക്കണം. അയാൾ പറഞ്ഞു:

"ആ പെണ്ണീന്റെ നോട്ടം കാണൂമ്പം എനിക്കു പേടിയാ. അവളു വല്ലോം പറയും. അതിനു മുമ്പു പോകണം."

എങ്ങനെ കുറെ രൂപയുണ്ടാക്കി ഗംഗാദത്തനെ പറഞ്ഞയയ്ക്കുന്നു? അവിടെ പണമില്ല എന്നു പാപ്പിക്കുഞ്ഞിനറിയാം. ചോദിക്കാനും അവൾക്കു വിഷമമുണ്ട്.

പഞ്ചമി മറ്റൊരു അടവെടുത്തിരിക്കുകയാണ്. എപ്പോഴും അവൾ അച്ഛനെ പറ്റിക്കൂടിയിരിക്കും. പാപ്പിക്കുഞ്ഞിന് അടുക്കാൻ അവസരം കൊടുക്കുകയില്ല. അവളെ അകറ്റിമാറ്റാൻ പാപ്പിക്കുഞ്ഞ് ഒട്ടു ശ്രമിച്ചുമില്ല.

നല്ല നിലയിൽ ജീവിച്ചു. എല്ലാം നശിച്ചു. ഒരു ശൂന്യത നേരിട്ടപ്പോൾ ജീവിക്കാൻ കണ്ട വഴിയായിരുന്നു ചെമ്പൻകുഞ്ഞ്. അങ്ങനെ പാപ്പിക്കുഞ്ഞ് അവിടെ വന്നതാണ്. ജീവിതസുഖം മതിയാകാഞ്ഞ്, ഭർത്താവുണ്ടായിരിക്കാനുള്ള തരിപ്പോടെയല്ല അവൾ വീണ്ടും ഒരു ഭർത്താവിനെ സ്വീകരിച്ചത്. ജീവിക്കാനുള്ളതു മിച്ചമുണ്ടായിരുന്നെങ്കിൽ തീർച്ചയായും ഈ വേഷം കെട്ടുമായിരുന്നില്ല. ഇപ്പോൾ ഭാര്യയായി ചമയുകയാണ്. ഭാവിക്കുകയാണ്. എന്നാലും പാപ്പിക്കുഞ്ഞിന് അവളുടെ രക്ഷിതാവിനോടു ഭക്തിയാണ്. അവൾ അവളുടെ അവകാശങ്ങൾ സ്ഥാപിക്കാൻ ശ്രമിക്കുന്നില്ല; ആജ്ഞാപിക്കുന്നില്ല. അനുസരിക്കുകയാണ്. ചക്കി സമ്പാദിച്ചു. അങ്ങനെ ഒരു സഹായം ഭർത്താവിനു ചെയ്യാൻ കഴിയുന്നില്ലല്ലോ എന്ന് അവൾ കുണ്ഠിതപ്പെടുന്നുമുണ്ടാവാം. ചെമ്പൻകുഞ്ഞ് അതാവശ്യപ്പെടുന്നില്ലെങ്കിലും അങ്ങനെ അവൾക്ക് ആശ കാണാതിരിക്കുമോ?

ഇങ്ങനെ ഒരു ഭാര്യയെ കെട്ടാനാണോ ചക്കി അനുവാദം കൊടുത്തത്? തീർച്ചയായും ആയിരിക്കുകയില്ല. അവളെപ്പോലെ ഒരുവൾ ഭാര്യയായി കാണാനായിരിക്കും ആഗ്രഹിച്ചത്. അവൾ അടിത്തറയിട്ട് കുടുംബം വലുതാക്കി വളർത്തുന്ന ഒരുവൾ. അവൾ ഭർത്താവിനെ ശുശ്രൂഷിക്കുന്നവളുമായിരിക്കണം.

പഞ്ചമി ഒരു തലതെറിച്ച പെണ്ണായിത്തീർന്നു. അവൾ ചിറ്റമ്മയെ തീരെ വകവയ്ക്കുകയില്ല. ഗംഗാദത്തനെ കൊഞ്ഞനം കുത്തും. അവരിരുവരും ആവശ്യമില്ലാതെ അവിടെ വലിഞ്ഞു കയറിയവരാണെന്നാണ് അവളുടെ വിചാരം.

ഒരു ദിവസം പാപ്പിക്കുഞ്ഞു നടന്നുപോകുമ്പോൾ അവൾ പിന്നിൽനിന്നു നടക്കുന്നത് എങ്ങനെയെന്നു പരിഹസിച്ചു. പെട്ടെന്നു പാപ്പിക്കുഞ്ഞു തിരിഞ്ഞുനോക്കിയപ്പോൾ അതു കണ്ടു. നല്ലപെണ്ണ് അവളുടെ വീട്ടിൽനിന്ന് ആ ഗോഷ്ടിനോക്കി ചിരിക്കുന്നു. പാപ്പിക്കുഞ്ഞു കരഞ്ഞുപോയി.

ചെമ്പൻകുഞ്ഞു വന്നപ്പോൾ പാപ്പിക്കുഞ്ഞു പറഞ്ഞു:

"ഈ പെങ്കോച്ചിനെ ഒന്നു സൂഷ്ഷിച്ചു വളർത്തേണം."

എന്താണു കാര്യമെന്ന് ചെമ്പൻകുഞ്ഞു ചോദിച്ചു: അവൾ അവളുടെ പരാതി പറഞ്ഞില്ല.

"വല്ലേടത്തും പോയി കഴിയേണ്ടോളാ. സ്നേഹം നമ്മാ മനസ്സി മതി. അവാളു അസത്താകുവാ."

പിന്നീടും കാര്യമെന്തെന്ന് ചെമ്പൻകുഞ്ഞു ചോദിച്ചു. അയാളുടെ കുഞ്ഞിനെക്കുറിച്ചു ദോഷം പറയുന്നത് അയാൾക്ക് ഇഷ്ടപ്പെടുമോ എന്ന ഭയം പാപ്പിക്കുഞ്ഞിനു നല്ലപോലെയു ണ്ടായിരുന്നു. അതുകൊണ്ട് അറച്ചറച്ചാണ് അവൾ പറഞ്ഞത്. പാവം തള്ളയില്ലാത്ത കൊച്ചാണ് എന്ന വിചാരം ചെമ്പൻകുഞ്ഞി നുണ്ട്. പാപ്പിക്കുഞ്ഞ് സൂക്ഷിച്ചു പറഞ്ഞു:

"എന്നെ അവാക്കു നിസ്താരമാ. അതു അയലോക്കക്കാരു പറേഞ്ഞു കൊടുക്കുന്നതാ."

ചെമ്പൻകുഞ്ഞു പഞ്ചമിയെ വിളിച്ചു. അവൾ വടക്കേതിൽ നിൽക്കുകയായിരുന്നു. ആ വിളികേട്ടപ്പോൾതന്നെ അവൾ പേടിച്ചു. അഞ്ചാറു വിളിക്കുശേഷം അവൾ വന്നു. അവളെ തല്ല രുതെന്ന് പാപ്പിക്കുഞ്ഞു ചെമ്പൻകുഞ്ഞിനെ വിലക്കി എന്നാലും ഒരു ദേഷ്യത്തിനു ചെമ്പൻകുഞ്ഞ് അവളെ രണ്ടടി അടിച്ചു. അവളോടുള്ള ദേഷ്യംകൊണ്ടല്ല. അയൽക്കാരെക്കുറിച്ചുള്ള വെറുപ്പ് അങ്ങനെയാണു പ്രകടമായത്.

പഞ്ചമി അവളുടെ അമ്മച്ചിയെ വിളിച്ചു കരഞ്ഞു. അത് അയൽക്കാരുടെയെല്ലാം കരളലിയിച്ചു. നല്ലപെണ്ണ് ഓടിവന്ന് അവളെ പിടിച്ചു. അവൾ പാപ്പിക്കുഞ്ഞിനോടു ചോദിച്ചു:

"ഏന്നതാ പെണ്ണുമ്പിള്ളേ, ഈ തള്ളായില്ലാത്ത കോച്ചിനെ കൊലാക്കു കൊടുക്കാമ്പോണോ?"

പാപ്പിക്കുഞ്ഞു പ്രതിവചിച്ചു:

"അവാളു ചീത്തയാകാതിരീക്കാനാ."

അതിലടങ്ങിയത് അയൽക്കാരോടുള്ള അമർഷമാണ്. നല്ലപെണ്ണു ചോദിച്ചു:

"അവാളെന്നാ ചീത്തയായി?"

ചെമ്പൻകുഞ്ഞിനോടു തിരിഞ്ഞു നല്ലപെണ്ണു തുടർന്നു:

"പിന്നെ, ആ പെണ്ണുമ്പിള്ളേന്റെ വാക്കു കേട്ടേച്ച് കോച്ചിനെ കൊല്ലാരുത്."

പാപ്പിക്കുഞ്ഞു നല്ലപെണ്ണിനോടു ചോദിച്ചു:

"നിങ്ങാക്കെന്താ കാര്യം?"

"ഏന്നെയാ ചക്കി, നിങ്ങാ തിന്നുന്ന മൊതലോണ്ടാക്കി യോളു, ചാകാന്നേരാത്തു ഈ കോച്ചിനെ ഏപ്പീച്ചത്."

പാപ്പിക്കുഞ്ഞു പാവമാണെങ്കിലും അവളും അരയത്തി യാണ്. ആ അരയത്തി ഉണർന്നു. അവൾ പറഞ്ഞു:

"പിന്നെ, നാക്കടക്ക്. ഇതു പാപ്പിക്കുഞ്ഞാ. പള്ളിക്കുന്നത്തു കണ്ടങ്കോരൻ വലക്കാരന്റെ കൂടെ പൊറുത്തോളാ."

കരണത്തടിച്ചതുപോലെ നല്ലപെണ്ണു പറഞ്ഞു:

"ഇപ്പം ചെമ്പാൻകുഞ്ഞച്ചന്റെ മരക്കാത്തിയാ. തിന്നുന്നതു ചക്കീന്റെ മൊതലും. ഒന്നടാങ്ങിക്കെടയവടെ."

ചെമ്പൻകുഞ്ഞു നിസ്സഹായനായി നിന്നുപോയി.

പാപ്പിക്കുഞ്ഞും ദേഷ്യംകൊണ്ടു തന്നത്താൻ മറന്നു.

"നിങ്ങാക്കെന്താ കാരീയം? നിങ്ങാടെ വല്ലോമാണോ ചെമ്പാൻകുഞ്ഞ്?"

"ഫാ പോടീ പോ!"

കലിതുള്ളി നല്ലപെണ്ണ് ഒരാട്ടാട്ടി. എന്നിട്ട് അവൾ അധികാരമുണ്ടെന്നു പറഞ്ഞു. അത് ചെമ്പൻകുഞ്ഞിന്റെ രഹസ്യക്കാരിയായിട്ടല്ല. കടലിൽ പോയി ജീവൻ പണയംവച്ച് അവളുടെ കുഞ്ഞുങ്ങൾക്കു നാഴി അരിക്കു വക കൊണ്ടുവന്നു കൊടുക്കുന്നോന്റെ കളിക്കൂട്ടായിരുന്നു ചെമ്പൻകുഞ്ഞ്. അവൾ അവളുടെ മരയ്ക്കാനെ സ്നേഹിക്കുന്നു. അതുകൊണ്ടുള്ള അവകാശമാണ്. ചക്കി ഈ വീട്ടിൽ വന്നനാൾമുതൽ അവളും നല്ലപെണ്ണും കൂട്ടായിരുന്നു; ഒന്നായിരുന്നു. വഴക്കു കൂടിയിട്ടുണ്ടെങ്കിലും അവർ പരസ്പരം സ്നേഹിച്ചു. അതാണവകാശം. ചക്കി ചാകാൻനേരത്ത് പഞ്ചമിയെ തന്നെ ഏൽപിച്ച വിവരം വീണ്ടും നല്ലപെണ്ണു പറഞ്ഞു. തുടർന്നു കറുത്തമ്മയും പഞ്ചമിയും ജനിച്ചനാൾ മുതലുള്ള സ്നേഹത്തിന്റെ കഥകൾ നല്ലപെണ്ണു വിവരിച്ചു:

"ഞാനവാർക്കു വയാറ്റി സ്തലംകൊടുത്തീലെന്നേയോള്ളു. അവാരേന്റ മക്കളായാ വളേന്നെ. അതാടീ അതീകാരം."

ചെമ്പൻകുഞ്ഞിനോടു തിരിഞ്ഞു നല്ലപെണ്ണു ചോദിച്ചു:

"ചെമ്പേൻകുഞ്ഞച്ചാ, നിങ്ങാ ഈ മൂധേവീനെ ഉപേഷ്ഷീക്ക്. ഞാൻ പഞ്ചമീനെ വളത്താം."

ഞൊടിയിടയിൽ നല്ലപെണ്ണു തുടർന്നു:

"അല്ലേലും തനീക്കീതു വരേണം. ആ നല്ലോരു പെണ്ണുമ്പിള്ളേ കറ്റപ്പെടുത്തി താൻ കൊന്നു. താൻ കൊതിയാനാ. ആ മൂത്ത കോച്ചിനേം താൻ ഒരുപ്പോക്കായാച്ചു. ഇപ്പം ഇതൊന്നോണ്ട്. ഒടുവി—ഞാനോന്നും പറേന്നില്ല."

നല്ലപെണ്ണിന്റെ കലി അടങ്ങിയില്ല. അവൾ തിരിഞ്ഞു പാപ്പിക്കുഞ്ഞിനോടായി:

“ഞങ്ങാ ഈ കടാപ്പൊറത്തു മരക്കാൻ ചത്താല് പിന്നൊരുത്തന്റെ കൂടെ പോത്തീല. അതാ ഞങ്ങാ മോറ.”

നല്ലപെണ്ണിന്റെ നീളമുള്ള നാക്കിനെ തടുക്കാൻ പാപ്പിക്കുഞ്ഞിനു കഴിഞ്ഞില്ല. ചെമ്പൻകുഞ്ഞിനും സാധിച്ചില്ല. കുറെ പെയ്തു കഴിഞ്ഞപ്പോൾ ആ കലി ഒന്നടങ്ങി. എന്നാലും പഞ്ചമിയിലുള്ള അവകാശത്തെ ഉപേക്ഷിക്കാൻ അവൾ തയ്യാറില്ല. അവൾ ചോദിച്ചു:

“നീ വരുന്നോടീ പെണ്ണേ?”

ചെമ്പൻകുഞ്ഞു സ്തബ്ധനായി നില്ക്കുകയാണ്. നല്ലപെണ്ണ് അയാളുടെ മകളെ വിളിക്കുന്നു. പഞ്ചമി നല്ലപെണ്ണിന്റെ പിന്നാലെ പോയി.

പാപ്പിക്കുഞ്ഞിന് ആയുസ്സിൽ അങ്ങനെ ഒരപമാനം സംഭവിച്ചിട്ടില്ല. അവൾ എന്തെല്ലാം കേട്ടു. ഇനി ഒന്നും കേൾക്കാൻ ബാക്കിയില്ല. ദുഃഖവും ദേഷ്യവും സഹിച്ചുകൂടാതെ അവൾ ചോദിച്ചു:

“മാനംമര്യാതയായി കഴീഞ്ഞ ഏന്നെ ഇതിനാണോ ഇവാടെ കൊണ്ടന്നെ?”

നിസ്സഹായനായ ചെമ്പൻകുഞ്ഞ് മിണ്ടിയില്ല. പാപ്പിക്കുഞ്ഞ് തുടർന്നു:

“മരക്കാത്തിമാരു ഏന്റെ നേരേ നീന്നു മീണ്ടീട്ടില്ല. ഞാനു പൊന്നാനി തൊറേലെ അരയാന്റെ കുടുമ്മത്തി പെറാന്നതാ.”

അവളെ ആശ്വസിപ്പിക്കാനായി ചെമ്പൻകുഞ്ഞു പറഞ്ഞു:

“ഇവടൊള്ളാതിങ്ങാ ഒക്കെ ഇങ്ങാനാ.”

“ഏന്നീട്ടു മിണ്ടാതിരൂന്നല്ലോ!”

“ഞാനെന്നാ വേണം?”

പല്ലു കടിച്ചുകൊണ്ട് പാപ്പിക്കുഞ്ഞു പറഞ്ഞു:

“ഞാനെന്നാ വേണം?”

അവൾ തുടർന്നു:

“നല്ല ആണുങ്ങയുടെകൂടെ പൊറൂത്തിട്ട്—ഈപ്പം —എന്റെ വിതിയാ.”

പാപ്പിക്കുഞ്ഞിനു നല്ലപെണ്ണു കൊടുത്തതിനു സമാധാനം ചെമ്പൻകുഞ്ഞു പറയേണ്ടിവന്നു. അവളുടെ ദേഷ്യം പഞ്ചമിയോടായി.

“പൊന്നു മൊകാള് അവാളു വീളീച്ചപ്പം പോയല്ലോ.”

ചെമ്പൻകുഞ്ഞു പറഞ്ഞു:

“ആവാരെ രണ്ടുപേരേം വളാർത്തീയത് അവാരൊക്കയാ.”

"ഓ!"

അമരാത്ത ദേഷ്യത്തോടെ പാപ്പിക്കുഞ്ഞ് ഒരു ശാപമിട്ടു.

"അതും ചേട്ടാത്തിയെപ്പോലെ പെഴാച്ചു പോകാത്തെ യൊള്ളു."

ചെമ്പൻകുഞ്ഞു നടുങ്ങി. അതുഗ്രമായ ഒരു ശാപമാണ്. മൂത്ത മകൾ അയാൾക്കുള്ളതല്ലാതായി. ഇനിയും ശേഷിച്ചത് പഞ്ചമി മാത്രമാണ്. അവളും ഇല്ലാതാകുമെന്നോ!

പാപ്പിക്കുഞ്ഞു നിർത്തിയില്ല. അവൾക്കു ജീവിതം ഇല്ലാതായാലും വേണ്ടില്ല, പറഞ്ഞേ മതിയാകൂ.

"ഇവാളും അതുതന്നെ. ചേട്ടത്തീനെപ്പോലെ വല്ല മേത്തനേം പൊറുപ്പീച്ച് ഈ കടാപ്പറാത്തു നടാക്കും."

ചെമ്പൻകുഞ്ഞിന്റെ തലയ്ക്കുള്ളിൽ ഒരു കൊള്ളിയാൻ മിന്നി. ഒന്നുകൂടി ചോദിക്കേണ്ടതായിട്ടില്ല; പറയേണ്ടതായിട്ടുമില്ല.

മേത്തനെ പൊറുപ്പിച്ചു?

ആ കഥ അയാൾക്കു വ്യക്തമായി. പരീക്കുട്ടിയുടെ പണം കൊടുക്കാനുള്ള ജാഗ്രത! തുടർന്ന് ഒരു നിമിഷംകൊണ്ട് എല്ലാം വെളിവായി. അവൾ— അവൾ—ചക്കിയും അതിനു കൂട്ടായിരുന്നോ? അതു മാത്രം ഇനിയും അറിഞ്ഞാൽ മതി.

ചെമ്പൻകുഞ്ഞിന് ഒരു കിറുക്കുപോലായി. അയാൾ നല്ല പെണ്ണിന്റെ വീട്ടിലേക്കോടി. പഞ്ചമിയെ നല്ലപെണ്ണിന്റെ മടിയിൽനിന്നും പിടിച്ചുപൊക്കി ഒരു വടി എടുത്തു കുറെ അടിച്ചു. അവളോട് അയാൾ ചോദിക്കുന്നത്, അവൾ മേത്തനെ പൊറുപ്പിക്കുമോ എന്നാണ്. നല്ലപെണ്ണു വാ പൊളിച്ചു നിന്നുപോയി. പഞ്ചമി അമ്മാച്ചിയെ വിളിച്ചു കരഞ്ഞു. അടിക്കുന്നതിനിടയിൽ അയാൾ പറഞ്ഞു:

"മേത്തനെ പൊറൂപ്പിക്കാത്തില്ലെന്നു പറയെടീ!"

അടികൊണ്ടു നിവൃത്തിയില്ലാതായപ്പോൾ അവൾ പറഞ്ഞു:

"മേത്തനെ പൊറൂപ്പിക്കത്തില്ലേ അച്ചാ!"

പാവം പെണ്ണ്! അവൾക്കതു വല്ലതും മനസ്സിലായിട്ടുണ്ടോ? ഉണ്ടായിരിക്കും. അവളും അതൊക്കെ കണ്ടതല്ലേ? അവളെ വീട്ടിലേക്കയാൾ ഓടിച്ചു.

അന്ന് ചക്കിയെ കുഴിച്ചിട്ടിടം അയാൾ താഴ്ത്തി കിളയ്ക്കുന്നതു കാണായി. എന്തിനാണോ, എന്തോ! അവളോടു നേരിട്ടു ചോദിക്കാനായിരിക്കും.

പതിനെട്ട്

ആകിറുക്കു സ്വല്പദിവസങ്ങൾക്കകം പോയി. എങ്കിലും ചെമ്പൻകുഞ്ഞിന്റെ ബുദ്ധി മന്ദിച്ചുപോയി. അയാൾ മൗനിയായിത്തീർന്നു. എല്ലാം തകർന്ന് ഒന്നും ശേഷിച്ചിട്ടില്ല എന്നു തോന്നും ആ നടപ്പും ഇരിപ്പും കണ്ടാൽ. അതു ശരിയല്ലേ? അയാളുടെ നിലപാടിൽനിന്നു നോക്കിയാൽ? അതെ. പണമില്ലാതായി. അതു സഹിക്കാം. അന്നോളം കെട്ടിപ്പടുത്ത മറ്റു ധനങ്ങളും പോയി. ആ ബുദ്ധിമാന്ദ്യം വന്നില്ലെങ്കിൽ അയാൾ മറ്റൊരാളുടെ മുഖത്ത് എങ്ങനെ നോക്കും?

ചെമ്പൻകുഞ്ഞിന്റെ രണ്ടു വള്ളങ്ങളും അറ്റകുറ്റപ്പെട്ടിരിക്കുകയാണ്. കടലിലിറക്കാൻ വയ്യാത്തവിധം കുറ്റങ്ങളുണ്ട്. വലയും കാലാകാലത്തു കേടുപാടുകൾ പോക്കാതെ പഴയതായി. ഒരയിലവല പന്നി കയറി കീറിക്കളഞ്ഞു. ആകെക്കൂടി ഒരു വലിയ സംഖ്യ പെട്ടെന്നുണ്ടായേ മതിയാകൂ. അവിടെ കാശൊന്നുമില്ല. അത് ചെലവുള്ള ഒരു കുടുംബവുമാണ്. കടപ്പുറത്ത് അയാൾ ശരിക്കു പോകാറില്ല.

കാര്യങ്ങളൊക്കെ കുറെ അന്വേഷിക്കുന്നത് പാപ്പിക്കുഞ്ഞാണ്. വള്ളവും വലയും കേടുപാടുപോക്കുന്ന കാര്യം അവൾ ചെമ്പൻകുഞ്ഞിനോടു പറഞ്ഞു. അതിനു പണം കടം വാങ്ങാതെ തരമില്ല. കടം വാങ്ങാമെന്ന് ചെമ്പൻകുഞ്ഞു പറഞ്ഞു.

പണം കടം വാങ്ങുന്നത് ആരിൽനിന്നാണ്? ഔസേപ്പല്ലാതെ ആരും ആ കടപ്പുറത്തില്ല. പണ്ട് അമ്മയുണ്ടായിരുന്നപ്പോൾ മുതൽ ഊപ്പ പെറുക്കിയും മറ്റുമായി പഞ്ചമി സംഭരിച്ചുവച്ചിരുന്ന ഇരുപതു രൂപാ അവൾ ആ അവസരത്തിൽ അച്ഛനെ ഏല്പിച്ചു. ചെമ്പൻകുഞ്ഞ് അതു കൈയിൽ വാങ്ങി കരഞ്ഞുപോയി. പഞ്ചമി പറഞ്ഞു:

“എന്നെന്നും ഊപ്പ പെറുക്കീരുന്നെങ്കി—ഇതിലും കൂടുതലു കണ്ടേനെ അച്ഛാ.”

തുടർന്ന് അവൾ പറഞ്ഞു:

“അല്ലേല് അമ്മാച്ചീ ഒണ്ടാരുന്നാലും മതിയാരുന്നു.”

ചെമ്പൻകുഞ്ഞു മിണ്ടിയില്ല. ഉൽക്കടമായ വികാരങ്ങൾ ഇനിയും ആ ഹൃദയത്തിനുള്ളിൽ പ്രവർത്തിക്കുകയില്ല.

ഗംഗാദത്തൻ അവനെ പിരിച്ചയയ്ക്കണമെന്നുള്ള നിർബന്ധം മുറുക്കിത്തുടങ്ങി. പക്ഷേ, ഇന്നോളം തന്റെ ആ

ആവശ്യം ചെമ്പൻകുഞ്ഞിന്റെ മുമ്പിൽ വയ്ക്കാൻ പാപ്പിക്കു ഞ്ഞിനു കഴിഞ്ഞിട്ടില്ല. അവൾ ജീവിക്കാൻ വേണ്ടി, അല്ലെങ്കിൽ ഗംഗാദത്തനുവേണ്ടി വളരെയേറെ സഹിച്ചും വിഴുങ്ങിയുമാണ് അവിടെ കഴിയുന്നത്. പഞ്ചമി അവളോടുള്ള ക്രൂരത അവസാ നിപ്പിച്ചിട്ടില്ല. ഗംഗാദത്തന് അവിടുന്ന് ഉണ്ണാൻ അവകാശമി ല്ലെന്നു പാപ്പിക്കുഞ്ഞിന് ഒരു തോന്നലുണ്ട്. സർവ്വോപരി ചെമ്പൻകുഞ്ഞിന്റെ ബുദ്ധിമാന്ദ്യം! ഇതിങ്ങനെയെല്ലാമാവു മെന്ന് അവൾ വിചാരിച്ചിരിക്കുകയില്ല.

ചെമ്പൻകുഞ്ഞ് ഇങ്ങനെ കുഴയുമെന്ന് പാപ്പിക്കുഞ്ഞു വിചാരിച്ചില്ല. അയാൾ കുഴയുന്നതിന് അവൾ ശ്രമിക്കുകയുമില്ല. അയാൾ അവളുടെ രക്ഷിതാവാണ്.

ഒരുപക്ഷേ, ചക്കിയെപ്പോലെ പത്തു ചക്രം ഉണ്ടാക്കാൻ കഴിയാത്തതിൽ പാപ്പിക്കുഞ്ഞിനു വേദനയുണ്ടായിരിക്കാം. കിഴക്കോട്ടു കച്ചവടത്തിനു പോകാൻ കഴിയുമായിരുന്നെങ്കിൽ, കമ്പാവല വലിക്കാനറിയാമായിരുന്നെങ്കിൽ ഒന്നുകൂടി കാര്യ ങ്ങൾ ഭംഗിയാകുമായിരുന്നു. അങ്ങനെ ഒരു ജീവിതം ആരംഭിച്ചാ ലെന്തെന്നും ചിലപ്പോൾ അവൾക്കു തോന്നാതിരിക്കുമോ?

പാപ്പിക്കുഞ്ഞ് ഒരു ഭർത്താവിനെ ശുശ്രൂഷിച്ചവളാണ്. അത വൾക്കറിയാം. ചെമ്പൻകുഞ്ഞിനേയും അവൾ സ്നേഹിച്ചിരുന്നു. സ്നേഹിക്കാതിരിക്കാൻ സാദ്ധ്യമല്ല. ഒരുവൻ സ്ഥാനം പിടിച്ചിട ത്താണ് ചെമ്പൻകുഞ്ഞ് കടന്നുകൂടേണ്ടത്. അതെങ്ങനെ എന്നാൽ, ഒരുവൾ സ്ഥാനം പിടിച്ചിരുന്നിടത്ത് അവൾ കടന്നു കൂടാൻ ശ്രമിക്കുംപോലെ. മുമ്പ് പ്രതിസന്ധിഘട്ടത്തിലെല്ലാം ചെമ്പൻകുഞ്ഞ് ചക്കിയെ ഓർക്കുമായിരുന്നതുപോലെ, അവൾ എപ്പോഴും കണ്ടങ്കോരൻവലക്കാരനേയും ഓർക്കും. അയാളോട് അവൾ മാപ്പിരക്കുന്നുണ്ടാവും.

പാപ്പിക്കുഞ്ഞിന് ഒരു മനസ്സമാധാനവുമില്ല. കാര്യങ്ങൾ വല്ലാതെ കുഴഞ്ഞേക്കും. ഒരുപക്ഷേ, എല്ലാം തന്റെ കുറ്റംകൊണ്ടു സംഭവിച്ചു എന്ന തോന്നലുമുണ്ടായിരിക്കാം. ചക്കിയുടെ കാലത്ത് ചെമ്പൻകുഞ്ഞു നന്നായി. പാപ്പിക്കുഞ്ഞിന്റെ കാലത്തു മുടിഞ്ഞു. ചക്കി ഒരു കടൽജോലിക്കാരന്റെ അരയത്തി ആയി രുന്നു. പാപ്പിക്കുഞ്ഞ് ഒരു വലക്കാരന്റെയും.

വള്ളങ്ങൾ കടലിലിറക്കാൻ വയ്യാതെ കരയിലിരിക്കുക —അതെന്തെന്ന് പാപ്പിക്കുഞ്ഞ് പേടിച്ചു. അവൾ ഔസേപ്പിനെ ആളയച്ചുവരുത്തുവാൻ നിശ്ചയിച്ചു. അത്താഴമൂണുകഴിഞ്ഞ്

ചിന്താമഗ്നനായിരിക്കുന്ന ചെമ്പൻകുഞ്ഞിന്റെ അടുത്തുചെന്നിരുന്ന് പാപ്പിക്കുഞ്ഞു ചോദിക്കും:

"ഈങ്ങനെ ഇരുന്നാലേക്കോണ്ടോ, വള്ളം നന്നാക്കാണ്ടയോ?"

അയാൾ തല ഉയർത്തി അവളുടെ മുഖത്തു നോക്കി. ഒന്നും മിണ്ടിയില്ല. അവൾ വീണ്ടും ചോദിച്ചു. അയാൾ വേണമെന്നു പറഞ്ഞു.

ആ ആലോചന തുടരേണ്ടതാണ്. അവൾ ചോദിച്ചു:

"ഔസേപ്പിനെ വരുത്താട്ടെ?"

"വരുത്ത്."

പെട്ടെന്ന് ഉത്തരമുണ്ടായി. അതിന്റെ പിന്നിൽ ആലോചനയുണ്ടായിരുന്നോ? ഔസേപ്പിന്റെ പക്കൽനിന്നും പണം കടം മേടിക്കുക എന്നാൽ എന്താണെന്ന് അയാളുമായി ഇടപെട്ടിട്ടില്ലെങ്കിലും ചെമ്പൻകുഞ്ഞിനെപ്പോലെ അറിയാവുന്നവരാരും ആ കടപ്പുറത്തില്ല. ആ നിലയ്ക്ക് അയാൾ നിശ്ചിന്തനായി പറഞ്ഞതല്ലേ? ചിന്തിച്ചിരുന്നെങ്കിൽ പറയുമോ? വള്ളം കരയിലിരുന്നുപോകുന്നതിനെക്കുറിച്ചും അയാൾക്കു വിചാരമില്ലെന്നു തോന്നുന്നു.

ആ വീട്ടിൽ പണ്ട് അത്താഴത്തിനുശേഷം അങ്ങനെയുള്ള രംഗങ്ങൾ ദിനംപ്രതി നടന്നിട്ടുണ്ട്. അടിക്കല്ലിടപ്പെട്ട ജീവിതപദ്ധതിയുടെ വിശദാംശങ്ങൾ ചർച്ചചെയ്യുന്നതിന്! അന്ന് ആ രംഗങ്ങൾക്കു സാക്ഷിയായിരുന്നത് പൊട്ട മണ്ണെണ്ണവിളക്കിന്റെ തീനാമ്പായിരുന്നു. അന്നു ബുദ്ധികൂർമ്മതയും പ്രസരിപ്പും ഓജസ്സുമുള്ള ചെമ്പൻകുഞ്ഞിനേയും അയാളുടെ കൂടെ ചെറുപ്പത്തിൽത്തന്നെ കൂടിയ ചക്കിയെയും കാണാമായിരുന്നു. അവർ കടന്നുകടന്നു ചിന്തിച്ചു. അകത്ത് അവരുടെ മക്കൾ രണ്ടുപേരും ദുഃസ്വപ്നംകാണാതെ കിടന്നുറങ്ങുകയായിരുന്നു. ഇന്നു പഞ്ചമി അകത്തു പേസ്വപ്നം കണ്ടു ഞരങ്ങുന്നു.

പാപ്പിക്കുഞ്ഞു ചോദിച്ചു:

"ഞാനെന്നാ വേണം?"

അയാൾ മിണ്ടിയില്ല. അവൾ തുടർന്നു:

"ഞാനോരു ചൊമാടാ. എന്നെക്കോണ്ടു പിടീപ്പില്ല. ഞാനെന്നാ വേണം? ആണുങ്ങാ വേലചെയ്തു കൊണ്ടത്തന്നു തിന്നേ ഞാൻ കഴിഞ്ഞീട്ടൊള്ളു."

ചെമ്പൻകുഞ്ഞ് അതു മിണ്ടാതിരുന്നു കേട്ടു. പാപ്പിക്കുഞ്ഞു കരഞ്ഞു.

"ഞാനെത്രപേർക്കാ നാശം വരുത്തിവെച്ചെ! ഞാൻ കാലു കുത്തിയാപ്പം തൊടാങ്ങി മുടിവാ."

ചെമ്പൻകുഞ്ഞിന്റെ ചുണ്ടു പൊളിഞ്ഞു.

"അതിനിപ്പം?"

"ഈപ്പം എന്നാ വേണം?"

"ഏന്തെങ്കിലും ചെയ്യ്."

ഗംഗാദത്തൻ അവന്റെ അഞ്ഞൂറു രൂപയ്ക്കു നിർബന്ധം തുടങ്ങി.

പാപ്പിക്കുഞ്ഞ് അവനെ ലോകത്തിലേക്കു വലിച്ചിഴുത്തിപ്പോയി. അവൻ ചോദിക്കുന്നതു കൊടുത്തേ മതിയാകൂ. എങ്ങനെ സാധിക്കുമെന്നു ചോദിച്ചാൽ അതവനറിയണ്ട. ചെമ്പൻകുഞ്ഞിന് അതു കൊടുക്കാൻ ബാദ്ധ്യതയുണ്ട്. പാപ്പിക്കുഞ്ഞിനെ അയാൾ വിലയ്ക്കെടുത്തതാണ്. അമ്മ മറ്റൊരുത്തനു തന്നെത്തന്നെ വിറ്റു. അവനിൽ കണ്ടങ്കോരൻവലക്കാരനുണ്ട്. ചിലപ്പോൾ അയാളാണു മുമ്പിൽനിന്നു ചോദിക്കുന്നതെന്ന് പാപ്പിക്കുഞ്ഞിനു തോന്നാറുണ്ട്.

ഔസേപ്പിനെ പാപ്പിക്കുഞ്ഞ് ആളയച്ചു വരുത്തി. പാപ്പിക്കുഞ്ഞുതന്നെ വിവരങ്ങൾ പറഞ്ഞു. പണം കൊടുക്കാമെന്ന് ഔസേപ്പു സമ്മതിച്ചു. പക്ഷേ, രണ്ടു വള്ളങ്ങളും വലകളും പണയം കൊടുക്കണം. മുതൽപലിശ കാലാവധിക്കു കൊടുത്തില്ലെങ്കിൽ വള്ളവും വലയും തീറായി കണക്കാക്കണം.

ചെമ്പൻകുഞ്ഞ് ഒന്നും മിണ്ടിയില്ല. ഔസേപ്പു ചോദിച്ചു:

"എന്താ ചെമ്പൻകുഞ്ഞേ മിണ്ടാത്തെ?"

ചെമ്പൻകുഞ്ഞു പറഞ്ഞു:

"എന്തു മിണ്ടാനാ? എന്തായാലും പണംവേണം."

അടുത്തദിവസംതന്നെ ഔസേപ്പ് ഒരു കരാർ എഴുതിക്കൊണ്ടു വന്നു. അതെന്തെന്നുപോലും അയാൾ വായിച്ചു നോക്കിയില്ല. ഒപ്പിട്ടു. ഔസേപ്പ് എഴുനൂറ്റിതൊണ്ണൂറ്റഞ്ചു രൂപ എണ്ണിക്കൊടുത്തു. അഞ്ചു രൂപയ്ക്ക് എന്തൊക്കെയോ ചെലവുകൾ ഉണ്ടത്രെ! ആ പണം അയാൾ പെട്ടിയിൽവച്ചു പൂട്ടി.

പിന്നീട് ആ മൗനം സ്വല്പം പോയതുപോലെ തോന്നി. അയാൾ വള്ളം നന്നാക്കുന്നതിനെക്കുറിച്ചും മറ്റും അല്പാല്പമായി സംസാരിച്ചു. കാലാവധിക്കുള്ളിൽതന്നെ പണം കൊടുക്കണമെന്നും പറഞ്ഞു. ഇല്ലെങ്കിൽ വലിയ കുഴപ്പമാണ്. ഔസേപ്പ് ഹൃദയശൂന്യനാണ്. താനും അതിനു ശ്രമിക്കാമെന്ന് പാപ്പിക്കുഞ്ഞും പറഞ്ഞു.

അവിടെ പണം ഉണ്ടായ വിവരം അറിഞ്ഞിട്ടോ അറിയാതെയോ ഗംഗാദത്തൻ മുമ്പില്ലാത്തവിധം പാപ്പിക്കുഞ്ഞിനെ അലട്ടി. അവനെ പിരിച്ചുവിടണം. ഒരു നാഴികനേരം അവനവിടെ കഴിയാൻ ഒക്കുകയില്ല. പാപ്പിക്കുഞ്ഞ് അവന്റെ കാലു പിടിച്ചു. വള്ളങ്ങൾ കേടുപാടുപോക്കി കടലിലിറങ്ങട്ടെ. എങ്ങനെയും അവൾ അവന് ആവശ്യമുള്ള പണം ഉണ്ടാക്കിക്കൊടുക്കാം.

അവൻ തീർത്തുപറഞ്ഞു:

"എനിക്കു മേല."

പാപ്പിക്കുഞ്ഞിനു ദേഷ്യംവന്നു.

"മേലേങ്കി വേണ്ട. ഞാനെന്നാ ചെയ്യാണം?"

"എന്നാലിനീം ഇങ്ങനെ ഒരു മകനുണ്ടെന്ന് അമ്മ വിചാരിക്കണ്ട."

തന്റേടത്തോടെ മറുപടി പറയാൻ പാപ്പിക്കുഞ്ഞിനു വയ്യ. അവൾ അമ്മയാണ്; അവനെ പെറ്റവളാണ്. അവന്റെ അച്ഛനെക്കുറിച്ചുള്ള സ്മരണകളെ തട്ടിമെതിച്ച് ചെമ്പൻകുഞ്ഞിന്റെ അടുത്തെത്തിയവളാണ്. നിസ്സഹായതയോടെ അവൾ പറഞ്ഞു:

"ആ മനുഷ്ഷേനോട് എങ്ങനാടാ ചോതീക്കുന്നെ?"

"അമ്മ എന്നെ അങ്ങു പിരിച്ചുവിട്."

ഒന്നുകൊണ്ടും അവൻ അനുസരിക്കുന്നില്ല. അവൻ പറഞ്ഞതിന്റെ അർത്ഥം അവനെ പിരിച്ചുവിട്ടിട്ട് അവൾ ചെമ്പൻകുഞ്ഞിന്റെ മാത്രമായിരിക്കാനാണ്.

"നിനിക്കുവേണ്ടിക്കൂടയാ മകനെ ഞാനിവാടെ വന്നാത്."

"എന്നാലും എന്നെ പിരിച്ചേരെ."

ആ സൈ്വരക്കേട് ചെമ്പൻകുഞ്ഞിനെ അറിയിക്കാൻ പാപ്പിക്കുഞ്ഞിനു ധൈര്യമില്ല. അടക്കി ഒതുക്കിവയ്ക്കാൻ വയ്യാത്ത നിലയിലേക്ക് അതു വളരുകയാണ്.

പാപ്പിക്കുഞ്ഞിന് ഒരു സമാധാനവുമില്ല. തന്റെ സർവ്വസ്വവും തീർന്നെന്നാണ് ചെമ്പൻകുഞ്ഞിന്റെ വിചാരം. അതൊരു വശത്ത്; മറുവശത്തു ഗംഗാദത്തന്റെ നിർബന്ധം.

വീണ്ടും ഒരുവന്റെകൂടെ കൂടേണ്ടായിരുന്നു. പക്ഷേ, അപ്പോൾ ജീവിതം ഒരു പ്രശ്നമാണ്. എന്നാലും ഇതുപോലെ കുഴഞ്ഞുമറിഞ്ഞ പ്രശ്നങ്ങൾ ഉണ്ടാകുമെന്ന് അറിഞ്ഞില്ല.... ഒന്നും വേണ്ടായിരുന്നു. എങ്കിൽ ഗംഗാദത്തൻ ശല്യപ്പെടുത്തുകയില്ല; ചെമ്പൻകുഞ്ഞിന്റെ വൈഷമ്യവും കാണണ്ട. അവളുടെ ജീവിതം ആരംഭിച്ചതുതന്നെ ഒരു തെറ്റായാണ്. ഒരു സാധാരണ അരയത്തി ആയിരുന്നെങ്കിൽ ഇന്നു കുട്ടയും തലയിലേറ്റി

കിഴക്കോട്ടു കച്ചവടത്തിനു പോകാമായിരുന്നു. അങ്ങനെ ജീവിക്കാമായിരുന്നു. എല്ലാം തെറ്റി. രണ്ടു വള്ളങ്ങളുള്ള ഒരു ഐശ്വര്യവാന്റെ കൂടെ കൂടാമെന്നു വച്ചു. എന്തായിരിക്കും ഭാവി!

ആ അതിതീക്ഷ്ണമായ മത്സരത്തിൽ അമ്മ ജയിച്ചു. അമ്മയേ അതിൽ ജയിക്കാനിടയുള്ളൂ. അവൾ പട്ടിണി കിടക്കാം. തെണ്ടിക്കൊള്ളാം. അതാണതിന്റെ അങ്ങേ അറ്റത്തെ ഫലം. ആ ഫലം അനുഭവിക്കാൻ പാപ്പിക്കുഞ്ഞിനു ധൈര്യമുണ്ട്. ആ വീടുമായി അവൾക്ക് എന്താണു ബന്ധമുള്ളത്? ഓർത്തുനോക്കുമ്പോൾ ഒന്നുംതന്നെയില്ല... ചെമ്പൻകുഞ്ഞു മുടിഞ്ഞാൽ? അങ്ങേ അറ്റം അവളും പട്ടിണി. ഒരു സംഖ്യയുംകൊണ്ടു പോകുന്ന ഗംഗാദത്തൻ നന്നായാൽ അവൾ ജീവിക്കും. അവൾ ജീവിക്കുന്നെങ്കിൽ തീർച്ചയായും ചെമ്പൻകുഞ്ഞും ജീവിക്കും. അങ്ങനെ അമ്മ ജയിച്ചു.

ഒരു ദിവസം ചെമ്പൻകുഞ്ഞില്ലാത്ത തക്കംനോക്കി പാപ്പിക്കുഞ്ഞ് അയാളുടെ പെട്ടി തുറന്നു. പഞ്ചമിയും അവിടെയില്ല. ഔസേപ്പിന്റെ പക്കൽനിന്നും വാങ്ങിയ പണത്തിൽനിന്നു രണ്ടു നൂറു രൂപാ നോട്ടുകൾ എടുത്തു. പെട്ടി വീണ്ടും പൂട്ടി ഭദ്രമാക്കി.

അന്നു രാത്രിയിൽ അമ്മയും മകനുംകൂടി പുരയ്ക്കു പടിഞ്ഞാറുവശത്തുനിന്നു രഹസ്യം സംസാരിക്കുന്നതു പഞ്ചമി കണ്ടു. ഒരു തെങ്ങു മറഞ്ഞുനിന്ന് അത് അവൾ കേൾക്കാൻ ശ്രമിച്ചു. എന്തൊക്കെയോ പഞ്ചമിക്കു മനസ്സിലായി. ഇരുനൂറു രൂപകൊണ്ടു തല്ക്കാലം തൃപ്തനാകാൻ പാപ്പിക്കുഞ്ഞു കേണപേക്ഷിച്ചു. ബാക്കി പിന്നീടുണ്ടാക്കാം.

മകൻ അമ്മയുടെ അനുഗ്രഹാശിസ്സുകളോടെ പോയി. പോകുന്ന മകനെ അമ്മ നോക്കിനിന്നു. അവളുടെ കണ്ണുകൾ നിറഞ്ഞു. മുഖം തുടച്ചിട്ട് അവൾ തിരിച്ചുവന്നു.

പഞ്ചമിക്ക് ഒരു നല്ല ആയുധം കയ്യിൽകിട്ടി. അവൾ ആ ആയുധം ഉപയോഗിക്കാൻതന്നെ തീരുമാനിച്ചിരിക്കുകയാണ്. ചിറ്റമ്മ മകനു പണം കൊടുത്തു. ചെമ്പൻകുഞ്ഞു സൂക്ഷിച്ചുവച്ചിരിക്കുന്ന പണത്തിൽനിന്നും എടുത്തതാണത് എന്നവൾക്കു മനസ്സിലായില്ല. പക്ഷേ, ആ പണം അവിടെ നിന്നുണ്ടാക്കിയതാണെന്ന കാര്യത്തിൽ അവൾക്കു സംശയമില്ല. അവൾ ആ രഹസ്യം അച്ഛനോടു പറയും. അച്ഛൻ പണമില്ലാതെ വള്ളങ്ങളും വലയും പണയത്തിനു കൊടുത്തപ്പോൾ ചിറ്റമ്മയുടെ കയ്യിൽ പണമുണ്ടായിരുന്നു. ആ പണം അവർ അവരുടെ മകനു കൊടുത്തു.

പിറ്റേന്നു രാവിലെ ചെമ്പൻകുഞ്ഞു കടപ്പുറത്തിറങ്ങിയപ്പോൾ പഞ്ചമിയും കൂടെ പോയി. അല്പം കഴിഞ്ഞ് അയാൾ ഭ്രാന്തനെപ്പോലെ ഓടിവന്നു. ചെമ്പൻകുഞ്ഞു പെട്ടി തുറന്നു നോക്കി. അവിടെ അഞ്ഞൂറു രൂപയേയുള്ളൂ. ഒരലർച്ചയായിരുന്നു അടുത്ത നിമിഷം കേട്ടത്.

"ഇതിലിരുന്ന രൂപ എടുത്തോ?"

പാപ്പിക്കുഞ്ഞു സമ്മതിച്ചു; എല്ലാം സമ്മതിച്ചു. തന്നിൽത്തന്നെ അടക്കാൻ കഴിയാത്ത കോപംകൊണ്ട് അയാൾ വിറക്കൊണ്ടുപോയി. അത്യുഗ്രമായ ഒരാജ്ഞ മറ്റൊരലർച്ചയുടെ രൂപത്തിൽ പുറത്തുവന്നു.

"എറാങ്ങേന്റെ വീട്ടീന്ന്!"

പാപ്പിക്കുഞ്ഞു മിണ്ടാതെ പുറത്തിറങ്ങി. പഞ്ചമിക്ക് അത് നന്നേ രസിച്ചു.

"പോ കടാപ്പുറത്ത്."

പാപ്പിക്കുഞ്ഞു കടപ്പുറത്തേക്കു നടന്നു. അയാൾ വീടിന്റെ കതകടച്ചു.

"ഇനീ ഈ വീട്ടി കേറി പോകല്ല്!"

അതിനുത്തരം പാപ്പിക്കുഞ്ഞു പറഞ്ഞില്ല. ആ നീണ്ടു നീണ്ട കടപ്പുറത്ത് ആരും ആശ്രയമില്ലാതെ ഒരു സ്ത്രീയെ കാണാം.

അത് കണ്ടങ്കോരൻവലക്കാരന്റെ അരയത്തിയാണ്; ചെമ്പൻകുഞ്ഞിന്റെ അരയത്തിയാണ്.

വീണ്ടും എവിടെനിന്നോ ഒരു കരുത്തും ഉശിർപ്പും ചെമ്പൻകുഞ്ഞിനുണ്ടായി. കുറച്ചുനാളായി അടങ്ങിപ്പോയ ഉശിർപ്പ്; ക്ഷയിച്ചതായി വിചാരിക്കപ്പെട്ട കരുത്ത്!

ചെമ്പൻകുഞ്ഞു പാപ്പിക്കുഞ്ഞിനെ അടിച്ചു പുറത്താക്കിയ കാര്യം കടപ്പുറമാകെ സംസാരവിഷയമായി. പാപ്പിക്കുഞ്ഞ് അവിടെത്തന്നെ ഒരു തെങ്ങിൻചുവട്ടിൽ ഇരിക്കുകയാണ്. മറ്റെവിടെ പോകാനാണ്? ഒരിടവും ഈ പാരിലില്ല. ചെമ്പൻകുഞ്ഞിന്റെ മനസ്സ് അലിയുന്ന മട്ടുമില്ല. അങ്ങനെ ആ കാര്യം ഗൗനിക്കാതെ വിടാൻ പാടുള്ളതല്ലെന്നു കടപ്പുറത്തുകാരിൽ ഓരോരുത്തനും തോന്നി. അനാഥയായി ഒരു സ്ത്രീ ആ കടപ്പുറത്തു നടക്കുക!

മൂപ്പന്മാർ ഒരുമിച്ചുകൂടി തുറയിലരയന്റെ അടുത്തുപോയി. പൊന്നാനി തുറയിലരയന്റെ കുടുംബത്തിൽപ്പെട്ട ഒരു സ്ത്രീ, പള്ളിക്കുന്നത്തു കണ്ടങ്കോരനരയന്റെ ഭാര്യയായിരുന്നവൾ, ചെമ്പൻകുഞ്ഞിന്റെ പിന്നാലെ ഇറങ്ങിപ്പോന്നതുതന്നെ അരയന്

ഇഷ്ടപ്പെട്ടിരുന്നതല്ല. എല്ലാ തുറയിലും അരയന്മാർക്കുതന്നെ അതൊരു കുറച്ചിലായിട്ടാണ് അദ്ദേഹത്തിനു തോന്നിയിരുന്നത്. ആ നിലയ്ക്കു നെറിയും മുറയുംകെട്ടു നടന്ന അവളെക്കുറിച്ച് ഒന്നും കേൾക്കണ്ട തനിക്കെന്ന് അദ്ദേഹം തീർത്തു പറഞ്ഞു. തുറയിലരയൻ വല്ലാതെ ദേഷ്യപ്പെട്ടു നില്ക്കുകയാണ്. പക്ഷേ, ആ തുറയിലെ പഴവന്മാർ പിൻവാങ്ങിയില്ല. ഒരു വലിയ പ്രശ്നമാണ് അവിടെ ഉണ്ടായിട്ടുള്ളത്. വയ്യിട്ടു കയറിക്കിടക്കാൻ ഇടമില്ലാതെ ഒരു പെണ്ണുമ്പിള്ള കടപ്പുറത്തു കഴിയുന്നു! അതു ശരിയാണോ? തുറയിലരയൻ പറഞ്ഞു:

"എന്നാ വേണമെങ്കി ചെയ്യ്. അവളെയോ അവനെയോ തല്ലിക്കൊന്നു കടലിലിട്."

അയ്യൻകുഞ്ഞു വിനീതമായി ചോദിച്ചു:

"അതു ശരിയാണോ ഒടേതേ?"

"പിന്നല്ലാതെ ഞാനെന്നാ വേണം?"

"അവിടന്നു ചെമ്പൻകുഞ്ഞിനെ വിളിച്ചു പറയണം."

"എനിക്കു കഴിയുകയില്ല. ഞാനെന്തു പറയണമെടാ അവനോട്?"

"പിന്നെ, ഞങ്ങൾ, എന്നാ ചെയ്യണം? ഇതുപോലൊള്ള കാര്യങ്ങാ പിന്നാരാ ചെയ്യേണ്ടത്?"

തുറയിലെ മൂപ്പന്മാരുടെ ആ ചോദ്യത്തിനു മുമ്പിൽ, തുറയുടെ നാഥനും നമ്പിയുമായ അരയൻ ഒന്നു വഴങ്ങേണ്ടതായി വന്നു. എന്തെങ്കിലും ചെയ്തേ മതിയാകൂ. ഒരു തുറയിലരയന്റെ കുടുംബത്തിൽ ജനിച്ചവളാണ്, കടപ്പുറത്തലയുന്നത്. അരയൻ പറഞ്ഞു.

"നെറീം മൊറേം വിട്ടതിന്റെ ഫലമാണിത്. അവള് ഒരരയന്റെ കുടുംബത്തിലാരുന്നെങ്കി ഇതു വരുമാരുന്നോ?"

ഇല്ല എന്ന് എല്ലാവരും സമ്മതിച്ചു.

അമ്മയുടെ സ്ഥാനത്തു കടന്നുകൂടിയ ചിറ്റമ്മ പുറത്തായി. അവിടെയുണ്ടായിരുന്ന വേലക്കാരിയും പോയി. എല്ലാം ശുദ്ധമായി. പഞ്ചമി അച്ഛനെ പറ്റിക്കൂടി നില്ക്കുകയാണ്. അവൾക്ക് ഒരു കാര്യം സാധിക്കാനുണ്ട്. അതച്ഛനോടു പറയുന്നതിന് അവൾ അവസരം പാർത്തിരുന്നു.

ആ കാര്യമെന്തെന്നോ? വളരെ ചെറുതാണ്; നിസ്സാരമാണ്. വീട്ടിൽ ആരുമില്ല. അവളുടെ ചേച്ചിയെ വിളിച്ചുകൊണ്ടുവരാൻ പറയണം. അതുകൂടെയായാൽ, ആ വീട് അവരുടെ പഴയ വീടാകും. അവിടെ അമ്മയില്ല എന്ന് ഒരു കുറവേയുള്ളൂ.

കറുത്തമ്മയുണ്ടെങ്കിൽ ആ കുറവും അവൾക്കു സഹിക്കാം. പക്ഷേ, അതിനു പറ്റിയ അവസരം കിട്ടുന്നില്ല. ചെമ്പൻകുഞ്ഞ് ഒരു ക്ഷണം ഒരിടത്തും അടങ്ങിയിരിക്കുന്നില്ല. എപ്പോഴും അയാൾക്കു ഗൗരവമാണ്. ആ ഉണർന്ന ഉശിരും വർദ്ധിച്ച കരുത്തുംകൊണ്ട് അയാൾ ആൾതന്നെ മാറിപ്പോയി. അയാൾ പഴയ ചെമ്പൻകുഞ്ഞാകുവാൻ നിശ്ചയിച്ചിരിക്കയാണ്. എല്ലാവരേയും എപ്പോഴും അയാൾ കുറ്റപ്പെടുത്തിക്കൊണ്ടിരുന്നു. പാപ്പിക്കുഞ്ഞു മുടിവിനാശക്കാരിയാണ്; അവളുടെ നിഴലാട്ടം ഉണ്ടായപ്പോൾ മുതൽ നാശമാണ്. അവളെ കല്യാണം കഴിക്കാൻ നിശ്ചയിച്ച ആ നിമിഷത്തെ അയാൾ ശപിച്ചു.

"എനിക്കെങ്ങനെ ഏന്റെ ബുദ്ധി കെട്ടുപോയേന്നാ ഞാൻ വിചാരിക്കുന്നെ! അവാടെ നെറോം തലമുടീം തടീം കണ്ടു മെരാണ്ടതാരിക്കും."

ഇങ്ങനെയാണയാൾ പറയുന്നത്. കറുത്തമ്മയെക്കുറിച്ചും അയാൾ പറയുന്നുണ്ട്. മേത്തനെ പൊറുപ്പിച്ചു നടന്നിട്ട്, ഒരു മരയ്ക്കാൻ വന്നപ്പം അവന്റെ പുറകേ പോയി. അവൾ തന്റെ മകളല്ല. അങ്ങനെ ഒരുവളുള്ളതായിപ്പോലും അയാൾ ഗണിക്കുന്നില്ല.

ചിലപ്പോൾ അയാൾ പഞ്ചമിയോടു ചോദിക്കും:

"നീ എങ്ങനാകാനാടീ പോണേത്?"

അവളേയും അയാൾക്കു വിശ്വാസമില്ല.

അയാൾ ഒരു പുതിയ ജീവിതം തുടങ്ങാൻ പോവുകയാണ്. ഇടക്കാലത്തു ചില മഠത്തരങ്ങൾ സംഭവിച്ചുപോയി.

പാപ്പിക്കുഞ്ഞിനെ നല്ലപെണ്ണു വിളിച്ചുകൊണ്ടുപോയി, അവളുടെ വീട്ടിൽ പാർപ്പിച്ചിരിക്കുകയാണ്. ആ ധൂമകേതുവിനെ ദൂരെദൂരെ വിടാതെ, അവിടെ കയറ്റിവച്ചിരിക്കുന്നതിൽ പഞ്ചമിക്കു ദുഃഖമുണ്ടായിരുന്നു. മറ്റാര് അതു ചെയ്താലും അവൾക്കതു സഹിക്കാം. മരണസമയത്തും അമ്മ പഞ്ചമിയെ ഏല്പിച്ചതു നല്ലപെണ്ണിനെയാണ്. ആ കൊച്ചമ്മ എന്തുകൊണ്ടങ്ങനെ ദ്രോഹം ചെയ്യുന്നു? ചെമ്പൻകുഞ്ഞിനും അതിൽ പാരുഷ്യമുണ്ട്. പക്ഷേ, അതിനയാൾക്കു സമാധാനമുണ്ട്. അച്ചകുഞ്ഞിന് എന്നെന്നും അയാളോട് അസൂയ ആയിരുന്നത്രേ!

എന്തെങ്കിലും ഒരു രാജി നടന്നേക്കും എന്ന് പഞ്ചമിക്കു തോന്നി. അതിനു മുമ്പു ചേച്ചിയെ വരുത്തണം. നോക്കിനോക്കിയിരുന്ന് ഒരവസരം കണ്ടുപിടിച്ച് അവൾ പറഞ്ഞു:

"അച്ചാ, ചേച്ചീനെ കൊണ്ടുവന്നാലെന്താ? ചേച്ചി പാവമാ അച്ചാ. ഈ പറേന്നതെല്ലാം കള്ളമാ."

ചെമ്പൻകുഞ്ഞു ദേഷ്യംകൊണ്ടു വിറച്ചുപോയി.

"ആരെക്കൊണ്ടരാനാടി?"

പഞ്ചമി പേടിച്ചുപോയി.

"ആ മേത്തന്റെ കൂടം പൊളിഞ്ഞെങ്കിലും അവാനീ കടാപ്പുറത്തൊണ്ട്. എടീ, ഒരവശാരീനെ എന്റെ വീട്ടികേറ്റത്തീല്ല."

പഞ്ചമി ഒന്നും മിണ്ടിയില്ല. ചെമ്പൻകുഞ്ഞു ചോദിച്ചു:

"നീയും ആ പാടം പടീക്കാമെന്നാന്നോ വച്ചരീക്കുന്നെ? എന്നാലെക്കൊണ്ടിപ്പഴേ പോ."

ചെമ്പൻകുഞ്ഞിന്റെ കോപം പ്രതിനിമിഷം വളർന്നു. എല്ലാം മറന്നു തന്നത്താൻ മറന്ന്, പോടീ പോടീ എന്ന് അയാൾ അലറി. അപ്പോൾതന്നെ അയാൾ അവളെ അടിച്ചിറക്കുമെന്നു തോന്നിപ്പോയി.

പിന്നീടുമുതൽ ചെമ്പൻകുഞ്ഞു കറുത്തമ്മയെക്കുറിച്ചു പറഞ്ഞുതുടങ്ങി. തുടർന്നു പഞ്ചമിയേയും. അവളും കറുത്തമ്മയുടെ പിന്നാലെ പോകാനുള്ളവളാണത്രേ! അയാൾ പാപ്പിക്കുഞ്ഞിനെ വിട്ടു. അവളെക്കുറിച്ച് ഒന്നും പറയാതായി. കറുത്തമ്മയും പഞ്ചമിയുമാണ് ഇപ്പോൾ സംസാരവിഷയം.

ആ കേസുവിചാരണയ്ക്കു തുറയിലരയൻ വന്നുചേർന്നു. തുറയിലുള്ള മൂപ്പന്മാരെയും ചെമ്പൻകുഞ്ഞിനെയും പാപ്പിക്കുഞ്ഞിനെയും വിളിച്ചു വരുത്തി. ആ കടപ്പുറത്തെ ഒരു വലിയ സംഭവമായിരുന്നത്. വളരെയേറെ ആളുകളും കൂടി. അതൊരു യോജിപ്പിൽ എത്തരുതേ എന്ന് ഒരാൾ മാത്രം ആത്മാർത്ഥമായി പ്രാർത്ഥിക്കുന്നുണ്ടായിരുന്നു: പഞ്ചമി.

"ഏന്റെ കടലാമ്മേ, ഏന്റമ്മച്ചീ, ഈതു നടാക്കരുതേ!"

അതായിരുന്നു അവളുടെ നിശ്ശബ്ദമായ പ്രാർത്ഥന.

തുറയിലരയൻ ചെമ്പൻകുഞ്ഞിനെ വിളിച്ചു ചോദിച്ചു:

"ഏന്താണു ചെമ്പൻകുഞ്ഞേ ഇത്? താനേന്താണു നെറീം മൊറേം വിട്ടു തൊടങ്ങുന്നത്?"

അരയനു ഗൗരവമുള്ള കുറ്റങ്ങൾ പലതും ആരോപിക്കാനുണ്ട്. രണ്ടാം വിവാഹം കഴിച്ചതുതന്നെ തുറയിലരയനെ അറിയിക്കാതാണ്. അതിനെന്തു സമാധാനമാണു ചെമ്പൻകുഞ്ഞിനു പറയാനുള്ളതെന്നു ചോദിച്ചു.

ഏറ്റവും ഗൗരവമുള്ള ഒരു കുറ്റം! വെറ്റില പുകയിലവച്ച് തുറയിലരയന്റെ അനുമതി വാങ്ങിയല്ല പാപ്പിക്കുഞ്ഞിനെ

ചെമ്പൻകുഞ്ഞു കൊണ്ടുപോന്നത്. അതിനെന്തു സമാധാന മായിരിക്കും ചെമ്പൻകുഞ്ഞു പറയുന്നതെന്നു കൂടിനിന്നവർ ആകാംക്ഷയോടെ ശ്രദ്ധിച്ചു. അച്ചകുഞ്ഞുൾപ്പെടെ ചിലർ ആ കാര്യത്തിൽ സംബന്ധിച്ചിരുന്നവരാണ്. അവരും അതിനുത്തരം പറയേണ്ടിവരും. ചിലരെല്ലാം മുമ്പിൽനിന്നും സാവധാനം പിന്നിലേക്കു മാറി. തുറയിലരയൻ അധികാരത്തോടെ ചോദിച്ചു:

"എന്തു ചെമ്പൻകുഞ്ഞേ, പറ."

ചെമ്പൻകുഞ്ഞു നീണ്ടുനിവർന്നു നില്ക്കുകയാണ്. അയാളുടെ നീളം ഒന്നു കൂടി; വണ്ണവും വർദ്ധിച്ചു. ഒരു കൂസലുമില്ല: അനിയതമായ ഒരു നിശ്ചയംകൊണ്ടു വല്ലാത്ത ഒരു ഗൗരവം മുഖത്തിനുണ്ട്. അതു പണ്ടൊരിക്കലും കണ്ടിട്ടുള്ള ചെമ്പൻ കുഞ്ഞല്ല!

തുറയിലരയൻ ചോദ്യം ആവർത്തിച്ചു. വെടിയുണ്ടപോലെ ഒരുത്തരം വെളിയിൽ വന്നു.

"ഞാൻ കല്യാണം കഴീച്ചീല്ല."

അപ്രതീക്ഷിതമായിരുന്നു ആ ഉത്തരം. എല്ലാവരും നടുങ്ങിപ്പോയി. തുറയിലരയനും ശ്വാസം വിഴുങ്ങി ഇരുന്നുപോയി. ആ നടുക്കം കഴിഞ്ഞ് അദ്ദേഹം ചോദിച്ചു:

"പിന്നെ, ഈ പെണ്ണുംപിള്ള വന്നാത്?"

"ഞാനൊരുത്തിയെ വിളീച്ചുകൊണ്ടു വേലയ്ക്കു നിറുത്തി. ഏന്താ അതി തെറ്റ്?"

തുറയിലരയൻ തോറ്റു. അദ്ദേഹത്തിന്റെ ആദ്യത്തെ ആരോപണം നിലംപതിക്കുന്നു.

തുടർന്നു മറ്റുള്ളവയും താഴെ വീഴും.

പാപ്പിക്കുഞ്ഞിനെ വിളിച്ചു വരുത്തി. നെറിയും മുറയും വിറ്റുതിന്ന ആ സ്ത്രീയെ അടിമുതൽ മുടിവരെ സൂക്ഷിച്ചു നോക്കിയിട്ടു തുറയിലരയൻ ചോദിച്ചു:

"ഇതൊള്ളതാണോ പെണ്ണുമ്പിള്ളേ?"

ചെമ്പൻകുഞ്ഞു പറഞ്ഞതു മുഴുവൻ അവൾ നിഷേധിക്കുമെന്ന് എല്ലാവരും വിചാരിച്ചു. ചെമ്പൻകുഞ്ഞിന് അപ്പോഴും ഒരു കൂച്ചമില്ല. അയാൾ പറഞ്ഞതു മുഴുവൻ കള്ളമാണെന്നു പറഞ്ഞാലും അയാൾക്കൊന്നുമില്ല. അയാൾ എല്ലാറ്റിനേയും ധിക്കരിക്കുവാനും തിരസ്കരിക്കുവാനും നിശ്ചയിച്ചിരിക്കുന്നതുപോലെ തോന്നി. ഒന്നിനും കീഴ്വണങ്ങാൻ അയാൾ നിശ്ചയിച്ചിട്ടില്ല.

തുറയിലരയൻ പാപ്പിക്കുഞ്ഞിനോടു വീണ്ടും ചോദ്യം ആവർത്തിച്ചു. എല്ലാവരേയും സ്തംഭിപ്പിക്കുന്ന ഒരു ചെറുവാക്ക് പുറത്തു വന്നു.

"അതെ."

"നിങ്ങളെ ചെമ്പൻകുഞ്ഞു കല്യാണം കഴിച്ചിട്ടില്ലേ?"

"ഇല്ല."

"നിങ്ങളിവടെ വേലക്കാരത്തി ആരുന്നോ?"

"അതെ."

ന്യായസ്ഥനായ തുറയിലരയനു സ്വല്പനേരത്തേക്കു മിണ്ടാൻ കഴിയാതെ ഇരുന്നുപോയി. ചെമ്പൻകുഞ്ഞുതന്നെയും അങ്ങനെ ഒരുത്തരം അവളിൽനിന്നുണ്ടാകുമെന്നു പ്രതീക്ഷിച്ചിരുന്നതല്ല. സ്വന്ത താൽപര്യങ്ങളുടെ വേരറുത്ത പാപ്പിക്കുഞ്ഞിനെ, കുടുംബത്തിനു കളങ്കം ചേർത്തവളെ എന്നപോലെ നിറഞ്ഞ വെറുപ്പോടെ നോക്കിക്കൊണ്ടു തുറയിലരയൻ പറഞ്ഞു:

"നിനക്കിതൊക്കെ വരണം. ആണായിക്കഴിഞ്ഞ ഒരുത്തന്റെ കൂടെ പൊറുത്ത നീ—"

അരയൻ പറയാനുള്ളതു പൂർത്തിയാക്കിയില്ല. യാതൊരു കൂസലുമില്ലാതെ നിൽക്കുന്ന ചെമ്പൻകുഞ്ഞിനെ അങ്ങനെ അങ്ങു മിടുക്കനായിപ്പോകാൻ അനുവദിച്ചുകൂടെന്ന് തുറയിലരയനുണ്ട്. അദ്ദേഹം ചെമ്പൻകുഞ്ഞിനോടു ചോദിച്ചു:

"വേലക്കാരത്തിയാണെങ്കിലും, ഒരു പെണ്ണുമ്പിള്ളേ അങ്ങു കടപ്പറത്തേക്കു പറഞ്ഞയക്കാമോടോ?"

അതിനും പെട്ടെന്നു മറുപടി ഉണ്ടായിരുന്നു.

"അവാളു മോട്ടീച്ചു."

വീണ്ടും അരയനു മൊഴിമുട്ടി.

ഇതൊക്കെ ന്യായമെങ്കിലും സത്യം അങ്ങനെയല്ല. അതെല്ലാവർക്കുമറിയാം. പാപ്പിക്കുഞ്ഞിനെ ചെമ്പൻകുഞ്ഞു തുണി കൊടുത്തു കൊണ്ടുവന്നതാണ്.

തുറയിലരയൻ മറ്റൊരടവെടുത്തു. അദ്ദേഹം അയാളെ ഒന്നു പേടിപ്പിച്ചു.

"തനിക്കു വിക്രമം കൊറച്ചു കൂടുതലാ. അതിന്നൊള്ളതല്ല. എന്നുമൊള്ളതാ. അതിന്റെ ഫലമെന്തെന്നറിയാമോ?"

പരിഹാസത്തോടെ ചുണ്ടൊന്നു കോട്ടി ചെമ്പൻകുഞ്ഞു ചോദിച്ചു:

"ഏന്നാ അറിയാനാ അച്ചാ? ഏന്നാ അറിയിക്കാനാ? ചെമ്പൻകുഞ്ഞിനു മൂമ്പി കടല്, മോളീലാകാശം."

തുടർന്നുതന്നെ അയാൾ പറഞ്ഞു:

"ഓന്നും നോക്കാനില്ല. എല്ലാം തീർന്നു. ഞാനിനീം ആരേം വകവയ്ക്കാനെക്കൊണ്ടു വിജാരീച്ചിട്ടില്ല. അച്ചനും ഒന്നും തോന്നണ്ട. ആരേം വകവയ്ക്കാനുദ്ദേശമില്ല. ഊം? എന്തിനാ? മടീ കനമൊണ്ടേലേ വഴീ പേടിയൊള്ളൂ."

യജമാനൻ ഭീഷണിപ്പെടുത്തി:

"തൊറേക്കാരോടു കളിക്കരുത്."

അരയൻ ആ വാചകം പറഞ്ഞുതീരുംമുമ്പ്, ചെമ്പൻകുഞ്ഞു ശരീരമാകെ ഉലച്ച ഒരു വിറയലോടെ പറഞ്ഞു:

"മാനം വേണേ അടാങ്ങിയിരുന്നോ!"

ഒരുത്തനും അന്നോളം തുറയിലരയന്റെ മുഖത്തു നോക്കി അങ്ങനെ പറഞ്ഞിട്ടില്ല. അതും തുറയിലുള്ളവരെല്ലാം കൂടിയിരിക്കുമ്പോൾ! അതിന്റെ അർത്ഥം ഒരു വ്യക്തിയെ ധിക്കരിക്കുക എന്നല്ല, തുറയിലുള്ളവരെ എല്ലാം ധിക്കരിക്കുക എന്നാണ്.

ചെമ്പൻകുഞ്ഞ് എന്തു ഭാവിച്ചാണ്? അയാൾക്കു ഭ്രാന്തു പിടിച്ചോ? നാളെയെക്കുറിച്ച് അയാൾക്ക് ഒരു വിചാരവുമില്ലേ? ആർക്കും ഒന്നും മനസ്സിലായില്ല.

ചെമ്പൻകുഞ്ഞ് ഒരക്ഷരം പിന്നെ പറയാതെ അവിടെ നിന്നുപോയി.

തുറയിലരയൻ അപമാനിതനായി. തുറയിലുള്ളവർ പരസ്പരം മുഖത്തുനോക്കിനിന്നു. പാപ്പിക്കുഞ്ഞും ചെമ്പൻകുഞ്ഞിന്റെ പിന്നാലെ നടന്നു.

പഞ്ചമി വിചാരിച്ചതെല്ലാം തകർന്നോ? പാപ്പിക്കുഞ്ഞു ചെമ്പൻകുഞ്ഞിന്റെ പുറകെ പോകുന്നതുനോക്കി അവൾ നിന്നുപോയി.

ചെമ്പൻകുഞ്ഞ് പാപ്പിക്കുഞ്ഞിനെ വിലക്കിയില്ല.

പത്തൊമ്പത്

അടുത്തദിവസം പഞ്ചമിയെ കാണാനില്ലായിരുന്നു. അവൾ എവിടെപ്പോയി? നിൽക്കപ്പൊറുതിയില്ലാതെ ആ പാവം പെങ്കൊച്ച് ഓടിപ്പോയെന്നു പെണ്ണുങ്ങൾ പറഞ്ഞു. അവളെ ഓടിച്ചുപോലും.

പാപ്പിക്കുഞ്ഞിനെക്കുറിച്ചും അവിടെ എല്ലാ പെണ്ണുങ്ങൾക്കും ഒരു മതിപ്പുണ്ട്. അവൾ ചെമ്പൻകുഞ്ഞിനെ കൈവിട്ടുകളഞ്ഞില്ല.

അത് മറ്റൊരുവൾ ചെയ്യുമോ? പാപ്പിക്കുഞ്ഞു മനോഗുണമുള്ളവളാണ്. അതിലത്ഭുതപ്പെടാനൊന്നുമില്ല. അവൾ നല്ല നെറിയും മുറയും പൗരുഷവും ഉള്ള ഒരുത്തന്റെകൂടെ പൊറുത്തവളാണ്. അങ്ങനെ ആകാനേ ഇടയുള്ളു.

തുറയിലരയനെ ധിക്കരിച്ച ചെമ്പൻകുഞ്ഞിന്റെ ഗതി എന്തായിരിക്കുമെന്നറിയാൻ എല്ലാവരും നോക്കിയിരുന്നു. അരയന്റെ കോപത്തെ എങ്ങനെ താങ്ങും? എങ്ങനെയെല്ലാം ആ കോപം രൂപംപ്രാപിക്കുമെന്ന് ആരറിഞ്ഞു? അതുമല്ല, വള്ളങ്ങൾ രണ്ടും ഔസേപ്പിന്റെ വക ആകുകയേയുള്ളു. പിന്നെ എങ്ങനെ അയാൾ ജീവിക്കും? ഇനിയും കടലിൽ ജോലിക്കു പോവുക എന്ന കാര്യം നോക്കണ്ട. അയാൾക്കിനിയും അതു സാദ്ധ്യമല്ല.

അത്രമാത്രം കടപ്പുറത്തു സംഭാഷണവിഷയമാകാതെ ഒരു ജീവിതം ആ കടപ്പുറത്തു തകരുന്നുണ്ടായിരുന്നു. ലക്ഷ്യമേതുമില്ലാത്ത ഒരു ജീവിതം! നീർക്കുന്നത്തുകടപ്പുറത്തിന്റെ ഒരവിഭാജ്യഘടകമാണത്.

പരീക്കുട്ടി! നീർക്കുന്നത്തു കടപ്പുറത്തു വള്ളങ്ങളുണ്ട്; കൂടങ്ങളുണ്ട്; അരയന്മാരുണ്ട്; അരയത്തികളുണ്ട്; പരീക്കുട്ടിയുമുണ്ട്. പരീക്കുട്ടിയും കൂടിച്ചേർന്നതാണ് ആ കടപ്പുറം. വല്ലപ്പോഴുമെല്ലാം കരയ്ക്കു വലിച്ചുകയറ്റിവച്ച വള്ളത്തിന്റെ പടിയിലിരുന്ന് അയാൾ പാട്ടു പാടും. പാടിപ്പാടി ആ പാട്ടിന് ഒരു പ്രത്യേകമായ ഈണവും രീതിയും വന്നിട്ടുണ്ട്. അയാൾക്കു സ്വന്തമായ രീതിയും ഈണവും. മറ്റാരും അങ്ങനെ ആ പാട്ടു പാടാറില്ല. ആ ഈരടികൾ രചിച്ച കടലിന്റെ മകൻ, അങ്ങനെ ഈ പാട്ടു പാടപ്പെടുമെന്നു വിചാരിച്ചിരുന്നോ? അത് പരീക്കുട്ടി, അയാൾക്കുവേണ്ടി മാത്രമായി രചിക്കപ്പെട്ടതുപോലെ സ്വായത്തമാക്കിക്കഴിഞ്ഞു. അയാളോടുകൂടി ആ രീതിയും ഈണവും ഇല്ലാതാകും. മറ്റാർക്കും അതനുകരിക്കാവുന്നതല്ല.

പരീക്കുട്ടിയുടെ കൂടം തകർന്നു നിലംപതിച്ചു. അതു ജീർണിച്ചുപോയി. ആ കടപ്പുറത്തു കൂടങ്ങൾ ഉണ്ടായിട്ടുണ്ട്; പൊളിഞ്ഞിട്ടുമുണ്ട്. പക്ഷേ, പൊളിഞ്ഞ കൂടക്കാരിലാരെയും പിന്നീട് അവിടെ കാണുകയില്ല. അയാൾ പിന്നീടും ആ കടപ്പുറം കൊണ്ടു കഴിയുകയാണ്. അയാൾക്കു പോകാൻ മറ്റൊരിടമില്ലേ? ഇല്ലായിരിക്കാം.

സായാഹ്നത്തിൽ അവനതമുഖനായി അയാൾ ആ കടപ്പുറത്ത് അങ്ങു നടന്നുപോകും. എന്തോ മണലിൽ തൂവിപ്പോയതു

നോക്കുകയാണെന്നു തോന്നും. അതു ശരിയല്ലേ? ഒരു ജീവിതം ആ മണലിൽ തൂവിപ്പോയിരിക്കുകയാണ്. അതു തപ്പിയെടുക്കേണ്ടിയിരിക്കുന്നു.

മുമ്പ് ഒന്നുരണ്ടു ഘട്ടങ്ങളിൽ അയാൾ സംസാരവിഷയമായിട്ടുണ്ട്. അയാൾ കറുത്തമ്മയെ പൊറുപ്പിച്ചു എന്ന അപഖ്യാതിയുടെ കഥ ഉയരുമ്പോൾ മാത്രം! പക്ഷേ, അതു വേഗമങ്ങടങ്ങും. എത്രയെത്ര കൂടമുടമസ്ഥന്മാർ എത്രപേരെ അങ്ങനെ പൊറുപ്പിച്ചിരിക്കുന്നു; പോയിരിക്കുന്നു. അത് അപ്പോൾ ഒരു സംസാരവിഷയമാകും. അതത്ര ഗൗരവമുള്ള ഒരു കാര്യമല്ല. ആ ബന്ധത്തിന്റെ കനം ഒരുവരും അറിഞ്ഞിട്ടില്ല. കൂടക്കാരൻ മേത്തൻ മരയ്ക്കാത്തിപ്പെണ്ണിനെ സ്നേഹിക്കുകയോ? സ്നേഹിക്കാൻ പാടില്ലായ്കയില്ല. പക്ഷേ, അങ്ങനെ ഒന്നില്ല. അതാണു കാര്യം.

ആ പ്രേമത്തിന്റെ തകർച്ചയുടെ കഥ ആരും അറിഞ്ഞിട്ടില്ല.

ഇന്നും വള്ളമടുക്കുമ്പോൾ പരീക്കുട്ടിയും ചെന്നുനിൽക്കും. കച്ചവടം കാണും. ചില ദല്ലാൾപണികൊണ്ടു ജീവിക്കാനുള്ള കാശുണ്ടാക്കും. അങ്ങനെ അയാൾ കഴിയുകയാണ്.

ചെമ്പൻകുഞ്ഞിന്റെ കയറ്റിവെച്ച വള്ളത്തിനടുത്തുചെന്ന് അതിൽ നോക്കിനിൽക്കാറുണ്ട്. സ്മരണകൾ ഉണർന്നിട്ടാവാം. ആ വള്ളത്തിന്റെതന്നെ ചരിത്രം ആലോചിക്കുകയാവാം. അങ്ങനെ അയാൾ നിൽക്കുമ്പോൾ അപ്രതീക്ഷിതമായി ചെമ്പൻകുഞ്ഞ് അവിടെ വന്നു. ചെമ്പൻകുഞ്ഞു വരുന്നത് അയാൾ കണ്ടില്ല.

ഏറെനാളായി പരീക്കുട്ടി ചെമ്പൻകുഞ്ഞിനെ നേരിട്ടിട്ടില്ല. അയാൾ ദൂരെനിന്നു വരുന്നതു കണ്ടാൽ അയാൾ ഒഴിഞ്ഞുമാറുകയാണു പതിവ്. എന്തോ ഒരപരാധം ആയിരിക്കാം അതിനു കാരണം. സത്യത്തിൽ ചെമ്പൻകുഞ്ഞിനോട് പരീക്കുട്ടി തെറ്റു ചെയ്തിട്ടില്ലേ?

പെട്ടെന്ന് ചെമ്പൻകുഞ്ഞ് അടുത്തു വന്നപ്പോൾ പരീക്കുട്ടി ഒന്നു സംഭ്രമിച്ചു. അയാൾ മുമ്പിൽ കാണുന്നതു പഴയ ചെമ്പൻകുഞ്ഞല്ല; ചെമ്പൻകുഞ്ഞിന്റെ പ്രേതവുമല്ല. അയാളുടെ ബുദ്ധിക്ക് അല്പമായ വികല്പം ഉണ്ടെന്ന് ഒറ്റനോട്ടത്തിൽ കണ്ണുകളിൽനിന്നു മനസ്സിലാകും. അതുപോലെ ചെമ്പൻകുഞ്ഞു കാണുന്നതും ആ പഴയ പരീക്കുട്ടിയെ ആണോ?

ഒരു നിമിഷം അങ്ങനെ നോക്കിനിന്നുകഴിഞ്ഞു.

ചെമ്പൻകുഞ്ഞ് ഒരു ചോദ്യം പരീക്കുട്ടിയുടെ മുഖത്തേക്കെറിഞ്ഞു:

"തനിക്ക് എത്ര രൂപയാ ഞാൻ തരാനൊള്ളത്?"

പരീക്കുട്ടി ഒരിക്കലും ഓർത്തുവച്ചിട്ടുള്ള ഒരു കാര്യമല്ല അത്. അയാൾക്കറിഞ്ഞുകൂടാ. അയാൾക്ക് ഒരു രൂപവുമില്ല. ചെമ്പൻകുഞ്ഞു വീണ്ടും ചോദിച്ചു:

"എത്രയാ?"

എന്താണു പറയേണ്ടതെന്ന് പരീക്കുട്ടിക്കു നിശ്ചയമില്ല. അയാൾക്ക് ഒന്നുംതന്നെ കിട്ടുവാനില്ല; ചെമ്പൻകുഞ്ഞു കൊടുക്കുവാനില്ല. എന്തെല്ലാം പറയുവാനുണ്ട്. പക്ഷേ, അതു പറയുവാൻ ഒരു പേടി. അപ്പോഴത്തെ നിലപാട് പരീക്കുട്ടി അധമർണനെന്ന നിലയിലാണ്. അയാളെ അയാളുടെ ഉത്തമർണൻ ഞെരുക്കുന്നു.

എന്തായിരുന്നു യഥാർത്ഥത്തിൽ ആ കൊടുക്കൽവാങ്ങലിന്റെ സ്വഭാവം? പരീക്കുട്ടി കറുത്തമ്മയെയും കറുത്തമ്മ പരീക്കുട്ടിയെയും സ്നേഹിച്ചിരുന്നു. ശരിതന്നെ. ആ സ്നേഹബന്ധം അകളങ്കവുമായിരുന്നു. ആ പ്രേമത്തിനു രൂപംവന്ന കാലത്ത്, ചെമ്പൻകുഞ്ഞുമായും ചക്കിയുമായും ആ ഏർപ്പാടു നടന്നു. കൊടുക്കുമ്പോൾത്തന്നെ അതു തിരിച്ചു വേണ്ടെന്ന് അയാൾ വച്ചിരുന്നത്രേ! അപ്പോൾ അതു സാധാരണപോലെ ആ ബന്ധത്തിന്റെ സുഗമമായ ഗതിക്കുവേണ്ടി അച്ഛനേയും അമ്മയേയും ബാദ്ധ്യതക്കാരാക്കുക എന്നതായിരുന്നോ ഉദ്ദേശ്യം? പണംകൊണ്ട് അവരുടെ കണ്ണു മഞ്ഞളിപ്പിക്കുക! മകളെ കിട്ടാൻവേണ്ടി കൈക്കൂലി കൊടുക്കുക! അതായിരിക്കാൻ ഇടയില്ല. പരീക്കുട്ടി ഒരിക്കലും കറുത്തമ്മയെ കൈവശപ്പെടുത്താൻ ശ്രമിച്ചിട്ടില്ല; അങ്ങനെ ആവശ്യപ്പെട്ടിട്ടുപോലുമില്ല. അവളെ മറ്റൊരുവൻ തനതു വകയാക്കി കൊണ്ടുപോയപ്പോൾ, ആ പണം അയാൾ തിരിച്ചുചോദിക്കേണ്ടതല്ലേ! അങ്ങനെയാണെങ്കിൽ! കാര്യം സാധിക്കാതെ വരുമ്പോൾ കൈക്കൂലി തിരിച്ചു വാങ്ങുകയില്ലേ? അവൾ ചോദിച്ചതുകൊണ്ടു കൊടുത്തു എന്നാണോ? അങ്ങനെയാണെങ്കിൽ, അതു രഹസ്യമായി കൊടുത്തതല്ല.

ആ പണംമൂലം അയാൾ മുടിഞ്ഞു. മുടിഞ്ഞു എന്നാൽ ഉടുമുണ്ടു മാത്രം ശേഷിച്ചവനായി. അയാളുടെ വീടും പറമ്പും അന്യാധീനപ്പെട്ടു. പരീക്കുട്ടിക്കു ജീവിതത്തിൽ യാതൊന്നും അവശേഷിച്ചിട്ടില്ല. യാതൊരുദ്ദേശ്യവും ലക്ഷ്യ വുമില്ല.

ഇനിയും ചെറിയ തോതിലെങ്കിലും ഒരു കൂടം തുടങ്ങി, ഇനിയും ജീവിതത്തിൽ അട്ടക്കാലു പിടിക്കരുതോ? ഒന്നുമില്ലെ

ങ്കിൽ മരിക്കുംവരെ ജീവിക്കാൻവേണ്ടി മാത്രം എങ്കിലും! കറുത്തമ്മ ഇനി ഒരിക്കലും അയാൾക്കുള്ളതല്ല. ജീവിതത്തിലെ ആ അദ്ധ്യായം അങ്ങു വിസ്മരിക്കുകയാണു വേണ്ടത്. അങ്ങനെ അനുഭവങ്ങൾ കർശനങ്ങളാകുമ്പോൾ, ജീവിതത്തിൽ ഗതി മുട്ടുമ്പോൾ ആരും ഒരു മാറിയ മനുഷ്യനായി പോവുകയില്ലേ? ഇന്നും അയാൾ ആ പഴയ നിരാശനായ കാമുകനാണ്.

ചെമ്പൻകുഞ്ഞു മടിയിൽനിന്നും ഒരു പൊതിയെടുത്തു. അയാൾ വീണ്ടും ചോദിച്ചു:

"ഏത്രയൊണ്ടടോ?"

ഉത്തരമില്ല. ഒരു തെറ്റുകാരനായി പരീക്കുട്ടി നിൽക്കുകയാണ്. ചെമ്പൻകുഞ്ഞു തുടർന്നു:

"താന് ഒരു നല്ല കൂട്ടത്തിലാന്നാ ഞാൻ വച്ചെ. താൻ—താൻ അങ്ങനെയല്ല."

അയാൾ സത്യത്തിൽ എന്തു തെറ്റാണു ചെയ്തത്? അയാൾ കറുത്തമ്മയെ വഞ്ചിച്ചോ? അവളുടെ വിവാഹത്തിനു തടസ്സങ്ങളുണ്ടാക്കിയോ? വിവാഹത്തിനുശേഷവും അവളുടെ ജീവിതത്തിൽ കടന്നുകൂടി സ്വൈരക്കേടുകളുണ്ടാക്കിയോ? എന്തു ചെയ്തു?

അയാൾ സ്നേഹിച്ചുപോയി. മനഃപൂർവമല്ല. ആ കുടുംബത്തിനും അവൾക്കും ദോഷം വരുത്തുവാനല്ല. ഒരു ആണായി ജനിച്ചു; ഒരു പെണ്ണിനെ സ്നേഹിച്ചുപോയി. എന്നിട്ടും അവളുടെ ജീവിതത്തിൽനിന്നും ഒഴിഞ്ഞുമാറി നടക്കുകയായിരുന്നു.

എന്നിട്ടും അപരാധിയെപ്പോലെ അയാൾ നിൽക്കുകയാണ്.

ചെമ്പൻകുഞ്ഞു പറഞ്ഞു:

"താൻ അന്നു പണം തന്നത് ഏന്റെ മൊകാളെ നോട്ടമിട്ടോണ്ടാ അല്യോ?"

'അല്ല' എന്നുത്തരം പെട്ടെന്നു തൊണ്ടയോളം ഉരുണ്ടുകയറി. പക്ഷേ, അതു പുറത്തുവന്നില്ല. 'അല്ല' എന്നു പരീക്കുട്ടി ചെമ്പൻകുഞ്ഞിന്റെ ആരോപണത്തെ നിഷേധിക്കേണ്ടതല്ലേ? അയാൾ അതു ചെയ്തില്ല. ചെമ്പൻകുഞ്ഞു പറഞ്ഞു:

"ചോതീച്ച ഒടൻ ഒള്ളതെല്ലാം താൻ തൂത്തുവാരി തന്നു. ഓരു മടീമില്ല. അതു താൻ പാവമായിട്ടാണെന്നു ഞാൻ വിചാരീച്ചു. അതങ്ങനല്ല. തന്റെ മനസ്സിലിരുപ്പു വേറെ ആരുന്നു."

പൊതി അഴിച്ചു പണം എണ്ണുന്നതിനിടയിൽ ചെമ്പൻകുഞ്ഞു ചോദിച്ചു:

"താനേന്തു ദ്രോഹമാ ചെയ്തതെന്നു തനിക്കറീയാമോ?"

പരീക്കുട്ടി ശിലാപ്രതിമപോലെ നിൽക്കുകയാണ്. നിർവികാരനായി, നിശ്ചിന്തനായി. ചെമ്പൻകുഞ്ഞിന്റെ കണ്ണുകളിൽ ഒരു നനവുണ്ടായി.

“അറിഞ്ഞൂടാ തനീക്ക്; തനീക്കറിഞ്ഞൂട. അതേങ്ങനാ, താനറിയേന്നെ. താൻ ഒരു പിശാശാ.”

എന്നിട്ടും പരീക്കുട്ടി നിശ്ശബ്ദനാണ്.

“താനോരു കുടുമ്മം തകർത്തു. മുടീച്ചു. ഏന്റെ ജീവിതമെല്ലാം ഇല്ലാതാക്കി. ഏത്രപേരെയാ താൻ നശീപ്പീച്ചതേന്നറീയാമോ?”

ആ കുടുംബത്തിന്റെ മുഴുവൻ ചരിത്രത്തിലേക്കും സത്യത്തിൽ ഒന്നു കണ്ണോടിക്കാനുള്ള വകയുണ്ട്. ഒരു വള്ളവും വലയുമുണ്ടാക്കണമെന്നുള്ള വ്യക്തമായ ഉദ്ദേശ്യത്തോടെ ചക്കി മീൻകുട്ട തലയിലേറ്റി കിഴക്കോട്ടു കച്ചവടത്തിനു പോയതു മുതൽ നാളോളമുള്ള കഥ! ആ കഥ ആകെക്കൂടെ എടുത്ത്, ഒറ്റയായി എടുത്തുനോക്കിയാൽ അയാൾ പറയുന്നതിൽ കാര്യമുണ്ടെന്നു തോന്നുകയില്ലേ?

ചെമ്പൻകുഞ്ഞു തൊണ്ടയിടറിക്കൊണ്ടു പറഞ്ഞു:

“ഈ കടാപ്പറാത്ത് ചക്കിയെപ്പോലെ ഓടിക്കളീച്ചു നടാന്ന ഏന്റെ കറാത്തമ്മ—അവാളെ താൻ പെഴാപ്പീച്ചു. അന്നുമൊതാലു തൊടാങ്ങീയതാ. അതാല്ലയോടോ ഇതെല്ലാം.”

അതു ശരിയാണ്. പരീക്കുട്ടി കറുത്തമ്മയെ സ്നേഹിച്ചിരുന്നില്ലെങ്കിൽ ഇതൊന്നും സംഭവിക്കുമായിരുന്നില്ല. വ്യക്തമായ ഒരു പരിപാടിയുള്ള ഒരരയകുടുംബം, സാധാരണഗതിയിൽ ആ കടപ്പുറത്ത് അഭിവൃദ്ധിപ്പെട്ടു കഴിയുമായിരുന്നു. ബലിഷ്ഠകായനായ, പ്രകൃതിശക്തികളോടുള്ള നിരന്തരമായ മല്ലടികൊണ്ട് അരയന്റെ സ്വന്തമായ തത്ത്വശാസ്ത്രമുള്ള ഒരരയന്റെ ജീവിതം മുഴുവൻ മിഥ്യയാകുമായിരുന്നില്ല. ചെമ്പൻകുഞ്ഞിന് ഇന്നെന്തു മിച്ചമുണ്ട്? ഭാര്യയില്ല; മക്കളില്ല; ജീവിതം മുഴുവൻ പാടുപെട്ടുണ്ടാക്കിയ വള്ളമില്ല. വലയില്ല. ഒന്നുംതന്നെ ശേഷിച്ചിട്ടില്ല. പ്രിയതരങ്ങളായ ബന്ധങ്ങൾപോലും വിച്ഛേദിക്കപ്പെട്ടു. എല്ലാം കൂടി കണക്കു തിട്ടപ്പെടുത്തുമ്പോൾ അഞ്ഞൂറ്റിത്തൊണ്ണൂറ്റഞ്ചു രൂപയുണ്ട്. അതാണ് അയാളും ഭാര്യയുംകൂടി ജീവിതകാലം മുഴുവൻ പാടുപെട്ടിട്ട് മിച്ചമായി വന്നുനിൽക്കുന്നത്. ഒരു പഴയ കടം ബാക്കി കിടക്കുകയും ചെയ്യുന്നു.

ഒരു നികൃഷ്ടനായ പുഴുവിനെപ്പോലെ ആ കുടുംബത്തിന്റെ ചരിത്രത്തിൽ തുളഞ്ഞുതുളഞ്ഞു പരീക്കുട്ടി കയറി. നാമ്പു

കുത്തി അതിനെ വാട്ടി. ചെമ്പൻകുഞ്ഞു ചോദിക്കുന്നതു ശരിയല്ലേ? വാപ്പായുടെ കൈയിൽ തൂങ്ങി ആ കടപ്പുറത്ത് ആദ്യം വന്ന ദിവസത്തെ, പരീക്കുട്ടി മനുഷ്യനാണെങ്കിൽ ശപിക്കേണ്ടതാണ്. അന്ന് ചെമ്പൻകുഞ്ഞിന്റെ കുടുംബത്തിന്റെ ശനിദശ തുടങ്ങി... പക്ഷേ, അന്നു വള്ളച്ചുവട്ടിൽ ഊപ്പപെറുക്കാൻവന്ന ആ പെണ്ണ് അയാളെ അങ്ങനെ മിഴിവെട്ടാതെ നോക്കിക്കൊണ്ടു നിന്നു. അവൾ പെറുക്കിയ ചുവന്ന നിറമുള്ള ഒരു ചെറിയ ശംഖ് അയാൾ അവളോടു ചോദിച്ചു.

"അതെനിക്കു തരാവോ?"

അവൾ ആ ശംഖു കൊടുത്തു. ആ ശംഖിന്റെകൂടെ അവളുടെ ഹൃദയംകൂടി കൊടുക്കുകയല്ലേ ചെയ്തത്?

പക്ഷേ, അതിലൊന്നും അയാൾ കുറ്റക്കാരനല്ല. മനഃപൂർവമായി ആ കുടുംബത്തിന്റെ ജീവിതത്തിൽ പരീക്കുട്ടി കടന്നുകൂടിയതല്ല. ആ കുടുംബജീവിതത്തിന്റെ അന്തർനാളത്തിലേക്ക് അയാൾ അറിയാതെതന്നെ വലിഞ്ഞിറങ്ങിപ്പോയതാണ്. അയാളെ എന്തെല്ലാം പറഞ്ഞും കുറ്റപ്പെടുത്താം. കുറ്റക്കാരനായി പരീക്കുട്ടി നിൽക്കുകയായിരിക്കാം. പക്ഷേ, അയാളുടെ സത്യം ആരറിയുന്നു? അതെങ്ങനെ അറിയിക്കാം? അറിയാവുന്ന ഒരാളുണ്ട്. കറുത്തമ്മ. അവൾതന്നെയും ആ സത്യത്തെ വകവയ്ക്കുമോ? അയാളെ കാണുമ്പോൾ, അയാളെക്കുറിച്ച് ഓർക്കുമ്പോൾ അവൾ പരിഭ്രമിക്കുകയല്ലേ? അതെ, അവൾ പേടിക്കുന്ന ഒരു ജീവി—അയാളാണ് പരീക്കുട്ടി.

ചെമ്പൻകുഞ്ഞു പറഞ്ഞു:

"ഏനീക്കെനി ഒരു വാദ്ധ്യാതെയേയൊള്ളു. തന്റെ കാശ്. ഏന്നെ നശീപ്പിക്കാനെക്കൊണ്ട് താന് ഏന്റെ മൊകാളെ പെഴാപ്പിക്കാൻ വിജാരീച്ചു താന്ന കാശ്. ഇന്നാ."

അയാൾ പണമെടുത്തു നീട്ടി. പരീക്കുട്ടി അനങ്ങാതെ നിൽക്കുകയാണ്. ചെമ്പൻകുഞ്ഞു വീണ്ടും പറഞ്ഞു:

"ഇന്നാ, പിടീ."

വീണ്ടും 'ഊം' എന്ന് ഒന്നു മൂളി.

അതുഗ്രമായ ഒരാജ്ഞയായിരുന്നു. ഒരു യന്ത്രത്തെപ്പോലെ പരീക്കുട്ടി കൈനീട്ടി. ആ കൈയിലേക്ക് അയാൾ പണം വച്ചുകൊടുത്തു.

"ഇതിത്രായേയൊള്ളു. എനിക്കു കണാക്കറിഞ്ഞൂട. അതേന്റെ ചക്കീനേ ഓർമ്മയൊള്ളു. കൊറവാണെങ്കി—എന്നാ ചെയ്യാനാ."

ചെമ്പൻകുഞ്ഞു നടന്നു.

പരീക്കുട്ടി പണവും കൈയിൽ വച്ചുകൊണ്ട് ഒട്ടധികനേരം അങ്ങനെ നിന്നു. അയാൾ ഒന്നും അറിയുന്നില്ല. ആ സംഖ്യ കൈയിലിരിക്കുന്നതുപോലും അറിയുന്നില്ല.

അയാൾക്കു പണമെന്തിനാണ്? പണമെന്തിനാണെന്നോ? യാതൊരു ഗതിയുമില്ലാതെ അന്നന്നത്തേടം കടപ്പുറംകൊണ്ടു കഴിയുന്ന അയാൾക്കു പണമെന്തിനാണെന്നോ? എന്തെന്തു സംഖ്യ അയാൾ നഷ്ടപ്പെടുത്തി! സംഖ്യ മാത്രമോ? ജീവിതം തന്നെയും നഷ്ടപ്പെടുത്തുകയല്ലേ ചെയ്തത്? അന്നത്തെ ചോറിനു കാശില്ല. അങ്ങനെ നീണ്ടുനീണ്ട ജീവിതം കിടക്കു മ്പോൾ അത്രയും സംഖ്യ ഒരു വലിയ കാര്യമല്ലേ? ഒരു പഴയ കടം പിരിഞ്ഞു കിട്ടുകയല്ലേ?

പരീക്കുട്ടി കൈയിലേക്കു നോക്കി. ആ പണത്തിൽ അയാൾ പിടിച്ചിട്ടുണ്ട്. നോട്ടുകളുടെ തുമ്പു കാറ്റിലിരുന്നു പറ ക്കുന്നുണ്ട്. അയാൾക്ക് എന്തിനാണ് ആ പണം? ആ പണം തന്റേതായി അയാൾ എന്നെങ്കിലും വിചാരിച്ചിട്ടുണ്ടോ? അങ്ങനെ വിചാരിക്കാത്ത പണം അയാളുടെയാണോ? പിന്നാ രുടേതാണത്?

അത്യുഗ്രമായ ഒരു പൊട്ടിച്ചിരി കേട്ടു പരീക്കുട്ടി നടുങ്ങി നോക്കി. കുറച്ചകലെ ചെമ്പൻകുഞ്ഞിന്റെ വക കണ്ടങ്കോര നോടു വാങ്ങിയ വള്ളം മണലിൽ പടങ്ങിന്മേൽ വലിച്ചുകയറ്റി വച്ചിരിക്കുന്നു. അതു കുറെ നാളുകളായി അവിടെ അങ്ങനെ ഇരിക്കുകയാണ്. ഏറെ നാളായി. അതിന്റെ അമരം ഉയർന്നും തല കുത്തിയും ഇരിക്കുകയാണ്. ഉയർന്ന അമരം അങ്ങു കട ലിൽ ചക്രവാളത്തിനപ്പുറത്തേക്ക് എന്തോ ഒന്നിനെ ഉറ്റു നോക്കി ക്കൊണ്ടിരിക്കുന്നതുപോലെ തോന്നി. അവിടെയിരുന്ന് എന്തോ അതിനെ മാടി വിളിക്കുന്നു. അങ്ങങ്ങും, പുറംകടലും അതിനു പരിചിതമല്ലേ? എന്നല്ല, അതു കടലിന്റെ വകയല്ലേ? അതു കഴി യേണ്ടതു കടലിലല്ലേ? അതു നിർമ്മിക്കപ്പെട്ടതു കടലിനുവേണ്ടി യാണ്. നാളുകളായി കടലിലേക്ക് പാഞ്ഞിറങ്ങുവാൻ അത് ആഞ്ഞുകൊണ്ടിരിക്കുകയാണ്. ഒന്നു തൊട്ടാൽമതി അതു തിര യുടെ മുകളിലേക്ക് ഒടിച്ചുകുത്തിൽക്കൂടി തെറ്റിത്തെന്നി ഇറങ്ങി പ്പോകും. എന്നിട്ട് ഓളത്തിലും പാത്തിയിലുംകൂടി അങ്ങങ്ങു കടലിലേക്കു പായും.

എത്രനാളായി എന്നെ ഇങ്ങനെ കരയിലിട്ടിരിക്കുന്നു. നോക്കുക, എന്റെ ഈ ശരീരം കരുകരാ വെയിൽ ഏറ്റു നീണ്ട

വില്ലലുകൾകൊണ്ടു വെടിച്ചു കീറിപ്പോയി. എന്നെ ആ അനന്ത മായ ഉപ്പുവെള്ളത്തിലേക്ക് ഇറക്കുകയില്ലേ എന്ന് അതു പറയു ന്നതുപോലെതോന്നി. കടലിൽത്തട്ടിവന്ന കാറ്റ് അതിനെ അല്പാല്പം തണുപ്പിക്കുന്നുണ്ടാവാം. അതു പള്ളിക്കുന്നത്തു കണ്ടങ്കോരൻ വലക്കാരന്റെ വള്ളമായിരുന്നു. ചെമ്പൻകുഞ്ഞിന്റെ വള്ളമായിരുന്നു. ആ കടലിലെ ഏറ്റവും കൂടുതൽ കോരു കിട്ടിയ വള്ളം; ഐശ്വര്യമുള്ള വള്ളം; പക്ഷിവേഗത്തിൽ പറക്കുന്ന വള്ളം.

അതിന്റെ മറ്റൊരു തല ചരിഞ്ഞിടിഞ്ഞുവീണു, ഞാൻ പോവുകയാണെന്നു പറയുംപോലെ തോന്നി.

ആ വള്ളച്ചുവട്ടിൽനിന്നാണ് ആ പൊട്ടിച്ചിരി കേട്ടത്. അറു കൊലയുടെ പൊട്ടിച്ചിരിയാണ്. ചെമ്പൻകുഞ്ഞു പൊട്ടിച്ചിരി ക്കുകയാണ്.

ജ്യേഷ്ഠത്തിയും അനുജത്തിയും ഒരാലിംഗനത്തിൽ യോജിച്ചു. അങ്ങനെ എത്രനേരം നിന്നു എന്ന് ഇരുവർക്കും അറിഞ്ഞുകൂടാ. രണ്ടുപേരും കരയുകയാണ്. അച്ഛനെ ധിക്കരിച്ച്, അമ്മ മരണ ക്കിടക്കയിൽ വീഴുന്നതു കണ്ടിട്ടു കറുത്തമ്മ പോയതാണ്. പോകുന്ന അവളെ പഞ്ചമിയുടെ 'ഇച്ചാച്ചിയേ' വിളി വളരെദൂരം അനുധാവനം ചെയ്തു. പലപ്പോഴും ആ വിളി കറുത്തമ്മയുടെ ചെവിക്കുള്ളിൽ മുഴങ്ങിക്കൊണ്ടുമിരുന്നു. അതിനുശേഷം എന്തെല്ലാമെന്തെല്ലാം നടന്നു. അമ്മ മരിച്ചു. ചിറ്റമ്മയുണ്ടായി. അങ്ങനെ ചേട്ടത്തിയും അനുജത്തിയും തമ്മിൽ കാണുകയാണ്.

തന്റെ പദ്ധതി പരാജയപ്പെട്ട പഞ്ചമി നേരെ തൃക്കുന്നപ്പുഴ യ്ക്കാണു പോന്നത്. മറ്റെവിടെയ്ക്കാണ് അവൾ പോകുന്നത്? പഞ്ചമിയുടെ വരവ് അപ്രതീക്ഷിതവുമായിരുന്നു.

കണ്ണീരൊഴുക്കിക്കൊണ്ട് ആലിംഗനബദ്ധരായി നിൽക്കുന്ന സഹോദരികളെ പളനി നോക്കിനിന്നു. അയാളുടെ ഒക്കത്തിലിരി ക്കുന്ന കുഞ്ഞ് ഇളകിച്ചിരിച്ചു. അതെന്തൊക്കെയോ പുലമ്പുന്നു ണ്ടായിരുന്നു. ആ കുഞ്ഞിനും അതൊരു രസമായിരുന്നു.

പളനി ചോദിച്ചു:

"ഇതാരു പഞ്ചമിയാ? നീ എങ്ങാനെ വന്നു?"

അതിനുത്തരം പറയുംമുമ്പ് കറുത്തമ്മ കുഞ്ഞിനെ വാങ്ങി. പഞ്ചമിയുടെ കയ്യിലേക്ക് അതു ചാടിവീണു. കറുത്തമ്മ പറഞ്ഞു:

"ഏന്റെ മകാടെ എളേമ്മായാ."

പഞ്ചമി കുഞ്ഞിനെ ഉമ്മകൊണ്ടു മൂടി. അവൾ അതിനെ സ്വപ്നം കണ്ടുകൊണ്ടിരുന്നതാണ്.

പളനി നീർക്കുന്നത്തെ കാര്യങ്ങൾ ഒന്നും ചോദിച്ചില്ല. അയാൾക്ക് ആ നാടിനെക്കുറിച്ച് ഒന്നുംതന്നെ ചോദിക്കുവാനില്ല. ആ നാടുമായി അയാൾക്ക് എന്തു ബന്ധമാണുള്ളത്? ഒന്നുമില്ല.

കറുത്തമ്മയ്ക്കു വളരെയേറെ ചോദിക്കാനുണ്ട്; അറിയാനുമുണ്ട്. അതുപോലെതന്നെ പഞ്ചമിക്കും വളരെയേറെ പറയാനും പറഞ്ഞു കേൾപ്പിക്കാനുമുണ്ട്. ആരെക്കുറിച്ച് അല്ലെങ്കിൽ എന്തിനെക്കുറിച്ചാണോ കറുത്തമ്മയ്ക്കു ചോദിക്കാനും അറിയാനുമുള്ളത്, അവരെയോ അല്ലെങ്കിൽ അതിനെയോ പളനി ഇഷ്ടപ്പെടുന്നില്ല; എന്നല്ല വെറുക്കുകയാണ്. നീർക്കുന്നമെന്ന ശബ്ദം അയാൾക്കിഷ്ടമല്ല. പഞ്ചമിയെ ഒരുപക്ഷേ, അയാൾ വെറുക്കുന്നില്ലായിരിക്കും. ഒരു പാവംപിടിച്ച കൊച്ചു പെണ്ണ്. അവളെ എന്തിനു വെറുക്കണം? അവൾ നിരപരാധിയാണ്. പക്ഷേ, അവൾ എവിടെനിന്നു വരുന്നു? അവൾ കൊണ്ടുവന്നിട്ടുള്ള വാർത്തകൾ ആരെ സംബന്ധിക്കുന്നത്? പളനി കാണുന്നത് ജീവിതത്തിൽ ആരുമോരുമില്ലാതായ പാവപ്പെട്ട പഞ്ചമിയെയല്ല. പളനി ഏതൊന്നിനെയെല്ലാം വെറുക്കുന്നോ അതിലേക്കെല്ലാം കറുത്തമ്മയുടെ ചിത്തവൃത്തികളെ കൊണ്ടുപോകുന്ന ഒരു കരിനിഴലാണ് ആ വീട്ടിൽ കടന്നുകൂടുന്നത്. നീർക്കുന്നത്തുനിന്നും വരുന്ന പഞ്ചമിയെ കാണുമ്പോൾ കറുത്തമ്മ എന്തെല്ലാം ഓർക്കും; എന്തെല്ലാം ചോദിക്കും; ആരെക്കുറിച്ചെല്ലാം അറിയണം?

പളനി നിരുത്സാഹനായി. വീണ്ടും ആ വീട്ടിൽ ഒരു കരിനിഴൽ വീശി. അവിടം അപ്രസന്നമായി. ആ കൊച്ചുകുഞ്ഞിന്റെ കൊഞ്ചൽ കാർമേഘപടലത്തിൽ തടില്ലതപോലെ അവിടെ നിമിഷനേരത്തേക്കു പ്രകാശം പരത്തി. ആ കുഞ്ഞ് ഒരിക്കലും കരയാറുണ്ടായിരുന്നില്ല; അതിനെ കരയിക്കുമായിരുന്നില്ല. പക്ഷേ, അതു കരഞ്ഞുതുടങ്ങി. അപ്പോൾ പഞ്ചമി പറയും:

"ഇച്ചേച്ചി, കോച്ചീനെ കരയിക്കാതെ!"

അവൾ കുഞ്ഞിനെ എടുത്തു കരച്ചിൽ മാറ്റാൻ തുടങ്ങും. കുഞ്ഞിന് 'ഞ്ഞമ്മ'യെ ഇഷ്ടമാണ്.

ഒന്നും ചോദിക്കാനും പറവാനും വയ്യ. ഒരു ശ്വാസംമുട്ടലാണ്. പളനി കേൾക്കാതെ വേണം ചോദിക്കാനും പറയാനും. അതിന

വസരം കിട്ടുന്നില്ല. അവൾ എന്താണു ചോദിക്കുന്നതെന്ന് അറി
യാനും പളനിക്ക് ആശയുണ്ടായിരിക്കാം. കാണും.

അങ്ങനെയാണെങ്കിൽത്തന്നെയും പളനിയെ കുറ്റപ്പെടു
ത്താനുണ്ടോ? അയാൾ ഭർത്താവാണ്; പിതാവാണ്. കറുത്തമ്മ
എല്ലാം വാഗ്ദത്തം ചെയ്തു; ശപഥങ്ങൾ ചെയ്തു. എന്നാലും
എന്നാലും അവളുടെ ഹൃദയം ഒരിക്കൽ അപഹൃതമായതാണ്.
അവിടെയിപ്പോഴും ആ നാലാംവേദക്കാരൻ കുടിയിരിക്കുന്നില്ല
എന്ന് എന്താണു നിശ്ചയം? ഇല്ലെങ്കിൽത്തന്നെയും ഭർത്താവിന്,
ബാദ്ധ്യതകളുള്ള ഭർത്താവിന് അങ്ങനെ ഒരു ഭാര്യയെക്കുറിച്ചു
സംശയം തോന്നിപ്പോവുകയില്ലേ? പരീക്കുട്ടിയെക്കുറിച്ച് എന്താ
യിരിക്കും കറുത്തമ്മ ചോദിക്കുന്നത്.

ആ വീട്ടിൽ കറുത്തമ്മയ്ക്കു മുമ്പില്ലാത്തവിധം തൊട്ട
തിനും പിടിച്ചതിനും എല്ലാം ദേഷ്യമാണ്. പളനിക്കും ദേഷ്യ
മുണ്ട്. അരയനും അരയത്തിയും തമ്മിൽ എപ്പോഴും വഴക്കു
കൂടാനുള്ള ഒരു വാസന.

രണ്ടുപേരുടേയും ഉള്ളിലിരുന്നു തിക്കമാണ്. ഒരു അസൗക
ര്യത്തിന്റെ തിക്കം.

ഒരു പ്രാവശ്യം പഞ്ചമി പതുക്കെ ചോദിച്ചു:

"ഏങ്കീലും ഇച്ചേച്ചി കടൂപ്പക്കാരിയാ!"

"ഏന്താടീ?"

"അച്ചേന്റെ കാരീയം ഒന്നും ചോതീച്ചീല."

കറുത്തമ്മ പറഞ്ഞു:

"മുണ്ടാതെ. ചേട്ടാൻ കേക്കും."

വയ്യിട്ടു നേരത്തേ ചൂണ്ടയ്ക്കു പോകുന്നു എന്നു പളനി
പറഞ്ഞു. അയാൾ ചൂണ്ടയിലെല്ലാം തീറ്റികോർത്തുകെട്ടി.
നേരത്തേ അവൾ ഊണും കാലമാക്കി. അതൊരാശ്വാസമാ
യിരുന്നു. സന്ധ്യയ്ക്കു വള്ളത്തിൽ കയറി അയാൾ കടലിലേക്കു
പോകുന്നത് അമ്മയും കുഞ്ഞുംകൂടി നോക്കിനിന്നു. കൊച്ചു
കുഞ്ഞ് അതിന്റെ കൊച്ചുകയ്യുയർത്തി ആട്ടി. അതു പതിവുള്ള
താണ്. വള്ളത്തിലിരുന്ന അച്ഛനും അങ്ങനെ കൈപൊക്കി
യാത്ര ചോദിക്കാറുണ്ട്. അന്നതുണ്ടായില്ല. ആ വള്ളം പടിഞ്ഞാ
റേക്കു കുതിച്ചു പായുകയാണ്. അയാൾ തുഴഞ്ഞു തള്ളി
വിടുകയാണ്. ആ കുഞ്ഞു കരഞ്ഞു.

വീട്ടിൽ ചേട്ടത്തിയും അനുജത്തിയും തനിച്ചായി.

പഞ്ചമി കഥകൾ പറയുകയാണ്. സ്നേഹമയിയായ അമ്മ
യുടെ മരണം, അവളെ നല്ലപെണ്ണിനെ ഏല്പിച്ചത്, അച്ഛൻ

231

രണ്ടാമത് ഒരുവളെ കെട്ടാൻ അമ്മ അനുവദിച്ചത് എല്ലാം അവൾ പറഞ്ഞു.

"ങാ, ഇച്ചേച്ചീ, പരീക്കുട്ടിമൊതലാളി ഒരു ദെവസം അമ്മാച്ചിയെ കാണാൻ വന്നു."

കറുത്തമ്മ ആ വിഷയം മാറ്റി. അവളുടെ നെഞ്ചിടിക്കുകയാണ്. പഞ്ചമി ചോദിച്ചു:

"അതെന്താ? ഈച്ചേച്ചീക്ക് ആ കാരീയം കേക്കാണ്ടേ?"

ആ ചോദ്യം കേൾക്കാത്തതുപോലെ കറുത്തമ്മ ചോദിച്ചു:

"അമ്മാച്ചി ചത്തപ്പം എന്നെ അറിയിക്കാഞ്ഞതേന്താ?"

"ഏല്ലാരും പറേഞ്ഞു വേണ്ടാന്ന്."

"ഏല്ലാരുമോ?"

"അതെ, ഈച്ചേച്ചിയെ ഏല്ലാരും ചീത്തയാന്നു പറേഞ്ഞു. ഈച്ചേച്ചീം കടുപ്പമല്ല്യോ കാണീച്ചെ. അല്ലേലും ഈച്ചേച്ചി സ്നേഹമൊള്ളോളല്ല, കടുപ്പക്കാരത്തിയാ."

പിന്നീടവൾ ചിറ്റമ്മയെക്കുറിച്ചു പറഞ്ഞു. ആ കഥ വിവരിച്ചപ്പോൾ അവൾക്ക് ഒരു പ്രധാന കാര്യം പറയുവാനുണ്ടായിരുന്നു:

"നമ്മാടെ വള്ളോം വലേം ഏല്ലാം പോയി. അത് ഔസേപ്പാച്ചാനു പണയപ്പെടുത്തി ചക്രം മേടീച്ചു. ആ ചക്രം ചിറ്റാമ്മമകാനു കൊടുത്തു."

എന്നിട്ടവൾ ആ കഥ വിവരിച്ചു.

അവരുടെ വള്ളവും വലയും ഇല്ലാതായി! പക്ഷിവേഗത്തിൽ അച്ഛൻ അമരത്തു നിൽക്കുമ്പോൾ കടലിൽ തിരമുകളിൽനിന്നും തിരമുകളിലേക്കു കുതിച്ചുപറന്നു ചാടുന്ന ആ വള്ളം കറുത്തമ്മ കണ്ടു. അമ്മയും അച്ഛനും ജീവിതകാലമത്രയും പണിപ്പെട്ടതാണ്. ആ വള്ളത്തെ അവളും സ്നേഹിച്ചിരുന്നു. പളനിയുടെ കൊച്ചുവള്ളത്തെക്കാൾ 'ഞങ്ങാവള്ളം' എന്ന് ആദ്യം അവൾ പറഞ്ഞത് ആ വള്ളത്തെ ചൂണ്ടിക്കാട്ടിയാണ്. അത് അന്യന്റെ വകയായി. അതിലിനി അവർക്കു കാര്യമൊന്നുമില്ല. അപ്പോഴും കറുത്തമ്മ കരഞ്ഞു.

അപ്പോൾ കറുത്തമ്മ ചോദിച്ചു:

"ഇനീം അച്ചാൻ ഏങ്ങാനെ കഴിയുമെടീ!"

"ആ ഏന്തോ!"

കറുത്തമ്മയുടെ കരളിനെ മറ്റെന്തിനെക്കാളും ആ വാർത്ത കീറിമുറിച്ചു. അതിനെക്കാളും അവൾക്കു ദണ്ഡം നിർവികാരയായി പഞ്ചമി പറഞ്ഞതാണ്. അച്ഛൻ എങ്ങനെ കഴിയുമെന്നുള്ളത് പഞ്ചമിക്ക് ഒരു കാര്യമല്ല. അതു നിസ്സാരമാണ്. കറുത്തമ്മ തന്നത്താൻ മറന്നു പറഞ്ഞു:

"അമ്പടി കടൂപ്പക്കാരത്തി!"

പഞ്ചമിയും അതേറ്റുപിടിച്ചു.

"ഊം? ഏന്താ?"

"അച്ചനെങ്ങാനെ കഴിയുമെന്നറിയാതെ നീ പോന്നു. പറഞ്ഞേച്ചൂമല്ല. അച്ചാനിനീം ആരോണ്ടടീ!"

"ഓ! വിശേഷമൊന്നും പറയേണ്ട. ഇച്ചേച്ചി പിന്നെന്നാ ചെയ്തെ?"

അതു ശരിയാണ്. പഞ്ചമി പറഞ്ഞതു ശരിയാണ്. പഞ്ചമിയെ കുറ്റപ്പെടുത്താമോ? പക്ഷേ, ഒരു വ്യത്യാസമുണ്ട്. ഒരു നിവൃത്തികേടുകൊണ്ട് അച്ഛനെയും അമ്മയെയും ഉപേക്ഷിച്ച് അവൾ പോന്നതാണ്. പഞ്ചമി അങ്ങനെയല്ല. പഞ്ചമി പറഞ്ഞു:

"അന്ന് ഇച്ചേച്ചി പോരാതിരുന്നെങ്കി—ഇതോന്നും വരാത്തില്ലാരുന്നു. അമ്മാച്ചിയെപ്പോലെ ഇച്ചേച്ചി വീടുംനോക്കിക്കഴീഞ്ഞാമതിയാരുന്നു."

കറുത്തമ്മ ഓർത്തിരുന്നുപോയി. അങ്ങനെ ആയിരുന്നെങ്കിൽ? എങ്കിൽ എല്ലാം നേരെ ആകുമായിരുന്നോ? പാവംപിടിച്ച പെണ്ണ്! അവൾക്ക് ഒന്നും അറിഞ്ഞുകൂടാ. എങ്കിൽ എന്തെല്ലാം സംഭവിക്കുമായിരുന്നു! എങ്കിൽ ഇച്ചേച്ചിയില്ല. പക്ഷേ, അതവളറിയുന്നില്ല. നാക്കുകാരിയായ പഞ്ചമി തുടർന്നു:

"ഒരു മരക്കാനെ കിട്ടീയപ്പം ഇച്ചേച്ചി അന്തംവിട്ട് അയ്യാടെ പൊറാകെ എറാങ്ങി."

"അയ്യോ അതങ്ങാനെയല്ല." എന്നൊരു വാചകം അവളുടെ നാവോളം ഹൃദയവേദനയോടെ പാഞ്ഞെത്തി. പെട്ടെന്നതു രൂപമാകാതെ ചിതറിപ്പോയി. എന്തോ അവ്യക്തങ്ങളായ, കരച്ചിൽ പോലുള്ള മൂന്നുനാലു വാക്കുകൾ മാത്രം പുറത്തുവന്നു. മരക്കാനോടുള്ള സ്നേഹംകൊണ്ട്, മരക്കാന്റെ പിന്നാലെ എന്തു വന്നാലും അയാൾ പറയുന്നതുകേട്ടു പോരേണ്ടതു കടമയാണ് എന്നുള്ള തോന്നൽകൊണ്ട് പോന്നതല്ല എന്നല്ലേ അവൾ പറയേണ്ടത്? പളനിയുടെ വീട്ടിൽ ഇരുന്ന് അയാൾ കടലിൽ പോയി പാടുപെട്ടു കൊണ്ടുവരുന്നതു തിന്നുകൊണ്ട് അങ്ങനെ പറയണം! പാവം, അയാൾ പോയിരിക്കുകയാണ്! സത്യത്തിൽ അവൾ അവളുടെ തടിതപ്പിപ്പോന്നതാണ്. അച്ഛനമ്മമാരെ സ്നേഹിച്ചിരുന്നു എന്നോ, കെട്ടിയവനോട് ഇഷ്ടമുള്ള ചുമതലാബോധമുള്ള ഭാര്യ എന്നോ പറയാവതല്ല. പഞ്ചമി പറയും പോലെ മരയ്ക്കാന്റെ പിന്നാലെ പോന്നതുമല്ല.

വാർത്തകൾ ഒരോന്നു പറഞ്ഞുവന്ന കൂട്ടത്തിൽ ചെമ്പൻ കുഞ്ഞിനു കിറുക്കുവന്ന വിവരംകൂടി അവൾ പറഞ്ഞു. ആ സംഭവം അവൾ വിവരിച്ചു. തീരാത്ത അമർഷത്തോടെ പഞ്ചമി പല്ലുകടിച്ചുകൊണ്ടു പറഞ്ഞു:

“ആ തടീച്ചി പറേണു, ഇച്ചേച്ചി മേത്തനേം പൊറുപ്പിച്ചു കടപ്പറം മുടീച്ചു നടക്കുവാരുന്നെന്ന്.”

ആർദ്രതയോടെ അവൾ തുടർന്നു:

“പാവം അച്ചാന് കിറുക്കുമായി.”

ഏറ്റുമൂളാതെ മരവിച്ചു കറുത്തമ്മ ഇരുന്നുപോയി. അവളുടെ ചെവി കൊട്ടി അടച്ചു. കണ്ണിൽ ഇരുട്ടുകയറി. എന്തൊക്കെയോ പഞ്ചമി പിന്നീടും പറഞ്ഞു.

അപ്പോൾ ഇപ്പോഴും അത് ആ കടപ്പുറത്തു പാട്ടാണ്. ഇന്നും അതു പറയപ്പെടുന്നുണ്ട്. അവളുടെ അഭിമാനിയായ അച്ഛനും അതറിഞ്ഞു. അച്ഛൻ അവൾക്കു മാപ്പു കൊടുക്കുകയില്ലേ?

വീണ്ടും പഞ്ചമി പരീക്കുട്ടിയുടെ കഥയിലേക്കു കടന്നു. ആ യുവാവിന്റെ ദാരുണമായ കഥ അവൾ വിവരിച്ചു. അവൾ പറഞ്ഞു:

“ഒന്നുമില്ല ഇച്ചേച്ചീ, പട്ണിയാ. ഏന്നീട്ടു കടപ്പറത്തു നടക്കുവാ. കണ്ടാ പിരാന്തനാണേന്നു തോന്നും. അയ്യോ വലിയ കഷ്ടമാ.”ആ കഥ പറയണമെന്നോ പറയേണ്ടെന്നോ കറുത്തമ്മ പറഞ്ഞില്ല. തീർച്ചയായും, ആ കഥ അറിയുവാൻ അവൾക്ക് ആഗ്രഹമുണ്ട്. മറ്റൊരു പരിതഃസ്ഥിതിയിലായിരുന്നെങ്കിൽ പരീക്കുട്ടിയെക്കുറിച്ച് അവൾ അങ്ങോട്ടു ചോദിക്കുമായിരുന്നു.

അവളും മഞ്ഞക്കുപ്പായവും ശരായിയും തൊപ്പിയും ഉറുമാലുമണിഞ്ഞ് കടപ്പുറത്ത് വാപ്പയുടെ കൈയിൽ തൂങ്ങിവന്ന കൊച്ചനെ കാണുകയായിരിക്കാം. അന്നവൾ അയാൾക്കു സമ്മാനിച്ച ശംഖ് അങ്ങനെ ആ പ്രേമനാടകത്തിലെ ഓരോ രംഗങ്ങളും അവളുടെ കൺമുമ്പിൽക്കൂടി പാഞ്ഞുപൊയ്ക്കൊണ്ടിരുന്നു.

ഒരു വിലപ്പിടിപ്പുള്ള ജീവിതം തകർന്നു. തകരുകയായിരുന്നോ? അല്ല. തകർക്കുകയായിരുന്നു. അവൾ തന്നത്താനറിയാതെ പഞ്ചമിയോടു ചോദിച്ചു: “ഇപ്പോഴും കൊച്ചുമൊതലാളി വള്ളത്തിമ്മേലിരുന്നു പാടുവോ?”

പഞ്ചമി പ്രതിവചിച്ചു:

“ ആ. ചെലാപ്പം ഒക്കെ ഇരുന്നു പാടും.”

ആ പാട്ടിന്റെ അർത്ഥം പഞ്ചമിക്ക് അറിയാമോ? അറിയാൻ ഇടയില്ല.

കറുത്തമ്മ ചോദിച്ചു:

"നിന്നെ കാണാറോണ്ടോ?"

"ചെലാപ്പം കാണും."

"അപ്പം ഇച്ചേച്ചീന്റെ കാരീയം വല്ലോം നിന്നോടു ചോതീക്കുമോ?"

കറുത്തമ്മയുടെ ശബ്ദം വിറക്കൊള്ളുന്നുണ്ടായിരുന്നു. പഞ്ചമി പറഞ്ഞു:

"ഏന്നെ കാണുമ്പം ഓന്നു ചിരീക്കും."

"ആല്ല. ചോതീക്കും" എന്ന് അന്നോളം കേട്ടിട്ടില്ലാത്തവിധത്തിൽ അജ്ഞാതമായ ശബ്ദം ഒരു വാചകം ഉച്ചരിച്ചു. അവരുടെ മുമ്പിൽ പളനി നില്ക്കുന്നു. പഞ്ചമിയും കറുത്തമ്മയും ചാടി എഴുന്നേറ്റു.

കറുത്തമ്മയുടെ രഹസ്യം കണ്ടുപിടിക്കപ്പെട്ടുപോയി.

ഇരുപത്

അന്നോളമുണ്ടായിട്ടില്ലാത്ത ഒരു തന്റേടം കറുത്തമ്മയ്ക്കുണ്ടായി. ഒരു പ്രത്യേകമായ യുക്തിബോധവും ജീവിതത്തെക്കുറിച്ച് അവ്യക്തമായ ഒരു പരിപാടിയുമുണ്ട്. ആ ജീവിതഗതി, സംഭവഗതി അവിടെ അവളെ കൊണ്ടുവന്നെത്തിച്ചു. അന്നോളം അവൾ പേടിച്ചവളായിരുന്നു. എല്ലാറ്റിനേയും എന്തിനേയുംകുറിച്ചു പേടിയുള്ളവൾ. സ്വന്തമായ ഒരു ഇച്ഛാശക്തിയില്ല. ഒരുപക്ഷേ, അവൾ ജീവിക്കാൻ ആഗ്രഹിച്ചിരുന്നവളായിരുന്നിരിക്കാം.

പെട്ടെന്നാണ് ആ പരിവർത്തനമുണ്ടാകുന്നത്. പഞ്ചമികൂടെ വന്നുകൂടിയതുകൊണ്ടാവാം അങ്ങനെ സംഭവിച്ചത്. അവൾക്ക് ഒരു കൂട്ടുണ്ടായി. അവളുടെ രഹസ്യങ്ങൾ എല്ലാം വെളിവായപ്പോൾ ഇനി ഒളിക്കാനെന്തുണ്ട്? പേടിക്കാനെന്തുണ്ട്? ജീവിതം സുരക്ഷിതമെന്ന ബോധം, സുരക്ഷിതമായിത്തന്നെ കൊണ്ടുപോകണമെന്ന ബോധം ഇല്ലാതായി. അരക്ഷിതമായ അവസ്ഥയിൽകൂടി പോകുവാൻ അവൾക്ക് ഒരു കൂട്ടുമുണ്ട്. പഞ്ചമി.

അന്നും അവൾ അവളുടെ പഴയ വാഗ്ദത്തങ്ങൾ എല്ലാം ഭർത്താവിനോട് ആവർത്തിച്ചു. അവൾ അവളുടെ സത്യങ്ങൾ എല്ലാം തുറന്നു പറഞ്ഞു. പരീക്കുട്ടി അവളുടെ കളിക്കൂട്ടായിരുന്നു എന്നതിനപ്പുറം എന്തുണ്ടെന്ന് പളനി ചോദിച്ചു. അതിനുത്തരം

അവൾ ചീത്തയായിട്ടില്ല എന്നായിരുന്നു. പളനിക്കതല്ല അറിയേണ്ടത്. അയാൾ ചോദിച്ചു:

"നിനിക്ക് അയ്യാളോടിഷ്ടമായിരുന്നോ?"

കടപ്പുറമാകെ ജീവിതത്തിലെല്ലാം നശിച്ച് ഭ്രാന്തനെപ്പോലെ ആ പാട്ടും പാടി നടക്കുന്ന പരീക്കുട്ടി, പഞ്ചമി ആർദ്രമനസ്കയായി സഹതാപപൂർവം വിവരിച്ചകണക്കിന് അവളുടെ മുമ്പിൽ പ്രത്യക്ഷപ്പെട്ടു. 'ഞാൻ എന്നും ഈ പാട്ടു പാടും; തൃക്കുന്നപ്പുഴ ക്കടപ്പുറത്തു കേക്കാനായിട്ട് ഈ പാട്ടു പാടും എന്നു പറഞ്ഞ ആ വാചകങ്ങൾ അവളുടെ ചെവിക്കുള്ളിൽ മുഴങ്ങി. 'വള്ളോം വലേം മേടീക്കുമ്പം ഞങ്ങക്കു മീൻകച്ചോടം ചെയ്യുമോ?'

ഉത്തരം പറയാൻ ഒരു ക്ഷണം താമസിച്ചതുകൊണ്ട് പളനി അയാളുടെ ചോദ്യം ആവർത്തിച്ചു. ഇനി എന്തിനൊളിക്കണമെന്ന് ആരോ അകത്തിരുന്നു കർശനമായി ചോദിച്ചു. 'നീ തെറ്റുകാരിയല്ല. കല്യാണത്തിനുമുമ്പ് നീ ഒരുത്തനെ സ്നേഹിച്ചു; അതിലെന്തു തെറ്റ്?'

കറുത്തമ്മ പറഞ്ഞു:

"ഇഷ്ടമാരുന്നു."

ഘനമേറിയ, ആഴമേറിയ ഒരു നിശ്ശബ്ദത ആ മുറിയിൽ നിറഞ്ഞു. ഏതു ശബ്ദത്തിന് അതിനെ തകർക്കാൻ കഴിയും? പളനിയുടെ ഒരു ചോദ്യം അതിനെ തകർത്തു:

"നീയാത്തറ ചോദിച്ചേച്ചും ആണോ പോന്നേ?"

ആണെന്നും അല്ലെന്നും പറഞ്ഞില്ല. മറ്റൊരു ചോദ്യംകൂടി:

"ഇനീം ഏന്നു കാണാമെന്നാ പറേഞ്ഞെ?"

"അങ്ങാനെ പറാഞ്ഞില്ല."

കുഞ്ഞുണർന്നു കരഞ്ഞു. അവൾ കുഞ്ഞിനെ എടുത്തു മുലയൂട്ടി.

അന്നവൾ അയാളുടെ കരൾ കവരുവാൻ ശ്രമിച്ചില്ല. പക്ഷേ, വീണ്ടും വീണ്ടും അയാളുടെ ബുദ്ധിയെ സ്പർശിക്കത്തക്കവിധം പ്രതിജ്ഞചെയ്തു. ഒരു ഭാര്യയുടെ പ്രതിജ്ഞകൾ! മറ്റൊരുവൾ വിവാഹകർമ്മം മാത്രംകൊണ്ടു നിശ്ശബ്ദമായി ചെയ്യുന്ന പ്രതിജ്ഞകൾ. അവൾ കുറച്ചു വാക്കുകൾകൊണ്ട് വ്യക്തമായി ചെയ്തു. മറ്റെന്തുവേണം? എന്ന് അവൾ ചോദിക്കുന്നതുപോലെ തോന്നി.

വെളുപ്പിനെതന്നെ പളനി എഴുന്നേറ്റ് ഒന്നും പറയാതെ എവിടെയോ പോയി. പഞ്ചമി ചോദിച്ചു:

"ചാട്ടൻ പെണാക്കമാരുന്നോ?"

കറുത്തമ്മ പറഞ്ഞു:

"ആരുമോരുമില്ലാത്തോരാ നമ്മാ രണ്ടുപേരും."

പഞ്ചമി ചോദിച്ചു:

"ചാച്ചി ഊരേപ്പിടീച്ചു. എനീക്കാ ആരുമോരുമില്ലാത്തെ."

"അല്ലാനുയാത്തി. നമ്മാ രണ്ടുപേരും ഓരുപോലാ. നമ്മാക്കു ഒരുമീച്ചു കഴീയാം."

കറുത്തമ്മ തുടർന്നു:

"മിടുക്കാൻ ചെമ്പാൻകുഞ്ഞീന്റെ മക്കാള്!"

അന്നുച്ചയ്ക്ക് പളനി വന്നപ്പോൾ ഒരപേക്ഷ കറുത്തമ്മ അയാളുടെ മുമ്പാകെ വച്ചു.

"എനീക്കോന്നു നീർക്കുന്നാത്തിനു പോണം."

അയാൾ മിണ്ടിയില്ല. ചെമ്പൻകുഞ്ഞിന്റെ അപ്പോഴത്തെ അവസ്ഥ അവൾ അയാളെ പറഞ്ഞുകേൾപ്പിച്ചു:

"എന്റച്ചാനു ആരൂമില്ല."

അതിനും അയാൾ ഉത്തരം പറഞ്ഞില്ല.

അന്നും പതിവുപോലെ ചൂണ്ടയിൽ തീറ്റി കൊർത്തു കെട്ടി. അവൾ ഒരു പാത്രത്തിൽ അത്താഴം എടുത്തു. ചൂണ്ടയും നയ്മ്പു മെടുത്ത് പളനി മുമ്പേയും ചോറ് ഒരു കൈയിലും മറുകയ്യിൽ കുഞ്ഞുമായി കറുത്തമ്മ പിമ്പേയുമായി കടപ്പുറത്തേക്കു പോയി.

അന്നും ആ കുഞ്ഞ് കൈപൊക്കി യാത്ര പറഞ്ഞു. ഒടിച്ചു കുത്തിനപ്പുറം ചെന്നപ്പോൾ അയാൾ തിരിഞ്ഞുനോക്കി. കുഞ്ഞു കൈപൊക്കിത്തന്നെ പിടിച്ചിരിക്കുന്നു.

കറുത്തമ്മ ആ കടപ്പുറത്തുതന്നെ അല്പനേരം നിന്നു. സന്ധ്യാവേളയാണത്. അങ്ങു പടിഞ്ഞാറൻ മാനം ചുട്ടുപഴുത്ത സ്വർണപ്പാളി വളച്ചുവച്ചതുപോലെയിരിക്കുന്നു. എന്തൊരു കടും നിറമാണത്! നീലക്കടലും ആ പ്രകാശമുള്ള പാളിയും ചേരു ന്നിടത്ത് ഒരു കറുത്ത രേഖ വീണിട്ടുണ്ട്. ആ രേഖയ്ക്കപ്പുറം രഹസ്യമാണ്. ഏറ്റവും വലിയ രഹസ്യം.

പളനിയുടെ വള്ളം ആ അനന്തമായ ജലപ്പരപ്പിൽകൂടി തെക്കോട്ടു പാഞ്ഞുപോകുന്നു. അയാൾ നിന്നുകൊണ്ടു കുത്തി എറിയുകയാണ്. അപ്പോൾ വള്ളം ആഞ്ഞുതാഴ്ന്നുപോകുന്നു. കുറെ വെള്ളവും കയറുന്നുണ്ട്.

ഒരു വള്ളത്തിൽ കയറിനിന്ന് ഇങ്ങനെ കുത്തി എറിഞ്ഞിട്ട് എത്ര നാളായി! അയാളുടെ ഉറങ്ങിക്കിടന്ന ശക്തികൾ ഉണർന്നു പോയി. അതിനെ ഉൾക്കൊള്ളാൻ അയാളുടെ തടിക്കു ബലമില്ല.

ആ നയ്മ്പു പോരാ; വള്ളം ചെറുത്. ആ കറുത്ത രേഖയെ ലക്ഷ്യ മാക്കിക്കൊണ്ട് വള്ളത്തിൽ വെള്ളം കയറുന്നതറിയാതെ അയാൾ കുത്തി എറിയുന്നു.

ആ ഉണർന്ന കരുത്തിന്റെ അമർച്ചയും ചീറ്റലും ആ വിശാ ലതയിൽ ആരും കേട്ടില്ല. പളനിയുടെ കൊച്ചുവള്ളം ആകാശ ത്തിൽകൂടിയാണ് ചീറ്റിപ്പായുന്നത്.

ആ കരുത്തിനെ തട്ടി ഉണർത്തിയത് എന്തായിരിക്കാം? ഇനി അതിനെ അടക്കി ഒതുക്കുവാൻ എന്തു ശക്തിക്കു കഴി യും? എന്തോ, അളവില്ലാത്ത ശക്തി അഴിച്ചുവിടപ്പെട്ടു. അയാൾ പോവുകയാണ്.

ഒരുപറ്റം കടലാനകൾ ആ വള്ളത്തിനു ചുറ്റുംകൂടി മറിഞ്ഞു പോയി. അതിലൊരെണ്ണം അതിന്റെ മുതുകിൽ വള്ളത്തെ കൊള്ളിച്ച് ഒന്ന് ഉയർന്നു കുതിച്ചു. വള്ളം ജലത്തിൽനിന്നു യർന്നു. അടുത്ത നിമിഷം അതു മറിയുകയായിരിക്കും. പളനി യുടെ കണ്ണിൽനിന്നും തീപ്പൊരിപാറി. അയാൾ പല്ലു കടിച്ചു കൊണ്ട് ഒന്ന് അമറി. അല്ല, അലറുകയായിരുന്നു. വെള്ളത്തിൽ നിന്നും കടലാനയുടെ മുതുകിൽകൊണ്ടുയർന്ന വള്ളത്തിൽ നിന്ന് അയാൾ ഒന്നു കുത്തിയെറിഞ്ഞു. എല്ലാം ഒരു നിമിഷം കൊണ്ട്! വള്ളം മറിഞ്ഞില്ല. കടലാന നട്ടെല്ലു തകർന്നാവാം താഴേക്കു താണു. വീണ്ടും പളനി കുത്തിയെറിയുകയാണ്. പടിഞ്ഞാറേക്കു പടിഞ്ഞാറേക്ക് എവിടെയാണു പോകുന്നത്! ഈ പടിഞ്ഞാറിന് അതിരില്ലേ?

കടൽക്കരയിൽ നിന്ന കുഞ്ഞു കാര്യമില്ലാതെ കരഞ്ഞു.

ഒരുപക്ഷേ, ഭ്രാന്തുപിടിച്ചപോലെ ആവേശംകൊണ്ട് അതിന്റെ അച്ഛൻ പോകുന്നതു നിഷ്കളങ്കതയുടെ രൂപമായി ആ കുഞ്ഞിനു കാണായിരിക്കാം. അച്ഛൻ അതിരില്ലാത്ത പടി ഞ്ഞാറേക്കു പോകുന്നതു കണ്ട് കരയുകയായിരിക്കാം. പളനി ആ കരച്ചിൽ കേട്ടില്ല. കാറ്റു കിഴക്കോട്ടാണ്. എന്നാൽ കടലാന യുടെ നട്ടെല്ലു തകർത്ത ആ മത്സരത്തിലെ അവന്റെ അലർച്ച കാറ്റു വഹിച്ചുകൊണ്ടുവന്നു. കറുത്തമ്മ കേട്ടോ? ഇല്ല, അവ ളുടെ ചെവികളിൽ അതെത്തുകയില്ല. അതിനുള്ള വിശുദ്ധി അവൾക്കില്ല.

പളനി രഹസ്യം തേടി പോവുകയാണ്. കടലിൽനിന്നു തന്നെ ചന്ദ്രൻ പൊങ്ങിവരുന്നത് പളനി കണ്ടു. അവൻ ഒരു പുതിയ ലോകത്തിലേക്കു കടന്നു. വെള്ളിത്തകിടുകൾ നീലപ്പര പ്പിൽ വാരിവിതറപ്പെട്ട ഒരു ലോകം. പക്ഷേ, അവന് ഒരു പേടി

വന്നു. അവനെ നാലുപാടും ചക്രവാളം വലയം ചെയ്തിരിക്കുന്നു! അവന്റെ മണ്ഡലം ചുരുങ്ങിപ്പോയി. ആഞ്ഞു കുത്തിയെറിഞ്ഞു പാഞ്ഞുചെന്ന് ആ ഭിത്തി ഭേദിക്കണം.

കടൽപാമ്പുകൾ അവന്റെ വള്ളത്തിലേക്ക് ഇഴഞ്ഞുകയറി. നീലപ്പരപ്പിലെ വെള്ളിത്തകിടിന്റെ മുകളിൽ എല്ലാം അവ ഇഴയുന്നു. വള്ളത്തിന്റെ വങ്കിൽ വാൽ കുത്തിനിന്ന് അവ ആടുന്നു. വീണ്ടും വെള്ളത്തിലേക്കു വീഴുന്നു. രണ്ടു പാമ്പുകൾ വള്ളത്തിൽനിന്നുതന്നെ പിനയുന്നുണ്ട്.

അങ്ങു പടിഞ്ഞാറുനിന്നും ചക്രവാളത്തെ കൺമുമ്പിൽ നിന്നും മറച്ചുകൊണ്ട് ഒരു തിര ഉരുണ്ടുവരുന്നതു കാണായി! ആ തിരയുടെ അടിയിൽകൂടി മുങ്ങാംകുഴിയിട്ട് അപ്പുറത്തു ചെന്നാൽ കൊള്ളാമെന്ന് ഒരു മോഹം തോന്നി... പക്ഷേ, ആ തിര ആ ചെറുവള്ളത്തെ ശിരസ്സിലെടുത്തിട്ടു വെളുത്ത ഒരു പൊട്ടിച്ചിരിയോടെ അപ്പുറത്തേക്കെറിഞ്ഞു. അപ്പുറം തിരയില്ല. ശാന്തം. പക്ഷേ, കടലിന് ഒരു കാളിമയുണ്ട്. തെക്കുപടിഞ്ഞാറുനിന്നും ഒരു നീണ്ട നാക്കു കടലിന്റെ അടിയിൽകൂടി നീളുന്നതുപോലെ തോന്നി. ആ ശാന്തതയ്ക്ക് ഒരു വിശേഷമുണ്ട്. വള്ളം പിടിക്കുംവഴി വരുന്നില്ല. അതൊരു വലിവാണ്. എവിടെയോ ഒരു ചുഴിയുണ്ട്. ആ വലിവിൽപെട്ടു സാഗരത്തിന്റെ അടിത്തട്ടിലെ ചളിക്കെട്ടു നീങ്ങുകയാണ്.

ഇല്ല, വലിവിനോട് അവനെതിർക്കണം. പളനിയുടെ വള്ളത്തെ വലിവു വലിച്ചുകൊണ്ടു പോവുകയോ? അവൻ വലിവിനെതിരായി തുഴഞ്ഞു. അങ്ങങ്ങ് വല്ലാത്ത ഒരു പ്രകാശപ്രസരം നീങ്ങുന്നു. അതിനുള്ളിലേക്ക് എന്തോ തുഴഞ്ഞു.

ചെറുതിരകളിൽ തൊട്ടിലാട്ടപ്പെട്ട ഒരുപറ്റം കടൽകാക്കകൾ കിടക്കുന്നു. അവ ഉറങ്ങുകയാണ്. പെട്ടെന്ന് അവ പ്രാണഭീതിയോടുള്ള ഒരു കരച്ചിലോടെ മുകളിലേക്കുയർന്നു. ആ വള്ളം കണ്ടു പേടിച്ചതല്ല. അവിടെ കടലിൽ ഒരു തകർപ്പു കേൾക്കാം.

ശ്രാവ്! കടൽക്കാക്കയെ ശ്രാവു പിടിച്ചതാണ്!

പളനി ചൂണ്ടയിട്ടു. അതു ബുദ്ധിപൂർവം വിദഗ്ദ്ധനായ ഒരു മുക്കുവൻ ചെയ്യുന്ന പണിയാണ്.

ഒട്ടുനേരം അനുജത്തിയും ജ്യേഷ്ഠത്തിയും തമ്മിൽ സംസാരിച്ചുകൊണ്ടിരുന്നു. ഇന്നു കഴിഞ്ഞ കാര്യങ്ങളല്ല സംസാരിച്ചത്. അമ്മയെയും പരീക്കുട്ടിയെയുംകുറിച്ചു സംസാരിക്കാൻ ഇനി ഒന്നുമില്ല. അതെല്ലാം കഴിഞ്ഞുപോയ സംഭവങ്ങളാണ്. ചെമ്പൻ

കുഞ്ഞ് ഒരു ജീവൽപ്രശ്നമാണ്. മിടുക്കനായ ചെമ്പൻകുഞ്ഞിന്റെ ഭാഗ്യദോഷികളായ രണ്ടു മക്കളും ജീവൽപ്രശ്നങ്ങളാണ്. അങ്ങനെ വർത്തമാനം പറഞ്ഞുപറഞ്ഞു പഞ്ചമി അങ്ങുറങ്ങി.

കറുത്തമ്മയ്ക്കുറക്കം വന്നില്ല. അന്ന് അനുസ്യൂതമായി ഒരേ രീതിയിൽ ഒരു കാറ്റടിച്ചുകൊണ്ടിരുന്നു. ആ കാറ്റിന് അന്നോളം കേട്ടിട്ടില്ലാത്ത ഒരു ഈണമുള്ളതായി തോന്നി. അതിൽ പരീക്കുട്ടിയുടെ ആ പാട്ടു കലർന്നിട്ടുണ്ടോ എന്നു കറുത്തമ്മയ്ക്ക് ഒരു സംശയമുണ്ടായി. അവൾ ശ്രദ്ധിച്ചു, കൂടെക്കൂടെ ശ്രദ്ധിച്ചു. അങ്ങനെ അവൾ അവളുടെ ജീവിതത്തിലെ പരീക്കുട്ടി എന്ന വിഷയത്തിലേക്ക് ഒലിച്ചുപോയി.

ഒറ്റയ്ക്ക് അവളുടെ അരയൻ, കടലിൽ പോയിരിക്കുകയാണ്. അങ്ങു പുറങ്കടലിൽ ചൂണ്ടയിടുകയാണ്. അപ്പോൾ ആ ആദ്യ മുത്തശ്ശിയെപ്പോലെ അവളും കടല്ക്കരയിൽ നിന്നു തപസ്സു ചെയ്യേണ്ടവളാണ്. അവൾ പരീക്കുട്ടിയെക്കുറിച്ച് ഓർക്കുന്നു.

പക്ഷേ, അതു പൂർണമായ ബോധത്തിലല്ല. അവൾ ഉണർന്നു കിടക്കുകയല്ല; അവൾ ഉറങ്ങുകയുമല്ല. പരീക്കുട്ടി പാവമാണ്; നല്ലവനാണ്; സ്നേഹമുള്ളവനാണ്. പരീക്കുട്ടിയെ അവളും സ്നേഹിക്കുന്നുണ്ട്. ഇതെല്ലാം തീർച്ചപ്പെട്ട വ്യക്തമായ വസ്തുതകളാണ്. അവൾക്ക് ഈ ജന്മം പരീക്കുട്ടിയെ മറക്കാൻ ഒക്കുകയില്ല. അവൾ പരീക്കുട്ടിയെ മറക്കുകയില്ല. പരീക്കുട്ടി അവളുടെ വകയാണ്; അവൾ പരീക്കുട്ടിയുടെ വകയും.

ആരും അകത്തുനിന്നും എതിർക്കുന്നില്ല. കരളിനുള്ളിൽ യാതൊരു നൊമ്പരവുമില്ല. ആ മയക്കത്തിൽ അവൾ എന്തൊക്കെയോ പതുക്കെ പറയുന്നുമുണ്ടായിരുന്നു.

അവൾ കാത്തുകിടക്കുകയാണ്. പരീക്കുട്ടി വരും; പരീക്കുട്ടി വിളിക്കും. വിളി കേൾക്കണം. അതിനുവേണ്ടി അവൾ ഉറങ്ങാതെ കിടക്കുകയാണ്.

“കറത്തമ്മാ!”

കറുത്തമ്മ ഉണർന്നു. അവളെ ആരെങ്കിലും വിളിച്ചോ?

“കറത്തമ്മാ!”

വിദൂരതയിൽനിന്നും കേൾക്കുന്നതുപോലെ വീണ്ടും തോന്നി. അർദ്ധബോധാവസ്ഥയിലെ ആ ജീവിതവ്യാപാരങ്ങളിൽ പെട്ടതായിരുന്നോ അത്? അതോ ആരെങ്കിലും വാതില്ക്കൽ നിന്നു വിളിക്കുകയായിരുന്നോ?

വീണ്ടും അവളെ വിളിച്ചു:

“കറത്തമ്മാ!”

ഒരൊറ്റ ആൾ മാത്രമേ അങ്ങനെ രാത്രിയിൽ ആ കതകിൽ മുട്ടി വിളിച്ചിട്ടുള്ളു. അതെല്ലാ ദിവസവും വിളിക്കാറുള്ളതാണ്. പളനി കടലിൽ പോയി വന്നിട്ട് വിളിക്കും. ഏതാണ്ട് അയാൾ മടങ്ങിവരാനുള്ള ഒരു സമയമാണത്.

"കറത്തമ്മാ!"

ആ ശബ്ദംതന്നെയാണോ അത്? അല്ലാതെ മറ്റാരാണു വിളിക്കാനുള്ളത്?

അവൾ വിളി കേട്ടു:

"എന്തോ!"

കതകു തുറക്കാൻ പറഞ്ഞില്ല. അങ്ങനെ ഒന്നു പറയുക സാധാരണമാണ്. എങ്കിലും അവൾ എഴുന്നേറ്റു കതകു തുറന്നു പുറത്തിറങ്ങി. എന്നത്തേതിലും കൂടുതൽ ശക്തിയായി അന്നു കാറ്റടിക്കുന്നുണ്ട്. ആ കാറ്റിന് എന്തോ ഒരു രൂക്ഷതയുള്ളതായി തോന്നി. തെളിഞ്ഞ ചന്ദ്രിക പരന്നൊഴുകുന്നു. മുറ്റത്താരെയും കാണുന്നില്ല. അവൾ വീടിന്റെ പടിഞ്ഞാറെപ്പുറത്തേക്കു പോയി. കടല്ക്കരയിലേക്ക്. കടലിലേക്കു നോക്കാൻ.

ആ ചന്ദ്രികയിൽ ഒരാൾ നില്ക്കുന്നു. അത് പരീക്കുട്ടിയാണ്.

കറുത്തമ്മ പേടിച്ചില്ല; നിലവിളിച്ചില്ല. അയാൾ വിളിച്ചിട്ട്, അവൾ കതകു തുറന്ന് ഇറങ്ങിവന്നതുപോലെ നിന്നു. അവളുടെ അടുത്തേക്ക് അയാൾ സാവധാനം നടന്നുവന്നു.

ആ രൂപം അവൾ സൂക്ഷിച്ചു നോക്കി. അത് അവളുടെ പഴയ കൊച്ചുമൊതലാളിയല്ല. അയാൾ വളരെയേറെ ക്ഷീണിച്ചു പോയി.

അയാൾ അടുത്തുവരുമ്പോൾ അവൾക്കു പേടിയില്ലേ? അയാൾ അവളുടെ മാറത്തും പിന്നിലും തുറിച്ചു നോക്കുകയില്ലേ? ഇല്ല, ഇപ്പോൾ അവൾക്ക് ആ പേടിയില്ല. ആ മാറിടം അങ്ങനെ ആകർഷകമായി ഉയർന്ന് ഇപ്പോൾ നില്ക്കുന്നില്ല. ഒരു കുഞ്ഞിന്റെ ഇളം ചുണ്ടുകളിൽ പൈമ്പാൽപത പരത്തി അവിടം അതിനെ മന്ദഹാസസുന്ദരമാക്കുന്നുണ്ട്... എന്നാലും പളനി കടലിൽ പോയിരിക്കുമ്പോൾ രാത്രിയിൽ ഒരു പുരുഷനുമായി സംസാരിച്ചു നില്ക്കാമോ... കറുത്തമ്മയ്ക്കു പേടിയില്ല. അവൾ ഇതിനു മുമ്പും അങ്ങനെ രാത്രിയിൽ വിജനതയിൽ അയാളെ കണ്ടുമുട്ടിയിട്ടില്ലേ?... അതുമല്ലെങ്കിൽ തകർന്നുപോയ മനുഷ്യന്റെ ജീവിതത്തിന് ഒരു നിമിഷനേരത്തേക്കെങ്കിലും അങ്ങനെ ഒരു സമാഗമംകൊണ്ട് ആശ്വാസം ലഭിക്കുമെങ്കിൽ അതു കൊടുക്കേണ്ടതല്ലേ?

അവർ പരസ്പരം അല്പനേരം നോക്കിനിന്നു. അവൾ നശിപ്പിച്ച പുരുഷനാണു മുമ്പിൽ നിൽക്കുന്നത്. അയാൾ എന്നെന്നും തന്നെ സ്നേഹിക്കുന്നുണ്ട് എന്ന് കറുത്തമ്മയുടെ ആത്മാവിനു നിശ്ചയമുണ്ട്. അയാൾ എന്തായാലും, എങ്ങനെയായാലും, എന്നായാലും അവളെ സ്നേഹിക്കും. എപ്പോഴും അവൾക്കു മാപ്പുകൊടുക്കും. അയാളോട് എന്തും ചെയ്യാം. അയാൾ എന്തും സഹിക്കും.

ആ സ്വല്പനിമിഷങ്ങൾകൊണ്ടു കറുത്തമ്മ അവളുടെ ജീവിതത്തിന്റെ എല്ലാ പരാജയങ്ങളും മറന്നു. അവൾ തോറ്റവളല്ല. അവൾക്ക് ഒരു മഹാധനമുണ്ട്. മറ്റൊരുവൾക്കും ഇല്ലാത്ത ഒരു മഹാധനം! ബലിഷ്ഠകായനായ ഒരുവന്റെ സംരക്ഷണയിലാണു താനെന്നു തോന്നി, ജീവിതം സുരക്ഷിതമാണെന്ന് അവൾക്കു തോന്നിയതുപോലെതന്നെ. ജീവിതത്തെ സംബന്ധിച്ചിടത്തോളം അവൾക്ക് ഒരു തന്റേടമുണ്ടായിരുന്നു. അവൾക്കു പട്ടിണികിടക്കേണ്ടിവരികയില്ല, പുറമേനിന്നുമുള്ള മറ്റൊരു ഉപദ്രവം ഉണ്ടാവുകയില്ല എന്നെല്ലാം ഉള്ള തന്റേടം. അവളുടെ പളനിക്കു കരുത്തുണ്ട്. അതുപോലെതന്നെ ആത്മാവിന് ഒരു തന്റേടം ഉണ്ടായി. അവളെ സ്നേഹിക്കുന്നുണ്ട് ഒരാൾ. എന്നും സ്നേഹിക്കപ്പെടുന്നവളാണവൾ! അങ്ങനെ അവളെ സ്നേഹിക്കുന്നവനാണു മുൻപിൽ നില്ക്കുന്നത്.

പരീക്കുട്ടിയുടെ നീട്ടപ്പെട്ട കൈകൾക്കുള്ളിൽകൂടി അവൾ അയാളുടെ വക്ഷസ്സോടു ചേർന്നു. ആ മുഖങ്ങൾ ഒന്നുചേർന്നു, അവളുടെ ചെവിക്കുള്ളിൽ അയാൾ മന്ത്രിച്ചു:

“എന്റെ കറത്തമ്മാ!”

“ഏന്തോ!”

നാലാംവേദക്കാരനായ അയാളും, കടപ്പുറത്തെ നെറീമൊറേമില്ലാത്ത ചെറുവാല്യക്കാരും തുളച്ചു നോക്കുന്ന ആ പിന്നിൽ അയാളുടെ ഹസ്തം സഞ്ചരിച്ചു.

പരീക്കുട്ടി ചോദിച്ചു:

“കറത്തമ്മാ!”

വീണ്ടും തന്നത്താൻ മറന്ന് അർദ്ധബോധാവസ്ഥയിൽ അനുസരണയോടുകൂടിയുള്ള ആ വിളികേൾക്കൽ!

“ഏന്തോ!”

“ഞാന് നിന്റെ ആരാ?”

അയാളുടെ മുഖം രണ്ടു കൈകൊണ്ടു പിടിച്ച് അർദ്ധനിമീലിതാക്ഷിയായി അവിടെ നോക്കിക്കൊണ്ട് അവൾ ചോദിച്ചു:

"ആരാ? ഏന്റെ പൊന്നിങ്കൊടം."

വീണ്ടും അവർ ഒന്നായി. ഒരു നിർവൃതിയിൽ എന്തൊക്കെയോ അവൾ അയാളുടെ ചെവിക്കുള്ളിൽ മന്ത്രിച്ചുകൊണ്ടിരുന്നു.

ആ ആലിംഗനത്തിൽനിന്നും വിട്ടുമാറാൻ, പിരിയാൻ അവൾക്കു വയ്യ.

അങ്ങങ്ങു പുറംകടലിൽ ഒരു ശ്രാവു ചൂണ്ട കൊത്തി. ഒരു പെരുത്ത ശ്രാവ്! അന്നോളം അത്രയും വലിയ ഒരു ശ്രാവ് അയാളുടെ ചൂണ്ടയിലെന്നല്ല, ആരുടെ ചൂണ്ടയിലും കൊത്തിയിട്ടില്ല. ആ കടലിൽ ഒരു മുക്കുവനും അത്രയും വലിയ ഒരു മീൻ കിട്ടിയിട്ടില്ല.

ചൂണ്ട വിഴുങ്ങിയ ഉടൻ ആ വലിയ മീൻ അതിന്റെ വാലുവച്ച് ഒരടി അടിച്ചു. ആ പ്രദേശമാകെ കലങ്ങി അങ്ങാകാശത്തേക്കു വെള്ളം തെറിച്ചു. എന്നിട്ടതു മുന്നോട്ട് ഉയർന്നു കുതിച്ചു. ജലത്തിനുമീതെ അതിനെ അവൻ കണ്ടു. അതിന്റെ വായിൽനിന്നും ചൂണ്ടയുടെ ചരടു പുറത്തു കിടക്കുന്നു.

ആ കടപ്പുറത്തെ ഏറ്റവും വലിയ മീൻ പിടിച്ചതു പളനിയാണ്! പളനി, ആനന്ദംകൊണ്ടു മതിമറന്ന് ആർത്തുവിളിച്ചു.

പെട്ടെന്ന് ഒരു തീരുമാനത്തിൽ എത്തണം. ചരടു വലിച്ചു പിടിച്ചു ശ്രാവിനെ പിടിച്ചു നിർത്തണോ, അതിന്റെ ഗതിക്കു കുറെ ദൂരം ഓടാൻ അനുവദിക്കണോ? ഒന്നു തീരുമാനിച്ചേ മതിയാകൂ. ശരിക്കു ചൂണ്ട തൊണ്ടയിൽ ഉടക്കിയിട്ടുണ്ടെങ്കിൽ ചരട് ഒന്നു വലിച്ചാൽ ആ ഉഗ്രജന്തു നിന്നുപോകും. പക്ഷേ, അതു വള്ളം അടിച്ചു തകർത്തേക്കും. അതിന്റെ ഗതിക്കു വിട്ടാൽ, വള്ളവും പിന്നാലെ പായും. അപ്പോൾ അത് എവിടേക്ക്, എത്ര ദൂരമാണു പോകുന്നത്?

അപ്പോൾത്തന്നെ കര കാണാൻ നിവൃത്തിയില്ല. ഏതു ദിക്കിലാണു കരയെന്നുതന്നെ നിശ്ചയമില്ല. ഒരു കൈകൊണ്ടു ചൂണ്ടയുടെ ചരടിൽപ്പിടിച്ചു മറുകൈയിലെ നയ്മ്പുകൊണ്ടു വള്ളം നിയന്ത്രിച്ച് പളനി ആകാശത്തേക്കു നോക്കി – നക്ഷത്രം നോക്കി ദിക്കു കണ്ടുപിടിക്കാൻ. അയാൾ അന്വേഷിച്ച നക്ഷത്രമില്ല. ചില കാറിൻകഷണങ്ങൾ ആകാശത്തെ മൂടിയിരിക്കുന്നു.

അപ്പോഴും വള്ളം പാഞ്ഞുകൊണ്ടിരിക്കുകയാണ്. അചിന്ത്യമായ വേഗത്തിൽ! വള്ളം വെള്ളത്തിനെ പിളർന്നുകീറിപ്പായുന്നു. തിരകളില്ല. കടൽ ശാന്തമാണ്. പക്ഷേ, കടൽ

കറുകറാ കറുത്ത് ഒരു ഭീകരരൂപം കൈക്കൊണ്ടിരിക്കുന്നു. വെള്ളത്തിലേക്കു സൂക്ഷിച്ചുനോക്കി; എങ്ങോട്ടേക്കാണ് ഒഴുക്കെന്നറിയാൻ; അങ്ങനെ വലിവു നോക്കി കര ഏതു ഭാഗത്താണെന്നു മനസ്സിലാക്കാൻ. എത്ര സൂക്ഷിച്ചിട്ടും അതു മനസ്സിലാകുന്നില്ല.

മീൻ വായുവേഗത്തിൽ വള്ളത്തെ വലിച്ചുകൊണ്ടു പോവുകയാണ്. എങ്ങോട്ടാണീ പോക്ക്! എത്ര ദൂരം പോയി?

പല്ലുകടിച്ചുകൊണ്ട് പളനി ഒന്നമറി:

"നില്ലടാ അവാടെ. അങ്ങാനെ നീ എന്നേംകൊണ്ടു കടലാമ്മാടെ കൊട്ടാരത്തിലേക്കു പോകാൻ വരാട്ടെ."

അയാൾ ചരട് ഒന്നു മുറുക്കി വലിച്ചു. പെട്ടെന്നു വള്ളത്തിന്റെ ഗതി നിലച്ചു. അപ്പോൾ പളനി ഒന്നു പൊട്ടിച്ചിരിച്ചു:

"ഹഹഹ! നില്ലാടാ അങ്ങനാവാടെ."

സ്വല്പം അകലെയായി മീൻ പ്രാണവേദനയോടെ വാലിട്ടടിച്ചു തകർക്കുന്നു. ഒന്നുകൂടെ, ഒരു രസംപിടിച്ച് പളനി ചരടു വലിച്ചു. ആ മീൻ മുകളിലേക്കു ചാടി താഴെ വീണു.

വള്ളം നിശ്ചലമായി നിന്നെങ്കിലും ഒരൊഴുക്കിൽപെട്ട് അതു പരന്ന കടലിൽ ഒരു വിസ്താരമുള്ള വൃത്തം വരയ്ക്കുന്നതായി തോന്നി. ഒഴുക്കു വട്ടംചുറ്റുകയാണ്. വീണ്ടും പളനി സൂക്ഷിച്ചുനോക്കി. ഒരു ചുഴിയിൽ താൻ പെട്ടിരിക്കുകയാണോ? വീണ്ടും അതിവിസ്തൃതമായ ഒരു വൃത്തം സൃഷ്ടിക്കുന്നു. അപ്പോഴും അയാൾ ചൂണ്ടയുടെ ചരടു വലിച്ചു പിടിച്ചിരിക്കുകയാണ്.

അയാൾ ആകാശത്തേക്കു നോക്കി. ഒരൊറ്റ നക്ഷത്രം പോലും കാണുവാനില്ല. അയാളുടെ എല്ലാ നക്ഷത്രങ്ങളും മാഞ്ഞുപോയി. കാർ കയറി മൂടിപ്പോയി.

വള്ളത്തിൽ നിന്നുകൊണ്ട് പളനി നാലുപാടും നോക്കി. അത്ര നേരവും പരന്ന കടലാണ് അയാൾ കണ്ടിരുന്നത്. നാലുപാടും നോക്കിയാൽ ജലപ്പരപ്പ്! ഇപ്പോൾ അങ്ങനെയല്ല. ഒരു മല നാലുപാടും വളയം സൃഷ്ടിച്ചിരിക്കുന്നു. അയാളും വള്ളവും ഒരു കുഴിയിലാണ്. വള്ളത്തിന്റെ തല പൊങ്ങിനില്ക്കുന്നു.

നടുക്കടലിൽ കടലിന്റെ അടിത്തട്ടിലാണ് കടലമ്മയുടെ കൊട്ടാരം. അവിടെയാണു കടലമ്മ കുടിയിരിക്കുന്നത്. ആ കൊട്ടാരത്തെക്കുറിച്ച് പളനി വർണിച്ചുകേട്ടിട്ടുണ്ട്. അവിടേക്കെത്തുന്നത് ഒരു ചുഴിയിൽക്കൂടിയാണ്. കടലാകെ വട്ടം

കറങ്ങുന്ന ഒരു ചുഴി കടലമ്മയുടെ കൊട്ടാരത്തിന്റെ വാതില്ക്കൽ ചെന്നു കുത്തുന്നു.

നാലുപാടുമുള്ള മലയുടെ പൊക്കം വർദ്ധിക്കുന്നതായി പളനിക്കു തോന്നി. അയാൾ ആ ചരട് ഒന്നയച്ചു കൊടുത്തു. വീണ്ടും വള്ളം പായുകയാണ്, അചിന്ത്യമായ വേഗതയോടെ.

പളനി ആ ചുഴിയിൽനിന്നും ഒഴിഞ്ഞോ? ആ മലയുടെ അപ്പുറം പോയോ?

എവിടെയോ അത്യുഗ്രമായ ഒരു അലർച്ച കേൾക്കായി. അത്രമാത്രം വലിയ ഒരു ശബ്ദം അയാൾ കേട്ടിട്ടില്ല. അതൊരു കൊടുങ്കാറ്റാണ്.

മലയോളം പൊക്കത്തിൽ തിരകളിളകി. ഒന്നിനൊന്നുതൊട്ട് തിരകൾ അടുക്കുകയാണ്. അങ്ങനെയുള്ള തിരകളും പളനി കണ്ടിട്ടില്ല. ആ തിരകൾ, നെടുനീളെ ഉരുണ്ടണയുകയല്ല. ഉരുണ്ടു വന്ന് അയാൾക്കു ചുറ്റുമായി വളഞ്ഞു രണ്ടറ്റങ്ങളും യോജിച്ച് ഒരു വൃത്തമാവുകയാണ്.

പളനി ആ വിചിത്രമായ കടൽക്ഷോഭം ഒരു നിമിഷംകൊണ്ടു നോക്കിപ്പഠിച്ചു. തിരയുടെ മുകളിൽകൂടി വള്ളം വിടാനയാൾ ക്കറിയാം. കൊടുങ്കാറ്റിനോടും മല്ലടിക്കാൻ പഠിച്ചിട്ടുണ്ട്. കുറ്റാ ക്കുറ്റിരുട്ടിലും അയാൾ വള്ളം വിട്ടിട്ടുണ്ട്.

കൊള്ളിയാൻ മിന്നി. അത്യുഗ്രമായ ഒരിടിയും. പളനി ചരട് അയച്ചുവിട്ടു. ചരടു മുറുക്കിയാൽ, വള്ളം നിന്നുപോയാൽ വള്ളം അടിച്ചു തകർത്തുകളയും. കടലിലെ മീൻ അതിന്റെ ഗതിക്കുതന്നെ വള്ളത്തെ വലിച്ചുകൊണ്ടു പോകട്ടെ!

ഉയർന്നുവരുന്ന തിരയുടെ മുകളിലേക്കു വള്ളത്തിന്റെ തല കയറുമ്പോൾ പളനി നയ്മ്പ് ആയമായി പിടിച്ചുകൊണ്ടു മുകളി ലേക്കു ചാടും, വള്ളത്തിന്റെ ഭാരം കുറയ്ക്കാൻ. ആ തിരയുടെ ഉച്ചിയിലെത്തുമ്പോൾ വീണ്ടും വള്ളത്തിൽ വീഴും. അപ്പോൾ തല കുത്തനെ വള്ളം നില്ക്കുകയാണ്. അങ്ങനെ നില്ക്കുന്ന വള്ളത്തെ അയാളോടൊപ്പം വിഴുങ്ങുവാനായി മറ്റൊരു തിര വാ പിളർന്നു നില്ക്കുന്നു.

അലറുകയാണ്. ആ പാവപ്പെട്ട അരയനോടുള്ള ദ്വേഷം കൊണ്ട് കടൽ അലറുകയാണ്. കൊടുങ്കാറ്റ് ആ അലർച്ചയ്ക്കു ശ്രുതിയിടുന്നു. ഇടി താളം പിടിക്കുന്നു. എന്തൊരു പൈശാചി കമായ താണ്ഡവമാണത്! ഒരു അല്പനായ മനുഷ്യജീവി! അവനെ തകർക്കാൻ ഇത്രയും വലിയ ശക്തികളെ കടലമ്മ

അഴിച്ചുവിടണോ? എത്ര പെട്ടെന്ന് അവനെ തന്റെ അഗാധതയിലേക്കു വലിച്ചെടുക്കാം!

ഒരുപക്ഷേ, ഈ തിരകൾ അങ്ങു കരയിൽ ഉരുണ്ടുകയറിയിട്ടുണ്ടാവാം. കരയിലുള്ള പുരകളുടെ മുകളിൽകൂടി പാഞ്ഞുപോയിട്ടുണ്ടാവാം. ഇപ്പോൾ കരയിൽ വിഷമുള്ള കടൽപാമ്പുകൾ ഇഴഞ്ഞു നടക്കുകയാവാം. അങ്ങകലെ എന്തോ ഉയർന്നു കാണുന്നു. അത് ഒരു വിചിത്ര രീതിയിലുള്ള തിരയുടെ ശിഖരമാണോ, അതോ വല്ല കടൽജന്തുവും തല ഉയർത്തി ഗുഹ പോലുള്ള വായ് പൊളിക്കുകയാണോ?

ആ മുക്കുവന്റെ അജയ്യമായ കരുത്തു തകർന്നോ? അയാൾ ഒരു തിര വന്നപ്പോൾ മുകളിലേക്കു ചാടി; പക്ഷേ, ഉയരുന്നില്ല. ആ വായ് പിളർന്നുവന്ന തിര അയാളുടെയും വള്ളത്തിന്റെയും മുകളിൽകൂടി ഉരുണ്ടൊഴുകി.

ഒരിടിയും മിന്നലുംകൊണ്ട് ആകാശത്തെ മൂടിയിരുന്ന കട്ടിക്കാറല്ല, ആകാശംതന്നെയും തകർന്നു. കടലിലെ വെള്ളമെല്ലാംകൂടി ഒരിടത്തു കൂടി. കൊടുങ്കാറ്റ് എല്ലാം തകർക്കുമെന്നലറുകയാണ്. വള്ളത്തിന്റെ തല മറ്റൊരു തിരയുടെ മുകളിൽ കണ്ടു. അതുരുണ്ടു മാറിയപ്പോൾ കമഴ്ന്നു കിടക്കുന്ന വള്ളത്തിന്റെ മുകളിൽ പറ്റിപ്പിടിച്ചു പളനിയെയും കണ്ടു. പിടി വിടാതിരിക്കുവാൻ അള്ളിപ്പിടിക്കുന്നു. ഒരു ക്ഷണംകൊണ്ട് ശ്വാസം വിട്ടിട്ട് അയാൾ അലറി:

"കറത്തമ്മാ!"

ആ കൊടുങ്കാറ്റിന്റെ അലർച്ചയെ പളനിയുടെ വിളി തോല്പിച്ചു. അതിലുമുയർന്ന് ആ വിളി കേൾക്കാം.

എന്തിനാണയാൾ കറുത്തമ്മയെ വിളിച്ചത്? അതിൽ കാര്യമില്ലേ? കടലിൽ പോയ മുക്കുവന്റെ രക്ഷാദേവത വീട്ടിലിരിക്കുന്ന മുക്കുവത്തിയാണ്. ആ പഴയപഴയ മുത്തശ്ശിയെപ്പോലെ തപസ്സു ചെയ്യുവാൻ അയാൾ ആവശ്യപ്പെടുകയാണ്. ആദ്യത്തെ മുക്കുവൻ കൊടുങ്കാറ്റിലകപ്പെട്ടിട്ടും, തിരിച്ചു വന്നില്ലേ. പണ്ടുപണ്ട് അയാളുടെ മുക്കുവത്തിയുടെ തപശ്ചര്യകൊണ്ട്! അതുപോലെ തന്നെ പളനിക്കും രക്ഷപ്പെടാമെന്നു വിശ്വാസമുണ്ട്. അയാൾക്കു മുക്കുവത്തിയുണ്ട്. അവൾ തപസ്സു ചെയ്യും. തലേന്നാളും അവൾ വാഗ്ദത്തം ചെയ്തില്ലേ?

കൊടുങ്കാറ്റിന്റെ ഉഗ്രത വർദ്ധിച്ചു. അതിനെ പളനി പരാജയപ്പെടുത്തി. അതു തിരകളുടെ കൂട്ടുപിടിച്ചു. മറ്റൊരു തിര ഉരുണ്ടു വന്നു! കറു എന്നുവരെ ആയപ്പോൾ ആ തിര ഉരുണ്ടുകയറിക്കഴിഞ്ഞു.

ഒന്നും കാണുവാനില്ല. കൊടുങ്കാറ്റും ഇടിയും മിന്നലും ഒന്നിച്ചു ചേർന്നു തകർക്കുകയാണ്. അവസാനത്തെ പ്രവർത്തനമാണ്. മുഴുവൻ ശക്തികളും വിനിയോഗിക്കപ്പെടുകയാണ്. ആ സംഹാരക്രിയ അവസാനിപ്പിക്കുന്നു.

വെള്ളം ആകാശത്തോളം പൊട്ടിത്തെറിച്ചു. കടലാകെ ഒരു ഗുഹയായി. കൊടുങ്കാറ്റു കാണത്തക്ക ഒരു വസ്തുവായി. അതു കാണാം.

അങ്ങങ്ങു വള്ളം ഒരു തിരയുടെ ശിഖരത്തിലുയർന്നു. അതിന്റെ പുറത്തു പളനി കമഴ്ന്നു കിടക്കുന്നു. അപ്പോഴും അയാൾ പിടിച്ചിട്ടുണ്ട്. ആ തല ഉയരുകയില്ലേ?

ആ കരുണയറ്റ സംഹാരക്രിയ അവസാനിച്ചുവോ?

ഒരു ചുഴിയിൽപെട്ട് ആ വള്ളം തൂണുപോലെനിന്നു താഴ്ന്നു.

ഒരൊറ്റനക്ഷത്രം തെളിഞ്ഞു. അത് മുക്കുവർക്കു ദിക്കു കാട്ടുന്ന നക്ഷത്രമാണ്. മുക്കുവരുടെ അരുന്ധതി! പക്ഷേ, അതിനൊരു പ്രകാശക്കുറവുള്ളതുപോലെ തോന്നി!

ഒന്നും സംഭവിച്ചിട്ടില്ലാത്തതുപോലെ ശാന്തമായി പിറ്റേന്നും പ്രഭാതത്തിൽ കടലുണർന്നു.

അങ്ങു പുറക്കടലിൽ വലിയ കോളായിരുന്നു എന്ന് രാത്രിയിലുണർന്ന ചില അരയന്മാർ പറഞ്ഞു. തിര ചില വീടുകളുടെ മുറ്റത്തോളം അടിച്ചുകയറി. ആ വെള്ളമണലിൽ കടൽപാമ്പുകളെയും കണ്ടു.

അമ്മച്ചിയെയും അച്ഛനെയും വിളിച്ചു കരയുന്ന കുഞ്ഞിനെയും എടുത്തുകൊണ്ട് കടൽക്കരയിൽനിന്നു പഞ്ചമി കരയുകയാണ്. തലേന്നാൾ രാത്രിയിൽ ചൂണ്ടയ്ക്കു പോയ ചേട്ടൻ തിരിച്ചു വന്നില്ല; ഉറങ്ങാൻ കിടന്ന കറുത്തമ്മയുമില്ല.

അവൾ കരയുകയും കുഞ്ഞിനെ ആശ്വസിപ്പിക്കുകയും ചെയ്തു.

രണ്ടുനാൾ കഴിഞ്ഞ് ആലിംഗനബദ്ധരായ ഒരു സ്ത്രീയുടെയും പുരുഷന്റെയും ശവശരീരങ്ങൾ കടപ്പുറത്ത് അടിഞ്ഞു കയറി. അത് കറുത്തമ്മയും പരീക്കുട്ടിയുമായിരുന്നു.

അങ്ങു ചെറിയഴീക്കൽ കടപ്പുറത്ത് ചൂണ്ട വിഴുങ്ങിയ ഒരു സ്രാവും അടിഞ്ഞുകയറി.

ചെമ്മീൻ വിവർത്തനങ്ങൾ

നമ്പർ	ഭാഷ	വിവർത്തനത്തിന്റെ പേര്	വിവർത്തനം ചെയ്ത ആൾ	പ്രസാധകർ	വർഷം
			ഇന്ത്യൻ ഭാഷകൾ		
1	അസമീസ്	Micha Mach	പാറുക്കുട്ടി ബറുവ	സാഹിത്യ അക്കാദമി, ദൽഹി	1971
2	ബംഗാളി	Chingri	ബൊമ്മന വിശ്വനാഥൻ	"	-
			നിലീന എബ്രഹാം	"	1965
3	ഗുജറാത്തി	Chemmeen	കമൽ ജസ്പാര	"	1980
4	ഹിന്ദി	Machuare	ഭാരതി വിദ്യാർത്ഥി	"	1959
5	കന്നട	Kempu Meenu	എൻ. കസ്തൂരി	"	1988
6	മറാഠി	Chemmeen	പ്രമോദ് ജോഷി	"	1987
7	ഒറിയ	Chemmeen	ബൻസിധർദാസ് എ. മഹാപത്ര	ഗ്രന്ഥമന്ദിർ, കട്ടക്ക്	1987
8	പഞ്ചാബി	Machni	ഗുർമുഖ്സിങ് ജീത്	ഹിന്ദ് പബ്ലിഷിങ്, ജലന്ധർ	1964
9	സിന്ധി	Sagar Jee Santanസുന്ദരി	ഉത്തം ചന്ദാനി	സാഹിത്യ അക്കാദമി, ദൽഹി	1979
10	തമിഴ്	Chemmeen	സുന്ദരരാമസ്വാമി	"	1962
11	തെലുങ്ക്	Royyalu	സുബ്ബരാമയ്യ	"	1964
12	ഉർദു	Mahigeer	മുസാഫർഷാ	"	1974
			വിദേശഭാഷകൾ		
13	ഡച്ച്	Karoethamma	En De Zce	J.F. BruerUttgeveru	1962
14	ഇംഗ്ലീഷ്	Chemmeen	V. K. Narayana Menon	Victor Golanez, London	1962
15	ഫ്രഞ്ച്	Un Amoor Indien	Nicole Balbir	Mercure de France	1965
16	ജർമൻ	Der Rote FischL		Im Verlog Volk Und Welt Berlin	1965
17	ഹംഗേറിയൻ	A Tenger Torvenye	G. Gurevics Europa	Konyvkiado, Budapest	1969
18	ഇറ്റാലിയൻ	La Figilia Del Mare	Romanzo Rizzoli	Milano	1962
19	ജാപ്പനീസ്	-	-	-	1988
20	പോളിഷ്	Prawo Morza	Tadeusza Kulisie	-	-
21	റഷ്യൻ	Cezonch Na Skarijieche	Sdravka Siavyanda	Narodna Kulthura Sofia	1987
22	സ്ലോവാക്	Cervena Ryba	Viera Sabhikova	Spoloenost Knith	1975
23	വിയറ്റ്നാമീസ്	Mua-Tom	Hoand Cuong	Victor Gallanez London	1962
24	യുഗോസ്ലാവിയൻ	Racici	Mirjana Stepanovic	Nolit, Beograd	1966
25	ചെക്ക്	Chemmeen	Kamil Zelabil	-	-